AF764847

மறுவாசிப்பில்

திராவிட இயக்கம்

மறுவாசிப்பில்

திராவிட இயக்கம்

என். குணசேகரன்

பாரதி
புத்தகாலயம்

Maruvasippil Dhravida Iyakkam (in Tamil)
N. Gunasekaran
First Published: September, 2022 | Second Print: October, 2022
Published by
BHARATHI PUTHAKALAYAM
7, Elango Salai, Teynampet, Chennai - 600 018
Email: bharathiputhakalayam@gmail.com / www.thamizhbooks.com

மறுவாசிப்பில் திராவிட இயக்கம்
என். குணசேகரன்
முதல் பதிப்பு: செப்டம்பர், 2022 | இரண்டாம் அச்சு: அக்டோபர், 2022

வெளியீடு:
பாரதி புத்தகாலயம்
7, இளங்கோ சாலை, தேனாம்பேட்டை, சென்னை - 600 018.
தொலைபேசி : 044-24332424, 24330024 | விற்பனை: 24332924.

விற்பனை நிலையங்கள்
அருப்புக்கோட்டை: கதவுஎண் 49 A/4 மெயின் ரோடு, தெற்கு தெரு - 9994173551
ஈரோடு: 39: 39 ஸ்டேட் பாங்க் சாலை - 9245448353
கரூர்: நாரத கானசபா அருகில் (TNGEA OFFICE)- 9442706676
காரைக்குடி : 12, 2 வது தெரு, கம்பன் மணிமண்டபம் பின்புறம் - 9443406150
கும்பகோணம்: 352, ரயில் நிலையம் எதிரில் - 9443995061
குன்னூர்: N.K.N வணிக வளாகம் பெட்போர்ட்
கோவை: 77, மசக்காளிபாளையம் ரோடு, பீளமேடு - 8903707294
சிதம்பரம்: 22A / 18B தேரடி கடைத் தெரு, கீழவீதி அருகில் - 9994399347
செங்கல்பட்டு: 1 D ஜி. எஸ்.டி சாலை - 044 27426964
சேலம்: 15, வித்யாலயா சாலை சாலை
சேலம்: பாலம் 35, அத்வைத ஆஸ்ரமம் சாலை 0427 2335952
தஞ்சாவூர்: காந்திஜி வணிக வளாகம் காந்திஜி சாலை - 9655542400
திண்டுக்கல்: பேருந்து நிலையம் - 9942331105, 9976053719
திருச்சி: வெண்மணி இல்லம், கரூர் புறவழிச்சாலை - 9994289492
திருநெல்வேலி: 25கி, ராஜேந்திரநகர் - 9442149981
திருப்பூர்: 447, அவினாசி சாலை - 9486105018
திருவண்ணாமலை: முத்தம்மாள் நகர்
திருவல்லிக்கேணி: 48, தேரடி தெரு - 9444428358
திருவாரூர்: 35, நேதாஜி சாலை - 9442540543
நாகர்கோவில்: 699 கே.பி.ரோடு R.V.புரம் - 9443450111
நெய்வேலி: பேருந்து நிலையம் அருகில், - 9443659147
பழனி: பேருந்து நிலையம் அருகில் - 7010760693
பாண்டிச்சேரி : கிழக்கு கடற்கரைச்சாலை, இலாசுப்பேட்டை, 9486102777
பெரம்பூர்: 52, கூக்ஸ் ரோடு - 9444373716
மதுரை: 37A, பெரியார் பேருந்து நிலையம் - 045 22324674
மதுரை: சர்வோதயா மெயின்ரோடு
வடபழனி: பேருந்து நிலையம் எதிரில் அடையார் ஆனந்தபவன் மாடியில் - 9444476967
விருதுநகர்: 131, கச்சேரி சாலை - 0456 2245300
வேலூர்: பேஸ் III, சத்துவாச்சாரி - 9442553893

அச்சு : பிரிண்டெக், சென்னை - 600 005.

பகுத்தறிவின் ஒளியில் விவாதிப்போம்

திராவிட இயக்கம் 100 ஆண்டுகளை கடந்து பயனித்து வருகிறது. தமிழகத்தின் சமூக பொருளியல் முரண்களின் காரணமாக 20ஆம் நூற்றாண்டின் துவக்கத்தில் உருவானது.

தற்போது திராவிட இயக்கம் 21ஆம் நூற்றாண்டில் திராவிட மாடல் 2.0 என்ற கோஷத்தை முன் வைக்கிறது.

ஒரு இயக்கம் தொடர்ந்து நீடிக்கிறது என்று சொன்னால் அது உருவாகி இருந்த காலத்தில் நிலவிய சமூக பொருளியல் முரண்கள் இன்றைக்கும் தொடர்கிறது என்று பொருளாகும்.

கால்டுவெல் துவங்கி எத்தனை பல்வேறு அறிஞர்கள் ஏராளமான ஆய்வுகளை மொழி மற்றும் இனம் குறித்த ஆய்வுகளை மேற்கொண்டு உள்ளனர்.

அதனடிப்படையில் திராவிட இயக்கம் இனம், மொழி குறித்த கருதுகோள்களை முன் வைத்து மக்களை திரட்டினர்.

தமிழக பிரிட்டிஷ் ஆட்சி காலத்தில் வேலை வாய்ப்பிலும், கல்வியிலும் பிராமணர்கள் வலுவான ஆதிக்கத்தை செலுத்தி வந்தனர். காலம்காலமாக நிலவிய நில உடமை காலத்தில் இருந்து வந்த ஆதிக்க நிலையை பிராமணர்கள் பிரிட்டிஷ் ஆட்சி காலத்திலும் வலுப்படுத்திக் கொண்டனர்.

இந்நிலையில் இருபதாம் நூற்றாண்டில் துவக்க காலகட்டத்தில் உருவான தென்னிந்திய நல உரிமைச் சங்கம் திராவிட இயக்கத்தின் துவக்கமாக அமைந்தது.

அது பின்னர் நீதி கட்சியாக, சுயமரியாதை இயக்கமாக, சுயமரியாதை சமதர்ம கட்சியாக, திராவிடர் கழகமாக உருவானது.

அதனைத் தொடர்ந்து திமுக, அதிமுக, மதிமுக என தொடர்ந்து வளர்ந்தும், பிளவுபட்டும் வந்துள்ளது. அதற்கு பின்னர் துவங்கப்படுகின்ற பல்வேறு அரசியல் இயக்கங்கள் கூட திராவிட அல்லது கழகம் என்ற சொற்களை தங்களுடைய பெயர்களில் இணைத்துக் கொண்டனர்.

நடேசன் இல் துவங்கி எத்தனையோ தலைவர்கள் கடந்து திராவிட இயக்கம் பயணித்து வருகிறது. பெரியார், அண்ணா, கருணாநிதி, எம்.ஜி.ஆர், ஜெயலலிதா, வைகோ, ஸ்டாலின் என ஆளுமைகள் மாறி இருக்கின்றனர். தற்போதும் தமிழகத்தில் மக்கள் மத்தியிலே செல்வாக்கு செலுத்துற இயக்கமாக திராவிட இயக்கம் தொடர்கிறது. கடந்த 50 ஆண்டு காலமாக தமிழகத்தின் ஆட்சி அதிகாரத்தில் இருந்து வருகிறது.

திராவிட இயக்கம் முன்வைத்த இன, மொழி, சாதி,மத அடிப்படையிலான முன்வைத்த கோஷங்களும், விவசாயம் தொழில் வர்த்தகம் ஆகியவற்றில் எழுப்பிய கோரிக்கைகளும் விவாதத்திற்கும் பரிசீலனைக்கும் உரியவை ஆகும்.

திராவிட இயக்கத்தின் கருத்தியல் அடிப்படைகள் மற்றும் ஆளுமைகளின் செயல்பாடுகள் மிகுந்த முக்கியத்துவம் வாய்ந்தது. எந்த ஒரு இயக்கத்தையும் மறுவாசிப்பு செய்யும் போது மேலோட்டமாக செய்வது எந்த விதத்திலும் சமுகத்திற்கு பயன்தராது.எனவே தான், இயங்கவியல் சார்ந்த பகுப்பாய்வு மிகுந்த அவசியம் பெறுகிறது.

அத்தகைய முறையில் இளைஞர் முழக்கம் மாத இதழில் கடந்த 50 மாதங்களாக எழுதி வந்த மறுவாசிப்பில் திராவிட இயக்கம் எனும் கட்டுரைகள் முழுமையாக தொகுக்கப்பட்டு மேம்படுத்தப்பட்டுள்ளது.

இந்நூல் ஆசிரியர் வாலிபர் சங்கத்தின் முன்னாள் மாநில தலைவர் தோழர் என்.குணசேகரன் அவர்கள் தமிழகத்தின் சமூக பொருளாதார பண்பாட்டு மாற்றங்களை பற்றி தொடர்ந்து மார்க்சிய நோக்கில் ஆய்வு செய்து எழுதி வரக் கூடியவர்.

இவருடைய புத்தகங்கள், கட்டுரைகள் மிகுந்த கவனத்தோடு ஆய்வு பூர்வமாக எழுதப்பட்டு வருபவையாகும்.

ஒவ்வொரு கட்டுரையும் ஆழ்ந்த ஆய்வின் அடிப்படையிலும், சேகரிக்கப்பட்ட தரவுகளின் ஆழமான தன்மைகளிலும் உருவாக்கப்பட்டுள்ளது.

திராவிட இயக்கத்தை மறுவாசிப்பு செய்வதற்கு இந்நூல் ஒரு துவக்கமாக அமைகிறது.

திராவிட இயக்க வரலாற்றின் ஏராளமான அம்சங்களை விரிவான முறையில் பகுப்பாய்வு செய்வது காலத்தின் அவசியமாகும்.

ஏனெனில், பிராமணிய மேலாதிக்கம், சமூக மேலாதிக்கம், ஒன்றிய அரசின் மேலாதிக்கம் என திராவிட இயக்க முன்வைத்த மாற்று கோட்பாடுகள் முக்கியமானது.

தன்னுடைய வலுவான தலையீட்டால் சமூக நீதிக் கோட்பாடு, மாநில சுயாட்சி, பகுத்தறிவு, சுயமரியாதை ஆகிய அம்சங்கள் முன்வைத்தது.

அது எந்த அளவுக்கு இலக்கை அடைந்திருக்கின்றன?

இன்னும் இதில் திராவிட இயக்கம் செல்ல வேண்டிய தூரம் எவ்வளவு? அதனை அடைவதற்கான கருத்தியல் ரீதியான உறுதிப்பாட்டை கொண்டு உள்ளதா? என்பது பற்றியெல்லாம் ஆழமான ஆய்வுகள் அவசியமாகின்றன.

அதேபோல திராவிட இயக்கங்களின் செயல்பாட்டை நீர்த்துப் போகச் செய்த ஊழல், ஜனநாயக மறுப்பு,பதவி வெறி,அதிகார போட்டி,சுயநல அரசியல் போன்றவை நாளுக்கு நாள் அதிகரித்து இருக்கிறது. இதனால் இந்த இயக்கத்தின் செயல்பாடு அடிப்படை கருத்தியல் தளத்திலிருந்து விலகி உள்ளதா அல்லது உறுதியாக பின்பற்றுகிறதா என்பதெல்லாம் தமிழக இளைஞர்கள் மத்தியில் விரிவான விவாதங்களை நடத்த வேண்டியுள்ளது.

நீண்ட நெடிய தமிழக அரசியல் வரலாற்றில் நூற்றாண்டு கடந்து இருக்கக்கூடிய திராவிட இயக்கத்தை பற்றிய நூல் முக்கியத்துவம் வாய்ந்த நூலாக அமைகிறது.

இந்திய ஜனநாயக வாலிபர் சங்கத்தின் 17 வது மாநில மாநாடு கள்ளக்குறிச்சியில் நடைபெற உள்ளது. இம்மாநாட்டில் வெளியிடப்பட உள்ள மறுவாசிப்பில் திராவிட இயக்கம் எனும் நூல் மேலும் சிறப்பானதாக மாற்றுகிறது.

மூட நம்பிக்கைகளை உயர்த்திப் பிடிக்கிற ,ஒற்றை ஆதிக்கத்திற்கு சங் பரிவாரங்களின் அரசியல் தீவிரமாக இயங்கி வரும் காலத்தில் உள்ளோம்.

தமிழ் சமுகத்தின் பன்முகத் தன்மை, அறிவியல் பூர்வமான அணுகுமுறையை இந்திய ஜனநாயக வாலிபர் சங்கம் உயர்த்திப் பிடித்து கொண்டு வருகிறது.இன்னும் ஆழமான கருத்தியல் விவாதங்களை இளைஞர் மத்தியில் முன்னெடுத்து செல்ல வேண்டிய காலமாகும்.

வரலாற்றின் அவசியத்தை மனதில் கொண்டு தமிழக இளைஞர்கள் மேலும் ஒரு ஆழமான நூலை மத்தியிலே முன்வைக்கிறது.

இளைஞர்கள் மத்தியில் பகுத்தறிவின் ஒளியில் விவாதங்களில் முன்னுக்கு வரட்டும்.

தமிழ் சமூகம் எங்கும் அது பற்றி பரவட்டும்.

தோழமையுடன்,

எஸ். பாலா

மாநிலச் செயலாளர்,

இந்திய ஜனநாயக வாலிபர் சங்கம்

வரலாறு பயில்வது வரலாற்றை மாற்றுவதற்குத்தான்!

தமிழகத்தில் எப்போதுமே போற்றுதலும், தூற்றுதலும் அதிகமாகவே இருப்பதுண்டு. ஒரு தலைவரை, அல்லது ஒரு இயக்கத்தைப் போற்றுவது என்றால் வானளாவ உயர்த்துவது, ஒரு தலைவரைக் கடவுளாக்கி உச்சிக்குக் கொண்டுசென்று புகழ்வது என்பது பண்பாடாகவே வளர்ந்துள்ளது.

இது, சமூகத்திற்கு நன்மை ஏற்படுத்தாது. சாதாரண மக்களே வரலாற்று நாயகர்கள், அவர்களின் சமூகத் தேவைகளின் பிரதிநிதிகளாகவே இயக்கங்களும் தனித் தலைவர்களும் உருவாகின்றனர்.இந்த பகுத்தறிவு அறிவியல் பார்வை தேவைப்படுகிறது.இதுவே கடந்த கால வரலாற்றின் பாடங்களைக் கற்று நிகழ்காலத்திலும் எதிர்காலத்திலும் நல்ல சமுதாயத்தை உருவாக்கிடப் பயன்படும்.

பெரியார், சிங்காரவேலர் உள்ளிட்டத் தலைவர்கள் 1930, 1940 களில் சுயமரியாதை இயக்கத்தை வளர்த்திடப் பாடுபட்டனர். அதன் அடித்தளமான நோக்கமே பகுத்தறிவுப் பண்பாட்டை வளர்ப்பதுதான். ஆனல், திராவிட இயக்க வரலாற்றை எழுதும், பெரும்பாலான எழுத்தாளர்கள் விமர்சனரீதியாக பகுத்தறிந்து, நிறைகுறைகளை ஆராய்ந்து எழுதுவதில்லை.விதிவிலக்காக சில ஆய்வுகள் உண்டு.ஆனால் அவை பெரும்பகுதி மக்களிடம் கொண்டு செல்லப்படவில்லை.

சமூக சமத்துவம் பொருளாதார சமத்துவம் போன்ற இலட்சியங்களை திராவிட இயக்கம் பேசியதுண்டு. அவற்றை உறுதியாகப் பற்றி, முன்னேறுவதில் பல விலகல்கள், சமரசங்கள் ஏற்பட்டன. அந்த இலட்சியங்களை அடைவதற்கான பயணத்தை தமிழகம் தொடர வேண்டிய அவசியம் உள்ளது. இதற்கு விமர்சனப் பார்வை கொண்டு திராவிட இயக்க வரலாற்றை மறுவாசிப்பு செய்திட வேண்டும்.

இந்த நோக்கத்துடன் இளைஞர் முழக்கத்தில் “திராவிட இயக்கம், மறுவாசிப்பு” தொடர் எழுதி வந்தேன்.அது தொகுக்கப்பட்டு நூலாக்கம் பெற்றுள்ளது. இது ஓரளவு கால வரிசை அடிப்படையில் எழுதப்பட்டிருந்தாலும், அடுக்கடுக்காக

நிகழ்ச்சிகளைத் தொகுத்து வழங்கும் நூல் அல்ல; சரியாகப் புரிந்து கொள்ளப்படாமல் இருக்கும் திராவிட இயக்கத்தின் சில பரிமாணங்கள் பற்றி சரியான புரிதல் ஏற்படுத்தும் முயற்சிதான், இந்த நூல்.

வரலாறு பயில்வது வரலாற்றை மாற்றுவதற்குத்தான். இந்த வகையில் வரலாற்றுப் பிரச்னைகளை அணுகுவதுதான் சமூகத்திற்கு நன்மை பயக்கும். குறிப்பாக, இளைய தலைமுறை தமிழக வரலாற்றை ஆழமாகவும் விமர்சனக் கண் கொண்டும் புரிந்து கொள்வது அவசியம். அதற்கு இந்த நூல் பயன்படும் என நம்புகிறோம்.

என். குணசேகரன்

உள்ளே

1

நெருக்கடியில் திராவிட இயக்கம்?

திராவிட இயக்கம்,தமிழகத்தில் உருவான மாபெரும் மக்கள் இயக்கம் என்பதை யாராலும் மறுக்க இயலாது. கடந்த அரை நூற்றாண்டாக, தமிழக அரசியலில் திராவிட இயக்கப் பிரிவுகளே ஆதிக்கம் செலுத்தி வந்துள்ளன.

திராவிட இயக்கத்தின் இன்றைய நிலை குறித்து, பகுத்தறிந்து சிந்திப்பவர்கள் அந்த இயக்கங்களின் எதிர்காலம் குறித்த பல கேள்விகளை எதிர்கொள்கின்றனர்.

“திராவிட இயக்கம் நெருக்கடியில் இருக்கிறதா” என்கிற கேள்வியும்கூட எழக்கூடும்.“அப்படி எந்த நெருக்கடியும் இல்லை” என திராவிட இயக்க ஆதரவாளர்கள் அதனை அவசரமாக மறுக்கலாம். தற்போது "திராவிட மாடல்" என்ற கருத்தை முன்வைத்து திராவிடக் கருத்தியல் இன்றும் வலுவாக உள்ளதாக முன்னிறுத்தப்படுகிறது.

இதற்கு நேர்மாறாக, வேறு சிலர், திராவிட இயக்கத்திற்கு “அஸ்தமனம்” வந்துவிட்டது என்ற முடிவுக்கு வந்து ‘அடுத்து என்ன’ என்று பேசுகின்றனர். தமிழகத்தில் தற்போது வெற்றிடம் நிலவுவதாகவும், அதனைத் தாங்கள் நிரப்பப் போவதாகவும் தமிழக பா.ஜ.க தலைவர்கள் பேசி வருகின்றனர். தமிழக அரசியலில் வெற்றிடம் எதுவும் ஏற்பட்டு விடவில்லை. தி.மு.க, அ.தி.மு.க. கட்சிகள் தமிழக அரசியலில் ஆதிக்கம் செலுத்துவதை ஒழிக்க பலர் பல சந்தர்ப்பங்களில் முயற்சித்து வந்துள்ளனர்.

திராவிட இயக்கம் அல்லாத சில கட்சிகள். அரசியலில் ஆதிக்கம் செலுத்த விரும்புகின்றனர் என்பதற்காக திராவிட இயக்கம் நெருக்கடியில் உள்ளது என்ற முடிவுக்கு வர இயலாது. அதே போன்று, ஜெயலலிதா, கருணாநிதி போன்ற தலைவர்கள் திராவிட அரசியல் களத்தில் இல்லாததால் அந்த இயக்கம் நெருக்கடியில் இருக்கிறது என்ற கருத்தும் சரியானதல்ல. எனில், எதற்காக நெருக்கடியில் திராவிட இயக்கம் இருப்பதாகக் கருத வேண்டியுள்ளது?

தமிழக சமுகத் தேவைகளிலிருந்து திராவிட இயக்கத்தினர் முன்வைத்த இலக்குகளை அவர்களால் தொடர முடியவில்லை

என்பது உண்மை வரலாறு. இனி அவர்களால் அவற்றை சாதிக்க முடியுமா என்ற அவநம்பிக்கை கொள்கிற நிலையும் தற்போது ஏற்பட்டுள்ளது. இது அந்த இயக்கம் எதிர்கொள்ளும் முக்கிய நெருக்கடி. தாங்கள் அடையாளப்படுத்திக் கொண்ட இலக்குகளைச் சாதிக்க முடியவில்லை என்ற நெருக்கடியை திராவிட இயக்கம் சந்திக்கிறது.

முன்னிறுத்திய இலக்குகள் எங்கே?

திராவிட இயக்கம் தன்னை பல வகையில் அடையாளப் படுத்தி வந்துள்ளது. அது பகுத்தறிவுக்கான பாசறை, சமூக நீதி, பிற்பட்டோருக்கான இயக்கம், பெண் விடுதலை, தமிழுக்காக உயிர் கொடுக்கும் இயக்கம் என, பலவாறு அடையாளப் படுத்தி வந்துள்ளது. இந்த அடையாளங்களை வெறும் முழக்கங்களாக மட்டும் வைத்துக்கொள்ளாமல், வெகு மக்களையும் தனது செல்வாக்குத் தளத்தில் கொண்டு வந்தது. இன்று எந்த அடையாளத்திலும காலூன்ற இயலாத நிலை உள்ளது. அதனால்தான், திராவிட இயக்கம் நெருக்கடியில் உள்ளது எனும் மதிப்பீடு முன்வருகிறது.

எடுத்துக்காட்டாக, 1957-ஆம் ஆண்டில் தி.மு.க சந்தித்த முதல் தேர்தலிலேயே மத்திய மாநில உறவுகளைச் சீரமைக்க தி.மு.க வலியுறுத்தியது. அப்போது வெளியிட்ட தேர்தல் அறிக்கையில் கீழ்க்கண்டவாறு குறிப்பிடப்பட்டுள்ளது.

“இன்றைய அமைப்பில் அதிகாரங்களும் வருவாயும் மத்திய ஆட்சிக்கே பெரிதும் அளிக்கப்பட்டுள்ளன மாநில அரசு வருவாயை பெருக்கிக் கொள்ள வழியில்லை சாதாரண பிரச்சினைகளில்கூட முடிவெடுக்கும் உரிமை மாநில அரசுகளிடம் இல்லை. மாநிலங்களின் அதிகார வரம்பும் வரிவிதிப்பும் உரிமைகளும் அதிகரிக்கப்பட்டு மத்திய அரசுக்கான அதிகார வரம்பும் வரிவிதிப்பு உரிமைகளும் கட்டுப்படுத்தப்பட வேண்டும்.”

கடந்த பல ஆண்டுகளாகவே இந்த நிலையை திராவிட இயக்கங்கள் வலியுறுத்தவில்லை. தி.மு.க. எதிர்க்கட்சியாக இருக்கும் போது, அல்லது அ.தி.மு.க எதிர்க்கட்சியாக இருக்கும் போது பெயரளவுக்கு இதனை பேசியிருக்கக்கூடும். சமீபத்திய காலங்களில் ஜி.எஸ்.டி வரி விதிப்பிற்கு அவர்கள் எதிர்ப்பு தெரிவித்துள்ளனர். ஆனால், மத்திய, மாநில

அரசாங்கங்களுக்கிடையேயான அதிகாரங்கள் ஜனநாயக அடிப்படையில் மாற்றி அமைக்க வேண்டுமென்ற கோரிக்கைக்கு தொடர்ச்சியான அழுத்தம் கொடுக்க இயலாத நிலையில்தான் திராவிட இயக்கம் இருந்து வந்துள்ளது.

இதற்கு காரணம், என்ன? மாநில உரிமைகளை மறுத்து வந்துள்ள, பா.ஜ.க,காங்கிரஸ் ஆகிய இரண்டு கட்சிகளோடும் அவ்வப்போது அரசியல் தேவைக்காக இரண்டு கழகங்களும் கூட்டணி கண்டு வந்துள்ளன. இந்தக் கட்டாயமும் எதற்காக என்பதை ஆழமாக அறிந்திட வேண்டும்.

பாஜக, காங்கிரஸ் ஆகிய இரண்டு கட்சிகளும், பெரிய கார்ப்பரேட் நிறுவனங்களின் நலன்களைப் பாதுகாக்க, மக்கள் வாழ்வாதாரங்களைப் பறிக்கிற கொள்கை கொண்டவை. மாநில மட்டத்தில், இந்த கொள்கை வழித்தடத்தில் இரண்டு கழகங்களும் 1990-ஆம் ஆண்டுகளிலிருந்து பயணித்து வருகின்றன. இதன் எதிரொலியாகவே, மாநில நலன் சார்ந்த உரிமைகளை அடக்கி வாசிக்கும் நிலைக்கு திராவிட இயக்கங்கள் தள்ளப்பட்டு விட்டன. இவ்வாறு ஒவ்வொரு இலக்கும் கைவிடப்பட்டது.

திராவிட இயக்கத்தின் எதிர்காலம்

திராவிட இயக்கம் என்றும் நிலைத்திருக்கும் என்றும் அது மக்கள் ஆதரவோடு நிலைத்திருக்கும் என்று பலர் நினைக்கலாம். திராவிட இயக்கப் பற்றாளர்கள் “எந்த நெருக்கடி வந்தாலும் அவற்றை முறியடித்து முன்னேறுவோம்” என முழங்கிடலாம்.

ஆனால், ஒரு வரலாற்றுப் போக்கினை நாம் மறந்துவிடக்கூடாது. எந்தக் கருத்தியலும், அது சார்ந்த இயக்கங்களும் வரலாற்றில் ஒரே வடிவத்தில் மாறுதலுக்கு உட்படாமல் நீடித்ததில்லை. எடுத்துக்காட்டாக, இங்கிலாந்தில் 1838 முதல் 1857 -ஆம் ஆண்டு வரை பெரும் மக்கள் இயக்கமாகச் செயல்பட்ட மக்கள் சாசன இயக்கம்.வாக்குரிமை உள்ளிட்ட அரசியல் சீர்திருத்தக் கோரிக்கைகளை முன்வைத்து எழுந்த இயக்கம் அது. ஆனால், துவங்கிய பத்தாண்டுகளுக்குப் பிறகு இங்கிலாந்து வரலாற்றில் ஏற்பட்ட மாற்றங்களின் ஊடாக, அந்த இயக்கத்தின் தேவை மழுங்கி, பின்னர் அது மறைந்தது. இதனைக் குறிப்பிடுவதால் அந்த இயக்கம் எதையும் சாதிக்கவில்லை என்று கருதக்கூடாது. எந்த இயக்கமாக இருந்தாலும் அதன் எதார்த்தத் தேவை முடிந்த

பிறகு மறைந்துபோவது இயல்பானது. இடையில் அந்த இயக்கம் தன்னை இருத்திக் கொள்வதற்கு பல மாற்றங்களைத் தனக்குள் ஏற்படுத்திக்கொள்ள முயற்சிக்கக்கூடும்.

இந்த வரலாற்றுப் போக்கிற்கு உலக இயக்கங்கள் அனைத்தும் ஆட்பட்டிருக்கின்றன. எனவே, இதற்கு திராவிட இயக்கமும் விதிவிலக்கல்ல.

திராவிட இயக்கத்திலேயே உருவான பல கிளை இயக்கங்கள் மறைந்து போய்விட்டன. அண்ணா அவர்களோடு திராவிடர் கழகத்திலிருந்து வெளியேறி திராவிட முன்னேற்றக் கழகம் உருவாக்கியவர்களில் முக்கியமானவர், ஈ.வி.கே.சம்பத். அவர், தி.மு.க.விலிருந்து பிரிந்து, "தமிழ் தேசியக் கட்சி" துவங்கினார். பிறகு அவர் காங்கிரசில் சேர்ந்தார். அவர் அமைத்த கட்சி அத்துடன் மறைந்துபோனது. இவையெல்லாம் குறுகிய கால நிகழ்வுகள். சமூக இயக்கத்தின் தேவையை நிறைவேற்றப் பயன்படாதபோது, இயக்கங்களும், அவை பேசிய கருத்து நிலைப்பாடுகளும் நிலைத்து நிற்கும் என்று கூற இயலாது.

திராவிட இயக்கம் துவங்கிய காலத்திலிருந்து இதுபோன்ற பல வகையான மாற்றங்களை சந்தித்து வந்துள்ளது. திராவிட முன்னேற்றக் கழகத்தின் முக்கியத் தலைவராக விளங்கிய மறைந்த முரசொலி மாறன், "திராவிட இயக்கத்தின் தலைமகன்" என்று நீதிக்கட்சியைப் பற்றி குறிப்பிட்டுள்ளார். 1916-ஆம் ஆண்டு நவம்பர் 20 அன்று தென்னிந்திய நல உரிமைச் சங்கம் எனும் பெயரில் தனி அரசியல் கட்சி துவங்கப்பட்டது. அதுவே பிறகு நீதிக்கட்சி என அழைக்கப்பட்டது. இதிலிருந்துதான் திராவிடர் கழகமும், பிறகு திராவிட முன்னேற்றக் கழகமும் தோன்றின.

எனவே, திராவிட இயக்கத்தை யாராலும் அசைக்கவோ, அழிக்கவோ முடியாது என்று அவ்வப்போது திராவிட இயக்கத் தலைவர்கள் பேசுவது இயக்கப் பற்றிலிருந்து வெளிவரும் உணர்ச்சிக் கொந்தளிப்பு மட்டுமே.

இவ்வாறு கூறுவதால், நாளைக்கே திராவிட இயக்கம் அழியப் போகிறது என்று எடுத்துக்கொள்ளக் கூடாது. எந்த இயக்கமும் திடீரென அழிந்து போகாது. ஆனால் ஒரு இயக்கம் தோன்றி, வளர்ந்து, வலுப்பெற்று வந்ததற்கான நிலைமைகள் மாறுகிற போது, அந்த இயக்கத்தின் இருப்பும்,அதன் தேவையும் கேள்விக்குறியாகிறது. இதனால் அது மீள முடியாத நெருக்கடியில

சிக்குண்டு தவிக்கும் நிலை ஏற்படுகிறது. திராவிட இயக்கத்திற்கு தற்போது ஏற்பட்டுள்ள நெருக்கடி அதன் வரலாற்று வளர்ச்சியில் அடங்கியுள்ளது. எனவே அந்த இயக்கத்தின் வரலாறு குறித்த மறு வாசிப்பு, தேவைப்படுகிறது.

இந்த மறுவாசிப்பு, ஆராய்ச்சி ஆர்வத்திற்காக மேற்கொள்ளும் முயற்சி அல்ல.

நீண்ட கால நோக்கில் மாற்று வாய்ப்பு என்ன, என்பதை அறிவதும், அதை நோக்கி தமிழகத்தைக் கொண்டு செல்லவும், இந்த மறுவாசிப்பு தேவைப்படுகிறது. குறிப்பாக, எதிர்காலத் தலைமுறையினரான, இளைஞர்களுக்கு, திராவிட இயக்க மறுவாசிப்பும், தமிழக மாற்று பற்றிய தொலைநோக்குப் பார்வையும் அவசியமானது.

இதில் ஒரு எச்சரிக்கை தேவை. திராவிட இயக்க வரலாற்றை அதன் தலைவர்களை மையப்படுத்தி ஆராய்வது, பலன் எதையும் ஏற்படுத்தாது. வரலாற்று அறிவியல் கண்ணோட்டத்துடன்தான், திராவிட இயக்க வரலாற்றை மறுவாசிப்பு செய்தல் வேண்டும்.

2

நீதிக்கட்சியின் குறையும், நிறையும்

திராவிட இயக்க வரலாற்றில் பல பிளவுகள் ஏற்பட்டுள்ளன. அப்போதெல்லாம் வராத நெருக்கடியா இப்போது ஏற்பட்டுள்ளது என்று பலர் கேள்வி எழுப்பலாம்.

கடந்த காலங்களை விட தற்போது திராவிட இயக்கம் கருத்தியல் தளத்தில் கடும் நெருக்கடியைச் சந்திக்கிறது. இதனால் தான் திராவிட இயக்கத்தினர் நம்பிக்கைகொள்ளும் அளவிற்கு அதன் எதிர்காலம் அமையப்போவது இல்லை.

திராவிட இயக்கம் நெருக்கடியில் சிக்குண்டுள்ளது என்றும் அதன் எதிர்காலம் கேள்விக்குரிய ஒன்று என்றெல்லாம் பேசுவது அந்த இயக்கத்தின் மீதான வெறுப்புணர்வினால் அல்ல. அந்த இயக்கத்தின் எதிர்காலம் பற்றிய இந்தக் கருத்துகள், திராவிட இயக்க வரலாற்று வளர்ச்சியை விருப்பு வெறுப்பின்றி ஆராய்கிற அனைவரும் வந்தடையும் இயல்பான கருத்துகளே.

திராவிட இயக்கத்தின் எதிர்காலம் பற்றி இன்றும் பலர் எழுதி வருகின்றனர். தமிழ் இந்து நாளிதழ் இது பற்றிய ஒரு கட்டுரையை வெளியிட்டிருந்தது. ("அடுத்த நூற்றாண்டுக்கான திராவிட இயக்கம் எப்படி இருக்க வேண்டும்?"- சமஸ்: ஏப்ரல். 5.2017) அதில் திராவிட இயக்கம் தன்னை நிலை நிறுத்திக் கொள்ள என்ன செய்ய வேண்டும் என்று அக்கறையோடு(!) பல ஆலோசனைகளை கட்டுரையாசிரியர் எழுதியிருந்தார்.

பிராமண எதிர்ப்பு

அந்த ஆலோசனைகளில் ஒன்று, பிராமண எதிர்ப்பினை அந்த இயக்கம் முற்றாக கைவிட வேண்டும் என்பது. திராவிட இயக்கத்தின் முன்னோடியான நீதிக்கட்சி காலத்தில் இருந்த பிராமண ஆதிக்கம் தற்போது இல்லை எனவும் அந்த ஆதிக்கம் காலப்போக்கில் படிப்படியாகக் குறைந்து விட்டது என்றும் கட்டுரையாசிரியர் எழுதியிருந்தார்.

"ஒருகாலத்தில், இங்கு முழு அரசியலையும் பிராமணர்கள் கையில் வைத்திருந்தபோது, அவர்களுடைய பிரதிநிதித்துவத்தைக் கட்டுப்படுத்துவதற்கு ஒரு வரலாற்று நியாயம் இருந்தது. ஆனால், மாறிக்கொண்டிருக்கும் இன்றைய காலச் சூழலில் இந்தப்

பார்வையில் மாற்றம் தேவை.'' என்று கட்டுரையாசிரியர் திராவிட இயக்கத்திற்கு அறிவுறுத்துகிறார்.

இந்தக் கருத்து திராவிட இயக்க வரலாற்றில் பிராமண எதிர்ப்பு எனும் கொள்கை எவ்வாறு எழுந்தது, அதன் வளர்ச்சி, தற்போதைய நிலை குறித்த சரியான புரிதல் இல்லாததால் எழுந்தது. உண்மையில் அண்ணா அவர்களின் காலத்திலேயே திராவிட இயக்கம் வெகு மக்கள் அரசியல் களத்தில் வந்தபோதே அந்தக் கொள்கையில் தளர்வு ஏற்பட்டுவிட்டது. இந்தப் பின்னணியை உணராமல் பிராமண எதிர்ப்பைக் கைவிட்டால் திராவிட இயக்கம் வளர்ந்துவிடும் என்று கருதுவது பயன் தராத அறிவுரை.

நீதிக் கட்சியின் உள்ளடக்கமாக அமைந்த பிராமணர் எதிர்ப்பின் பின்னணி என்ன? அன்றைய ஆங்கிலேய ஆட்சியின் நிர்வாகத்தில் அதிக அளவில் பிராமணர்கள் இடம் பெற்று இருந்ததால், இந்த எதிர்ப்பு எழுந்து, அது நீதிக்கட்சியாக உருவெடுத்தது என்பது மேலோட்டமான புரிதல்.

உண்மையில் 1870 வரை தமிழகத்தில் எந்தக் குறிப்பிடத்தக்க, அமைப்புரீதியான அன்றைய சென்னை மாகாணம் முழுவதும் பரவிய, எந்த இயக்கமும் உருவாகவில்லை. பிறகு காங்கிரஸ் கட்சி தோன்றி, சுதேசி இயக்கம் எனப்படும் ஆங்கிலேய ஆட்சிக்கு எதிரான மக்கள் இயக்கம் உருவானது. தொழிலாளி வர்க்க இயக்கங்களும் துளிர்விடத் துவங்கி வளரத் துவங்கின.

இந்த இயக்கங்கள் எந்தச் சூழலில் வளர்ந்தன? வணிக விரிவாக்கமும், அரசாங்க நிர்வாக இயந்திரமும் விரிவாக வளர்ந்து, பொது நிர்வாக அமைப்புகள் வேர் பரப்பி வந்த நிலை உருவானது. இவற்றினால் ஏற்பட்ட சிறிதளவு நகரமயம் ஆகியவையோடு இணைந்ததாக ஆங்கிலேய ஆட்சிக்கு எதிரான எதிர்ப்பு இயக்கங்களும் வளர்ந்தன.

ஆங்கிலேயர்களுக்கு தங்களுக்கு விசுவாசமான நிர்வாக, அரசு இயந்திரமும் தேவை; அதே சமயத்தில், அது அரசு எதிர்ப்பு சுதேசி இயக்கத்தை ஒடுக்கும் இயந்திரமாகவும் இருக்க வேண்டும் என்று அவர்கள் விரும்பினர்.

சமூகநீதி மறுப்பு

ஆங்கிலேய ஆட்சியின்கீழ் நிர்வாக அமைப்புகளின் வளர்ச்சியினால், அன்று சென்னை மாகாணத்தில் வாழ்ந்த படித்த மேல்தட்டுப் பிரிவினர் பலன் பெற்றனர். இதில் முந்தைய

மன்னராட்சி நில உடைமை அமைப்பில் பிராமணர்கள் நில உடைமைப் பிரிவினராக செல்வாக்குப் பெற்றிருந்தனர். அத்துடன் சமூக ரீதியில் சாதிய அடுக்கின் மேல்தளத்தில் இருந்த அந்தஸ்தும் ஆங்கிலக் கல்வி கற்கும் வாய்ப்பும் பிராமணர்கள் பெற்றிருந்ததால் ஆங்கிலேய ஆட்சி அவர்களை பெரும் அளவில் பணியமர்த்தியது. மற்ற பிரிவினருக்கு இந்த வாய்ப்புகள் மறுக்கப்பட்ட சூழல் பிராமண எதிர்ப்புக்கு வித்திட்டது.

இந்த வரலாற்றை நினைவுகூறும் போது இரண்டு அம்சங்களையும் பார்க்க வேண்டும். ஆங்கிலேயே ஆட்சி, அரசு அமைப்பை வலுப்படுத்திக் கொள்வதற்கு வசதியாக அன்று கல்வியில் முன்னேறியிருந்த பிராமணர்களைப் பயன்படுத்திக் கொண்டது. அடக்குமுறை, ஒடுக்குமுறை, சுரண்டல் என அனைத்து கொடூர வடிவங்களும் கொண்டதுதான் ஏகாதிபத்திய ஆட்சி. அதற்கு சமூக நீதிப் பார்வை எல்லாம் கிடையாது. பிராமணர்களுக்கு வாய்ப்பு கொடுத்து மற்ற பிராமணர்கள் அல்லாதவர்களைக் கைவிடுவது தவறானது என்ற நியாய உணர்வுகள் எல்லாம் ஏகாதிபத்தியவாதிகளுக்கு என்றுமே இருந்ததில்லை. எனவே அன்றைய நிலையில் நிகழ்ந்த இந்த சமூக நீதி மறுப்புக்கு முக்கிய காரணம் ஏகாதிபத்திய சுயநலம்.

இதன் மற்றொரு பக்கமும் முக்கியமானது. தங்களுக்குக் ஆங்கிலேயர் ஆட்சியில் கிடைத்த வாய்ப்பைக் கெட்டியாகப் பிடித்துக் கொண்டனர் பிராமணர்கள். நிர்வாகம், கல்வி, மற்றும் தொழில்களில் தங்கள் இடத்தை நிலை நிறுத்திக்கொண்டு மற்றவர்கள் உள்ளே நுழைந்துவிடாமல் பார்த்துக் கொண்டனர். இதனை நேரடியான காட்சியாக பிராமணர் அல்லாதோர் கண்டனர். அதனால் ஏற்பட்ட வெறுப்புணர்வின் வெளிப்பாடாகவே பிராமணர் அல்லாதோர் இயக்கம் எழுந்தது.

அன்றைய பிராமணர்களின் போக்கு எந்த அளவிற்கு வெறுப்புணர்வை ஏற்படுத்தி இருந்தது என்பதற்கு தந்தை பெரியாரின் கீழ்கண்ட வரிகளே சான்று: "சமுதாயத் துறையில் பார்ப்பனர்கள் அனுஷ்டிக்கிற உயர்வு, அவர்கள் அனுபவிக்கிற அளவுக்கு மேற்பட்ட விகிதம் - ஆகியவைகளில்தான் எனக்கு வெறுப்பு இருக்கிறது. இது பார்ப்பனர்களிடம் மாத்திரமல்ல, இந்த நிலையில் உள்ள எல்லோரிடத்திலுமே நான் வெறுப்புக் கொள்கிறேன்"

ஆனால் நேரடிப் பார்வையில் தென்பட்ட அநீதிகளால் எழுந்த வெறுப்புணர்வு மறைமுக காரணமாக, உண்மையில் இதற்கு மூல காரணமாக இருந்த ஆங்கிலேயர் மீது திரும்பவில்லை.

ஆங்கிலேயரின் அநீதி

பிராமண எதிர்ப்பு தோன்றுவதற்கு ஆங்கிலேயர்களின் நடவடிக்கைகள் முக்கியக் காரணமாக அமைந்தன. அன்றைய சென்னை மாகாண பொது வழிகாட்டுதல் குழு மாவட்ட நிர்வாகங்களுக்கு ஒரு ஆணையை பிறப்பித்தது. "சமூகத்தில் உயர் அந்தஸ்தோடு வாழ்ந்து வரும்" பிராமணர்கள் பள்ளிகளில் ஆசிரியர்களாக நியமிக்க இந்த ஆணை வற்புறுத்துகிறது. அத்துடன் அந்த சமூகத்திலிருந்து மாணவர்களை பள்ளிகளில் சேர்த்து அவர்கள் உயர் கல்வி பெறவும் ஆங்கிலேயர் அதிக ஆர்வம் காட்டினர். இந்த ஆணை 1826-ஆம் ஆண்டிலேயே பிறப்பிக்கப்பட்டுள்ளது.

இதுபோன்று அரை நூற்றாண்டாக அரசு எடுத்த நடவடிக்கைகள் பிராமணர் அல்லாதோர் மத்தியில், வெறுப்புணர்வை வளர்த்தன. 1870-ஆம் ஆண்டுகளிலேயே, ஜோதிபா பூலே ஆங்கிலேய அரசின் இந்தப் போக்கினைக் கண்டித்திருக்கிறார். "சூத்திரர்களுக்கு கல்வி அளிக்கும் முக்கிய கடமையில் பிரிட்டிஷ் அரசு அக்கறை காட்டவில்லை" என்று குற்றம் சாட்டினார்.

இந்த நிலை பிராமணரல்லாத, நடுத்தர, உயர்நடுத்தரப் பிரிவினரிடம் வஞ்சிக்கப்பட்ட உணர்வை ஏற்படுத்தியது. இதனால்தான பிராமண எதிர்ப்புடன் இயங்கிய நீதிக்கட்சி பிராமணரல்லாத மேல்தட்டு பிரிவினர்களைக் கொண்டு செயல்பட்டது. நிலப்பிரபுக்கள், வணிக முதலாளிகள் பலர் நீதிக்கட்சியின் தலைமைப் பொறுப்பில் இருந்தனர்.

1916-ம் ஆண்டு தென்னிந்திய நலவுரிமைச் சங்கம் எனப்படும் நீதிக் கட்சியை தோற்றுவித்தவர்களில் முக்கியமானவர்கள் சர். பி.தியாகராயர், டாக்டர் டி.எம்.நாயர், டாக்டர் சி.நடேசமுதலியார், பனகல் அரசர், சர்.ஏ.இராமசாமி முதலியார் போன்றவர்கள். இந்தப் பட்டியலே மேல்தட்டு பிரிவினரின் குழுறலாகவே நீதிக்கட்சி இருந்தது என்பதை எடுத்துக்காட்டும்.

சமூகத்தில் உயர் அந்தஸ்து பெற்றவர்களான பிராமணர்களை கல்வித்துறையில் நியமிக்க வேண்டும் என மாவட்ட நிர்வாகங்களுக்கு அறிவுறுத்திய அந்த ஆணையில் "உயர் அந்தஸ்து" என்பது எதனைக் குறிப்பிடுகிறது? நால்வருண முறையில் கடவுள், சாத்திரம், சடங்கு

என்பனவற்றின் பெயரால் கீழடுக்கில் உள்ள சாதியினர் மீது ஒடுக்குமுறை மேற்கொள்கிற "உயர்" அந்தஸ்து பெற்றவர்கள் என்பதையே இது குறிக்கிறது. அரசு நிர்வாகம், கல்வித் துறையில் பிராமண ஆதிக்கத்தை எதிர்த்த நீதிக்கட்சித் தலைவர்கள் பிராமணர்களின் சமூக மேலாதிக்கத்தை எதிர்க்கவில்லை.

நீதிக்கட்சியின் தலைவர்களுக்கு இருந்த "சர்" போன்ற பட்டங்கள் ஆங்கிலேய ஆட்சியால் வழங்கப்பட்டவை. இது அவர்களுக்கு ஆங்கிலேய ஆட்சியோடு இருந்த நல்லுறவை எடுத்துக் காட்டுகிறது. ஆக, சாதி, மதத்தின் பெயரால் பிராமணர்களுக்கு ஒடுக்குமுறை அடிப்படையிலான அந்தஸ்தினை எதிர்க்காமல் நிர்வாக அமைப்புகளில் மட்டும் அவர்களது ஆதிக்கத்தை அகற்றி, தங்களது பங்கினைப் பெறுவதற்கு நீதிக்கட்சி முயன்றது. தமிழக மக்களின் வாழ்வாதார வளர்ச்சியை தடுத்து அடக்குமுறை ஆட்சி நடத்தி வந்த ஏகாதிபத்தியத்தினை எதிர்த்திடாமல் பிராமணர்களை அரசுத்துறை கல்வித்துறையில் முக்கியத்துவம் கொடுக்கும் அவர்களது கொள்கையை மட்டும் எதிர்க்கிற நிலையை நீதிக்கட்சி கடைபிடித்தது. இவ்வாறு கூறுவதால்,தமிழக வரலாற்றில் நீதிக்கட்சியின் பாத்திரத்தை முழுவதுமாக நிராகரித்திட முடியுமா?

சாதிய மேலடுக்கில் உள்ள பிரிவினர் பெரும்பான்மை உழைக்கும் மக்களை ஒடுக்குமுறைக்கு உள்ளாக்கி வந்த நிலையில் அதற்கான எதிர்ப்பு தொடர்ந்து தமிழகத்தில் இருந்து வந்தது. எடுத்துக்காட்டாக, 19-ஆம் நூற்றாண்டின் பிற்பகுதியிலிருந்தே பண்டித அயோத்திதாசர் செயல்பட்டு வந்தார். தேசிய இயக்கம் ஏகாதிபத்திய கொள்கைகளை எதிர்த்து வளர்ந்து வந்த நிலையில் சமூகத்தைச் சீர்திருத்தும் சிந்தனைகளும் வளர்ந்து வந்தன. மேலாதிக்கம் செலுத்தும் சக்திகளுக்கு எதிராக எழுகிற இயக்கம் அல்லது சிந்தனைகள் அனைத்தும் சமூகத்தை சீர்திருத்தி உருமாற்றும் நீண்ட நெடிய நிகழ்விற்கு பலம் சேர்ப்பவை.

எனவே, பெரும்பான்மை மக்களின் சமூக அரசியல் பொருளாதார உரிமைப் போராட்டம் என்பது ஜனநாயகத்திற்கான போராட்டம். இந்த கோணத்தில் நீதிக்கட்சி பிராமண மேலாதிக்கத்திற்கு எதிராக செயல்பட்டது, அன்று தமிழ்ச் சமூகத்தை ஜனநாயகப்படுத்துகிற நிகழ்வுப் போக்கிற்கு வலு சேர்த்தது. இதனை அவர்களின் குறைபாடுகளோடு சேர்த்து நோக்கினால், அன்றைய சமூக முரண்பாட்டை தீர்க்கும் வளர்ச்சிப் போக்கில் அந்த இயக்கமும் பங்களித்திருப்பதை உணர முடியும்.

3

இன உணர்வும் நீதிக்கட்சியும்

நீதிக்கட்சிக்கு ஒரு பகுதி மக்களிடம் அன்று வரவேற்பும் ஆதரவும் ஏற்பட்டதற்கு பல காரணங்கள் உண்டு. அதில் முக்கியமான ஒன்று, தமிழ் பேசும் மக்களிடையே வளர்ந்து வந்த இனம் சார்ந்த தேசியம் எனும் உணர்வு நிலை.

1913-ஆம் ஆண்டு சென்னையில் செயல்பட்டுக் கொண்டிருந்த 'திராவிடர் சங்கம்' எனும் அமைப்பு, நீதிக்கட்சிக்கும் முன்னோடியான ஒரு அமைப்பு. *1915*-ஆம் ஆண்டு அவர்கள் வெளியிட்ட "பிராமணரல்லாதோர் கடிதங்கள்" என்ற பிரசுரத்தில் கீழ்க்கண்டவாறு குறிப்பிடப்பட்டுள்ளது:

"பிராம்மணரல்லாத சமூகத்தினர் சென்னை மாகாண பொது வாழ்வில் தங்களுக்குரிய இடத்தைப் பெற வேண்டுமானால், திராவிடர்கள் அனைவரையும் அமைப்புரீதியில் ஒன்று சேர்க்க வேண்டும்; திராவிடத் தாய் மொழிகளில் கற்பிக்கும் 'தேசிய'கல்லூரியை துவக்க வேண்டும்." இது போன்ற கருத்துக்கள் அன்று நிலவிய தேசிய உணர்வுகளின் வெளிப்பாடாகவே இருந்தன.

1916- ஆம் ஆண்டு நீதிக் கட்சி வெளியிட்ட பிராமணரல்லாதோர் கொள்கை அறிக்கையிலும், அக்கட்சியின் செயல்பாடுகளிலும் தேசிய இன உணர்வுக்கான தன்மைகள் இருப்பதைக் காண முடியும்.

திராவிடம் என்பது என்ன? இந்தச் கருத்தாக்கம் உண்மையில் எப்போதுமே தெளிவாக வரையறுக்கப் பட்டதில்லை.

அன்றைய சென்னை மாகாணம் (Madras Presidency) ஆங்கிலேய ஆட்சியின் ஒரு நிர்வாகப் பிரிவாக இருந்தது. தென்னிந்தியாவின் இன்றைய தமிழ்நாடு, கேரளத்தின் மலபார்ப்பகுதி, இலட்சத்தீவுகள், ஆந்திரப் பிரதேசத்தின் ஆந்திரா மற்றும் ராயலசீமா பகுதிகள், கர்நாடகத்தின் பெல்லாரி, தட்சிண கன்னடா, உடுப்பி பகுதிகள் ஆகியவை இம்மாகாணத்தில் அடங்கியிருந்தன. இந்தப் பகுதிகள் அனைத்தும் திராவிடப் பகுதிகளா என்பதிலும் நீதிக்கட்சிக்கு அன்று தெளிவில்லை.

1940-இல் திருவாரூரில் நடந்த நீதிக்கட்சி மாநாட்டில் நிறைவேற்றப்பட்ட தீர்மானத்தில் "திராவிடர்களுடைய கலை, நாகரிகம், பொருளாதாரம் ஆகியவை முன்னேற்றமடைய திராவிடர்களின் அகமாகிய சென்னை மாகாணம் பிரிட்டிஷ் மந்திரியின் மேற்பார்வையின் கீழ் தனிநாடாக பிரிக்கப்பட வேண்டும்" என்று குறிப்பிடப்பட்டது. இது திராவிட தேசியத்தின் வெளிப்பாடாக இருந்தாலும், இதில் திராவிடர்கள் யார் என்பது பற்றிய விளக்கம் இல்லை.

தமிழ்நாடு தவிர இதர பகுதி மக்களிடம் திராவிட தேசியம் என்ற கருத்தாக்கம் பொருந்தவில்லை. எனினும், பிற்காலத்தில் திராவிட இயக்கங்களின் தமிழ்த் தேசிய உணர்வு வெளிப்பாட்டுக்கு திராவிட தேசியம் என்ற கருத்தாக்கம் அடித்தளமிட்டது. திராவிட தேசியம், தமிழ்த் தேசியம் இரண்டும் ஒரே பொருளில் நடைமுறையில் பயன்படுத்தப்பட்டன. இதில் அடங்கியிருக்கும் தெளிவற்ற தன்மை தமிழக மக்களை இன உணர்வு சார்ந்து தட்டியெழுப்பத் தடையாக இருக்கவில்லை.

தமிழ் தேசிய உணர்வுகளுக்கு ஒரு முன்னோடி வரலாறு உண்டு. 19-ஆம் நூற்றாண்டின் இறுதியில் உருவான ஒரு கருத்தாக்கம் தமிழ்த் தேசியம். தமிழ் மொழியின் தனித்துவ அடையாளத்தைப் பாதுகாப்பதற்காக இந்த கருத்தாக்கம் முன்வைக்கப்பட்டது. இந்தியக் கலாச்சாரம் சமஸ்கிருத கலாச்சாரம் என்றும்,அதற்கு உட்பட்டே தமிழ்க் கலாச்சாரம் இயங்குகிறது என்ற நம்பிக்கையை உடைத்தெறியும் வகையில் அன்று தமிழ்த் தேசியம் எழுந்தது. பிராமணரல்லாத படித்த ஒரு பிரிவினர் இக்கருத்துக்கு ஆட்பட்டனர். இதுவும் பிராமணரல்லாதோர் இயக்கம் காண வழிவகுத்தது. நீதிக்கட்சியாகவும், பின்னர் திராவிட இயக்கமாகவும் வளர்ந்திடவும், திராவிட நாடு கோரிக்கை எழுவதற்கும் இந்த தேசிய உணர்வு ஒரு காரணமாக அமைந்தது.

கல்வி வேலை வாய்ப்புகளில் பிராமணர்கள் அன்று ஆதிக்கம் செலுத்தியது சமஸ்கிருத கலாச்சார ஆதிக்கமாகவும் பார்க்கப்பட்டது. இது ஆரிய, திராவிட இன முரண்பாடாக சித்தரிக்கப்பட்டது. இந்தச் சர்ச்சை தமிழ் இன உணர்வை வளர்த்தது.

நீதிக்கட்சி ஆட்சியில் இருந்தபோது கொண்டுவந்த வகுப்புவாரி பிரதிநிதித்துவம் என்று அழைக்கப்பட்ட இட ஒதுக்கீடு போன்ற நடவடிக்கைகள் கூட தேசிய ஒடுக்குமுறையிலிருந்து விடுதலை

என்ற உணர்வுடன் அடையாளப்படுத்தப்பட்டன. இதனால் அன்றைய வகுப்புவாரி பிரதிநிதித்துவம் ஒரு சிறு பகுதியினருக்கு பலன் அளித்தாலும் தேசியப் பெருமிதத்துடன் இணைக்கப் பட்டதால், மக்கள் ஆதரவு நீதிக்கட்சிக்கு கிடைத்தது.

தேசிய உணர்வின் தோற்றம் எதிலிருந்து?

தொழில் வளர்ச்சியோடு இன உணர்வு, இனப்பற்று, தேச எல்லை மீதான பற்று, மொழிப்பற்று ஆகியன இணைந்து ஏற்படுத்தும் உணர்வு தான்,தேசிய உணர்வு. இதில் மொழிப் பற்று, பழமையானது. நிலவுடைமை ஆதிக்கம் செலுத்தும் மன்னராட்சிக் காலத்தில் சமூகத்தில் மேல்தட்டுப் பிரிவினர் பலருக்கு மொழி மீதான பற்றும் பிடிப்பும் மேலோங்கி இருந்துள்ளது. இதனால் கலை, இலக்கிய, சிற்ப, பண்பாட்டு வளர்ச்சி ஏற்பட்டது.

ஆனால் முதலாளித்துவம் வளர்கிற சூழல்தான், இனப் பற்று, தேச எல்லைப் பற்று ஆகிய இரண்டும், மக்களிடம் வலுப்பெறும் வாய்ப்பை ஏற்படுத்துகின்றன.

அன்றைய தமிழகத்தில் சிறுக, சிறுக முதலாளித்துவ வளர்ச்சி ஏற்படத் துவங்கியது. பஞ்சாலைத் தொழில்கள், சிறிய தோல் பதனிடும் தொழில், அலுமினியப் பாண்டம் போன்று சில தொழில்கள் வரத் துவங்கின. ஆங்கிலேய காலனி ஆட்சி தனது தேவைகளுக்காக தொழில் வளர்ச்சியை அதிகரிக்க முயற்சித்தது. இந்திய அளவிலான முதலாளித்துவமும் வளரத் தொடங்கியது.

இந்த முதலாளித்துவ வளர்ச்சிக்கு கட்டாயமாக படித்த நடுத்தர வர்க்கம் தேவை. நாடு முழுவதுமே அந்தப் பிரிவினர் வளரத் துவங்கினர். பிராமணப் பிரிவினர் மட்டுமே அதிகமாக அரசாங்க வேலைகள் மற்றும் கல்வித் துறையில் இருந்து வந்த அன்றைய நிலை பல பிரதேசங்களில் வளர்ந்து வரும் முதலாளித்துவ சக்திகளுக்கு ஏற்புடையதாக இல்லை.

இதனால், சென்னை மாகாணம் உள்ளிட்ட பிரதேசங்களில் உருவான பிரதேச முதலாளிகளில் ஒரு பிரிவினர் பிராமணர் அல்லாத இயக்கங்கள்மீது நாட்டம் கொள்ளத் துவங்கினர். முதலாளிகளில் ஒரு பிரிவினர் நீதிக்கட்சியின்மீது அன்று கொண்டிருந்த நாட்டம், பின்னாளில் வளர்ந்து, திராவிட இயக்கங்கள் பிரதேச முதலாளிகளின் நேச இயக்கங்களாக மாறும் நிலை ஏற்பட்டது.

இயல்பாகவே இன உணர்வு எழுச்சி ஏற்படுத்தும் முயற்சிகள் அன்றைய முதலாளித்துவ சக்திகளுக்கும் வசதியாக இருந்தது. இந்திய தேச அளவிலான முதலாளித்துவத்துடன் போட்டி போட்டுக்கொண்டு வளர்வதற்கும், பல சலுகைகளைப் பெற, ஆளும் அரசோடு பேரம் நடத்திடவும், இன உணர்வு சார்ந்த திரட்டல் பிரதேச முதலாளிகளுக்குத் தேவைப்பட்டது.

மொழி, பண்பாடு மீதான பற்று

மதராஸ் பிரெசிடென்சி அல்லது சென்னை மாகாணம் எனும் பெயரில் இன்றைய தமிழ் நாடு,ஆந்திரா உள்ளிட்ட பிரதேசங்கள் அடங்கிய மாகாணம் என்பது நிர்வாக வசதிக்காகவும், மக்களை அடக்கி ஆள்வதற்கும் ஆங்கிலேய ஆட்சி செய்து கொண்ட ஏற்பாடு. மொழி அடிப்படையிலான மாநிலம் தேவை என்ற உணர்வு வளராத காலத்தில் அந்த கட்டமைப்பு நீடித்தது.

ஆனால், தமிழகத்தில் தனித்தன்மை கொண்ட தமிழ் மொழி மற்றும் பண்பாட்டு அடையாளங்கள் மீதான பற்று, நீண்ட காலமாகவே இருந்து வந்தது. படித்த, வசதி படைத்த நடுத்தர மற்றும் மேலடுக்கு சார்ந்த வர்க்கங்கள் உருவான சூழலில், இந்த உணர்வுகள் மேலும் தழைத்தன.

1937-39-ஆம் ஆண்டுகளில் இந்தித் திணிப்பிற்கு எதிரான போராட்டங்கள் தமிழ்த் தேசிய இன உணர்வுகளை வலுப்படுத்தின. அத்துடன் அன்று வளர்ந்து வந்த தமிழ் மொழியியல், இலக்கிய ஆராய்ச்சிகள் இந்த உணர்வுகளை தீவிரமாக்கின. 1916-ஆம் ஆண்டுகளிலிருந்து மறைமலை அடிகள் உள்ளிட்ட தமிழறிஞர்கள் செயல்பட்ட தனித் தமிழ் இயக்கம், தமிழ் மொழியிலிருந்து சமஸ்கிருதத்தின் செல்வாக்கை அகற்றிட பிரச்சாரம் மேற்கொண்டது. தூய்மையான தமிழ்ச் சொற்கள் பயன்படுத்துவதை ஒரு மக்கள் இயக்கமாக அது மாற்றியது.

இந்த இயக்கத்தின் செயல்பாடு பற்றி மறைந்த இலங்கை மார்க்சிய அறிஞர் கைலாசபதி கீழ்க்கண்டவாறு எழுதியுள்ளார்;

“.........நீதிக்கட்சி, பிராமணிய ஆதிக்கத்திலிருந்து தென்னிந்திய சமூக பொருளாதார வாழ்க்கையை விடுவிக்க முற்சித்தது போன்று, வேதாச்சலம் (மறைமலையடிகள்) தமிழ் மொழி, இலக்கியம், (மதம்) உள்ளிட்டவற்றை சமஸ்கிருதச் செல்வாக்கிலிருந்து விடுவிக்க முயற்சித்தார். இரண்டு இயக்கங்களும் வளர்ச்சி அடைய ஒன்றுக்கொன்று உதவின.”

எனவே தமிழ் தேசிய உணர்வுகள் தழைக்க, இந்த நிலைமைகள் முக்கிய காரணமாக அமைகின்றன.

ஒடுக்குமுறை ஆட்சியும், தேசியமும்

இதன் மற்றொரு பக்கத்தையும் காண வேண்டும். அன்று ஆங்கிலேய ஏகாதிபத்தியத்தின் ஒடுக்குமுறை ஆட்சி மக்களைத் துன்ப துயரங்களில் ஆழ்த்தி இருந்தது. இந்த வேதனை உணர்வுகள் மக்களை தங்களது கடந்த கால பாரம்பரியத்தின் மேன்மை, தங்களது தனித்துவத்தில் நாட்டமும், பற்றும் ஏற்படத் தூண்டுகோலாக அமைந்தன. அவை தமிழ்த் தேசியம் எனப்படும் சித்தாந்த மனநிலை வலுப்பட முக்கியப் பங்காற்றின.

தங்களது ஆட்சி மீதான எதிர்ப்பு வளராமல், இனத் தனித்தன்மை என்ற திசையில் மக்கள் செல்வது, ஆங்கில ஆட்சிக்கு ஏற்புடையதாகவும், வசதியாகவும் இருந்தது. ஆங்கில அரசுக்கு எதிராக தேசிய அளவில் அன்று வளர்ந்து வந்த ஆங்கிலேயே ஆட்சிக்கு எதிரான எதிர்ப்பியக்கம், தமிழகத்தில் வளராமல் தடுக்க, இனத் தனித்தன்மை சார்ந்த தேசிய உணர்வுகள் உதவிடும் என ஆங்கிலேயர்கள் கருதினர். ஆக, இந்திய விடுதலை தேசியத்தோடு இணைந்ததாக தமிழ்த் தேசியம் வளருவது தடுக்கப்பட்டது.

இந்தப் பின்னணியில் தான் நீதிக்கட்சி, ஆங்கில ஆட்சியோடு கொண்டிருந்த நெருக்கத்தை மதிப்பிட வேண்டும்.

அக்கட்சியின் முதல் மாநாட்டிலேயே ஆங்கில ஆட்சி நீடிக்க வேண்டும் என்று தீர்மானத்தினை அக்கட்சி நிறைவேற்றியது. "பிரிட்டிஷ் அரசால் நிறுவப்பட்டுள்ள இந்தியாவை தொடர்ந்து ஆட்சி செய்ய வேண்டும் ...." என்ற அந்தத் தீர்மானம் நீதிக்கட்சி மற்றும் அதன் வழித்தோன்றலாக விளங்கிய திராவிட இயக்கங்களின் வரலாற்றில் அழிக்க முடியாத ஒரு கறையாக அமைந்தது. அந்நிய ஆட்சியின் ஒடுக்குமுறையிலிருந்து மக்களை விடுவிக்க முயற்சிப்பதற்கு மாறாக, அடிமைத்தனம் நீடிக்க வலியுறுத்தியது மக்கள் நலனுக்கு விரோதமான நிலைப்பாடாக அமைந்தது.

4
பிராமணரல்லாதோர் கருத்தாக்கத்தின் பின்னணி

இன்றைக்கு, இந்துத்துவ முகாம், திராவிடக் கருத்தியல் மீது பெரும் வெறுப்பு கொண்டுள்ளது. பா.ஜ.க தலைவர் ஹெச்.ராஜா போன்றவர்கள் பெரியாரை இழித்தும், பழித்தும் பேசி வருகின்றார். இது அல்லாமல், இந்துத்துவ 'அறிவுஜீவிகள்' பலர் நிறைய கட்டுரைகளை அச்சிலும், இணையத்திலும் எழுதி வருகின்றனர்.

இந்துத்துவத் தலைவர்களின் கோபத்திற்கு முக்கிய காரணம் என்ன? திராவிட இயக்கம் பிராமண எதிர்ப்பை முன்னிறுத்தி, வெகு மக்கள் இயக்கம் கண்டது என்பதுதான் அவர்களின் எதிர்ப்புக்கு முக்கிய காரணம். இந்தக் கோபத்தின் எதிர்வினையாக, அவர்கள் 'பிராமணியம் மேன்மையானது' எனச் சித்தரித்து பல நூல்களை பல வரலாற்றுப் புரட்டுகளுடன் வெளியிட்டுள்ளனர்.

அனைத்தையும் உண்மையான வரலாற்றுக்கு விரோதமாகவும், அறிவியலுக்கு விரோதமாகவும் காண்கின்ற இந்துத்துவவாதிகள், தமிழகத்தில் உருவான பிராமண எதிர்ப்புக் கருத்தாக்கத்தையும் வரலாற்றையும் அதே போன்றே பார்க்கின்றனர்.

சமூக ஏற்றத்தாழ்வு

உண்மையில், தமிழகத்தில் பிராமண எதிர்ப்புக் கருத்தோட்டம், திராவிட இயக்கக் காலத்தில் உருவானதல்ல. பிராமண எதிர்ப்புக் கருத்தோட்டங்களுக்கு நீண்ட வரலாறு உண்டு. இது மிகப் பழமையானது.

ஆண்டான் அடிமை என்ற ஏற்றத் தாழ்வும், நால் வருண அமைப்பு எனப்படும் சாதிய அமைப்பும், இறுக்கமடைந்து வந்த நிகழ்வோடு இணைந்த ஒன்றாக பிராமணிய எதிர்ப்பு வளர்ந்து வந்துள்ளது. சமூக ஏற்றத் தாழ்வுகள், சாதிய படிநிலை சார்ந்த ஏற்றத் தாழ்வுகள் நிலைத்திருந்ததாக தமிழ்ச்சமூகம் இயங்கி வந்தது. இதுவே மேல்தட்டு ஆதிக்க முகாமின் கருத்தாக்கமாக பிராமணியம் வளர, வித்திட்டது.

அந்தக் கருத்தியல் சூழலில், பிராமணிய மேலாதிக்கமும், அதற்கு நேர் எதிராக பிராமணிய எதிர்ப்புக் கருத்தோட்டங்களும் ஒருசேர வளர்ச்சி பெற்று வந்தன.

இந்த எதிர், எதிரான கருத்தோட்டங்கள் நிலவுடைமை தமிழகத்தில் ஆதிக்கம் செலுத்திய காலங்களில் கருத்துரீதியாக வலுவான நிலையினை அடைந்தது. அதாவது, மனு சட்டம், வேத விளக்கங்கள் என தீவிர செயல்பாடுகள் கருத்துரீதியில் நடந்த காலமாக நிலவுடைமைக் காலம் இருந்தது.

பிந்தைய காலங்களில் காலனி ஆட்சி முறை வந்த பிறகு இந்த எதிர் எதிரான கருத்தாக்கங்கள் புதிய வடிவம் பெற்றன. ஆங்கிலேயர் ஆட்சிக் காலத்தில் அரசாங்கத் துறைகளிலும் சேவைத் துறைகளிலும் பிராமணர்கள் ஆதிக்கம் செலுத்திய சூழல் உருவானது.

இது, சமூகத்தில் முன்பே நீடித்து வந்த பிராமண எதிர்ப்பினை புதிய கட்டத்திற்கு கொண்டு சென்றது. பிராமணர் அல்லாதவர்கள் ஒன்று சேர்ந்து இயக்கம் காண அந்த நிலை வழி வகுத்தது. அதுவே நீதிக் கட்சியாகவும் பின்னர் திராவிட இயக்கமாகவும் உருப்பெற்ற நிலையை ஏற்படுத்தியது.

நிலவுடைமை ஆதிக்கம்

பிராமண எதிர்ப்புச் கருத்தோட்டத்தை சரியாகப் புரிந்து கொள்ள வேண்டும் என்றால் அன்றைய ஆண்டான் அடிமை உறவுகளாக வேர்விட்டிருந்த நிலவுடைமை ஆதிக்கம் பற்றிய புரிதல் வேண்டும். அதேபோன்று ஆங்கிலேயர் ஆட்சிக் காலத்தில் நிகழ்ந்த பொருளாதார ஒடுக்குமுறையின் குரூரத்தை உணர்ந்தால்தான் அன்றைய பிராமண எதிர்ப்புக் கருத்தோட்டங்களைப் புரிந்து கொள்ள முடியும்.

இதில்தான் பல திராவிட இயக்க ஆய்வாளர்கள் தவறு செய்கின்றனர். பிராமணிய ஆதிக்கத்தின் நிலவுடைமை வேர்களை அவர்கள் காண மறுக்கின்றனர். அதேபோன்று ஆங்கிலேயர் ஆட்சி தமிழர்கள்மீது மேற்கொண்ட பொருளாதார ஒடுக்குமுறையோடு இணையாக சமூகத் தளத்தில் பிராமண மேலாதிக்கம் இருந்ததை அந்த ஆய்வாளர்கள் பார்க்க மறுக்கின்றனர்.

'பிசினஸ் ஸ்டாண்டர்டு' இதழில் வந்த கட்டுரையில் இவ்வாறு குறிப்பிடப்படுகிறது "…. 20-ஆம் நூற்றாண்டு தமிழக வரலாறு

முழுக்க ஒரே பரிமாணம் கொண்டது. பிராமணர்கள் ஒரு புறம், மறுபுறம் அவர்களுக்கு எதிராக பிராமணரல்லாதோர் என்பதுதான்" ஒரே வரலாறாக இருந்ததாக அந்த கட்டுரையாளர் சித்தரிக்கிறார் (பிசினஸ் ஸ்டாண்டர்ட், ஜன.5.2014).

இந்த அளவிற்கு வரலாற்றை;ச சுருக்கி, ஆங்கிலேயர் ஆட்சிக்கும் மக்களுக்கும் இருந்த எதிரான உணர்வுகளை கொச்சைப் படுத்துகின்றனர். இந்த உணர்வுகளின் வெளிப்பாடாக எழுந்த விடுதலை இயக்கத்தையும் சிறுமைப் படுத்துகின்றனர். இதே பாணியில் தமிழகத்தில் ஏராளமான திராவிட இயக்க வரலாற்று நூல்கள் வெளிவந்துள்ளன. குறிப்பாக, திராவிட இயக்கத்தைச் சார்ந்தவர்கள் எழுதிய நூல்கள் பல இதே வகையில் அமைந்துள்ளன.

மன்னராட்சியும் பிராமணியமும்

தமிழகத்தில் மன்னராட்சியின் கீழ் நிலவுடைமை ஆதிக்க சமூகம் இயங்கி வந்தது. நிலங்களும், பல கிராமங்களும் பிராமணர்களில் பலருக்கு உடைமையாக இருந்தன. நில வருவாய், காணிக்கை வழியாக கிடைக்கும் வருமானம் அனைத்தையும் மேல்தட்டு பிராமணர்கள் உடைமையாக்கிக் கொண்டனர். இவ்வாறு, பிராமணர்களிடம் நிலக்குவியல் இருந்த நிலை தமிழ்நாட்டிற்கே உரித்தான சமூக சூழலாக இருந்தது.

இந்தக் காலங்களில் கோயில், பிராமண சாதியினரின் அதிகார மையமாக இருந்தது. மன்னர் ஆதரவு பெற்ற பிராமணர்கள் கோயிலின் நிதியின் மீதும் ஆதிக்கம் செலுத்தினர். இந்த பொருளாதார வாய்ப்பு வசதிகளோடு அவர்கள் வாழ்ந்தனர்.

மடங்கள் எனும் நிறுவனங்கள் நிறுவப்பட்டன. கோயில்களும், மடங்களும் பிராமணிய கருத்துக்களைப் பரப்பிடும் மையங்களாக செயல்பட்டன. இந்த பிராமணியக் கருத்துகள் சாதியக் கட்டமைப்பை தெய்வீகத் தன்மை கொண்டதாக முன்னிறுத்தின. சாதி, மதம் பெயரால் நிகழ்ந்த ஒடுக்குமுறை, உழைப்புச் சுரண்டல் ஆகியன அனைத்தும் பண்ணையடிமைகளாக வாழ்ந்துவந்த மக்களை கொடுமையான அடிமைத்தனத்தில் ஆழ்த்தியது. மன்னராட்சி என்ற நிலவுடைமை அரசமைப்பும் அதற்குப் பக்க பலமாக இருந்த பிராமணியமும் பெரும்பகுதி மக்களை சமூகத்தின் விளிம்புநிலையில் தள்ளிவைத்திருந்தன.

இந்த நிலை இயல்பாகவே பிராமண மேலாதிக்கத்திற்கு எதிர்ப்பு உணர்வு எழுவதற்கு களம் அமைத்திருந்தது. 19-ஆம் நூற்றாண்டின் இறுதியில் பிராமணர்களை ஆரிய இனம் என்று அடையாளப்படுத்திப் பார்க்கும் பார்வையும், பிராமணர் அல்லாதோரை தென்னிந்தியாவின் பூர்வகுடி மக்களான திராவிடர்கள் என அடையாளப்படுத்துகிற கருத்தோட்டங்களும் வளரத் துவங்கின.

கால்டுவெல்லின் ஆராய்ச்சிகள்

முக்கியமாக பல ஆங்கில ஆராய்ச்சியாளர்கள் இதனையொட்டிய படைப்புகளை வெளிக் கொணர்ந்தனர். தென்னிந்தியாவின் மொழிகளான தமிழ், தெலுங்கு, கன்னடம், மலையாளம் ஆகிய நான்கும் திராவிட மொழிக் குடும்பம் என்று ராபர்ட் கால்டுவெல் எழுதினார். இந்த மொழிகள் பிராமணியத்திற்கான மொழியாக கருதப்படும் சமஸ்கிருதம் சாராதவை என்றும் அவர் எழுதினார். அவரே, ஆரியர் தென்னிந்தியாவிற்கு வருவதற்கு முன்பு திராவிட நாகரிகம் இருந்தது என்றும் எழுதினார்.

இதைத் தொடர்ந்து தமிழ்நாட்டைச் சார்ந்த தமிழறிஞர்கள் பலர் இதே போன்ற கருத்துகளை எழுதி வந்தனர். எடுத்துக்காட்டாக, அண்ணாமலைப் பல்கலைக்கழகத்தில் தமிழ்த்துறை தலைவராக இருந்த (1933-38) எஸ்.சோமசுந்தர பாரதி தமிழர்கள்தான் தென்னிந்தியாவின் பூர்வ குடிகள் எனவும் ஆரியர்கள் வருவதற்கு முன்பு செழுமையான நாகரிகம் கொண்டவர்களாக வாழ்ந்தனர் எனவும் எழுதினார்.

இந்தக் கூற்றுகளின் வரலாற்று அடிப்படைகள் குறித்து கேள்விகள் பல இருந்தாலும் இந்தக் கருத்தோட்டங்கள் மக்களிடம், குறிப்பாக, நடுத்தர மக்களிடம் சிறிதுசிறிதாகச் சென்றடைந்தன. இதற்கு அன்றைய சமூக ஒடுக்குமுறைச் சூழல் காரணமாக இருந்தது. ஒருபுறம் ஆங்கிலேய ஆட்சியின் காலனிய சுரண்டல், மறுபுறம் சமூகத்திலும், அரசுத்துறையிலும் ஆதிக்கக் சக்தியாக இருந்த பிராமணர்கள். இந்த நிலை பிராமணரல்லாதோரிடம் மனக் குமுறலை ஏற்படுத்தியிருந்தது. இதனால் பிராமண எதிர்ப்புக் கருத்தோட்டங்கள் மக்களை ஈர்க்கத் துவங்கின.

அன்றைய ஆங்கிலேய ஆட்சியினால் உதவிகள் பல பெற்று இயங்கிக் கொண்டிருந்த கிருத்துவ மிஷனரிகள் தமிழ்ச் சமூகத்தில்

முக்கியத் தாக்கத்தை ஏற்படுத்தி வந்தன. இந்து மதம், பிராமணியம், சாதிக் கட்டமைப்பு இவற்றோடு காலனிய ஒடுக்குமுறையில் சிக்கியிருந்த சூத்திரர், பஞ்சமர் என்றழைக்கப்படும் பிற்படுத்தப்பட்ட தாழ்த்தப்பட்ட மக்களிடையே கிருத்துவ மதத்தைப் பிரச்சாரம் செய்தனர். அதாவது, காலனிய ஒடுக்குமுறைக்கும், சமூகத்தில் பிராமணிய ஒடுக்குமுறைக்கும் முடிவு கட்டும் பாதையில் உழைக்கும் மக்கள் சென்றிடாமல் மதத்திலேயே தீர்வை நாடும் பாதையை அவர்கள் காண்பித்தனர்.

இந்தக் கருத்தாக்கத்திற்கு வலு சேர்க்கும் வகையில் “திராவிட மொழிகளின் ஒப்பிலக்கணம்“ எழுதிய கால்டுவெல், ஜி.யூ.போப் போன்றவர்களின் படைப்புகள் அமைந்திருந்தன. 19-ஆம் நூற்றாண்டின் மத்திய ஆண்டுகளில் தீவிரமாக நடந்த இந்த நிகழ்வுகள் அதன் பிறகு அரை நூற்றாண்டுகள் கடந்து பிராமணரல்லாதோர் இயக்கம் ஏற்றம் பெற அடித்தளமிட்டன.

சமூக, பொருளியல் முரண்கள்

ஆங்கிலேயர்கள் பலர் இந்தியா உள்ளிட்ட கீழை நாடுகளின் மொழி, சமூக பண்பாட்டுத் தொன்மைகள் பற்றி ஆராய்ச்சிகள் மேற்கொண்டனர். இந்த ஆராய்ச்சிகளின் முடிவாக தென்னிந்தியா, திராவிட நாகரிகத்திற்கு உரியது என்ற கருத்தைப் பரப்பினர். ஆரிய, திராவிட முரண்பாட்டு சர்ச்சையை இது உருவாக்கியது. இந்தச் சர்ச்சையுடன், கிருத்துவ மிஷனரிகளின் செயல்பாடுகள், அவற்றின் ஊடாக தீவிரமடைந்து வந்த காலனிய ஒடுக்குமுறை, பிராமணர் தங்களது மேலாதிக்கத்தை அரசுத் துறையிலும் சமூகத்துறையிலும் தக்க வைத்துக் கொண்டது, போன்ற அனைத்தும் பிராமணரல்லாதோர் இயக்கம் தழைக்கக் காரணங்களாக அமைந்தன. பின்னாளில் நீதிக்கட்சியும் அதற்குப் பிறகு திராவிட இயக்கமும் பிராமணரல்லாதோர் இயக்கத்தை உருவாக்கி வளர்த்திடவும் இவை காரணங்களாக அமைந்தன.

இந்த நிகழ்வுகள் தமிழ் மொழி, இனம், பண்பாடு சார்ந்த தனி அடையாள உணர்வுகளையும் வலுப்படுத்தி வந்தன. இதில் சைவ சமயக் கருத்தாக்கங்களின் மேன்மைகுறித்து ஆறுமுக நாவலர் மேற்கொண்ட முயற்சிகள், மறைமலையடிகளால் உருவாக்கப்பட்ட தனித் தமிழ் இயக்கம் போன்றவை தமிழர் அடையாளம் வலுப்பட உதவிற்று. பிராமணரல்லாதோர் இயக்கம் வளர்ச்சி பெற தமிழர் அடையாள உணர்வு முக்கிய பங்காற்றியது.

ஆங்கிலேய ஆட்சிக்கு இவை அனைத்தும் ஏற்புடையதாகவே அமைந்தன. மக்களின் எதிரியாக தன்னை முன்னிறுத்தும் விடுதலை இயக்க நீரோட்டத்தில் மக்கள் கலந்திடாமல் ஆரியத்துக்கு எதிராக திராவிடம்; சமஸ்கிருதத்திற்கு எதிராக தமிழ் மொழி;பிராமணருக்கு எதிராக பிராமணரல்லாதோர் என்ற நிலைமை அவர்களுக்கு சாதகமாகவே இருந்திருக்கும் என்பது சொல்லாமலே விளங்கக்கூடிய ஒன்று.

இங்கு ஒரு முக்கியமான கேள்வி எழுகிறது. பிராமண ஆதிக்கம் உள்ளிட்ட சமூக முரண்களைக் கண்டு கொள்ளாமல் ஆங்கிலேய காலனி ஆட்சிக்கு எதிராக மட்டும் மக்கள் கிளர்ந்து வீதிக்கு வந்திருக்க வேண்டும் என்று சொல்வது சரியா? இந்த நிலையைத்தான் பொதுவாக அன்று காங்கிரஸ் இயக்கம் மேற்கொண்டது.

சமூகத்தில் சாதி, மதம் பெயரால் இருந்த மொழி, இன, ஏற்றத்தாழ்வுகள், சாதிக் கட்டமைப்பினை புனிதமாக்கும் பிராமணியம் ஆகியனவற்றைக் கண்டுகொள்ளாமல் விடுதலை இலட்சியத்திற்காக மட்டும் மக்களை காங்கிரஸ் திரட்டியது. அதே நேரத்தில் பிராமணரல்லாதோர் இயக்கம் ஆங்கிலேய ஆட்சியுடன் சமரசம் செய்யும் போக்கு கொண்டதாக செயல்பட்டது.

இந்த நிலையில் மக்கள் இயக்கம், சமூக ஒடுக்குமுறைகளுக்கும், காலனி ஒடுக்குமுறைக்கும் முற்றுப் புள்ளி வைக்கும் செயல்திட்டம் இல்லாமல் இருந்தது. இதில் சிந்தனைச் சிற்பி சிங்காரவேலர் போன்ற அன்றைய கம்யூனிஸ்ட்கள் பலர் சரியான புரிதலுடன் அரசியல், சமூக, களங்களில் செயல்பட முயற்சித்தனர்.

5
நீதிக்கட்சியின் ஆட்சி சாதித்தது என்ன?

அ.தி.மு.க. பல பிரிவுகளாகப் பிரிந்து பதவிக்காக சண்டையிட்டுக் கொண்டிருப்பதும், பா.ஜ.க அரசியல் ஆதாயம் அடைய முயற்சிப்பதும் இன்று நடைபெறும் காட்சிகள். திராவிட இயக்கம் என்பது "சமுதாயப் பேரியக்கம்", "சமூகப் புரட்சி செய்த இயக்கம்" என்றெல்லாம் வர்ணிக்கப்பட்டாலும், அதிகாரம், பதவி என்று வந்துவிட்டால் அனைத்துக் கொள்கைகளும் காற்றில் பறந்து போகின்றன.

அதிகாரம், பதவி ருசியை சுவைக்கத் துவங்கிய வரலாறு 1920-லிருந்து துவங்குகிறது. அன்றைய சென்னை மாகாணத்தில் 1920-ஆம் ஆண்டு நடந்த முதல் தேர்தலில் நீதிக்கட்சி வெற்றி பெற்று ஆட்சி அமைத்தது. ஆங்கிலேய ஆட்சிக்கு எதிராக, விடுதலை இயக்கம் வெடித்துக் கொண்டிருந்த காலத்திலேயே ஆங்கில ஆட்சியோடு ஒத்துழைத்து ஆட்சி நடத்தும் காட்சிகளும் அன்றே துவங்கி விட்டன.

ஆட்சியில்.. நான்கு முறை...

1920-க்குப் பிறகு வந்த 17 ஆண்டுகளில் தேர்தல்கள் நடந்து, ஐந்து அமைச்சரவைகள் பதவியேற்றன. அதில், நான்கு முறை நீதிகட்சியே அமைச்சரவை அமைத்து ஆட்சி நடத்தியது. மொத்தம் 13 ஆண்டுகள் அது ஆட்சியில் இருந்தது. 1937 - ல் நடந்த தேர்தலில் காங்கிரசிடம் அது தோல்வி அடைந்தது. முதல் தேர்தலில் காங்கிரஸ் போட்டியிடவில்லை. அடுத்து வந்த சில தேர்தல்களில் காங்கிரஸ்காரர்கள் பலர் இணைந்து உருவாக்கிய சுயராஜ்யக் கட்சி போட்டியிட்டது. 1926 -தேர்தலில் நீதிக்கட்சி , சுயராஜ்யக் கட்சியிடம் தோல்வியடைந்தது, இரண்டு கட்சியும் ஆட்சி அமைக்காத நிலையில் , ஆளுநரின் உதவியோடு ப.சுப்பராயன் தலைமையில் சுயேச்சைகளைக் கொண்ட ஆட்சி அமைந்தது.

அன்றைய ஆங்கிலேய ஆட்சி மிகக் குறைவான அதிகாரங்களுடன் ஆட்சி நடத்த இந்தியர்களை அனுமதித்திருந்தது. மாண்டேகு-செமஸ்போர்ட் சீர்திருத்தம் அடிப்படையில் கொண்டுவரப்பட்ட சட்டத்தின்படி தேர்தல்கள் மாகாண சட்டசபைகளுக்கு நடத்தப்பட்டன. சொத்து படைத்தவர்களுக்கு மட்டுமே வாக்களிக்கும் உரிமை இருந்தது. அவர்கள் செலுத்தும் வரி அடிப்படையில்

வாக்குரிமை வழங்கப்பட்டிருந்தது. இந்த அளவிற்கான உரிமைகளும் மக்களிடையே வலுப்பெற்று வந்த விடுதலை வேட்கையின் விளைவாகத்தான் கிடைத்தன.

அன்றிருந்த ஆங்கிலேய ஆளுநருக்கு மாகாண சட்டசபை நிறைவேற்றும் முடிவுகளை நிராகரிக்க உரிமை உண்டு. மத்திய அரசு, மாகாண அரசாங்கம் என்ற இரட்டை ஆட்சி முறையின் கீழ் குறைவான அதிகாரங்கள் மட்டுமே சட்டசபைக்கு இருந்தன.. குறிப்பாக நிதி ஒதுக்கீடு குறித்த பிரச்னைகளில் நிதி கோரி சட்டசபையில் தீர்மானம்தான் நிறைவேற்றலாம்; ஆனால் சட்டம் இயற்ற இயலாது.

ஆட்சிப் பொறுப்பிற்கு வந்த நீதிக்கட்சி அமைச்சர்கள் பலர் அதிகாரமில்லாத நிலைகுறித்து முணுமுணுப்புகளை வெளியிட்டார்களேதவிர ஆங்கிலேய அரசுக்கு எதிராக உரிமைகளை கோரிப் போராடவில்லை. கூடியவரை ஆங்கிலேய அரசுடன் ஒத்துப் போகும் அணுகுமுறையுடன் அவர்கள் ஆட்சி நடத்தினர்.

பிராமணரல்லாதோர் நலனுக்காக....

இந்த சமரசத்திற்கு நீதிக்கட்சி முன்வைத்த காரணம் அரசு நிர்வாகம், மற்றும் கல்வித் துறைகளில் பிராமணர்கள் ஆதிக்கம் செலுத்துவதை முடிவிற்கு கொண்டு வர வேண்டும் என்பதுதான். பிராமணரல்லாதோர் அதிக அளவில் அரசாங்கப் பணிகளில் கொண்டுவர வேண்டுமென்றால், ஆட்சி அதிகாரம் தேவை என்பது அவர்களின் நிலை.

1920-க்குப் பிறகு நடந்த 1923- தேர்தலில் பனகல் ராஜா தலைமையில் அமைச்சரவை அமைந்தது. 1930-ல் நடைபெற்ற நான்காவது சட்டசபைத் தேர்தலில், சுயராஜ்யக் கட்சி ஒத்துழையாமை இயக்கத்தில் பங்கேற்றதால் கலந்துகொள்ளவில்லை. நீதிக்கட்சி அந்த தேர்தலில் வெற்றி பெற்று பி.முனுசாமி நாயுடு முதலமைச்சர் ஆனார்.

நீதிக்கட்சி தலைமையிலான ஆட்சிகள் அவர்களது முக்கிய நோக்கமான பிராமணரல்லாதோர் அரசுப் பணிகளுக்கு வர வேண்டும் என்ற நோக்கத்தை ஓரளவு நிறைவேற்றிக் கொண்டது. இதற்காக, பிற்பட்டோருக்கு அரசுப்பணிகளில் இடஒதுக்கீடு அளிக்கும் வகுப்புவாரி பிரதிநிதித்துவம் என்ற அரசாணையை நீதிக்கட்சி அரசாங்கம் கொண்டு வந்தது. இது ஒரு முக்கியமான சமூதாய நடவடிக்கையாக அமைந்தது. சமூக ரீதியில் காலம் காலமாகப் பின்னுக்குத் தள்ளப்பட்ட மக்களை முன்னுக்குக்

கொண்டு வருவதற்கு இட ஒதுக்கீடு முறை அவசியம் என்ற ஒரு கோட்பாட்டை மைசூர் சமஸ்தானம் 1918ல் அறிமுகப் படுத்தியது. அதற்கு பிறகு சென்னை மாகாணத்தில் அறிமுகம் செய்த பெருமை நீதிக்கட்சி அரசாங்கத்தையே சாரும்.

நீதிக்கட்சி அரசு மேலும் சில சமூக சீர்திருத்த நடவடிக்கைகளை கொண்டு வந்தது. தேவதாசி முறை என்றழைக்கப்பட்டு வந்த ‘பெண்களை இழிவுபடுத்தும்’ ஒரு வழக்கத்தை ஒழித்தது. பெண்கள் சட்டமன்ற உறுப்பினர் ஆவதற்குத் தடையாக இருந்த ஆங்கிலேய அரசின் சட்டத்தை மாற்றி அவர்கள் உறுப்பினர்களாகத் தேர்ந்தெடுக்கப்பட உறுதி செய்தது. இதுபோன்று கல்வியிலும் சில முற்போக்கான நடவடிக்கைகளை அந்த அரசாங்கங்கள் கொண்டு வந்தன. அந்தக் காலத்திய சூழலில் இவை அனைத்தும் வரவேற்கத்தக்க, முற்போக்கு நடவடிக்கைகள் என்பதனை மறுக்க இயலாது.

மக்கள் வாழ்வை மேம்படுத்த...?

அன்று காலனி ஆட்சியின் கீழ் அடிமைப்பட்டு வந்த மக்களின் வாழ்வாதார மேம்பாட்டிற்கு நீதிக்கட்சி அரசாங்கங்கள் எதுவும் செய்யவில்லை என்பதும் மறுக்க இயலாத உண்மை. இன்று, தமிழகத்தில் திராவிட இயக்கத்தை ஆய்வு செய்யும் ஆய்வாளர்கள் பலர் இந்த விமர்சனத்தை முன்வைப்பதில்லை.

அன்றைய காலனி ஆட்சியின்கீழ் இயங்கிய இந்த அரசாங்கங்களால் பொருளாதார மேம்பாட்டிற்கு சட்டங்கள் கொண்டு வரும் அதிகாரம் இல்லை என்பது உண்மையே. ஆனால் அதற்காக அவர்கள் ஆங்கிலேய ஆட்சியை விமர்சிக்கவும் இல்லை. அதற்காக ஆங்கிலேய ஆட்சிக்கு எதிரான மக்கள் இயக்கத்தோடு சேர்ந்திடவும் அவர்கள் தயாராக இல்லை.

அது மட்டுமல்ல; பொருளியல் மேம்பாட்டிற்கான நீதிக்கட்சியின் பார்வையிலும் குறைபாடு இருந்தது. அன்று வளர்ந்துவந்த தொழிலதிபர்கள், வணிகர்களின் நலனைப் பாதுகாத்து மேம்படுத்துவதற்கான பொருளாதார பார்வைதான் அவர்களிடம் இருந்தது.

1917-ல் நடந்த முதல் பிராமணரல்லாதோர் மாநாட்டிலேயே இது வெளிப்பட்டது. அந்த மாநாட்டில் தலைமை உரை ஆற்றியவர் பின்னாளில் நீதிக்கட்சி ஆட்சிக்கு தலைமை வகித்த பனகல் ராஜா. அவர் இந்த மாநாட்டில் நீண்ட தலைமை உரை நிகழ்த்தினார். அவர் பேசும்போது நீதிக்கட்சியின் கொள்கைகளை விளக்கினார்.

பொருளாதாரக் கொள்கை குறித்தும் விரிவாகப் பேசினார்.

“பொருளாதார வளர்ச்சி ஏற்பட வேண்டுமென்றால், அதற்கு முக்கியத் தேவை, நவீன காலத்திற்கு ஏற்ற தொழில் தொடங்கி நடத்த முனையும் உணர்வாகும். அது இல்லாவிடில் எந்த நாடும் முன்னேறாது.”என்று பனகல் ராஜா விளக்கினார்.

இக்கருத்து, அன்று வளர்ந்துவந்த சென்னை மாகாணப் பிரதேசம் சார்ந்த முதலாளிகளின் தேவையை பிரதிபலித்தது. இதுவே, அன்றைய நீதிக்கட்சியின் பொருளாதாரப் பார்வையாக இருந்தது. இந்த பிரதேச முதலாளிகளின் நலன்சார்ந்த அணுகுமுறை, பின்னாளில் திராவிட இயக்கங்களின் பார்வையாகவும் உருப்பெற்றது.

இந்த மாநாடு நடந்த ஆண்டு ரஷியாவில் புரட்சி நடைபெற்ற ஆண்டு. அது தமிழகத்திலும் தாக்கத்தை ஏற்படுத்தியது. இதற்கு பாரதியார் புரட்சியை வரவேற்று எழுதிய எழுத்துகள் சான்றாக உள்ளன. இதே காலங்களில் கம்யூனிஸ்ட் தலைவர்கள், குறிப்பாக, சிங்காரவேலர் போன்றவர்கள் பொருளாதாரப் பார்வையில் பொதுவுடைமை சார்ந்து முன்னேறிய பார்வை கொண்டவர்களாக இருந்தனர்.

கட்சியின் தோல்விக்குப் பின்னால்...

1937-தேர்தலில் நீதிக்கட்சி தோல்வி அடைந்தது. காங்கிரஸ் வெற்றி பெற்று ராஜாஜி முதலமைச்சர் ஆனார் அதன் பிறகு அக்கட்சியின் அரசியல் ஆதிக்கம் மங்கியது. பெரியார் தலைமையில் திராவிடர் கழகமாக அது மாறியது. எனினும் நீதிக்கட்சி தமிழகத்தில் பொருத்தமற்றதாக மாறிப் போனதற்கு, பல காரணங்கள் இருந்தன.

அவர்களது நடவடிக்கைகள் அனைத்தும் பிராமணரல்லாதோரரில் ஒரு பிரிவினர் பலன் பெற்றிடவே உதவியாக அமைந்தன. பெரும்பகுதி உழைக்கும் மக்களின் வாழ்வாதார மேம்பாட்டிற்கு அவர்களிடம் கொள்கை ஏதும் இல்லை. அத்துடன் ஆங்கிலேய ஒடுக்குமுறை ஆட்சியோடு கைகோர்த்து செயல்பட்டனர். இவை அனைத்தும் அவர்கள் மக்களிடமிருந்து அந்நியப்படுவதற்கு முக்கிய காரணங்களாக அமைந்தன.

அதிலும் முதல் உலகப் போர் முடிவுற்ற நிலையில் ஏற்பட்ட உலகப் பொருளாதார வீழ்ச்சி, இந்திய மக்களையும் தமிழகத்தையும் கடுமையாக பாதித்து வந்தது, கடும் வேலையின்மை, வறுமை, கடன்சுமை என மக்கள் அவதிப்பட்டு வந்தனர். இந்த நிலையில், ஆங்கிலேய அரசு மெத்தனமாக இருந்து வந்தது. அதே போன்று நீதிக்கட்சியினரும் அக்கறையற்று இருந்தனர்.

இந்நிலையைப் பற்றி வரலாற்றுப் பேராசிரியர் கே.ஏ.மணிக்குமார் ஆதாரங்களுடன் எழுதியுள்ளார். உலக நெருக்கடியினால், விவசாயிகளின் துயரங்கள் அதிகரித்து, வேலையின்மையும், இடம் பெயர்வதும் அதிகமானது. இதனால், நெசவாளர்கள், தொழிலாளர்கள் போராட்டங்களில் ஈடுபட்டனர் என்றும் குறிப்பிடுகிற பேராசிரியர் மணிக்குமார், அவ்வாறு போராடிய விவசாயிகள், தொழிலாளர்களை அன்றைய சென்னை மாகாண ஆங்கிலேய அரசு அரசியல் கைதிகளாக சிறையில் அடைத்ததையும் குறிப்பிடுகிறார். ஆங்கிலேய அரசின் நடவடிக்கைகளுக்கு நீதிக்கட்சியினரும் உடந்தையாக இருந்தனர். போராடுகிற உழைக்கும் மக்கள் மீது ஒடுக்குமுறையை ஏவிவிடுவதில் “இரண்டு தரப்பாரும் இணைந்து செயல்பட்டனர்” என்று பேராசிரியர் மணிக்குமார் குறிப்பிடுகிறார்.

நீதிக்கட்சி ஆங்கிலேய அரசு வகுத்த அரசியல் சட்ட வரையறைக்குள் செயல்பட்டு வந்ததற்கு மாறாக, பெரியார் தனிப்பாதை அமைத்துச் செயல்பட்டு வந்தார். சமூகத் தளத்தில், சாதி, மதம், பெண்ணடிமைத்தனப் பிற்போக்குத்தனங்களை எதிர்த்து அவர் உறுதியாகப் போராடினார். நீதிக்கட்சி தொடங்கிய பிராமணரல்லாதோர் இயக்கம் குறுகிய எல்லைக்குள் நின்று போனது.ஆனால் பெரியார் தலைமையில் ஒரு விரிந்த பார்வையுடன், சமூக ஒடுக்குமுறையை ஒழிக்க வேண்டுமென்ற நிகழ்ச்சி நிரலுடன் பிராமணரல்லாதோர் இயக்கம் வளர்ந்தது.

இந்தக் காலங்களில் கம்யூனிஸ்ட்களும் அரசியல் சமூகக் களங்களில் செயல்பட்டு வந்தனர். நீதிக்கட்சி மற்றும் பெரியார் இயங்கிய தளத்தில் உள்ள சமூக நீதி, சமூக சமத்துவம் என்பதற்கும் மேலாக மனிதனை மனிதன் சுரண்டும் கொடுமைக்கு முற்றுப் புள்ளி வைக்கிற நிகழ்ச்சி நிரலுடன் அவர்கள் செயல்பட்டு வந்தனர்.

ஆனால் இந்த நோக்கங்கள் ஆங்கிலேய ஏகாதிபத்திய ஆட்சிக்கு முடிவு கட்டுவதோடு இணைந்தது என கம்யூனிஸ்ட்கள் கருதினர். சமூக நீதி, சமூக சமத்துவ கொள்கைகளை, அந்நிய ஆட்சிக்கு எதிரான போராட்டத்துடன் இணைத்ததுதான் கம்யூனிஸ்ட்களின் சிறப்பு. ஆனால் ஆங்கிலேய ஆட்சியின் கடும் அடக்குமுறையை கம்யூனிஸ்ட் கட்சி சந்தித்ததால் அதன் செயல்பாடு விரிவான மக்களை;ச சென்றடைவதில் தடைகள் பல இருந்தன.

6

"பிரிட்டிஷ் ஆட்சி, ஒரு கிரிமினல் ஆட்சி"

நீதிக்கட்சி செல்வாக்கு இழந்ததற்கு பல காரணங்கள் சொல்லப்படுவதுண்டு. மக்களிடையே வேகமாகப் பரவி வந்த தேசிய விடுதலைக்கான உணர்வு, நீதிக்கட்சிக்கான மக்கள் ஆதரவைக் குறைத்தது. ஆங்கிலேய அரசின் கடுமையான நடவடிக்கைகளை நீதிக்கட்சியினர் ஆதரித்ததால், நீதிக்கட்சியை ஆங்கிலேய ஆட்சியின் பிரதிநிதிகளாக மக்கள் பார்த்தனர். நீதிக்கட்சி அரசின் பொருளாதாரக் கொள்கைகள் மக்களுக்கு அதிருப்தியை ஏற்படுத்தின. விவசாயிகளுக்கு நில வரியைக் குறைக்க நீதிக்கட்சி அரசாங்கம் மறுத்து வந்தது. அதே போன்று இஸ்லாமியர்கள், தலித் மக்கள் ஆதரவும் நீதிக்கட்சிக்கு இல்லை. நீதிக்கட்சியில் சமூக;ச சீர்திருத்தம் முக்கியக் கடமையாக இருக்க வேண்டும் என்று கருதியவர்களும் அந்தக் கடமையில் கட்சி உறுதியாக இல்லாததால், கட்சியை விட்டு விலகி, பெரியாரின் சுய மரியாதை இயக்கத்தில் சேர்ந்தனர்.

அன்றைய சமூகத் தேவைகள்

இவை எல்லாவற்றையும்விட நீதிக்கட்சி செல்வாக்கு இழந்ததற்கு முக்கிய காரணம் அது அன்றைய சமூகத்தின் வாழ்வாதாரச் சிக்கல்களை எதிர்கொள்ளவில்லை. அது எடுத்த பல நடவடிக்கைகள் ஒரு பகுதியினரின் தேவைகளை நிறைவு செய்துகொள்ளப் பயன்பட்டது. ஆனால் அன்றையச் சமூகம் பல முன்னேற்றங்களை அடைய வேட்கையுடன் இருந்தது. குறிப்பாக, ஆங்கிலேய அடிமைத்தனத்திலிருந்து விடுதலை பெற்று ஒரு ஜனநாயகச் சூழலை ஏற்படுத்துவது உடனடித் தேவையாக இருந்தது. விவசாயிகளும் தொழிலாளர்களும், நடுத்தர மக்களும் வறுமை உள்ளிட்ட பொருளாதார வேதனைகளிலிருந்து விடுபட்டு, உண்மையான சுய மரியாதை கொண்ட மானுட வாழ்க்கைக்காக ஏங்கினர்.

இந்த தேவைகள் பற்றிய அக்கறை நீதிக்கட்சி அரசாங்கத்திற்கும், அதன் தலைமைக்கும் இருந்ததில்லை. அவ்வாறு இருந்திருந்தால், அவர்கள் ஆங்கிலேய ஆட்சிக்கு எதிராக அணிவகுத்திருப்பார்கள். இந்த குறைபாடு அந்தக் கட்சியின் மறைவுக்கு அடிப்படையான காரணம். நீதிக்கட்சி மறைந்தாலும், மேற்கண்ட அதன் குறைபாடு நீதிக்கட்சியின் வாரிசாக உருவெடுத்து, தொடர்ந்து வந்த திராவிட இயக்கங்களிலும் நீடித்தது.

நீதிக்கட்சியின் காலம், சுயமரியாதை இயக்கம் செயல்பட்டு வந்த காலம், திராவிடர் கழகம் உருவான காலம் ஆகியவற்றை எடுத்துக் கொண்டாலும், இந்த முக்கிய குறைபாடு நீடித்து வந்ததைக் காணலாம். அந்தக் காலங்களில் இந்த இயக்கங்கள் பிராமணிய ஆதிக்கக் கருத்தியல் எதிர்ப்பு, மூட நம்பிக்கை எதிர்ப்பு, பெண்ணடிமைத்தன எதிர்ப்பு போன்ற பல தளங்களில் செயல்பட்டு வந்தன. இவை அனைத்தும் சமூகத்தின் மிக முக்கிய பிரச்னைகளாக இருந்தன என்பது உண்மையே. ஆனால், அன்றைய சமூகத்தின் மறுபக்கத்தையும் பார்க்க வேண்டும்.

அன்றைய பெரும்பான்மை உழைக்கும் மக்கள் எதிர்கொண்ட வாழ்வாதாரப் பிரச்னைகள் பலவற்றை இந்த இயக்கங்கள் பெரிதாக கண்டு கொள்ளவில்லை. இந்த உண்மை இன்று பலருக்கு கசக்கிற உண்மையாக இருக்கக்கூடும். இருந்தாலும் அதுதான் அன்று நிலவிய உண்மை நிலை. குறிப்பாக, விவசாயத் துறையில் நிலமற்ற விவசாயக் குடும்பங்கள் அனுபவித்த வாழ்க்கை சிக்கல்கள் இந்த இயக்கங்களின் நிகழ்ச்சி நிரலில் இல்லை.

அன்றைய ஆங்கிலேயர் ஆட்சிக்கால இந்தியா மிகக் கொடுமையான நிலைமையில் இருந்தது. இதனை ஆங்கிலேய எழுத்தாளர்கள் பலரும் கூட வேதனையோடு எழுதியுள்ளனர். அன்று இங்கிலாந்தில் இருந்த சாசன இயக்கத்தின் தலைவரான எர்னஸ்ட் ஜோன்ஸ் ஆங்கிலேய ஆட்சியின் ஒடுக்குமுறையையும் சுரண்டலையும் பற்றி எழுதினார்:“ஆங்கிலேய ஆட்சியில். சூரியன் மறைவதில்லைதான்; அதே போன்று இரத்தமும் எப்போதும் உலர்ந்து போவதில்லை” மற்றொரு எழுத்தாளர் ஹூண்ட்மன் “இந்தியாவில் பிரிட்டிஷ் ஆட்சி மனித வரலாற்றில் மிக மோசமான, மக்களுக்கு விரோதமான கிரிமினல் ஆட்சி” என்று எழுதினார். இவ்வாறு ஆங்கிலேயர்கள் பலராலேயே வெறுத்து ஒதுக்கப்பட்ட ஆங்கிலேயர் ஆட்சியை நீதிக்கட்சியும் அதனைத் தொடர்ந்து வந்த திராவிட இயக்கங்களும், எதிர்க்காதது மட்டுமல்லாது, அவர்களுடன் அவ்வப்போது சமரசம் செய்து கொண்டனர்.

1937-ல் நீதிக்கட்சி தேர்தலில் தோல்வியைத் தழுவிய போதும், 1944 இல் திராவிடர் கழகமாக அது மாறிய பிறகும் இந்த சமரசம் தொடர்ந்தது. 1937 ஆம் ஆண்டு கிடைத்த தேர்தல் தோல்வியோடு நீதிக்கட்சி மறையத் துவங்கியது, 1938-ல் பெரியார் அதற்கு தலைமை தாங்கினார். 1944-ல் நீதிக்கட்சியும், சுயமரியாதை இயக்கமும் சங்கமமான நிலையில் திராவிடர் கழகம் உருவானது. பல மாற்றங்கள் நிகழ்ந்தாலும் பிரிட்டிஷ் ஆதரவுப் போக்கு நிலையையே அவர்கள் தொடர்ந்து பின்பற்றி வந்தனர்.

நீதிக்கட்சியின் புதிய அவதாரம்

நீதிக்கட்சி, தனது பழைய கொள்கைகள்,கருத்தாக்கங்களோடு ஏன் தொடர முடியவில்லை? ஏன் திராவிடர் கழகம் என்ற புதிய அவதாரம் மேற்கொள்ள வேண்டிய நிலை ஏற்பட்டது? இதற்கு முக்கிய காரணம், நீதிக்கட்சியின் செயல்பாடுகளும், அது மேற்கொண்ட நடவடிக்கைகளும் சமூகத்தின் சிறு பகுதி மக்கள் மட்டுமே பலன் அடைவதாக அமைந்திருந்தன.

எடுத்துக்காட்டாக, அரசாங்க வேலைகளில் பிராமணர்களுக்கு சமமாக பிராமணரல்லாதோர் இடம் பெற வேண்டும் என்பது நீதிக்கட்சியின் கொள்கை. சமூக நீதியின் ஒரு பகுதியாக இட ஒதுக்கீட்டு முறையை நீதிக்கட்சி கொண்டு வந்தது. இதில் அவர்கள் முன்னோடியாகத் திகழ்ந்தார்கள். 1917-ஆம் ஆண்டில் நீதிக்கட்சியின் தலைவர் டி.எம்.நாயர் கட்சிக் குறிக்கோள்கள் பற்றி எழுதிய கட்டுரையில் கீழ்கண்டவாறு குறிப்பிட்டார்.

“.....தென்னிந்தியாவில் பிராமணரல்லாத அனைத்துச் சாதியினர்களையும் கல்வி, சமூகம், பொருளாதாரம், அரசியல், பொருள் மற்றும் அற ரீதியாக முன்னேற்றுவது....

இந்தக் குறிக்கோளுக்கு ஏற்றவாறு நீதிக்கட்சி அரசாங்கம் நடவடிக்கைகளை எடுத்தது.1927-ல் வகுப்புவாரி பிரதிநிதித்துவம் அமலுக்கு வந்தது. இந்த நடவடிக்கை முதன் முதலில் ஒரு புதிய கோட்பாட்டை வரலாற்றுக்கு அறிமுகம் செய்தது. சமூக அடிப்படையில் பின்தங்கிய மக்களை கைதூக்கிவிடும் சட்டங்களை அரசு கொண்டு வர வேண்டுமென்ற கோட்பாடு நடைமுறைக்கு வந்தது.

ஆனால், இது நடைமுறையில், பிராமணரல்லாதோரில் படித்த மேல்தட்டுப் பிரிவினர் சிலரே பலன் பெறுகிற நிலை ஏற்பட்டது. நீதிக்கட்சியின் பல செயல்பாடுகள் இதே தன்மையில்தான் அமைந்திருந்தன.

பெரும்பகுதி சாதாரண ஏழை மக்களின் நலன் பாதுகாக்க வேண்டுமெனில் அதற்கான கொள்கைகள் தேவை என்பது மட்டுமல்ல; ஆங்கிலேய ஆட்சியின் கொள்ளை, சுரண்டல் கொள்கைகளுக்கு எதிராக மாற்றுக் கொள்கைகளை முன்னிறுத்தியிருக்க வேண்டும்.

அத்துடன் அன்று எழுச்சி பெற்று வந்த ஆங்கிலேய ஆட்சிக்கு எதிரான விடுதலைப் போரில் பங்கேற்று இருக்க வேண்டும். ஆனால், இந்தப் பாதையில் நீதிக்கட்சியும், அதன் தொடர்ச்சியாக வந்த திராவிட இயக்கங்களும் செல்லவில்லை.

தென்னிந்திய சமூக சீர்திருத்த இயக்கங்கள்

ஒருபுறம் சமூகச் சிக்கல்களில் சாதி ஒடுக்குமுறை சமூக நீதி போன்றவற்றில் முனைப்பு காட்டிய இயக்கங்கள், மறுபுறம், அடிப்படையான வாழ்வாதார சிக்கல்களை ஏன் கண்டு கொள்ளவில்லை? இதற்கு ஆழமான ஒரு சமூகக் காரணம் உண்டு. இதனை சமூக சீர்திருத்தங்களின் வரலாற்றிலிருந்து அறிய முடியும்.

சென்னை மாகாணத்தில் 19-ஆம் நூற்றாண்டின் இறுதிப் பகுதியிலும், 20-ஆம் நூற்றாண்டின் முதல் பாதியிலும் சமூக சீர்திருத்தக் கருத்தாக்கங்கள் மக்கள் இயக்கங்களாக மலர்ந்தன. சித்தர்கள், வள்ளலார், அயோத்திதாசர் என பலர் அரசியல், பொருளாதார சமூக துறைகளில் சீர்திருத்தக் கருத்துகளைப் பரப்பி வந்தனர்.

தென்னிந்தியாவில் சமூக சீர்திருத்த இயக்கங்கள் அடித்தட்டு மக்களிடமிருந்து குறிப்பாக பிற்படுத்தப்பட்ட, தலித் மக்களின் உணர்வுகளின் வெளிப்பாடாக எழுந்தன. இதனை பேராசிரியர் கே.என்.பணிக்கர் வட இந்தியாவில் எழுந்த சமூக சீர்திருத்த இயக்கங்களுக்கும், தென்னிந்தியாவில் எழுந்த இயக்கங்களுக்கும் உள்ள முக்கிய வேறுபாடாகக் குறிப்பிடுகிறார்.

வட இந்தியாவில், சமூக சீர்திருத்த இயக்கங்கள் மேல்தட்டு பிரிவினர் மற்றும் பிராமண சாதியினர் தலைமையேற்று உருவாகி வளர்ந்தன. ஆனால் தென்னிந்தியாவில், கீழிருந்து இந்த இயக்கங்கள் வளர்ந்தன. பிற்படுத்தப்பட்ட, தலித் பிரிவினர் சீர்திருத்த இயக்கங்களை வளர்த்ததில் முக்கிய பங்காற்றினர் என்பதுதான் தென்னிந்திய சீர்திருத்த இயக்கங்களின் சிறப்பு.

எனினும், சமூக;ச சிக்கல்கள் தனித்து நிற்பதில்லை. எடுத்துக்காட்டாக, அன்று ஒரு பிற்பட்ட பிரிவு சார்ந்த நடுத்தர விவசாய குடும்பத்தின் நிலை எப்படியிருந்தது? ஒருபுறம் ஆங்கிலேய அரசின் விவசாயக் கொள்கைகளால் கடனாளியாக மாறிய நிலையிலும், பிராமண ஆதிக்கம் மற்றும் கருத்தியலால் பாதிக்கப்பட்ட நிலையிலும் அதுபோன்ற குடும்பங்கள் வாழ்ந்துள்ளன. அந்த நிலைமையில் பிராமணக் கருத்தியல் எதிர்ப்பு மட்டும் போதுமா? ஆங்கில ஆட்சியின் கொள்கைகளுக்கு எதிர்ப்பும் இருந்திருந்தால்தான் வாழ்வாதார முன்னேற்றம் சாத்தியமாகியிருக்கும்.

7

சுயமரியாதை இயக்கம் எவ்வாறு வளர்ந்தது?

அன்றைய தமிழகத்தில் நீடித்து வந்த சமூக ஏற்றத்தாழ்வுகள், அவற்றால் ஏற்பட்டு வந்துள்ள சிக்கல்கள் அனைத்தும் பல சீர்திருத்த முயற்சிகளுக்கு இட்டுச் சென்றன. சமூக சீர்திருத்தக் கருத்துகள் பல நூற்றாண்டுகளாகவே தமிழகத்தில் தழைத்து வந்தன. பல சீர்திருத்த இயக்கங்களும் தோன்றி, செயல்பட்டு வந்துள்ளன. அவற்றில் முக்கியமான ஒன்றாக, கடந்த நூற்றாண்டில் தோன்றிய சுயமரியாதை இயக்கம் திகழ்கிறது.

அன்றைய தமிழ்ச் சமூகத்தின் சிக்கல்கள் பன்முகத் தன்மை கொண்டவை. பொருளியல், சாதி, மதம், இனம், மொழி என பலவற்றை உள்ளடக்கி எழுந்த முரண்பாடுகளின் களமாக தமிழகம் இருந்தது. அவற்றை எவ்வாறு சுயமரியாதை இயக்கம் எதிர்கொண்டது என்பதும், அதனூடாக அந்த இயக்கம் எவ்வாறு கணிசமான மக்களின் நம்பிக்கையை பெற்ற இயக்கமாக வளர்ந்தது என்பதும் மிக முக்கியமான கேள்விகள்.

அன்றைய தமிழகச் சூழலில் சமூகத்தின் அனைத்து தளங்களிலும் பல மாற்றங்கள் நிகழ்ந்து கொண்டிருந்தன. குறிப்பாக,19-ஆம் நூற்றாண்டின் இறுதிப் பகுதியிலும், 20-ஆம் நூற்றாண்டின் துவக்கத்திலும் கடந்த கால சமூக முரண்பாடுகள் புதிய வடிவம் பெற்றன.

ஆங்கிலக் கல்வி பெற்ற புதிய நடுத்தர வர்க்கம் உருவானது. பிராமணர்கள் அதிக கல்வி வாய்ப்பு பெற்றிருந்தனர். எனினும், பள்ளிக்கல்வியில் 1925-1926-ஆம் ஆண்டுகளில் பிராமணரல்லாதோர் 48.8 சதம் கல்வி பயின்று இருந்தனர். வணிகர்கள், நிலப்பிரபுக்கள், ஆங்கில அரசில் பணியாற்றும் அதிகாரிகள் என பலர் புதிய வாய்ப்புகளைப் பெற்று வளர்ந்தனர். இவர்கள் தங்களுக்கிருந்த வாய்ப்பு வசதிகளை தக்க வைத்துக் கொள்ளவும், தங்களது வாய்ப்புகளையும், செல்வாக்கையும் மேலும் அதிகரித்துக் கொள்ளவும் கடுமையான போட்டியில் இறங்கினர். இது பிராமண, பிராமணரல்லாதோர் முரண்பாடாக வெடித்தது. இந்தச் சூழலில்தான் பிராமணரல்லதோர் நலன்களுக்கான இயக்கமாக நீதிக்கட்சி தோன்றியது. இதனுடன் இணைந்த நிகழ்வாகவே சுயமரியாதை இயக்கம் உருவானது.

சுயமரியாதை இயக்கத்தின் கொள்கைகள் 1925 முதல் உருப்பெற்று வந்தன. ஒவ்வொரு மனிதரும் தன்மானத்தோடு வாழ வேண்டும்;

"எந்தக் காரியமானாலும் காரண காரியம் அறிந்து" செய்ய வேண்டுமென்ற பகுத்தறியும் ஆற்றலை வளர்த்துக்கொள்ள வேண்டுமென்றும், இதுவே அவரின் சுயமரியாதையை காத்திடும் என்பதும் கோட்பாடுகளாக வலியுறுத்தப்பட்டது. ஆண், பெண் சமத்துவம், சாதி, மதம், வர்ண வேறுபாடுகளை சமூகத்திலிருந்து அகற்ற வேண்டுமெனும் குறிக்கோள்களை முன்வைத்து பிரச்சாரம் செய்யப்பட்டது. பிராமணியக் கருத்தாக்கங்கள் மீதான வலுவான தாக்குதல்களை சுயமரியாதை இயக்கம் மேற்கொண்டது.

ஆங்கிலேய ஆட்சியின் கவலை

பெரியார் சுயமரியாதை என்பதற்கான விளக்கத்தை கீழ்கண்டவாறு குறிப்பிட்டார்: "மனிதச் சீவனுக்கு எல்லாவற்றையும் விட முக்கியமான உணர்ச்சியாக, மான அவமானம் என்னும் தன்மானமாகிய சுய மரியாதையைத்தான் பிறப்புரிமையாகக் கொள்ள வேண்டியிருக்கின்றது. ஏனெனில், மனிதன் மானிடன் என்ற பதங்களே மானத்தை அடிப்படையாகக் கொண்டு ஏற்பட்ட மொழிகள். ஆதலின் மனிதன் என்பவன் மானமுடையோன். எனவே, மனிதனுக்கு மனிதத் தன்மையைக் காட்டும் உரிமையுடையது மானம்தான். அத் தன்மானமாகிய சுயமரியாதையைத்தான் மனிதன் பிறப்புரிமையாகக் கொண்டிருக்கிறான்."

இவை` சமூக தளத்தில் மனிதர்களை தலைநிமிரச் செய்து தன்னை ஒடுக்குமுறைக்கு உள்ளாக்கும் சாதிய அமைப்புக்கும் பிராமணியத்திற்கும் எதிராக தனி மனிதர்களைக் கிளர்ந்தெழச் செய்கிற போதனைகள். இந்தக் கருத்துகளை சுயமரியாதை இயக்கம் தமிழகம் முழுவதும் பிரச்சாரம் செய்து காலம் காலமாக சமூக அடுக்கில் அடித்தட்டில் இருந்த மக்களை சிந்திக்கச் செய்தது.

சமூகத் தளத்தில் இந்தக் கருத்துகள், சமூக சமத்துவத்தை நோக்கிய பயணத்திற்கு உதவின. ஆனால் அரசியல் நோக்கிலும் சுயமரியாதைக் கருத்தாக்கங்களின் தாக்கத்தை ஆராய்வது அவசியம். அன்று ஆங்கிலேய ஆட்சி தனது கொள்ளை ஆட்சியை தீவிரமாக நடத்திக் கொண்டிருந்தது. அவர்கள் மேற்கொண்ட விவசாய வாழ்வாதார அழிப்பு கொள்கைகளால் கிராமப்புறங்கள் கடும் பாதிப்புக்குள்ளாகி இருந்தன.

உண்மையில், சமூகத்தில் நிலவும் ஒடுக்குமுறை;ச சிக்கல்கள் அவர்களுக்கு ஒரு வகையில் பயன்பட்டன. ஆட்சியின் அழிப்புக் கொள்கைகளால் பாதிக்கப்பட்ட மக்கள் விரிவாக ஒன்று சேராமல் இருப்பது தங்கள் நலனுக்கு உகந்தது என்பது ஆங்கிலேயரின் பார்வை. அவர்களது பெரும் கவலை, ஆட்சிக்கு எதிராக வளர்ந்து

வரும் விடுதலை இயக்கம்தான். அதிலும் குறிப்பாக கிராமப்புற விவசாயிகள் பெருமளவிற்கு விடுதலைக்காகத் திரண்டால், பெரும் புரட்சியே வெடிக்கும் என்று அவர்கள் அஞ்சினர். பின்னாளில் இந்த புரட்சி இலட்சியத்தோடு கம்யூனிஸ்ட்கள் கிராமப்புறங்களில் செயல்படத் துவங்கியபோது ஆங்கிலேய ஆட்சியினர் கம்யூனிஸ்ட் இயக்கத்தை தடை செய்து, கம்யூனிஸ்ட்களை வேட்டையாடினர்.

இந்நிலையில் 'சுயராஜ்யம் எமது பிறப்புரிமை' என்று முழங்கிய விடுதலை இயக்கத்திற்கு மாற்றாக 'சுயமரியாதை எனது பிறப்புரிமை' என்று முழங்கியது சுயமரியாதை இயக்கம் இது ஆங்கிலேய ஆட்சிக்கு அதிகக் கவலையை ஏற்படுத்தவில்லை. அத்துடன் சுயமரியாதை இயக்கம் காங்கிரசையும் விமர்சித்துப் பிரச்சாரம் செய்து வந்தது.

சுயமரியாதை இயக்கத்தின் எதிர்ப்புகள்

காங்கிரஸ் கட்சியில் பிராமணர் ஆதிக்கம் இருக்கிறது என்று சுயமரியாதை இயக்கம் குற்றம் சாட்டி வந்தது; அதனால்தான் காங்கிரஸ் சமூக ஒடுக்குமுறைப் பிரச்சனைகளை அலட்சியம் செய்கிறது என சுயமரியாதை இயக்கத்தினர் பிரச்சாரம் செய்தனர். அதோடு நிற்கவில்லை. இந்த விமர்சனத்தை நீட்டித்து, விடுதலை இயக்கத்தையும் விடுதலைக் கோரிக்கையையும் சுயமரியாதை இயக்கம் விமர்சனம் செய்தது.

சுயமரியாதை இயக்கத்தின் எதிர்ப்புக் கொள்கைகளாக முன்னிறுத்தப்பட்டவைகளில் முக்கியமானவைகளாக கடவுள் மறுப்பு, மத எதிர்ப்பு, மூட நம்பிக்கை, மூடப் பழக்க வழக்கங்கள்,சாத்திரங்கள், புராண, இதிகாசங்கள், வேதங்கள் எதிர்ப்பு, பிராமண எதிர்ப்பு, பெண்ணடிமைத்தன எதிர்ப்பு போன்றவை இருந்தன. இவற்றுடன், காந்தி எதிர்ப்பு, காங்கிரஸ் எதிர்ப்பும் சேர்ந்தே பிரச்சாரம் செய்யப்பட்டது.

இந்தக் கொள்கைகளோடு கலந்த சமூக நீதி, மனித சுயமரியாதை இலட்சியங்கள் பிராமணரல்லாதோரில் பிற்படுத்தபட்டோர் சாதிப் பிரிவு சார்ந்த மக்களை ஈர்த்தது. குறிப்பிட்ட அளவில் அன்று தலித், சிறுபான்மை மக்களில் பலரும் இந்த இயக்கத்தில் ஈர்க்கப்பட்டனர்.

ஆக தமிழகத்தில் விடுதலைக்கான இயக்கம் வளர்ந்து வந்த சூழலில், அந்த இயக்கத்தோடு ஒட்டாமல் சுயமரியாதை இயக்கம் வளர்ந்து வந்தது. இவ்வாறு இரண்டும் வெவ்வேறு திசைகளில் பயணித்தன. இந்த வரலாற்றுப் பின்னணியுடன் இன்று வரை நீடிக்கும் தமிழக சமூக ஏற்றத்தாழ்வு ஒடுக்குமுறைச் சிக்கல்களை கண்டுணர வேண்டும். சமூக ஒடுக்குமுறை எதிர்ப்பு, முதலாளித்துவ

எதிர்ப்புடன் இணைந்து பயணிப்பதே பலன் தரும். சுயமரியாதை இயக்கம் தமிழகச் சமூக முரண்பாட்டில் ஒடுக்கப்பட்டோருக்குச் சாதகமான சில தாக்கங்களை ஏற்படுத்தியுள்ளது.

சுய மரியாதை இயக்கத்தின் அமைப்புகள்

சுயமரியாதை இயக்கத்தின் பிரச்சாரத்திற்கு அதன் அமைப்பு ரீதியான வளர்ச்சி உதவிகரமாக அமைந்தது. குடி அரசு இதழில் வெளிவந்த விவரங்கள் அடிப்படையில் பார்த்தால் சுயமரியாதை இயக்கத்தின் கிளைகள் கிராமப்புறங்களிலும் பரவி இருந்தன. அந்த இயக்கம் துவக்கப்பட்ட ஓராண்டிற்குள் தஞ்சை, கோவை, இராமநாதபுரம், தென்னாற்காடு, வடாற்காடு, நெல்லை மாவட்டங்களில் 60 கிளைகள் செயல்படத் துவங்கின. அடுத்த ஏழாண்டுகளில் 117 கிளைகளுடன் 10,000 உறுப்பினர்கள் செயல்படுகிற இயக்கமாக வளர்ந்தது.

சுயமரியாதை இயக்கத்துடன் இணைந்து இயங்கும் கிளை அமைப்புகளாக நூற்றுக்கும் மேற்பட்ட இளைஞர் அமைப்புகள் உருவாக்கப்பட்டன. பின்னாளில் முக்கிய திராவிட இயக்கத் தலைவராகவும், தமிழக அமைச்சராகவும், இருந்த நாவலர் நெடுஞ்செழியன் 1937-ஆம் ஆண்டு பள்ளி மாணவராக இருந்த போது பட்டுக்கோட்டையில் “திருவள்ளுவர் இளைஞர் கழகம்” என்ற அமைப்பை நிறுவி சுயமரியாதை பிரச்சாரத்தை அந்தப் பகுதியில் செய்து வந்தார். இதில் அவரது சகோதரர், பின்னாளில், தி.மு.கவின் நாடாளுமன்ற உறுப்பினராகப் பணியாற்றிய இரா.செழியனும் செயல்பட்டு வந்தார். ஏராளமானவர்களை இயக்கத்திற்குக் கொண்டுவர இந்த முயற்சிகள் பயன்பட்டன.

சுயமரியாதை இயக்கம் வளர்ந்த வரலாற்றில் பெரியாரின் பங்கு மட்டும் அதிக அளவில் பேசப்படுகிறது. பெரியாரின் பணியே அதன் வளர்ச்சிக்கு முக்கியக் காரணமாக அமைந்தது. எனினும், கிராம, நகரப் பகுதிகளில் பிரச்சாரத்தை மேற்கொள்ளவும், புதிய இளைஞர்கள் பலரைக் கொண்டு வரவும் பல வடிவங்களில் பல முயற்சிகள் மேற்கொள்ளப்பட்டன. அதில் குறிப்பாக, வாசகர் வட்ட அமைப்புகள் முக்கியமானவை. ஈரோட்டில் “சுயமரியாதை பிரச்சார போதனை கூடம்”எனும் பெயரில் வாசகர் வட்டம் இயங்கி வந்தது. இது போன்ற வாசகர் வட்டங்கள் மணப்பாறை, பரமக்குடி, போன்ற சிறு நகரங்களிலும் இயங்கின. உள்ளூர் அமைப்பு ஏற்படுத்தி, பிரச்சாரம் செய்வதில் சுயமரியாதை இயக்கத்தவர் பலருக்கு அசாத்தியத் திறமை இருந்தது.

பின்னாளில் வந்த திராவிட இயக்கத் தலைவர்களும் இதில் திறன் கொண்டிருந்தனர். திராவிட இயக்கத்தைப் பற்றி மேலோட்டமாக

அறிந்தவர்கள் தலைவர்களின் ஆளுமை, அவர்களது பேச்சாற்றல், எழுத்தாற்றல், கலை இலக்கிய ஆற்றல்களை வியந்து பாராட்டுவார்கள். அந்த இயக்கத்தின் கீழ்மட்ட அமைப்புகளை ஏற்படுத்தி அவற்றைக் கட்டிக் காப்பாற்றியவர்கள் அந்த இயக்கங்களின் கிளை மட்டத்தில் இயங்கிய தொண்டர்கள்தான்.

சுயமரியாதைக் கொள்கைகளை விளக்கி வெளிவந்த ஏராளமான இதழ்கள், நூல்கள் அனைத்தும் பரவலாக வாசிக்கப்படுவதற்கும் அவர்கள் பெரு முயற்சிகள் மேற்கொண்டனர். 1925 லிருந்து வெளிவந்த “குடி அரசு” வார இதழ், பிறகு 1933-லிருந்து “புரட்சி” என்ற வார இதழ், 1934-க்குப் பிறகு வந்த “பகுத்தறிவு” இதழ், 1935-லிருந்து வெளிவந்த விடுதலை, ஆங்கிலத்தில் வெளியிடப்பட்ட “ரிவோல்ட்” (Revolt) போன்ற இதழ்கள் அமைப்பில் செயல்பட்டவர்களுக்கும், மக்களுக்கும் சுயமரியாதைக் கருத்துக்களை கொண்டு சென்றன.

அன்றாட வாழ்க்கையில் தலையீடு

சுயமரியாதை இயக்கத்தின் செயல்பாடு அன்றாட வாழ்க்கையின் அனைத்துத் தளங்களையும் தழுவியது. குறிப்பாக குடும்ப வாழ்க்கையில் உறைந்திருக்கும் சாதி மத வெளிப்பாடுகளில் அது தலையிட்டது. அந்தத் தலையீடுகளில் முக்கியமானது சுயமரியாதைத் திருமணங்கள்.

சுயமரியாதைத் திருமணம் என்பது குடும்பம், உள்ளூர் சமூகத்தை பிற்போக்குத் தனங்களிலிருந்து மீட்கும் முயற்சியாக விளங்கியது. இயக்கம் துவங்கிய முப்பது வருடங்களில் அனைத்து தமிழக மாவட்டங்களிலும் சாதி மறுப்பு, பிராமணிய சடங்குகள் மறுப்பு, புரோகிதர் மற்றும் சமஸ்கிருத மந்திரங்கள் தவிர்த்த சுயமரியாதைத் திருமணங்கள் நடந்துள்ளன.

குடும்பம் என்பதை சுயமரியாதைக் குறிக்கோள்களை அடைவதற்கான போராட்டக் களமாக சுயமரியாதை இயக்கம் பயன்படுத்தியது, இது அந்த இயக்கத்தின் மகத்துவமாகத் திகழ்கிறது. உடுத்தும் உடை (கருப்புச் சட்டை, புடவை அணிவது), பெயர்கள் (சமஸ்கிருத கலப்பற்ற பெயர்களாக வைத்துக் கொள்வது) என அன்றாட வாழ்க்கையை மாற்றும் பல நடைமுறைகளை சுயமரியாதை இயக்கம் கொண்டு வந்தது. பொதுக் கூட்டங்கள் நடத்துவது, நூல் வாசிப்பது போன்றவற்றையும் சமூக நடைமுறைகளாக மாற்றியது. அன்றைய தமிழகச் சூழலில் சுயமரியாதை இயக்கத்தின் பல சமூக செயல்பாடுகள் சமூகத்தை முற்போக்கான திசையில் கொண்டு செல்லும் முனைப்பு கொண்டவையாக இருந்தன.

8

சுயமரியாதையும், இடது கருத்தியலும்

சாதியக் கண்ணோட்டம், மூட நம்பிக்கைகள், பெண்ணடிமைத்தனம், பிற்போக்கான மதச் சடங்குகள், தீண்டாமை போன்றவை அன்று தமிழ்ச் சமூகத்தில் மண்டிக் கிடந்தன.இவற்றை எதிர்த்த கலகக் குரல்களும் அவ்வப்போது எழுந்துள்ளன. இப்படிப்பட்ட சமூக முரண்பாடுகளைத் தீர்த்திட முற்போக்கு கருத்தாக்கங்களை முன்கொண்டு சென்ற இயக்கமாக சுயமரியாதை இயக்கம் திகழ்ந்தது.

தனது குறிக்கோள்களை எட்டும் பயணத்தின்போது, சுயமரியாதை இயக்கம் அன்றைய காங்கிரசோடும், நீதிக்கட்சியோடும் முரண்பாடு கண்டது.

நீதிக் கட்சியின் ஒரு பிரிவு சுயமரியாதை இயக்கத்தின் சீர்திருத்தக் கொள்கைகளை ஏற்கவில்லை. கடவுள் மறுப்பு, சாதிய எதிர்ப்பு சிந்தனைகள் உள்ளிட்ட அனைத்தையும் அந்தப் பிரிவினர் எதிர்த்தனர். காங்கிரசும் சமூக ஒடுக்குமுறைப் பிரச்னைகளில் ஊசலாட்டத்துடன் செயல்பட்டது. அதன் தலைவர்கள் வருணாஸ்ரம ஒடுக்குறைச் சமூகம் நீடிக்க வேண்டுமென பேசி வந்தனர். பல பிற்போக்குக் கருத்துகளை பகிரங்கமாக அவர்கள் தெரிவித்து வந்தனர். நீதிக் கட்சி ஆட்சியின்போது கொண்டுவரப்பட்ட பிராமணரல்லாதோருக்கு இட ஒதுக்கீடு வழங்கும் வகுப்புவாரி பிரதிநிதித்துவச் சட்டத்தை காங்கிரஸ் கட்சியினர் எதிர்த்தனர்.

தனித் தனி பாதைகள்

ஒருபுறம், நீதிக்கட்சியும்,சுயமரியாதை இயக்கமும் ஆங்கிலேய ஆட்சியோடு சமரசம் கண்டனர். மறுபுறம், விடுதலைப் போராட்டத்தில் ஈடுபட்ட காங்கிரஸ் சமூக ஒடுக்குமுறை பிரச்சினைகளில் சமரசம் செய்து கொண்டது.ஆக, தென்னிந்தியாவில் எழுந்த பிராமணரல்லாதோர் இயக்கமும் விடுதலைக்கான தேசிய இயக்கமும் தனித்தனிப் பாதைகளில் செல்ல முற்பட்டன.

ஆங்கிலேய ஆட்சி எதிர்ப்பு, சமூக ஒடுக்குமுறை எதிர்ப்பு - இரண்டிலும் ஒருங்கிணைந்த பார்வையுடன் கம்யூனிஸ்ட்கள் இயங்கினர். ஆனால் அவர்கள்மீது ஆங்கிலேய ஆட்சி கடும் அடக்குமுறையை மேற்கொண்டது. அடக்குமுறை உள்ளிட்ட பல காரணங்களால் அவர்கள் வெகு மக்கள் இயக்கமாக வளர இயலவில்லை. உண்மையில் சுயமரியாதை இயக்கம் எழுப்பிய

அனைத்து சமூக சீர்திருத்தக் கொள்கைகளும் இடதுசாரி இயக்க இலட்சியங்களின் பிரிக்க முடியாத அங்கமாகத் திகழ்கின்றன. சமூக சீர்திருத்த நடவடிக்கைகளோடு இணைந்து உழைக்கும் மக்களின் வாழ்வாதாரத்திற்கான போராட்டத்தை நடத்த இடது கருத்தியல் வழிகாட்டுகிறது. உழைப்புச் சுரண்டல் இல்லாத சமூக சமத்துவம் என்ற இடது கருத்தியல்தான் சுயமரியாதைக் கருத்தாக்கத்தின் முழுமை பெற்ற வடிவம்.

சரியான மதிப்பீடு

சுயமரியாதை இயக்கம் சாதித்தவை குறித்து சரியாக மதிப்பிட வேண்டும். இதற்கு பெரியாரின் கீழ்கண்ட வழிகாட்டுதலையே கையாள வேண்டும் :

"எந்த அபிப்பிராயத்தையும் அதனால் ஏற்படும் பலனைக் கொண்டுதான் மதிக்க வேண்டுமேயொழிய வார்த்தை இனிப்பைக் கொண்டும், அழகைக் கொண்டும், செல்வாக்கைக் கொண்டும் மதிப்பது அறிவுடைமை ஆகாது."

இந்தக் கோணத்தில் அதனை ஆராய்வதுதான் பலன் தரும். மாறாக, சுயமரியாதை இயக்கத்தை விமர்சனமற்று போற்றுவது அதனை அடுத்த கட்டத்திற்கு முன்னெடுக்க உதவிடாது.

ஒரு மனிதர் சுயமரியாதையுடன் கூடிய வாழ்வினை நடத்த வேண்டுமெனில் அவர் சுய காலில் நிற்பதற்கான பொருளாதார பலம் பெற வேண்டும். சுயமரியாதை இயக்கத்தின் செயல்பாட்டில் பொருளாதார விடுதலைக்கான கடமைகள் வரையறுக்கப் படவில்லை. இது அந்த இயக்கத்தின் முக்கிய குறைபாடு. பொருளாதார விடுதலைப் பார்வையை இணைத்திட கம்யூனிஸ்ட் தலைவர்களான சிங்காரவேலர், ஜீவானந்தம் போன்றோர் முயற்சிகள் மேற்கொண்டனர்.

ஒரு கட்டத்தில் சோசலிசக் கருத்துகள் எதிரொலிக்கும் தளமாக சுயமரியாதை இயக்கம் திகழ்ந்தது. அந்தச் சூழலில் காங்கிரஸ் கட்சி ஆங்கிலேய ஆட்சிக்கு எதிராக சட்ட மறுப்பு இயக்கத்தை நடத்தி வந்தது. சுயமரியாதை, சோசலிசம், ஏகாதிபத்திய எதிர்ப்பு ஆகிய மூன்றும் ஒருங்கிணைந்து பயணித்தது போன்ற தோற்றம் அன்று ஏற்பட்டது. 1933-ஆம் ஆண்டில் பெரியார் கூட பிராமணரல்லாதோர் நலன்களைப் பாதுகாக்க வேண்டுமானால் ஆட்சி அதிகாரத்தில் முதலாளிகளை அகற்றி,தொழிலாளி வர்க்க அரசை அமைக்க வேண்டும் என்ற சோசலிசக் கண்ணோட்டத்தை பிரச்சாரம் செய்தார்.

ஈரோட்டுப் பாதை

ஈரோட்டில் நடந்த சுயமரியாதை இயக்கப் பேரவை கூட்டத்தில் தொழிலாளிகள் விவசாயிகள் வாழ்வை மேம்படுத்துவதற்கான கொள்கைகள், தேச விடுதலை இலட்சிய பிரகடனம் போன்ற பல முற்போக்குத் திட்டங்களைக் கொண்ட, ஈரோட்டுப் பாதை என்று அழைக்கப்பட்ட திட்டம் விவாதிக்கப்பட்டது.

இந்தப் பாதையில் சுயமரியாதை இயக்கம் தொடர்ந்து பயணித்திருந்தால் உழைக்கும் மக்களுக்கான அரசியல் தமிழகத்தில் பலமாக வேரூன்றியிருக்கும். ஆனால் இது நிகழாமல் போனது, தமிழகத்திற்கு ஏற்பட்ட முக்கிய இழப்பு.

சுயமரியாதை இயக்கம் தொடர்ந்து சோசலிசப் பிரச்சாரத்தை மேற்கொண்ட நிலையில் கம்யூனிச எதிர்ப்புக் கொள்கை கொண்ட ஆங்கிலேய ஆட்சி சுயமரியாதைக்காரர்கள் மீது கோபம் கொண்டது. சுயமரியாதை இயக்கத்தின் மீது, அரசு அடக்குமுறை மேற்கொள்ளும் சூழல் உருவானது. இதற்கு அஞ்சி சுயமரியாதை இயக்கத் தலைமை சோசலிச இலட்சியத்தைக் கைவிட்டது.

அடுத்து வந்த காலங்களில் அன்று நீடித்து வந்த உழைப்புச் சுரண்டல் குறித்து சுயமரியாதை இயக்கம் பேசவில்லை. சுயமரியாதை இயக்க நிகழ்ச்சி நிரலில் பொருளாதார விடுதலை அழுத்தமாக இடம் பெறவில்லை. இந்தச் சறுக்கல் இல்லாமல் சுயமரியாதை இயக்கம்,சோசலிசத் திட்டத்துடன் அன்று பயணப்பட்டிருந்தால் தமிழகத்தின் பிந்தைய வரலாறு மாறியிருக்கும். அது உழைக்கும் மக்கள் விடுதலைக்கான இடது கருத்தியலை வலுப்படுத்தியிருக்கும். இது நிகழவில்லை.

அன்றைய நிலையில் கிராமப்புற மக்களின் வாழ்க்கை மிகவும் மோசமாக இருந்தது. ஆங்கிலேயர் ஆட்சி ஏற்படுத்திய விவசாய மாறுதல்கள் விவசாயத்தை நம்பியிருந்த மக்களின் வாழ்க்கையை சிதைத்து நம்பிக்கையற்ற நிலையை ஏற்படுத்தியிருந்தது. இந்நிலையில் அவர்களது அடிப்படையான பொருளாதார சிக்கல்களை சுயமரியாதை இயக்கம் முன்னிறுத்தவில்லை. எனினும், "சுயமரியாதை" என்ற கருத்தாக்கம் மக்களிடையே வரவேற்பை பெற்றது. ஒரு பகுதி மக்களிடையே தங்கள் உரிமையை பெறுவதற்கான தன்னம்பிக்கையையும் ஏற்படுத்தியது.

முற்போக்கான பங்கு

சமூகத்தில் சாதி,மத அடிப்படையில் பிற்போக்குத்தனங்கள் மலிந்து கிடந்த நிலையில் சுயமரியாதை இயக்கம் ஒரு

முற்போக்கான பங்கினை ஆற்றியது. ஆனால் அதன் இலட்சியங்களாக பிரகடனப்படுத்தப்பட்ட இலக்குகள் இன்று வரை எட்டப்படவில்லை. இன்றைய நிலையில் சமூக ஒடுக்குமுறை, வகுப்புவாதம், பாலியல் ஒடுக்குமுறை உள்ளிட்ட அனைத்தும் தீவிரமாகியுள்ளன. இதற்கு பல காரணங்களை விவரிக்கலாம். முக்கியமாக பொருளியல் தளத்தில் சொத்துடைமை வர்க்கங்கள்,உழைப்பினை விற்பதைத் தவிர வேறு வகையற்று இருக்கும் உழைக்கும் வர்க்கங்கள் என்ற வர்க்கப் பிளவு தீவிரமாகியுள்ள நிலையில் சமூக சீர்திருத்தம் தனது இலக்குகளை அடைந்திடாது என்ற வரலாற்று அனுபவம் முக்கியமானது.

துவக்கக் காலங்களில் மிராசுதார்கள் நிலவுடைமையாளர்கள் ஆகியவர்களோடும் அன்று வளர்ந்து வந்த முதலாளிகளோடும் நெருக்கமான உறவு கொண்ட இயக்கமாக சுயமரியாதை இயக்கம் வளர்ந்தது. அதுவே, பிறகு திராவிட இயக்கங்கள் தென் பிராந்திய முதலாளிகளின் அரசியல் இயக்கங்களாக செயல்படும் நிலையை உருவாக்கியது.

நீதிக்கட்சியும் சுயமரியாதை இயக்கமும் அன்று உருவாகி வந்த படித்த புதிய மேல்தட்டுப் பிரிவினரையே அடித்தளமாகக் கொண்டு இயங்கின. அவை முன்வைத்த பிராமணரல்லாதோர் நலன் சார்ந்த சில கோரிக்கைகள், சமூக ஒடுக்குமுறை எதிர்ப்பு போன்றவற்றில் அனைத்துப் பிற்பட்ட உழைக்கும் மக்களின் நலன் இருந்தது. ஆனால், தொழிலாளர் ஊதியம், தொழிலாளர் உரிமை,விவசாயிகள், விவசாயத் தொழிலாளர்களின் ஊதியம் உள்ளிட்ட வாழ்வாதாரக் கோரிக்கைகளை அவை எழுப்பவில்லை.

முதலாளிகளின் பிரதிநிதியாக

சுயமரியாதை இயக்கம் தோன்றியதற்கு முன்பாகவே ஏராளமான பிராமணரல்லாத சாதிகளுக்கான சாதி சங்கங்கள் செயல்பட்டு வந்தன. அவர்களிடையே கல்வி வளர்ச்சி அதிகரித்து வந்தது.1882-முதல் இயங்கிய உள்ளூர் தன்னாட்சி மன்றங்களிலும் 1909-முதல் இயங்கி வந்த மாகாண சட்ட மன்றங்களிலும் தம் சாதிகளில் படித்தவர்களுக்கு பதவிகள் வேண்டுமென்ற கோரிக்கைகள் அவர்களிடம் அதிகரித்து வந்தது.

இந்த சாதிச் சங்கங்களோடு பெரியார் நல்ல உறவினை வளர்த்து வந்தார். அவர்களது சாதி பிற்போக்குத்தனங்களில் அவருக்கு உடன்பாடு இல்லையென்றாலும் அவர்கள் பிராமணரல்லாத மேல் தட்டு வர்க்கமாக இருந்ததாலும், பிராமண எதிர்ப்பு இயக்கத்தின் ஆதரவுத் தளமாக அவர்கள் இருக்க இயலும் என்பதாலும் இந்த நல்லுறவு நீடித்தது.

ஆனால், இதுவே பின்னாளில் வளர்ந்து வரும் முதலாளித்துவ வர்க்கங்களின் பிரதிநிதியாகத் திராவிட இயக்கம் வளரும் பரிமாணத்தை ஏற்படுத்தியது. அதன்பிறகு பிராமணர், பிராமணரல்லாதோர் என்ற பாகுபாடு இல்லாமல் பிரதேச முதலாளித்துவ வர்க்கங்களை ஆதரிக்கும் தன்மை திராவிட இயக்கத்தின் வர்க்கத் தன்மையாக மாறியது.

சுயமரியாதை இயக்கம் சோசலிசத்தைக் கைவிட்ட பிறகு எப்போதுமே ஆங்கிலேய ஆட்சியை ஆதரிக்கும் போக்கினை பெரியார் உள்ளிட்ட அதன் தலைமை கைவிடவில்லை. இடதுசாரிகள் அல்லாத சமூக சீர்திருத்த இயக்கங்கள் பொதுவாகவே அரசு ஆதரவு நிலை எடுத்துள்ளனர்.

இதனை மார்க்சிய ஆய்வாளர் முனைவர் கோ.கேசவன் கீழ்கண்டவாறு விளக்குகிறார்.

"அரசியலில் ஏகாதிபத்திய ஆதரவு நிலையும் கலாச்சாரத்தில் எதிர்ப்பு நிலையும் முரண்பட்ட நிலைகளாகத் தோற்றமளிக்கலாம். சமூக சீர்திருத்தவாதிகளில் பெரும்பாலானோர் அரசு ஆதரவாளர்களாகவே இருந்துள்ளனர். அரசு ஆதரவு இருந்தால்தான் சட்டங்களின் மூலம் சமூக சீர்திருத்தங்களைக் கொண்டு வர முடியும் என்ற எண்ணம் இவர்களிடம் இருந்தது."'

இவ்வாறு விளக்கும் முனைவர் கோ.கேசவன் கீழ்கண்ட வரையறுப்புக்கு வருகின்றார்.

"நிலவுடைமையின் அடிப்படைக் கட்டமைப்பினை மீறாமலே அதற்குள்ளேயே ஒருவித பொருளாதார ஜனநாயகத்தையும் சமூக சமத்துவத்தையும் முதலாளிய நோக்கில் கொண்டு வருகிறது.."("சுயமரியாதை இயக்கமும், பொதுவுடைமையும் ")

ஆனால் முதலாளிகள்,நிலவுடைமை, மேல்தட்டு வர்க்கங்களின் முதுகில் ஏறி மாற்றங்களை கொண்டு வருவதற்கு எல்லை உண்டு. அவர்கள் தங்களது வர்க்கத் தேவைகளுக்கு உட்பட்டே சமூக சீர்திருத்தங்களை மேற்கொள்வார்கள். அதிலும் இன்று வாக்கு அரசியல் மேலோங்கி உள்ள நிலையில் இந்த அணுகுமுறை பலன் தராது.

இடதுசாரித் திட்டத்துடன் எழும் மக்கள் இயக்கம்தான் சமூக சீர்திருத்தங்களையும் சாதிக்கும்; சமூக மாற்றத்திற்கும் அது கொண்டு செல்லும்.

9
சோசலிசம், சமூக சீர்திருத்தம் – கருத்தியல் கூட்டணி

நீதிக்கட்சிக் காலத்திலிருந்து பிராமணிய மேலாதிக்க எதிர்ப்புடன் வளர்ந்த திராவிட இயக்கம் அதன் சுயமரியாதை கட்டத்தில் ஒரு முக்கிய திருப்பத்தினைக் கண்டது. சாதி ஒழிப்பு, கடவுள் மறுப்பு பெண் விடுதலை போன்ற இலட்சியங்களோடு மற்றொரு பரந்த நோக்கு சேர்ந்தது. இந்த இணைப்பு மார்க்சிய சிந்தனையாளர் சிங்காரவேலர் வாயிலாக நிகழ்ந்தது.

சோசலிச எதிர்காலப் பார்வை கலந்த சமூக சீர்திருத்தக் கருத்தியல் திராவிட இயக்க வரலாற்றில் இடம் பெற்றது. இந்த வரலாறு இன்னமும் விரிவாக ஆராயப் படவேண்டிய ஒன்றாகத் திகழ்கிறது. அந்த வரலாற்று அனுபவம் உணர்த்தும் படிப்பினைகளும் அதன் இன்றைய பொருத்தப்பாடு பற்றியும் சிந்திப்பது அவசியம்.

பன்முக வளர்ச்சிக்கான திட்டம்

ஈரோட்டில் நடைபெற்ற சுயமரியாதை இயக்கத்தின் மாநாட்டில் “ஈரோட்டுத் திட்டம்“ என்றழைக்கப்படும் ஒரு செயல் திட்டம் நிறைவேற்றப்பட்டது. தமிழகத்தின் பன்முக வளர்ச்சி பற்றி சிந்தித்து உருவாக்கப்பட்ட திட்டம் அது. திராவிட இயக்க வரலாற்றில் முக்கியப் பங்களிப்பாக “ஈரோட்டுத் திட்டம்” அமைந்துள்ளது. இதன் உள்ளடக்கத்தையும் கோரிக்கைகளையும் வடிவமைத்தவர் கம்யூனிஸ்ட் தலைவர் சிங்காரவேலர். அதில் கீழ்கண்ட அம்சங்கள் மிகுந்த சிறப்புகளை பெற்றது.

ஆங்கிலேய ஆட்சியிலிருந்து முழு விடுதலை.

ஆங்கிலேய ஆட்சிக்குப் பிறகு, எவ்விதமான வேறு முதலாளித்துவ ஆட்சிகளும் கூடாது.

தேசத்திற்கான கடன்கள் அத்தனையும் ரத்து செய்யப்பட வேண்டும்.

விவசாய நிலங்கள், வனநிலங்கள், நீர்நிலைகள், ரயில்வே, வங்கிகள், கப்பல் உள்ளிட்ட அனைத்துப் போக்குவரத்துகள் போன்றவற்றை பொதுக் கட்டுப்பாட்டில் கொண்டு வருதல்.

விவசாயிகளின் தொழிலாளர்களின் கடன்களை ரத்து செய்வது. அனைத்து மாநிலங்களையும் இணைத்து தொழிலாளர் - விவசாயிகளின் கூட்டாட்சி அரசு அமைத்தல்.

இது போன்று, அந்தக் காலச் சூழலில் மிக முற்போக்கான திட்டங்களைக் கொண்டதாக ஈரோட்டுத் திட்டம் விளங்கியது.

இந்தத் திட்டங்களைக் கொண்ட "தென்னிந்திய சமதர்ம கட்சி" உதயமானது. இது சுயமரியாதை இயக்கத்தின் அரசியல் பிரிவாக அமைந்தது. இதற்குப் பிறகு சமூக சீர்திருத்தக் கருத்துகளும் சோசலிசக் கருத்துக்களும் தமிழகத்தின் மூலை முடுக்கெல்லாம் ஒலிக்கத் துவங்கியது. பெரியார், சிங்காரவேலர் மட்டுமல்லாது, ஏராளமான சுய மரியாதைக்கார இயக்கத்தினர் இந்தப் பிரச்சாரத்தை மேற்கொண்டனர். பேச்சு மட்டுமல்லாது எழுத்துகளும் வெள்ளமாக வெளிவந்தன. இது போன்ற ஒரு வரலாற்று நிகழ்வு கேரளம் தவிர வேறு தென்னிந்திய மாநிலங்கள் எங்கும் நிகழவில்லை. கேரளத்தில் இந்த கருத்தியல் கூட்டணி தடைபடாமல், உடைபடாமல், பயணித்தது. ஆனால் தமிழகத்தில்தான் இதில் "கூட்டணி முறிவு " ஏற்பட்ட பரிதாபம் நிகழ்ந்தது.

இயக்கத்தில் அதிருப்தி - ஆட்சியின் அடக்கு முறை

சுயமரியாதை இயக்கத்தில் சோசலிசக் கருத்துகள் பரவுவதை பெரியார் தொடக்கத்தில் உறுதியாக ஆதரித்தார். ஆனால் இயக்கத்தில் இருந்த பலருக்கு இதில் உடன்பாடு இல்லை. சோசலிசப் பிரச்சாரத்தை எல்லாம் விரும்பாத ராமநாதன் போன்ற பலரும் அதிருப்தியுடன் அன்றைக்கு சுயமரியாதை இயக்கத்தில் செயல்பட்டு வந்தனர். இந்த அதிருப்தியாளர்கள் நிலை வலுவடைந்து பெரியார் தலைமையிலான சுயமரியாதை இயக்கம் சோசலிசப் பிரச்சாரத்தை கைவிடும் நிலைமைக்கு தள்ளப்பட்டது. சுயமரியாதை இயக்கத்தின் மீதான ஆங்கிலேயரின் அடக்குமுறை அதற்கு வாய்ப்பை ஏற்படுத்தியது. சோசலிசப் பிரச்சாரத்தினை சுயமரியாதை இயக்கம் மேற்கொண்டது ஆங்கிலேய ஆட்சியாளர்களுக்கு கோபத்தை ஏற்படுத்தியது. சீர்திருத்தக் கருத்துகளை சுயமரியாதை இயக்கம் பிரச்சாரம் செய்த போது பொறுத்துக் கொண்ட ஆங்கிலேய அரசு சோசலிச,புரட்சிகர பிரச்சாரத்தை பொறுத்துக் கொள்ளவில்லை.

'குடிஅரசு' இதழில் பெரியார் "ஆங்கிலேய அரசினை தூக்கியெறிய வேண்டும்" என்று எழுதிய போது, அவரை தேசத் துரோக வழக்கில் அரசாங்கம் ஒன்பது மாதங்கள் சிறையில் அடைத்தது. சிங்கரவேலரின் முற்போக்கான, உழைக்கும் மக்கள் விடுதலை என்ற பரந்த இலட்சியத்திலிருந்து சுயமரியாதை இயக்கம் தன்னை துண்டித்துக் கொண்டது. பெரியார், குடி அரசு இதழில் எழுதிய கட்டுரை ஒன்றில் இந்த மாற்றத்திற்கு விளக்கம் கொடுத்தார். அதில் அவர் குறிப்பிட்ட சில கருத்துகள் முக்கியத்துவம் வாய்ந்தவை. அவற்றையும் விமர்சன ரீதியில் பரிசீலிப்பது அவசியம்.

பெரியார் விளக்கம்

சுயமரியாதை இயக்கத்தை ஒடுக்குவதற்கு அரசாங்கம் உறுதியாக இருந்ததை உணர்ந்ததால் சோசலிச;ப பிரச்சாரத்தை நிறுத்திக் கொண்டதாக பெரியார் குறிப்பிட்டார். அதாவது, சமூக சீர்திருத்தப் பிரச்சாரத்தை தொடர்வதற்காக, தான் சமரசம் செய்து கொண்டதை ஒளிவு மறைவின்றி பெரியார் தெளிவுபடுத்தினார். எனினும், இதில் தமிழக மக்களின் வாழ்வியல் கோணத்திலிருந்து எழுகிற ஒரு கேள்வி தவிர்க்க இயலாதது.

ஆங்கிலேய ஆட்சி அதிகாரமும், அதன் அடிமைத்தனமும், நீடிக்கும் நிலையில், மக்களின் துன்ப துயரங்களுக்கு விடிவு ஏற்பட்டிருக்குமா? அத்துடன் பிராமணியக் கருத்தியல் மக்களிடம் ஏற்படுத்தியுள்ள துன்ப துயரங்கள் அனைத்தும் ஆங்கில ஆட்சியின் கீழ் துடைத்தெறியப்பட்டிருக்குமா? அடிமைகளாக, அடக்குமுறை ஆட்சியின் கீழ் மக்கள் வாழுகிற வாழ்க்கை நீடித்தால், மக்களின் வாழ்வியல் சிக்கல்கள் தீர்ந்து விடுமா? நாட்டின் விடுதலைக்காக அன்று போராடியவர்கள் அரசின் அடக்குமுறைக்காகத் தங்களது போராட்டத்தைக் கைவிட்டிருந்தால் அந்நியர் ஆட்சி அகன்று இன்றுள்ள ஜனநாயகம் கூட கிடைக்காமல் போயிருக்கும் அல்லவா?

மேற்கண்ட குடி அரசு கட்டுரையில், அரசாங்கம் சுயமரியாதை இயக்கத்தினை முடக்கவும், கண்காணிக்கவும் முயற்சி எடுத்து வருகிறது என்று எழுதியதோடு, மற்றொரு கருத்தையும் பெரியார் பதிவு செய்கிறார். காங்கிரஸ் கட்சியும் கூட நேரடியான களப் போராட்டம் என்ற வகையில் அதிதீவிரப் போராட்டங்களிலிருந்து, பின் வாங்கியதை குறிப்பிட்டு காங்கிரஸ் கட்சியினால் கூட அடக்கு முறையைத் தாக்குப் பிடிக்க முடியவில்லை என்று

பெரியார் எழுதுகிறார். சோசலிசப் பிரச்சாரத்தை தான் கைவிடுவதற்கு இதனையும் காரணமாக்க குறிப்பிடுகிறார்.

ஆனால் அன்று காங்கிரசின் போராட்ட பாணி எப்படி இருந்தது? மக்களைத் திரட்டி அந்நிய ஆட்சிக்கு எதிராகப் போராடுவது, பிறகு மக்கள் போராட்ட எழுச்சி வீறு கொண்டு எழுகிறபோது பின் வாங்குவது என்ற பாணியை அவர்கள் பின்பற்றினர். இதற்கு அரசின் அடக்குமுறைதான் என்று கூறுவது மேலோட்டமானது. மக்கள் எழுச்சி தங்கள் கைமீறிப் போகும் நிலையில் தங்களது நேச சக்தியான இந்திய முதலாளித்துவத்தின் கையில் அதிகாரம் இருப்பதற்கு மாறாக, உழைக்கும் மக்கள் அதிகாரம், அதாவது, சோசலிசம் என்ற அச்சத்தினால் தான் மேற்கண்ட போராட்ட பாணியை அன்றைய காங்கிரஸ் பின்பற்றியது.

காங்கிரஸ், சோசலிசத்திற்கு, எதிர்நிலையில் நின்ற கட்சி. பெரியார் அக்கட்சியை காரணம் காட்டி சோசலிசத்தை கைவிட்டது பொருத்தமான வாதமாக அமைந்திடவில்லை. சுயமரியாதை இயக்கத்தின் சமூகத் துறை பங்களிப்பை அங்கீகரித்துப் போற்றுகிற அதே வேளையில் மேற்கண்ட விமர்சனங்களையும் எழுப்ப வேண்டிய அவசியம் உள்ளது.

தனித்த பார்வை

சுயமரியாதைக் கருத்தியலும் சோசலிசத்தையும் இணைத்து முன்னெடுத்துச் சென்ற சிங்காரவேலரின் முயற்சிகள் தமிழகத்தின் தேவையாக முன்னின்றது. அன்றைய மக்கள் வாழ்க்கையின் சிக்கல்களிலிருந்து விடுபடுவதற்கான இயல்பான தீர்வாக சிங்கார வேலரின் முயற்சிகள் அமைந்தன. சாதி ஒழிப்பு என்ற முழக்கம் வலுப்பெற சிங்காரவேலர் சுயமரியாதை இயக்கத்துடன் இணைந்து பணியாற்றினார். சுயமரியாதை இயக்க இதழ்களிலும், நிகழ்ச்சிகளிலும் சாதியத்திற்கு எதிரான சிங்காரவேலரின் தனித்தன்மை கொண்ட சாதி ஒழிப்பு பற்றிய மார்க்சிய பார்வை எதிரொலித்தது.

இந்தியச் சமுகம் பன்முகம் கொண்டது. கிராமப்புறங்கள் நிலவுடைமை ஆதிக்க அதிகார சக்திகளின் வசம் இருந்தன. நகரங்களில் தொழில்கள் அன்று வளர்ந்து வரும் நிலையில் , முதலாளிகள், தொழிலாளிகள் என்ற பிரிவுகள் வளர்ந்து வந்தன.

இத்தகு முதலாளித்துவ நிலப்பிரபுத்துவ பின்னணியில் சாதி உணர்வுகளும் அடையாளங்களும், சாதிய ஒடுக்குமுறை உறவுகளும் நீடித்து வந்தன. இந்தச் சமூகப் பின்னணியை முழுமையாக கவனத்தில் கொண்டு உரிய தீர்வுகளை சுயமரியாதை இயக்கத்தினால் முன்வைக்க முடியவில்லை. இந்தக் குறையைப் போக்கியவர் சிங்காரவேலர்.

சாதிய அடுக்கில் மேல்தட்டில் இருந்த, செல்வாக்கும் வசதியும் படைத்தவர்களே முதலாளிகளாகவும் பெரும் நிலச்சுவான்தார்களாகவும் இருந்தனர். சாதி சார்ந்த ஒடுக்குமுறை, அவர்களது பொருளாதார ஏற்றத்துக்குப் பயன்பட்டது. அதே போன்று ஒடுக்குமுறை சாதியினர், ஒடுக்கப்பட்ட சாதியினர் என்ற இரு தரப்பாரின் உழைப்பு மேல்தட்டு வர்க்கங்களின் பொருளாதார பலத்திற்கு அடிப்படையாக இருந்தது. ஒடுக்கும் சாதியினரின் சாதிப் பாகுபாடு, தீண்டாமை போன்றவை அனைத்தும் ஒடுக்கப்பட்ட சாதியினரின் எதிர்ப்புக்கும் குமுறலுக்கும் காரணமாக அமைந்தன.

இந்த சமூக முரண்பாடுகளுக்கு சிங்காரவேலர், ஜீவானந்தம் உள்ளிட்ட மார்க்சியர்கள் விவசாயம், தொழில் உள்ளிட்ட உற்பத்தி முறைகளில் சமூகக் கட்டுப்பாடு அவசியம் என்ற தீர்வுக்கான கோட்பாட்டை பேசினர். "உழுபவனுக்கே நிலம் சொந்தம்" என்ற கம்யூனிஸ்ட்களின் பார்வை சுய மரியாதை மேடைகளில் ஒலித்தது. இதுபோன்ற இதர சமூக சீர்திருத்தப் பிரச்சனைகளையும் அணுகினர். பெண்ணடிமைத்தனம், மூடநம்பிக்கை, மத பிற்போக்குத்தனங்கள் அனைத்தையும் இந்த பார்வையுடன் பிரச்சாரம் செய்தனர்.

துவக்கத்தில், பெரியாரும் அவர்களின் பார்வை அடிப்படையிலேயே முழங்கினார். பிறகு சுயமரியாதை இயக்கம் தனது நிலையை மாற்றிக் கொண்டது. ஆக, தமிழகத்தில் சோசலிசம் என்ற உன்னதக் கருத்தியல் வேரூன்றும் நிகழ்வு தடைபட்டது.

10

தமிழகத்தின் இழப்பு

இன்று தமிழகத்தில் நீடித்து வரும் சமூக அரசியல் பொருளாதாரச் சிக்கல்களுக்கு வரலாற்றுப் பின்புலம் உண்டு. அந்த வரலாற்றை வெறும் தகவல்கள், சம்பவங்கள், தலைவர்களின் மேற்கோள்கள் போன்றவற்றைக் கொண்டு மட்டும் அறிந்து கொள்ள முடியாது. அப்போது நிலவிய கருத்து மோதல்கள், முரண்பாடுகள் ஆகியவற்றை சரியாக உள்வாங்கினால்தான் கடந்து போன வரலாறும், அதன் படிப்பினைகளும் இன்று உதவிடும். இன்றைய பிரச்னைகளைத் தீர்க்கவும் பயன்படும். பெரும் மக்கள் இயக்கமாக உருவெடுத்த திராவிட இயக்கம் அவ்வப்போது மேற்கொண்ட கொள்கைகள், காங்கிரஸ், கம்யூனிஸ்ட் போன்ற இதர இயக்கங்களின் கருத்தியல்களோடு போராடி வீழ்த்தி, மக்கள் திரட்டலை திராவிட இயக்கம் மேற்கொண்ட பாங்கு ஆகியன முக்கிய ஆய்வுப் பொருளாக திகழ்கின்றன.

சமூகத்தில் புரையோடிப் போயிருந்த சாதி ஒடுக்குமுறை, பிராமணியம், பெண்ணடிமைத்தனம், மத மூடநம்பிக்கைகள் போன்றவற்றை ஒழிக்கும் நோக்குடன் எழுச்சியுடன் உருவானது சுயமரியாதை இயக்கம். இது அறிவு ஜீவிகள், நடுத்தர மக்கள், மனிதநேயம் கொண்டோர் என பல தரப்பாரையும் ஒருங்கிணைத்த பரந்த மேடையாக செயல்பட்டது. சிங்காரவேலர், ஜீவானந்தம் என கம்யூனிசத் தலைமை சோசலிசக் கருத்துகளை அந்த இயக்கத்தோடு இணைத்தபோது தமிழகத்தின் எதிர்காலம் முற்போக்குத் திசையில் சிவப்புமயம் ஆகும் நிலை உருவானது. அது, சிலர் இன்றும் விரும்புவது போன்று, தமிழக 'மண்ணுக்கேற்ற மார்க்சியமாக' உருவெடுத்திருக்கக் கூடும். உண்மையில் மார்க்சியம் எந்த மண்ணில் இயக்கமாக உருவெடுத்தாலும், அந்த மண்சார்ந்த உழைக்கும் மக்களின் போராட்டங்களுக்கு வழிகாட்டும் தத்துவமாக விளங்கிடும்.

தமிழகத்தில் சுயமரியாதை இயக்கம் சமதர்மப் பாதையில் நடைபோட்ட காலங்களில் அதற்கான நம்பிக்கை துளிர்விட்டது. ஆனால் ஆங்கிலேய ஏகாதிபத்தியமும் அன்றைய இந்திய, தமிழக உடைமை வர்க்கங்களும் விழித்துக்கொண்டு அதனை தடுத்தனர். இதனால் தமிழக வரலாறு தடம் புரண்டு தமிழகம் ஈடு செய்ய முடியாத இழப்பினை சந்தித்தது.

மீண்டும் நீதிக்கட்சி

பெரியார் சோசலிச இலட்சியத்தைக் கைவிடுவது என்ற நிலை எடுத்த பிறகு, நேரெதிரான திருப்பம் ஏற்பட்டது. சுயமரியாதை இயக்கம் தேய்ந்து போகும் நிலையும், வீழ்ந்து கிடந்த நீதிக்கட்சி புத்துயிர் பெற்று மீண்டும் வளர்ச்சி காணும் சூழலும் ஏற்பட்டது. அதாவது, அரசியல் துறையிலும், சமூக, பொருளாதாரத் துறையிலும் முற்போக்கான, உழைக்கும் மக்களுக்கான வேலைத்திட்டம் இல்லாமல் சமூக சீர்திருத்தம் மட்டுமே இலட்சியம் என்ற தடத்தில் அன்றைய திராவிட இயக்கம் செல்லத் துவங்கியது. இது ஒரு முக்கியமான சறுக்கல். இதன் தீய விளைவை இன்றளவும் தமிழகம் சந்தித்து வருகிறது.

ஆனால் இது திடீரென்று நிகழவில்லை. பெரியார் உள்ளிட்ட தலைவர்களின் செயல்பாடுகள் அதனையொட்டி படிப்படியாக அமைந்திருந்தன. முதலில் ஆங்கிலேய அரசு, கம்யூனிஸ்ட் இயக்கத்தைத் தடை செய்தது போன்று, சுயமரியாதை இயக்கத்தையும், தடை விதிப்பார்கள் என்ற காரணம் காட்டி, சோசலிச இலட்சியம் கைவிடப்படுவதாக அறிவிக்கப்பட்டது. பிறகு சுயமரியாதை இயக்கத்தையும் சிறிதுசிறிதாக நீர்த்துப்போகச் செய்து, செல்வாக்கிழந்து வந்த நீதிக்கட்சி நோக்கி தலைமை நகரத் துவங்கியது. இது, நீதிக்கட்சியின் தலைவராக பெரியார் பொறுப்பேற்றுக் கொண்டதில் முடிந்தது. 1934-ஆம் ஆண்டில் கம்யூனிஸ்ட் கட்சி தடை செய்யப்பட்டது. அப்போதிருந்தே நீதிக்கட்சியுடன் நெருக்கம் காண்பதற்கு பெரியாரும் இதர சுயமரியாதை இயக்கத்தினரும் முயன்றனர். அந்த ஆண்டில் நடைபெற்ற இந்திய சென்னை மாகாண சட்டசபை தேர்தலில் நீதிக்கட்சியினை சுயமரியாதை இயக்கம் ஆதரித்தது. ஆனால் நீதிக்கட்சி தோல்வி அடைந்தது.

நீதிக்கட்சி சில கொள்கைகளை ஏற்றால் அவர்களோடு இணைந்து பணியாற்றலாம் என்ற கருத்தினை முன்வைத்து, அந்தக் கொள்கைகள் பற்றிய வேலைத்திட்டம் ஒன்றினையும் நீதிக்கட்சித் தலைமையிடம் அளித்தனர். தேர்தல் தோல்வியால் துவண்டிருந்த நீதிக்கட்சி தலைமை அதனை ஏற்றுக் கொண்டது. எந்த விவாதமும், விமர்சனமும் இல்லாமல், பெரியார் முன்வைத்ததை நீதிக்கட்சியினர் ஏற்றுக் கொண்டனர். எடுத்துக்காட்டாக, பெரியார் வைத்த அந்தத் திட்டத்தில் சாதி, சமய உயர்வு தாழ்வு கூடாது

என்பதனை நீதிக்கட்சி அப்படியே ஏற்றுக் கொண்டது. உண்மையில் சனாதன இந்து பழைமைக் கோட்பாடுகளில் நம்பிக்கை கொண்ட பலர் நீதிக்கட்சியில் இருந்தனர். இருந்தாலும் பெரியாரை இழுக்க வேண்டுமென்பதற்காக பெரியாரின் திட்டத்தை ஏற்றுக் கொண்டனர். அதே போன்று, முன்பு உருவாக்கிய, ஈரோட்டுத் திட்டத்திலிருந்து பெரியார் தனியுடைமை ஒழிப்பு போன்ற புரட்சிகரத் திட்டத்தையெல்லாம் கைவிட்டு நீதிக் கட்சி தலைமை ஏற்றுக் கொள்ளும் வகையில் தொழிலாளர், விவசாயிகளுக்கு சில சலுகைகள் என்ற மிருதுவான, சமரசத் திட்டத்தை வகுத்து நீதிக் கட்சியுடன் சமரசம் கண்டார். இதனைக் குறிப்பிட்ட சிங்காரவேலர் இரு தரப்பினரும் “சரச சல்லாப வார்த்தைகளைப்” பேசுவதாக கேலி செய்து எழுதினர்.

நீதிக்கட்சித் தலைவராக பெரியார்

சென்னை மாகாணத் தேர்தலில் காங்கிரஸ் கட்சி வெற்றி பெற்றது. ராஜாஜி தலைமையில் அமைச்சரவை அமைந்தது அந்த அரசாங்கம் இந்தியை கட்டாயமாக்கியது. இந்த நடவடிக்கை கடும் எதிர்ப்பினை ஏற்படுத்தியது. இந்தி எதிர்ப்புக் கிளர்ச்சிகள் நடந்தன. 1938-ல் பெரியார் கைது செய்யப்பட்டார். அதே ஆண்டில் நடந்த நீதிக்கட்சி மாநாடு பெரியாரைத் தலைவராகத் தேர்ந்தெடுத்தது. சிறையிலிருந்து வெளிவந்த பெரியார் 1939-லிருந்து நீதிக்கட்சியைத் தலைமையேற்று வழி நடத்தினார்.

இந்தத் தேர்தலில், காங்கிரசும் நீதிக்கட்சியும் மோதின. அவர்களது கொள்கைப் பிரச்சாரத்தில் இரு கட்சிகளின் பலவீனமும் வெளிப்பட்டது. காங்கிரஸ் விடுதலைக்காக மக்களைத் திரட்டி போராட்டங்களில் ஈடுபட்டாலும், சமூகத்தில் பிராமண மேலாதிக்கம், சாதிய பாகுபாடுகள் போன்ற பிரச்னைகளைத் தீர்க்க திட்டம் ஏதும் இல்லாத கட்சியாக இருந்தது. வகுப்புவாரி பிரதிநிதித்துவம் எனும் பிராமணரல்லாதோருக்கான இட ஒதுக்கீடு வழங்கும் கொள்கையையும் காங்கிரஸ் கட்சி ஏற்றுக் கொள்ளவில்லை. மறுபுறம், வெறும் பிராமண எதிர்ப்பு என்கிற நிலையைத் தாண்டி, நால் வருண அமைப்பு முறையினால் பாதிக்கப்பட்ட பிற்படுத்தப்பட்ட மக்கள், தீண்டாமைக் கொடுமைக்கு ஆளாகி வந்த தாழ்த்தப்பட்ட உழைக்கும் மக்களின் சமூகப் பொருளாதார மேம்பாட்டுக்கு எவ்விதத் திட்டமும் நீதிக்கட்சியிடம் இல்லை.

அன்று தமிழகத்தில் இயங்கிய இரண்டு முக்கிய இயக்கங்களும் எராளமான கொள்கைக் குறைபாடுகளுடன் இயங்கி வந்த நிலையில் தமிழக மாற்று புதிய மாற்று தேவைப்பட்டது. ஆனால் அன்று இந்தத் தேவையை உணராமல் அன்றாட அரசியல் தேவைக்கு சமரசம் செய்து கொள்ளும் போக்கு தலை தூக்கியது. இதன் வெளிப்பாடாகவே, சுயமரியாதை இயக்கம் பெரியார் தலைமையில் நீதிகட்சியிடம் இணைந்தது. இது தமிழக வரலாற்றில் பெரும் பின்னடைவினை ஏற்படுத்தியது..

1930 ஆம் ஆண்டுகளில் "....ஆங்கிலேய ஆட்சியாக இருந்தாலும், இந்தியர்களால் ஆளப்படும் ஆட்சியாக இருந்தாலும், அது உடைமை வர்க்கங்களின் ஆட்சியாக இருந்தால் அகற்றப்பட வேண்டும்.." என்று முழங்கியது சுயமரியாதை சமதர்ம இயக்கம். பெரியாரின் கீழ்கண்ட வரிகள் அதனைத் தெளிவுபடுத்தும். "மகாராஜாக்கள், ஜமீன்தார்கள், முதலாளிமார்கள், ஆதிக்கம் கொண்ட ஆட்சியை அழிக்க வேண்டியவர்களாயிருக்கிறோம். அப்படிப்பட்ட ஆட்சி பிரிட்டிசாரால் நடத்தப்படுவதானாலும் சரி, இந்தியரால் நடத்தப்படுவதானாலும் சரி, மற்றவரால் நடத்தப்படுவதானாலும் சரி, நமக்கு அதைப் பற்றி கவலையில்லை; அடியோடு ஒழிக்க வேண்டியதுதான் கடமையாகும்;(குடி அரசு;1933)" இந்த சமதர்ம இலட்சிய முழக்கம் இருந்த இடம் தெரியாமல் மறைந்து போனது. இது சில ஆண்டுகளிலேயே நிகழ்ந்ததுதான் வேடிக்கையான வேதனை.

பெரியாரின் மேற்கண்ட எழுத்தையும், 1939-ஆம் ஆண்டில் அவரது கீழ்க்கண்ட பொதுக்கூட்டப் பேச்சையும் ஒப்பிட்டால் வரலாற்றில் ஏற்பட்ட ஒரு பெரிய சறுக்கலை உணர முடியும். சேலத்தில் நடந்த பொதுக் கூட்டத்தில் பெரியார் நிகழ்த்திய உரை இது; "...இந்த பிரிட்டிஷார் நம் நாட்டை விட்டுப் போய்விட வேண்டும், பிரிட்டிஷ் ஆதிக்கம் ஒழிக்கப்பட வேண்டும் என்பதை விட, பார்ப்பன ஆதிக்கம் ஒழிக்கப்பட வேண்டும் என்பது மிக அவசரமான காரியமாகும். பிரிட்டிஷ் ஆட்சியில் நம் சமூகத்திற்கும் நாட்டிற்கும் பல குறைகள் ஏற்பட்டிருந்தன. ஆனால், மற்ற ஐரோப்பிய முதலாளி வல்லரசுகளைப் பார்க்கும்போது, 'கூரைமேல் ஏறி கொள்ளிக்கட்டையில் விளையாடுகிற மகனே எல்லாரிலும் யோக்கியன்' என்று சொல்லும்படியான மொழிப்படி பிரிட்டிஷாரே நல்லவர்கள்"

இது, 1933-க்கும் 1939-க்கும் இடையில் ஏற்பட்ட நேர் முரணான மாற்றம். இந்த இரண்டு நிலைகளுக்கும் அந்தந்த காலங்களில் அழுத்தமாக நியாயம் கற்பிக்கப்பட்டன. முன்பு, சுயமரியாதை - சமதர்ம காலங்களில் பேசப்பட்ட பிரிட்டிஷ் ஏகாதிபத்திய எதிர்ப்புக்கும், பிறகு பிரிட்டிஷ் அரசின் மீதான மென்மையான போக்கிற்கும் அனல் பறக்கும் வாதங்கள் முன்வைக்கப்பட்டுள்ளன. அவை அனைத்தும் இன்றும் ஆவணங்களாக நமக்குக் கிடைக்கின்றன.

ஆனால் இந்த முரணான நிலைபாட்டினால் தமிழகம் பாதிக்கப்பட்டது என்பதனை மறுக்க இயலாது. 1944 - ஆம் ஆண்டு நீதிக் கட்சி திராவிடர் கழகமாக உருவெடுத்து, பிறகு திராவிட முன்னேற்றக் கழகம் என்று மக்கள் இயக்கமாக உருவெடுத்த நிலையிலும் இந்த முரண்கள் தொடர்ந்தன.

அதாவது, உழைக்கும் மக்கள் மேம்பாட்டிற்கான உறுதியான சமூக சீர்திருத்தம், முதலாளித்துவ அமைப்பு மீதான எதிர்ப்புடன் கூடிய சமூக, பொருளாதார கொள்கை அரசியல் ஆகியன திராவிட இயக்கத்தில் பிடிமானம் பெறவில்லை. அனைத்திலும் சமரசம், ஊசலாட்டம், இந்துத்துவா சக்திகளோடு நெருக்கம் என தடம் மாறிய வரலாற்றுப் பாதையில் திராவிட இயக்கம் பயணித்தது. சுயமரியாதை இயக்கத்தின் கருத்தாக்கத்திலிருந்து, சோசலிசக் கருத்தாக்கம் கட்டாயமாக பிரிக்கப்பட்டது. இது ஏற்படுத்திய மோசமான விளைவினை இன்றளவும் உணர்கின்றோம்.

11
மொழிக் கிளர்ச்சி அரசியல்

1937ஆம் ஆண்டிலிருந்து 1940 வரை நடைபெற்ற இந்தித் திணிப்பு எதிர்ப்புப் போராட்டங்கள், தமிழக அரசியலில் அன்றும், அதற்குப் பிறகும் மிக முக்கிய தாக்கத்தை ஏற்படுத்தின. விடுதலைக்குப் பிறகு இந்தி ஆட்சி மொழியாக இந்திய அரசியல் சட்டத்தில் சேர்க்கப்பட்டது. அதனைத், தொடர்ந்து இந்தித் திணிப்பு முயற்சிகள் நடந்தன. அவற்றை எதிர்த்த போராட்டங்கள், 1950, 1960-ஆம் ஆண்டுகளில் தமிழகத்தில் நடைபெற்றன. 1937 துவங்கி, 1965 வரையிலான காலங்களில் இந்தித் திணிப்பிற்கு எதிராக நடந்த மக்கள் திரட்டல், திராவிட இயக்கம் அமைப்பு ரீதியாக வளர உதவிற்று. குறிப்பாக இளைஞர்கள், நடுத்தர மக்கள் மத்தியில் வலுவான அரசியல் இயக்கமாக வளர, இந்தப் போராட்டங்கள் பெரிதும் பங்களிப்புச் செய்தன.

1937ஆம் ஆண்டில் ஆங்கிலேய ஆட்சியின்போது அமைந்த ராஜாஜி தலைமையிலான காங்கிரஸ் அரசாங்கம் இந்தியை பள்ளிகளில், கட்டாயமாக்கியது. நீதிக் கட்சியும், பெரியாரும், சுயமரியாதை இயக்கமும், கடும் எதிர்ப்பை வெளிப்படுத்தி, போராட்டங்களில் இறங்கினர். தமிழகம் முழுவதும் வெடித்தப் போராட்டங்கள், பல வடிவங்களில் நடைபெற்றன. இந்தித் திணிப்பு எதிர்ப்பு மாநாடுகள், நடத்தப்பட்டன. பேரணிகள், உண்ணாவிரதம், மறியல், ஆர்ப்பாட்டங்கள் என தமிழகம் போராட்டக்களமாக கொந்தளித்தது. 1939ஆம் ஆண்டு காங்கிரஸ் அரசாங்கம் பதவி விலகிய பிறகு இந்தியை பள்ளிகளில் கட்டாயப்படுத்தும் ஆணையை அரசு விலக்கிக் கொண்டது. அத்துடன் இந்தித் திணிப்புப் போராட்டத்தின் முதற்கட்டம் முடிவிற்கு வந்தது.

மொழிக் கிளர்ச்சியின் பின்புலம்

தமிழக மக்களிடையே பிராமணரல்லாதார் இயக்கத்தின் கருத்தியல், மேலும் வலுப்பெற, மொழிக் கிளர்ச்சி உதவியது. ஆய்வாளர்கள் எஸ்.வி.ராஜதுரை, வ.கீதா தமிழகத்தில் எழுந்த இந்தித் திணிப்பு எதிர்ப்புப் போராட்டத்தின் பின்னணியை ஆராய்ந்துள்ளனர். பிராமணியக் கருத்தியல், அதன் மொழியாக கருதப்படுகிற சம்ஸ்கிருத மொழி, இந்து மத மேலாதிக்கம்

ஆகியவற்றை எதிர்க்கும் வெளிப்பாடாகவே இந்தித் திணிப்பு எதிர்ப்பு அமைந்தது என அவர்கள் எழுதினர். அநீதியான சாதிய அடுக்குமுறை, பெண்ணடிமைத்தனம் உள்ளிட்ட பிராமணிய, கருத்தியலின் சின்னமாக சமஸ்கிருதம், அதன் வழித்தோன்றலாக இந்தி என்ற பார்வையே, பெரியார் உள்ளிட்ட இந்தித் திணிப்பு எதிர்ப்புப் போராட்டக்காரர்களின் பார்வையாக இருந்தது. பெரியார், 'பிராமணிய-பனியா' மேல்தட்டு சாதியினரின் மேலாதிக்கத்திற்கான சதியாகவும் இந்தித் திணிப்பினைக் கருதினார்.

1937 ஆம் ஆண்டுகளில் இந்திப் பிரச்னை பற்றிய பெரியாரது எழுத்துகள் பிராமணிய எதிர்ப்பு நிலையிலிருந்தே அமைந்தன. குடி அரசு இதழில் "இந்தி படித்தால் துளசிதாஸ் இராமாயணம் படிக்கலாம் என்கிறார், நமது அக்கிரகாரப் பிரதம மந்திரி. இந்திப் படித்தால் வடநாட்டில் சுற்றுப்பயணம் செய்யலாம் என்கிறார் நமது விபீஷண ஆழ்வாரான கல்வி மந்திரி. துளசிதாஸ் இராமாயணம் நமக்கு எதற்கு? சோற்றுக்கு வழியில்லாத மக்களுக்கு வடநாட்டுச் சுற்றுப்பிரயாணம் எதற்கு?" என்று தனக்கே உரிய பாணியில் கேள்வி எழுப்பினார்.

அதேபோன்று தொன்மைச் சிறப்புகள் கொண்ட தமிழ் மொழியை இரண்டாந்தர மொழியாகச் சிறுமைப்படுத்தும் உள்நோக்கமும் இந்தித் திணிப்பில் அடங்கியிருந்தது. 'பகுத்தறிவு' இதழில் 'தமிழை ஒழிக்கவே இந்தி' என்ற தலைப்பில் பெரியார் எழுதினார். "...மாகாணக் கல்லூரியில் சம்ஸ்கிருத போதகருக்கு மாதம் 35 முதல் 5 ரூபாய் சம்பளம், தமிழ்ப் போதகருக்கு அதில் பாதி கூட இல்லை. அதிகாரி வீட்டு கோழிமுட்டை அம்மிக்கல்லை உடைக்கும் என்று ஒருவர் சொன்னார். அதுபோல் ஆதிக்கத்தில் உள்ளவர்கள் மொழி ஆனதால், இந்தியை தமிழை ஒழிக்க கட்டாயப் பாடமாக்கப் போகிறார்கள்". எனவே, மொழிக் கிளர்ச்சிப் போராட்டத்தின் தலைமைக்கு பிராமணியக் கருத்தியல் எதிர்ப்பு என்பது முக்கிய அடிப்படையாக இருந்தது.

ஆளுகிறவர்களின் பார்வை

அன்று, காங்கிரஸ் ஆட்சி இந்தித் திணிப்பு எதிர்ப்புப் போராட்டங்களை அடக்குமுறை கொண்டு ஒடுக்கியது. இதற்கு இந்திய பாதுகாப்புச் சட்ட விதிகளைக் கொண்டும் போராட்டக்காரர்களை அரசாங்கம் ஒடுக்கியது. விடுதலைக்கு முன்பே காங்கிரசின் தலைமை, இந்தி இந்தியாவின் ஒரே ஆட்சி

மொழியாக இருக்க வேண்டும் என்ற எண்ணத்துடன்தான் செயல்பட்டனர். இதை மேலோட்டமாகப் பார்க்க இயலாது. இதில், இந்திய ஆளும் வர்க்கங்களின் நலன் அடங்கியிருக்கிறது. நாடு முழுவதும் ஒரே தேசிய இனம் என்கிற கண்ணோட்டம், நாடு முழுவதும் ஒரே மொழி, மத்தியில் அதிகாரங்கள் குவியல் போன்ற அனைத்தும் முதலாளித்துவ மூலதன வளர்ச்சிக்கு உதவும். இந்தியா பல தேசிய இனங்களின் நாடு என்பதை ஆளுகிற வர்க்கங்கள் ஏற்றுக்கொண்டதில்லை. இதனால் மொழி சமத்துவம் என்பதையும் அவர்கள் மறுத்து வருகின்றனர். மாறாக, மக்களுக்கான அதிகாரம் நிலைத்திருக்கும் ஒரு சமூக அமைப்பில்தான் உண்மையான மொழி சமத்துவம் என்ற ஜனநாயகம் உருவாகும். இந்த மாற்றத்திற்கான போராட்டம் இன்றைய காலத்தின் தேவை.

இந்தித் திணிப்பு எதிர்ப்பு என்ற ஜனநாயகக் கோரிக்கை இறுதியில் ‘ஆங்கிலமே எல்லாம்’ என்ற நிலைக்கு தமிழகத்தைக் கொண்டு சென்றது. ஆங்கில மோகமாக அது தடம் புரண்டது. தமிழுக்கு உரிய இடம் இன்னமும் கிடைக்கப் பெறாமல் ஆங்கிலமே அனைத்துத்துறைகளிலும் பயன்பாட்டு மொழியாக மாறும் நிலை ஏற்பட்டது. மொழி பற்றிய அறிவியல் பார்வை இல்லாததால் இந்நிலை உருவானது. கேரளம், கர்நாடகம், ஆந்திரபிரதேசம் மாநிலங்களில் அவரவர் தாய்மொழிப் பயன்பாடு நிர்வாக ஏற்பாட்டில் உள்ளது. ஆனால், இன்றைக்கும் தமிழக அரசு அலுவலகங்களில் நிர்வாக மொழியாக தமிழ் மொழி பயன்படுத்தப்படுவதில்லை. திராவிட இயக்கங்கள் நீண்டகாலம் ஆட்சிப் பொறுப்பில் இருந்த பிறகும் இந்நிலை தொடருகிறது.

மொழிப் பிரச்சனை-இன்றைய சவால்

இன்றைய பா.ஜ.க அரசும் இந்தியைத் திணிக்கும் முயற்சிகளை இடைவிடாது மேற்கொண்டு வருகிறது. ஆனால், கடந்த கால இந்தித் திணிப்பை எதிர்த்தப் போராட்டங்களிலிருந்து இன்றைய எதிர்ப்பு மாறுபட்டது. மத்தியில் இந்துத்துவா கூட்டம் அதிகாரத்தில் உள்ள நிலையில் அவர்கள் ஒரே பண்பாட்டைத் திணிக்கும் பாசிச முயற்சியாக இந்தித் திணிப்பு முயற்சிகளை மேற்கொண்டு வருகின்றனர். எனவே இந்த இந்துத்துவா நிகழ்ச்சி நிரலை இந்தி பேசாத மாநில மக்கள் மட்டுமல்லாது அனைத்து மாநில மக்களும் ஒன்றுதிரண்டு எதிர்க்க வேண்டும்.

இதற்கு கடந்த காலம் போன்று, இந்தி என்ற தனிப்பட்ட மொழியை எதிர்ப்பது, இந்தி பேசும் மக்களுக்கு எதிராக போராட்டத்தைக் கொண்டு செல்வது போன்ற செயல்கள் உகந்தது அல்ல. இந்துத்துவாவின் ஒரு தேசம் பார்வைக்கு மாற்று, பல தேசிய இனங்கள் ,பல மொழிகள், பல பண்பாடுகள் என்ற பன்முகத் தன்மை காக்கும் நிகழ்ச்சி நிரல் அவசியம். இதற்கு தேசிய இன முற்போக்கு தனித்தன்மைகளை பாதுகாப்பது, மொழி சமத்துவம் போன்ற முழக்கங்கள் அவசியம். அத்துடன், இந்தியாவின் ஒற்றுமை வலுப்பட வேண்டும். இந்திய சமூகத்தின் பன்முகத் தன்மை பாதுகாப்புப் போராட்டம், இந்திய ஒற்றுமை எனும் அடித்தளத்தில் நிகழ வேண்டும்.

இந்தித் திணிப்பு எதிர்ப்புப் போராட்டங்கள் பெரும் மக்கள் போராட்டமாக வெடித்ததற்கு மொழிப் பிரச்னைக்கு அப்பாற்பட்ட வேறு ஒரு முக்கிய பரிமாணமும் இருந்தது. விடுதலைக்குப் பிறகு அமைந்த இந்திய அரசியல் கட்டமைப்பு, மக்களிடையே ஏமாற்றத்தை ஏற்படுத்தி வந்தது. வறுமை ஒழிப்பில் முன்னேற்றம் இல்லை. அடிப்படை வாழ்வாதாரத் தேவைகள் மக்களுக்கு உறுதி செய்யப்படவில்லை. இந்த அதிருப்தி, எதிர்ப்பு உணர்வுகளின் வெளிப்பாடாகவும் மொழிப் போராட்டம் வெடித்தது. இந்த அதிருப்தி, மத்திய காங்கிரஸ் ஆட்சி மீதான வெறுப்பாக வடிவமெடுத்தது. 1967-ஆம் ஆண்டு தமிழகத்தில் மட்டுமல்லாது, வேறு பல மாநிலங்களிலும் காங்கிரஸ் தோற்கடிக்கப்பட்டு, எதிர்க்கட்சிகள் மாநில அரசாங்கங்களைக் கைப்பற்றின.

மாறான பார்வை

மொழிப் பிரச்னையில் தமிழகத்தில் அன்று இயங்கிய கம்யூனிஸ்ட்கள் அறிவியல் ரீதியான பார்வையுடன் செயல்பட்டனர். "இந்தி கூடாது; அதே நேரத்தில் அனைத்திலும் ஆங்கிலமே" என்ற கொள்கைக்கு மாறாக, ஆட்சி மொழி, நீதி, நிர்வாகம், பயிற்று மொழி என அனைத்துத் துறைகளிலும் தமிழே என்ற கோரிக்கையை முன்னிறுத்தி கம்யூனிஸ்ட் தலைவர்கள் பி.ராமமூர்த்தி, ஜீவா போன்றவர்கள் போராடி வந்தனர். அன்றைய சட்டப்பேரவையில் தி.மு.க. தரப்பில் "Hindi never; English ever" என்று முழங்கிய போது "Where is Tamil ?" என்று கேட்டவர் கம்யூனிஸ்ட் ஜீவானந்தம்.

மொழி அடிப்படையில் மாநிலங்கள் அமைய வேண்டுமென்ற கருத்தினை துவக்கத்திலிருந்தே கம்யூனிஸ்ட்கள் வலியுறுத்தி வந்தனர். மலையாள மொழி பேசும் மக்களைக் கொண்ட ஐக்கிய கேரளம் என்ற மாநிலத்தை அமைக்க இ.எம்.எஸ்.நம்பூதிரிபாட் தலைமையேற்ற போராட்டமும், தெலுங்கு பேசும் மக்கள் கொண்ட விசால ஆந்திரா எனும் மாநிலத்தை அமைக்க சுந்தரய்யா உள்ளிட்ட கம்யூனிசத் தலைவர்கள் பங்கேற்ற போராட்டங்களும் நடைபெற்றன.

மார்க்சிய அறிஞர் நா.வானமாமலை “அரசாங்கம் தனியாக அறிவியல் நூல் பதிப்பகம் துவங்கி, அறிவியல் நூல்கள் தமிழில் அச்சிட வேண்டும” என்று 1959 ஆம் ஆண்டிலேயே எழுதினார். இது நடந்திருந்தால் சர்வதேச அறிவியல் வளர்ச்சியை சாதாரண தமிழரும் அறிந்து கொள்ளும் நிலை ஏற்பட்டிருக்கும். அன்றைய கம்யூனிஸ்ட் இயக்கம் மொழிப் பிரச்னையில் ஆழமான தமிழ்ப் பற்று கொண்டு செயல்பட்டது. அது மட்டுமல்லாது, அறிவியல் பார்வையோடும் இயங்கியது.

திராவிட இயக்கங்களின் மொழிப் போராட்டம், மொழிச் சமத்துவம் என்ற இலட்சியத்தை எட்டவில்லை. எனினும், சமூக மட்டத்தில் தமிழின் பயன்பாட்டை உயர்த்துவதில் அவர்கள் அயராது பாடுபட்டனர்.

12
மக்கள் கிளர்ச்சி: பலன் என்ன?

இந்தித் திணிப்பை எதிர்த்த போராட்டம் 1937-ஆம் ஆண்டு துவங்கி மூன்று ஆண்டுக் காலம் நடைபெற்றது. 1940-ஆம் ஆண்டில் ராஜாஜி அரசாங்கம் பிறப்பித்த ஆணையை, அந்த அரசு பதவி விலகிய பிறகு அன்றைய ஆங்கிலேய அரசு விலக்கிக் கொண்டது. இந்தப் போராட்டத்தையும்,அடுத்தடுத்து 1960-ஆம் ஆண்டுகள் வரை நடந்த இந்தித் திணிப்பு எதிர்ப்புப் போராட்டங்களையும் திராவிட இயக்கத்தினர் நன்கு பயன்படுத்திக் கொண்டனர். அவர்கள் கருத்து ரீதியாகவும், அமைப்பு ரீதியாகவும் தங்களை பலப்படுத்திக் கொண்டு, 1967-ல் மாநில ஆட்சியை பிடித்தனர்.

வேறுபட்ட சக்திகளின் சங்கமம்

இந்தித் திணிப்பு எதிர்ப்புப் போராட்டத்தின் வரலாற்று முக்கியத்துவம் எதில் இருக்கிறது? இதனை ஆராய்ந்தால் ஒரு முக்கிய உண்மை புலப்படும். சமூக வாழ்க்கையில் பல்வேறு அடுக்குகளில் இருந்த மக்களும், எதிரும்புதிருமாக வேறுபட்ட கருத்துகளும் கொள்கைகளும் கொண்டவர்களும் இந்தப் போராட்டத்தில் முனைப்புடன் செயல்பட்டனர். மத எதிர்ப்பு கொண்ட பெரியார் ஈ.வெ.ரா இந்தப் போராட்டத்தை முன்னின்று நடத்தினார். நேர் மாறாக, மத மறுமலர்ச்சியை முன்னெடுக்கும் நோக்கம் கொண்ட மறைமலை அடிகளாரும் அதில் இணைந்து கொண்டார். பல்கலைக்கழக பேராசிரியர்கள் சோமசுந்தர பாரதி, பூர்ணலிங்கம் பிள்ளை போன்றோர் போராட்டத்தை ஆதரித்து வழி நடத்தினார்கள். மறுபுறம், கல்லூரி, பள்ளி மாணவர்கள் திரளாக இந்தித் திணிப்பு எதிர்ப்பில் களம் கண்டனர். அன்று நாட்டுப் பிரிவினையை ஆதரித்துக் கொண்டிருந்த சி.என்.அண்ணாத்துரையும் இந்திய ஒற்றுமை, தேசியம் பேசிய திரு.வி.கல்யாணசுந்தரம், ம.பொ.சிவஞானம் போன்றோரும் போராட்டத்தில் இணைந்து போராட்டத்தை வலுப்படுத்தினர்.

நாவலர் நெடுஞ்செழியன் இந்தி எதிர்ப்பு மாநாட்டு நிகழ்வு ஒன்றினை இவ்வாறு குறிப்பிடுகிறார்; “1938 சூன் 3-ஆம் நாளன்று சென்னை கோடம்பாக்கத்தில் பேராசிரியர் மறைமலையடிகளார் தலைமையில் இந்தி ஒழிப்பு மாநாடு ஒன்று நடந்தேறியது.

தமிழைக் காக்கும் ஆர்வத்தோடும் ஆவலோடும், அரசியல் அறிஞர்கள், சமய விற்பன்னர்கள், பகுத்தறிவு நெறியாளர்கள், சுயமரியாதை இயக்கத்தினர், நீதிக்கட்சியினர், தனித்தமிழ் இயக்கத்தினர், தமிழ்ப்புலவர்கள், கலைஞர்கள், வணிகர்கள் போன்ற எல்லாத்தரப்பினரும் பாகுபாடு ஏதுமின்றி தமிழர்கள் என்ற உணர்வோடு பெருந்திரளினராக மாநாட்டில் குழுமியிருந்தனர்." இந்த விவரிப்பு இந்தி எதிர்ப்பு இயக்கம் பன்முகத் தளத்தில் வாழ்ந்த அனைவரையும் ஒன்று சேர்த்ததை எடுத்துக்காட்டுகிறது.

அடித்தட்டு மக்கள் எழுச்சி

இவற்றுக்கெல்லாம் மேலாக, இந்தப் போராட்டத்தில் சமூகத்தின் அடித்தட்டில் இருந்தவர்கள் கலந்துகொண்டனர். போராட்டத்தில் பங்கேற்ற மற்றவர்களுக்கும், பாமர மக்களுக்கும் வெவ்வேறு நலன்கள் இருந்தன. 1938 ஜூன் 26 அன்று சென்னையில் நடைபெற்ற இந்தி எதிர்ப்புக் கூட்டத்தில் 50,000 என்ற எண்ணிக்கையில் மக்கள் பங்கேற்றனர். அடுத்த மாதம் ஜூலையில் விருதுநகரில் நடந்த கூட்டத்தில் 10000 பேர் கலந்துகொண்டனர். அந்த நாட்களில் தமிழ்நாட்டைச் சுற்றி நடந்த 87 கூட்டங்களில் சுமார் ஐந்து இலட்சம் பேர் பங்கேற்றனர். எனவே இந்த இயக்கம் அடித்தட்டு மக்களையும் ஈர்த்த இயக்கமாக தமிழகத்தில் நடைபெற்றது.

சுய மரியாதை இயக்கமும், பின்னர் திராவிட இயக்கமும் வளர்த்த 'தமிழர் என்ற இன உணர்வு' அனைவரையும் ஒரு குடையில் திரட்ட உதவியது. எனினும் சாதாரண மக்களுக்கு கல்வி சார்ந்த தேவைகள் இருந்தன. நீதி, நிர்வாகத்தில் பங்காற்றிட தாய் மொழி தேவை என்ற ஜனநாயக உணர்வும், அதற்கேற்ற கல்வி வாய்ப்புக்கள் கிடைக்கும் என்ற நம்பிக்கையும் அவர்களிடம் இருந்தன. அதில் அவர்களுக்கு ஏமாற்றமே காத்திருந்தது.

வலுவான வாக்கு வங்கி

1937 முதல் 1960 -கள் வரை நடந்த இந்தித் திணிப்பு எதிர்ப்புப் போராட்டங்களில் கலந்துகொண்ட இலட்சக்கணக்கான நகர்ப்புற, கிராமப்புற அடித்தட்டு மக்கள்தான், பின்னர் திராவிட இயக்கத்தின் வலுவான வாக்கு வங்கியாக மாறி அடுத்தடுத்து திராவிட இயக்கங்கள் மாநில ஆட்சியில் அமர்வதற்கு உறுதுணையாக இருந்தனர். ஆனால், மிக முக்கியமான கேள்வி என்ன? இந்த

அடித்தட்டு மக்களின் மொழி சார்ந்த தேவைகள் நிறைவேறியதா என்பதுதான். பெரியார் 1931-ஆம் ஆண்டில் குடி அரசு இதழில் எழுதிய ஒரு தலையங்கத்தில் “இந்தியை எக்காரணம் கொண்டும், எந்த வகையிலும், தென்னாட்டில், குறிப்பாக தமிழ்நாட்டில் புகுத்தக் கூடாது’ என்று கூறி ஒரு எச்சரிக்கையையும் விடுத்தார். இந்தியைப் புகுத்துவதால் “..பார்ப்பனிய ஆதிக்கம்தான் ஏற்படுமேயல்லாமல், திராவிடப் பெருங்குடி மக்களுக்கு எள்ளளவு பயனும் ஏற்படப்போவதில்லை” என்றும், அதனை திராவிட மக்கள் முழுமூச்சோடு எதிர்க்க வேண்டும்..” என்றும் எழுதினார்.

இதில் ‘பார்ப்பனிய ஆதிக்கம்’ என்று அவர் குறிப்பிடுவதில், கல்வி அனைவருக்கும் கிடைப்பதை மறுத்து, சாதிய அமைப்பில் மேலடுக்கில் உள்ள பிராமணர் பிரிவினருக்கே கல்வி என்ற நால்வருண மூடத்தனமும் அடங்கும். பெரியாரும், அன்றைய பிராமணரல்லாதார் இயக்கத் தலைமையினரும், இந்தியை எதிர்த்ததற்கு இது முக்கிய காரணம். ஆனால் இந்த பிராமணிய கருத்தியல் எதிர்ப்பு இயக்கத்தின் வழித்தோன்றலாக வந்த தி.மு.க., அ.தி.மு.க. தங்களது ஆட்சிக்காலத்தில் அடித்தட்டு மக்கள் அனைவரும் கல்வி அறிவு பெற மேற்கொண்ட நடவடிக்கைகள் என்ன? குறிப்பாக அறிவுச் செல்வத்தை அடைய முதல் படியாக விளங்கும் எழுத்தறிவினைப் பெற அவர்கள் எடுத்த முயற்சிகள் என்ன? ஆரம்பக்கட்ட எழுத்தறிவினை மக்கள் பெற்றிருப்பதுதான் சமூக வளர்ச்சிக்கு முக்கியமான தேவை. இது, அனைவராலும் ஏற்றுக் கொள்ளப்பட்ட அறிவியல் கருத்து.

கல்வி மறுப்பு

சில புள்ளி விவரங்கள் திராவிட இயக்க ஆட்சிகள் இதில் செய்த ‘சாதனையை’ விளக்கிடும். கடந்த 20-ஆம் நூற்றாண்டின் துவக்கத்தில் சென்னை மாகாண மக்கள்தொகையில் வெறும் 6 சதம் பேர் மட்டுமே எழுதப் படிக்கத் தெரிந்தவர்களாக இருந்தனர். 1951-ஆம் ஆண்டு நாடு விடுதலை அடைந்த நிலையிலும் 20-சதம் மக்கள் மட்டுமே எழுத்தறிவு பெற்றிருந்தனர். உண்மையில், இந்த வளர்ச்சி விகிதம் 1970-ஆம் ஆண்டில் குறைந்து போனது. இது முந்தைய காங்கிரஸ் அரசின் விளைவு, எனினும் இந்நிலையை மாற்றுவதற்கான சரியான கொள்கைகள் பின்பற்றப்படவில்லை. திராவிடக் கட்சிகள் ஆட்சியில் இருந்த காலங்களிலும், கிராமப்புற மக்கள், பெண்கள், தாழ்த்தப்பட்ட மக்கள் பெருமளவுக்கு

எழுத்தறிவு பெறாத நிலையே நீடித்தது. விடுதலைப் போராட்ட காலங்களிலேயே 'அனைவருக்கும் கல்வி' என்ற முழக்கத்தை முற்போக்காளர்களும் கம்யூனிஸ்ட்களும் முன்வைத்து போராடி வந்துள்ளனர். விடுதலை கிடைத்து இரு பத்தாண்டுகள் ஆன போதும் அது நிறைவேறவில்லை.

தி.மு.க., அ.தி.மு.க. ஆட்சிகள் ஏற்பட்டு பத்தாண்டு ஆனபின்பும், 1981-ஆம் ஆண்டு வரை கிராமப்புற மக்களில் 44 சதம், பெண்களில் 39 சதம், தலித் மக்களில் 30-சதம் மட்டுமே எழுத்தறிவு பெற்றனர். எந்த மக்களை பிராமணிய கருத்தியல் கல்வியறிவு பெறுவதிலிருந்து தடுத்து வந்ததோ, அந்த மக்கள் திராவிடக் கருத்தியல் அதிகாரத்திற்கு வந்தபோதும் கல்வி மறுக்கப்பட்டவர்களாகவே வாழ்ந்தனர். இதே காலத்தில் ஆளுகிறவர்களால் அவ்வப்போது வேட்டையாடப்பட்டு வந்த கம்யூனிஸ்ட்கள் கேரளத்தில் ஆட்சிக்கு வந்து 1981-ஆம் ஆண்டில் 78 சதம் அளவிற்கு எழுத்தறிவு பெற்றவர்களின் எண்ணிக்கையை உயர்த்தினர். பிறகு நூறு சதம் எட்டி சாதனை படைத்தனர். ஆக, எந்த அடித்தட்டு மக்கள் தங்களது அரசியல் தளமாகவும் வாக்கு வங்கியாகவும் இருந்து ஆதரவு அளித்தார்களோ, அவர்களுக்கு கல்வி வாய்ப்புக்கள் பரவலாகக் கிடைப்பதற்கு திராவிட ஆட்சியாளர்கள் முயற்சிக்கவில்லை. ஆட்சியில் இருந்த போது இதற்கான கொள்கைகள், உரிய நிதி ஒதுக்கீடு போன்றவற்றில் அவர்கள் கவனம் செலுத்தவில்லை.

இதற்கான காரணம் ஆழமானது. அவர்கள் உண்மையில் தமிழகம் உள்ளிட்ட பிரதேசம் சார்ந்த முதலாளிகளின் நலன்களை காப்பதில்தான் உறுதிபட இயங்கினர். முதலாளித்துவம் என்றுமே கல்வியை பரவலாக்குவதனை விரும்பாது. தனது தேவைக்கு உட்பட்டு மட்டுமே கல்வி வளர்ச்சியை ஏற்படுத்தும். மத்தியில் அன்றைய காங்கிரஸ் அரசும் இதே பாதையில் சென்றது. அதற்கேற்ப மாநிலத்தில் திராவிடக் கட்சிகளின் அரசின் கல்விக் கொள்கை அமைந்திருந்தது. தமிழகத்தில் கூட இடதுசாரிகளும் முற்போக்காளர்களும்தான் எழுத்தறிவு வளர்ச்சிக்கு முக்கிய பங்காற்றினர். 1991-ஆம் ஆண்டுகளில் மக்கள் இயக்கமாக நடைபெற்ற அறிவொளி இயக்கம் கிராமம் கிராமமாக எழுத்தறிவைப் பரப்பி வலுவான விழிப்புணர்வை ஏற்படுத்தியது. இதனை முற்போக்காளர்களும் இடதுசாரிகளுமே முன்னின்று நடத்தினர். இதனால் எழுத்தறிவு பெற்றோர் எண்ணிக்கை

உயர்ந்தது மட்டுமல்லாது பள்ளிகளில் குழந்தைகளை சேர்க்கும் எண்ணிக்கையும் அதிகரித்தது. அனைத்துக் குழந்தைகளும் பள்ளிக்கு அனுப்பும் விழிப்புணர்வை குடும்பங்களில் நேரடியாக பிரச்சாரம் செய்து வெற்றி கண்ட இயக்கம், அறிவொளி இயக்கம். ஆட்சி அதிகாரம் கையில் இருந்த போதும், திராவிடக் கட்சிகள் இந்தக் கடமையை அக்கறையோடு மேற்கொள்ளவில்லை. இதற்கான அடிப்படைக் காரணம், அவர்கள் அரசியலுக்காக மக்களைத் திரட்டுவதற்கு ஒரு வழிமுறையாகவே மொழிப்பிரச்னையை பயன்படுத்திக் கொண்டனர்.

எந்த மொழித் திணிப்பும் கூடாது என்பதோடு நீதி, நிர்வாக மற்றும் ஆட்சியின் செயல்பாடுகளை முழுமையாக மக்கள் அறிந்து, அவற்றில் அவர்கள் பங்கேற்கும் வகையில் தாய்மொழிப் பயன்பாடு அனைத்திலும் இருக்க வேண்டும். சமூகப் பொருளாதார வளர்ச்சிக்கு இசைந்தவாறு மொழியின் பயன்பாட்டை மேம்படுத்த வேண்டும். திராவிட கட்சிகள் செய்யத் தவறிய இந்தக் கடமையை வரும் காலங்களில் இடதுசாரி மக்கள் இயக்கம் சாதிக்க வேண்டும்

13
மாற்றுத்தடத்தில் திராவிட இயக்கம்

திராவிட இயக்கத்திற்கு 1940 ஆம் ஆண்டுகள் முக்கிய திருப்பத்தை ஏற்படுத்திய காலமாக அமைந்தன. 1944 ஆம் ஆண்டு திராவிடர் கழகம் அமைக்கப்பட்டது. 1949 ஆம் ஆண்டு திராவிட முன்னேற்றக் கழகம் உதயமானது. இந்த மாற்றங்களால், விரிந்த மக்கள் செல்வாக்கை திராவிட இயக்கம் பெற்றது.

திராவிடர் கழகம் தோன்றுவதற்கு முன்னதாக ஒரு முயற்சி மேற்கொள்ளப்பட்டது. மிகவும் பலவீனப்பட்டு, தேய்ந்து கொண்டிருந்த நீதிக்கட்சியைத் தூக்கி நிறுத்தும் முயற்சிகள் நடந்தன.

நீதிக்கட்சி ஆட்சியிலிருந்த போது சட்டரீதியாக பல சீர்திருத்த நடவடிக்கைகளை கொண்டு வந்தபோதும், தனது செல்வாக்குத் தளத்தை விரிவாக்கிட இயலவில்லை. சமூகத்தின் மேல்தட்டு செல்வந்தர்கள், நிலவுடைமையாளர்கள் , ஜமீன்தார்கள் போன்றவர்களைக் கொண்ட கட்சியாக இருந்ததால், அடித்தட்டு மக்களை அது கவர இயலவில்லை.

இந்தக் குறைபாடு நீடித்த நிலையில், ஆங்கிலேய ஆட்சி மீதான விசுவாசத்தையும், நேசத்தையும் நீதிக்கட்சியின் தலைமை கைவிடவில்லை. தமிழகத்திலும், நாட்டின் அனைத்துப் பகுதிகளிலும் விடுதலைக்கான போராட்டம் தீவிரமான நிலையில், நீதிக்கட்சி ஆங்கிலேய அடக்குமுறை அரசுடன் நட்பும், நெருங்கிய உறவும் கொண்டிருந்தது. இந்த நிலைப்பாடும் மக்களிடமிருந்து நீதிக்கட்சி, தனிமைப்படுவதற்கு முக்கியக் காரணமாக அமைந்தது.

நீதிக்கட்சி தோல்வி

ஆங்கிலேய ஆட்சியின் கீழ் 1937 ஆம் ஆண்டு நடைபெற்ற தேர்தலின் போது, அதுவரை தேர்தல்களைப் புறக்கணித்து வந்த காங்கிரஸ் கட்சி தேர்தலில் போட்டியிட்டது. மொத்தம் 215 இடங்களில் காங்கிரஸ் 159 இடங்களைப் பெற்று சட்டசபையில் வலுவான கட்சியாக மாறி, ஆட்சி அமைத்தது. நீதிக்கட்சி வெறும் 17 இடங்களை மட்டும் பெற்றது.

1920 ஆம் ஆண்டுகளிலிருந்து 1937 வரை இடையில் மூன்று ஆண்டுகள் தவிர்த்து, இதர காலம் முழுவதும் நீதிக்கட்சியே

ஆட்சியில் இருந்தது. இந்த அளவில் அதிகாரத்தை வலுவோடு பற்றி நின்ற நீதிக்கட்சி தோல்வியடையக் காரணம் என்ன? இதற்கான காரணமாக, நீதிக்கட்சித் தலைவர்கள் கிராமப்புற மக்களுடன் தொடர்பற்று போய்விட்டனர் என்ற உண்மையை பெரியார் குறிப்பிட்டிருந்தார்.

மக்கள் தொடர்பு அறுபடுவதற்கு நீதிக்கட்சியின் செயல்பாடுதான் வாய்ப்பை ஏற்படுத்தியிருந்தது. ஒருபுறம், நீதிக்கட்சி வசதி படைத்தவர்களின் நலனுக்காக செயல்பட்டு வந்த நிலையில், காங்கிரஸ் தேசிய விடுதலை இயக்கத்தை தலைமைதாங்கி நடத்தி வந்தது. இதுவே, காங்கிரஸ் கட்சி வெற்றி பெற்றதற்கான முக்கியக் காரணம்.

நீதிக்கட்சியின் தோல்வி அன்றைய தமிழகத்தில் ஆங்கிலேய ஆட்சியின் மீதான வெறுப்பு மேலோங்கி இருந்ததையே எடுத்துக்காட்டுகிறது. மக்களின் வாழ்வாதாரங்களைப் பறிக்கிற ஆங்கிலேய ஆட்சியின் சுரண்டல் கொள்கைகளையும் அதனை ஆதரிக்கும் நீதிக்கட்சியையும் மக்கள் ஏற்கவில்லை.

ஆனால், இதே காலக்கட்டத்தில் சுயமரியாதை இயக்கம் பெரியார் தலைமையில் கிராமப்புறங்கள் உள்ளிட்டு மக்கள் செல்வாக்குக் கொண்ட இயக்கமாக வளர்ந்து வந்தது.

சுயமரியாதை இயக்கத் தலைமைக்கும் ஆங்கிலேய ஆட்சியினை ஆதரிக்கும் நிலை இருந்தது. எனினும் சமூக சீர்திருத்தக் கொள்கைகள் அடித்தட்டு மக்களை எட்டும் மாபெரும் பிரச்சாரத்தை சுயமரியாதை இயக்கம் இடைவிடாது செய்து வந்தது.

நீதிக்கட்சியின் பிராமணரல்லாத இயக்கக் கருத்தியலைக் கொண்டதாக சுயமரியாதை இயக்கம் இருந்த நிலையிலும்கூட சாதிய ஏற்றத்தாழ்வு, ஒடுக்குமுறை, பெண்ணடிமைத்தன எதிர்ப்பு போன்ற சமூக இலட்சியங்களில் உறுதியாக இருந்தது. இதனால், நீதிக்கட்சிக்கு மக்கள் செல்வாக்கில் ஏற்பட்ட சரிவு பெரியார் தலைமையிலான சுயமரியாதை இயக்கத்திற்கு ஏற்படவில்லை.

காங்கிரசோடு சமரசம்

எனினும், காங்கிரஸ் விடுதலைப் போராட்டத்தில் முன்னின்றதால் அது பெற்ற மாபெரும் மக்கள் செல்வாக்குக்கு இணையான செல்வாக்கு சுயமரியாதை இயக்கத்திற்கு இல்லை.

எனவே ஒரு கட்டத்தில் பெரியார் காங்கிரசோடு இணைந்து சமூக சீர்திருத்தப் பணிகளை முன்னெடுத்துச் செல்லலாம் என்று ஆலோசித்தார். இதனையொட்டி பெரியார், ராஜாஜி சந்திப்பு குற்றாலத்தில் நடந்தது. ஆனால் இந்தப் பேச்சுவார்த்தை வெற்றிபெறவில்லை.

சமூக சீர்திருத்தத்தில் அக்கறை கொள்ளாத கட்சியாக காங்கிரஸ் தலைமை இருந்தது. அன்று காந்தி பல சீர்திருத்த நடவடிக்கைகளை மேற்கொண்டாலும் சாதி ஒழிப்பு, நால்வருண முறைக்கு முற்றுப்புள்ளி வைத்தல் போன்ற இலட்சியங்களை அழுத்தமாக காங்கிரஸ் முன்னிறுத்தவில்லை. ஏனெனில் அன்றைக்கு சமுதாயத்தில் குறிப்பாக கிராமப்புறச் சமுதாயத்தில் மேட்டுக்குடியினராக இருந்த நிலவுடைமையாளர்களின் கட்சியாகவே காங்கிரஸ் இருந்தது. இந்த நிலவுடைமைப் பகுதியினர்தான் சாதிய ஒடுக்குமுறைக் கருத்தியலை இயக்கும் சக்திகளாக இருந்தனர்.

எனவே காங்கிரசோடு சேர்ந்து சமூக சீர்திருத்தை முன்னெடுத்துச் செல்லலாம் என்ற பெரியாரின் திட்டம் நிறைவேறவில்லை. இந்நிலையில்தான் மீண்டும் நீதிக்கட்சியைத் தூக்கி நிறுத்தும் முயற்சிகள் நடைபெற்றன. பெரியார் மீண்டும் நீதிக்கட்சிக்கு வந்து அதற்கு தலைமையேற்றார். இது தமிழகத்திற்கு அன்று பின்னடைவாகவே கருத வேண்டியுள்ளது.

சுயமரியாதை இயக்கத்தின் சமூக சீர்திருத்த இயக்க நடவடிக்கைகள், இந்தித்திணிப்பு எதிர்ப்புப் போராட்டம் ஆகியவற்றால் கிடைத்த மக்கள் செல்வாக்கு நீதிக்கட்சி வளர்ச்சிக்கு உறுதுணையாக இருக்கும் என்ற கணிப்பும், எதிர்பார்ப்பும் இருந்தன. ஆனால், ஜமீன்தார்கள், ராஜாக்களின் கட்சி என்ற பிம்பமும், ஆங்கிலேய ஆட்சியின் செல்லப்பிள்ளை என்ற கறையும் நீதிக்கட்சியிடமிருந்து பிரிக்க முடியாதவையாக இருந்தன.

அரசியல் தளத்தில் அந்நிய ஆட்சியிலிருந்து விடுதலை, சமூகத்தளத்தில், சாதிய ஒடுக்குமுறையிலிருந்து விடுதலை என்ற இரண்டு தேவைகள் அன்றைய சென்னை மாகாண மக்களுக்கும் குறிப்பாக தமிழக மக்களுக்கும் இருந்தன. நாட்டு விடுதலை பேசிய காங்கிரஸ் சமூக விடுதலையை கண்டுகொள்ளவில்லை. சமூக சீர்திருத்தம் பேசிய பிராமணரல்லாதவர் இயக்கம் நாட்டு விடுதலை பற்றி அக்கறை கொள்ளவில்லை.

இந்நிலையில் இரண்டையும் முன்னெடுத்துச் சென்றது கம்யூனிஸ்ட் இயக்கம். அன்று அவர்கள் வளர்ச்சி பெற்று வந்தாலும் ஆங்கிலேய அரசின் அடக்குமுறை காரணமாக அமைப்புரீதியாக வளர்ச்சி பெற இயலவில்லை.

பெரியார் தலைமை

பெரியார் நீதிக்கட்சியின் தலைமைப் பொறுப்பை ஏற்ற சூழலில் நீதிக்கட்சியின்மீது இருந்த அத்தனை கறைகளும் பெரியாருக்கும், சுயமரியாதை இயக்கத்திற்கும் வந்து சேர்ந்து பெரும் சரிவு ஏற்பட்டுவிடும் நிலை உருவானது. பிராமணரல்லாதவர் இயக்கத்திற்கு பின்னடைவு ஏற்படும் நிலை உருவானது.

இதனை உணர்ந்த, அண்ணா உள்ளிட்ட பலர் நிலைமையை சமாளிக்க முயன்றனர். வெகுமக்கள் செல்வாக்கினை தக்க வைக்கவும், விரிவாக்கவும் பல திட்டங்களை உருவாக்கி செயல்படுத்தினர்.

ஜமீன்தார்கள், நிலவுடைமையாளர்கள் மற்றும் தரகு முதலாளிகள், வர்த்தகர்களுக்கான கட்சி அல்ல என்பதனை நிலைநாட்ட நீதிக்கட்சி என்ற பெயரை அகற்றிட முடிவெடுத்தனர்.

1944 ஆம் ஆண்டு சேலத்தில் நடைபெற்ற மாநாடு இந்த மாற்றங்களுக்கான களமாக அமைந்தது. ஆங்கிலேய அரசிடம் பாசமும், நேசமும் கொண்டிருந்தோரை விலக்கிடும் ஒரு முயற்சியாக ஒரு தீர்மானம் மாநாட்டில் கொண்டு வரப்பட்டது. ஆங்கிலேய அரசு அமைத்த பல குழுக்களில் அன்று நீதிக்கட்சியின் பல தலைவர்கள் உறுப்பினர்களாக செயல்பட்டு வந்தனர். அவற்றிலிருந்து விலக வேண்டும் என்று தீர்மானம் நிறைவேற்றப்பட்டது.

பல நீதிக்கட்சித் தலைவர்கள் ஆங்கிலேய அரசு கொடுத்த ‘சர்’, ‘திவான் பகதூர்’ போன்ற கௌரவப்பட்டங்களை பெற்றுக்கொண்டு சமூகத்தில் மிடுக்குடன் வலம் வந்து கொண்டிருந்தனர். அவற்றையும், துறக்க வேண்டுமென்று ஒரு தீர்மானத்தை மாநாட்டில் அண்ணா கொண்டு வந்தார். இவை அனைத்தும் இயக்கத்தின் கறைகளைப் போக்கி வெகுமக்கள் இயக்கமாக மாற்றுவதற்கான சாதுர்யமான நடவடிக்கைகளாக அமைந்தன. நீதிக்கட்சி சார்பு கொண்ட பலர் இதனால் விலக நேர்ந்தது.

இயக்கத்திற்கு "திராவிடர் கழகம்" என்ற புதிய பெயர் சூட்டப்பட்டது. பெரியார் தலைவராகவும், அண்ணா பொதுச் செயலாளராகவும் செயல்படத் துவங்கினர். அண்ணா நீதிக்கட்சித் தலைவர்களை "பட்டு வேட்டிகள்", "ஜரிகை ஜிப்பாக்கள்" என்று கிண்டல் செய்திருந்தார். இத்தகைய மேட்டுக்குடி செல்வாக்கிலிருந்து விடுபட்டு பெருந்திரளான நடுத்தர வர்க்கத்தினர், ஆசிரியர்கள், மாணவர்களைச் சென்றடையும் வியூகம் கச்சிதமாக வடிவமைக்கப்பட்டது.

பெரியார், அண்ணா தலைமையிலான "திராவிடர் கழகம்" முழு மூச்சாகச் செயல்படத் துவங்கியது. பிராமணியக் கருத்தியலுக்கு எதிராக, திராவிடக் கருத்தியல் முன்வைக்கப்பட்டது. இதில் தமிழ்மொழி, தமிழ் இன மேன்மை, தொன்மை முக்கியமான வாதங்களாக முன்னெடுக்கப்பட்டன. இந்தி, சமஸ்கிருதம், ஆரியம், அனைத்தும் திராவிடத்தின் மீது பிராமணியம் தொடுக்கும் தாக்குதல்களாக விமர்சிக்கப்பட்டது.

காங்கிரசின் சமரசப் போக்கு, காந்தியின் வர்ணாசிரம ஆதரவு நிலை, அனைத்தும் திராவிடர் கழகப் பிரச்சாரங்களில் அங்கம் வகித்தன. சாதி ஒழிப்பு, இந்து மத எதிர்ப்பு, பெண் சமத்துவம் போன்ற கொள்கைகள் தொடர்ந்து முக்கியத்துவம் பெற்றன.

திராவிட நாடு கோரிக்கை

இந்தியாவிற்கு விடுதலையை ஆங்கிலேய அரசு அளித்தால் "திராவிட நாடு" தனியாக அமைந்திட வேண்டும் என்றும் வலியுறுத்தப்பட்டது. இந்தித்திணிப்பு எதிர்ப்புப் போராட்டத்தின் போது "திராவிட நாடு" கோரிக்கையை பெரியார் எழுப்பினார். திராவிடர் கழகம் என்று புதிய வடிவம் எடுத்த நிலையில் திராவிட நாடு கோரிக்கை மீண்டும் எழுப்பப்பட்டது.

அப்போது ஆங்கிலேய ஆட்சி இரண்டாம் உலகப் போர் முடிவடைந்த நிலையில் பலவீனப்பட்டு இருந்தது. 1942 ஆம் ஆண்டு நடைபெற்ற 'வெள்ளையனே வெளியேறு' இயக்கமும், தொடர்ந்து நடைபெற்ற தொழிலாளர், விவசாயிகளின் மக்கள் இயக்கங்களும், விடுதலை இலட்சியத்தை மறுக்க முடியாத நிகழ்ச்சி நிரலாக முன்னுக்கு கொண்டு வந்தன.

இந்நிலையில் ஜின்னா பாகிஸ்தான் கோரிக்கையை வலியுறுத்தினார். பிராமணரல்லாதார் இயக்கம் நீண்ட காலமாக

விடுதலைக்குப் பிறகு காங்கிரஸ் வந்தால் அது பிராமண ஆதிக்க ஆட்சியாக இருக்கும் என்ற அச்சத்தை வெளிப்படுத்தி வந்தது. எனவே ‘பாகிஸ்தான்’ தனிநாடு கோரிக்கை போன்று திராவிட நாடு கோரிக்கையை நாடு தழுவிய கோரிக்கையாக மாற்றிட ஜின்னா போன்றோரின் ஆதரவினைத் திரட்ட பெரியார் முயன்றார். ஆனால் அது பலனளிக்கவில்லை.

விடுதலைக்குப் பிறகு பாட்டாளி வர்க்கங்களின் நலன் காக்கும் கண்ணோட்டத்தை கம்யூனிஸ்ட் இயக்கம் மாற்றுப்பார்வையாக முன்வைத்தது. அத்தகைய துல்லியப் பார்வை ஏதும் இல்லாமல் திராவிட நாடு என்ற கோரிக்கையை திராவிடர் கழகம் பிரச்சாரம் செய்தது.

14
திராவிட நாடு கோரிக்கை தோற்றமும் மறைவும்

திராவிட நாடு கோரிக்கை எழுப்பி சுமார் 25 ஆண்டுகளாக திராவிடர் கழகமும், பின்னர் திராவிட முன்னேற்றக் கழகமும் பிரச்சாரம் செய்து வந்தனர். சென்னை மாகாணத்தில் ராஜாஜி முதல் அமைச்சராக இருந்த போது, அவர் கொண்டு வந்த இந்தித் திணிப்பு நடவடிக்கையை எதிர்த்து எழுந்த போராட்டம் தீவிரமாகிய நிலையில், திராவிடநாடு கோரிக்கை எழுப்பப்பட்டது. தமிழ் மொழி பேசப்படும் பகுதி மட்டுமல்லாது தெலுங்கு, கன்னடம், மலையாள மொழிகள் பேசப்படும் பகுதிகளும் இணைந்த தனி திராவிட நாடு என்ற பொருளில் இந்தப் பிரிவினைக் கோரிக்கையை அன்றைய பெரியார் தலைமையிலான நீதிக்கட்சி முன்வைத்தது.

மொழி, இனம், கலாச்சாரம் ஆகியன வளர்ச்சி பெற வேண்டும் என்று விரும்பிய மக்களின் எதிர்பார்ப்பு விடுதலை பெற்ற இந்தியாவில் நிறைவேறவில்லை. மாறாக, இந்தத் தேவைகளை முடமாக்கும் வகையில் காங்கிரஸ் செயல்பட்டு வந்தது. அவர்களது கண்ணோட்டத்தில் இந்தியா ஒரு தேசிய இனம் கொண்டது; பல தேசிய இனங்கள் கொண்ட நாடு என்ற பார்வை அவர்களுக்கு இல்லை. பா.ஜ.க, மேலும் பின்னோக்கியப் பார்வையுடன் இந்தியா ஒரு தேசம், இந்து தேசம் என்ற பார்வை கொண்டது.

எனவே இந்தி மொழித் திணிப்பை காங்கிரஸ் அரசு அன்று கொண்டு வந்த போது மக்கள் தங்கள் கலாச்சாரத்தின் மீதான தாக்குதலாகக் கண்டனர். இதனால் மக்கள் மத்தியில் கடும் எதிர்ப்புணர்வு ஏற்பட்டது. ஆனால், பிரிவினை தான் ஒரே தீர்வு என்ற நிலைக்கு மக்கள் செல்லவில்லை. இந்தித் திணிப்பிற்கு எதிராக எழுந்த வெறுப்பினை திராவிட நாடு கோரிக்கையாக வடிவம் கொடுத்தது, திராவிட இயக்கத் தலைமை. அதே போன்று, ஏற்கனவே எழுப்பப்பட்ட முழக்கங்ளோடு திராவிட நாடு முழக்கத்தையும் இணைத்து பிரச்சாரம் நடத்தப்பட்டது. பிராமண எதிர்ப்பு இத்துடன் கலந்தது. தமிழை அழிக்க பிராமணர்களின் சதியே இந்தித் திணிப்பு எனவும், திராவிடத்தை வீழ்த்த ஆரியத்தின் சூழ்ச்சி எனவும், இந்தி பேசும் வடக்கு, திராவிட மொழிகள்

பேசும் தெற்கின் திராவிடக் கலாச்சாரத்தை அழிக்க முனைகிறது எனவும் கருத்துகளை அடுக்கி, திராவிட நாடு கோரிக்கையை மக்களிடையே பரப்பி வந்தனர். இதற்கு, மக்கள் ஆதரவும் ஓரளவு கிடைத்தது. பொருளாதார, வாழ்வாதார, பண்பாட்டுத் தேவைகள் எதுவும் நிறைவேறாத சூழல், கணிசமான மக்கள் திராவிட கருத்தாக்கங்களுக்கு செவிசாய்க்கும் வாய்ப்பை ஏற்படுத்தியிருந்தது.

அனைத்திந்தியச் சந்தை

அன்றைய காங்கிரஸ் ஆட்சியும், தற்போதைய பாஜக ஆட்சியும் மாநிலங்களுக்கு அதிக அதிகாரங்கள் வழங்குவதை ஏற்றுக் கொள்வதில்லை. ஏனெனில் இந்தியப் பெருமுதலாளிகள் தங்களது மூலதனப் பெருக்கத்திற்கு அனைத்திந்திய சந்தை இயக்கத்தையே விரும்புவார்கள். அனைத்து கொள்கை முடிவுகளின் மையமாக டெல்லி இருந்தால்தான் பெரு முதலாளிகள் நலன் பாதுகாப்பாக இருக்கும். அவர்களின் குரலாக ஒலிக்கும் காங்கிரஸ், பாஜக கட்சிகள் மையப்படுத்தப்பட்ட அதிகார அமைப்புக்கு ஆதரவாக இருப்பதில் ஆச்சர்யம் ஏதுமில்லை.

அதே சமயத்தில் இந்தியப் பெருமுதலாளிகளுக்கு அடுத்த நிலையில் உள்ள பிரதேச முதலாளிகள் தங்களது வளர்ச்சிக்கு மாநில அரசியல் தலைமைகளை வளைத்துப் போட்டு தங்களது மூலதனப் பெருக்கத்தை வளர்த்துக் கொள்வார்கள். எனவேதான் 1960-களிலிருந்து தி.மு.க. மாநிலங்களுக்கு அதிக அதிகாரம் எனும் மாநில சுயாட்சி கோரிக்கைகளை முன்னிறுத்தினர். தமிழகத்தில் திராவிட கட்சிகளும், பல மாநிலங்களில் செயல்படும் மாநில கட்சிகளும் பிரதேச முதலாளிகளின் குரலாக "மாநிலங்களுக்கு அதிக அதிகாரம்" என்ற கோஷத்தை முழக்குகின்றனர். இதற்கு மாறாக, கம்யூனிஸ்ட்கள், மக்களால் தேர்ந்தெடுக்கப்பட்ட அரசாங்கம், சாதாரண, உழைக்கும் மக்களின் அடிப்படை தேவைகளை நிறைவேற்றுவதற்கு மாநிலங்களுக்கு அதிக அதிகாரம் வேண்டும் என்று கோரினர்.

1963-ஆம் ஆண்டு திராவிட நாடு கைவிடப்பட்ட பிறகு, மாநில சுயாட்சி என்ற கோரிக்கை எழுப்பப்பட்டது. தமிழகத்தில் 1940-ஆம் ஆண்டுகளில் பெரியார் தலைமையிலான நீதிக்கட்சியும், அதன் பிறகு உருவான திராவிடர் கழகமும் திராவிட நாடு கோரிக்கையை வலியுறுத்தி வந்தனர். பெரியார் திராவிட நாடு கோரிக்கை எழுப்பிய துவக்கக் கட்டத்தில், பிரதேச முதலாளிகளின்

நலனுக்கான கோரிக்கையாக இது அழுத்தம் பெறவில்லை. எனினும், தி.மு.க. உருவாகி, அது ஆட்சியைக் கைப்பற்றிய நிலையில் பிரதேச முதலாளிகளின் குரலாக மாநிலங்களுக்கு அதிக அதிகாரம் என்ற முழக்கத்தை அது எழுப்பியது.

உண்மையில் விடுதலைக்கு முன்பு திராவிட நாடு கோரிக்கை ஆங்கிலேய ஏகாதிபத்தியத்துடன் சமரசம் செய்து கொள்வதாகவும் இருந்தது. 1943-ஆம் ஆண்டு பெரியாரின் தலைமையில் நடைபெற்ற நீதிக்கட்சியின் நிர்வாகக் குழுக் கூட்டத்தில், பெரியார் முன்மொழிந்த நான்கு தீர்மானங்களில் கீழ்க்கண்ட ஒரு தீர்மானமும் நிறைவேற்றப்பட்டது.

“திராவிட நாடு இந்திய மத்திய அரசாங்கம் என்று சொல்லப்படும் கவர்னர் ஜெனரல் ஆட்சியின் சம்பந்தமில்லாமல், நேரே அரசர் பெருமான் பார்லிமெண்டுக்குட்பட்ட தனிநாட்டு ஆட்சியாக இருக்க ஏற்பாடு செய்ய வேண்டியது என்பது ஜஸ்டிஸ் கட்சி அங்கத்தினர்களாய் சேருகிறவர்களுக்கு ஒரு கொள்கையாக அங்கத்தினர்களை சேர்க்கும் (pledge)-ல் உறுதிமொழிச் சீட்டில் சேர்க்கப்பட வேண்டும்.” அதாவது திராவிட நாடு என்பது இலண்டனில் உள்ள ஆங்கிலேய பாராளுமன்றத்திற்கு கட்டுப்பட்டு இயங்கும் என்று இந்தத் தீர்மானம் பேசுகிறது. நாட்டு விடுதலைக்காக மக்கள் போராடி, தியாகப் போராட்டப் பாதையில் பயணித்துக் கொண்டிருந்த சூழலில் இவ்வாறான தீர்மானம் நிறைவேற்றப்பட்டது !

எனவே, பிராமணியம் உள்ளிட்ட சமூக ஒடுக்குமுறை அநீதிகளிலிருந்தும், காலனிய ஒடுக்குமுறையிலிருந்தும் முற்றாக விடுபடுவதற்கான பாதையாகத் திராவிட நாடு முழக்கம் இருந்திடவில்லை. மாறாக விடுதலைக்குப் பிறகு உண்மையான ஜனநாயகம், சமூக நீதி இலட்சியங்களை மக்கள் அடைவதற்கான வாய்ப்புகளை ஒழித்து மிகவும் பின்னோக்கித் தள்ளுகிற கோரிக்கையாகவே திராவிட நாடு கோரிக்கை இருந்தது.

மொழிவழி மாநிலங்கள்

1940-ஆம் ஆண்டுகளிலிருந்து 1960-ஆம் ஆண்டுகள் வரை திராவிட நாடு கோரிக்கை திராவிட இயக்கப் பிரச்சாரத்தில் இடம் பெற்றது. மொழிவழி மாநிலங்கள் அமைய கம்யூனிஸ்ட்டுகளும் இதர சக்திகளும் தீவிரமான போராட்டங்களை நடத்தினர். இதனால், 1956 -ஆம் ஆண்டில் மாநிலங்களை மறுசீரமைக்கும்

சட்டம் கொண்டு வரப்பட்டது. மொழிவாரி மாநிலங்கள் அமைந்த பிறகு திராவிட நாடு கோரிக்கை வலுவிழந்தது. அது மட்டுமல்லாது, தென்னிந்தியாவில் தமிழகம் தவிர இதரப் பகுதிகளில் இந்தக் கோரிக்கை எந்த தாக்கத்தையும் ஏற்படுத்தவில்லை.

அன்றைய தமிழகம் மற்றும் தென்னிந்திய முதலாளிகளும் திராவிட நாடு என்ற பிரிவினை கோரிக்கையை ஆதரிக்கவில்லை. ஏனென்றால், நாடு தழுவிய இந்திய சந்தை அவர்களது மூலதன வளர்ச்சிக்கு உதவிடும் என்பது அவர்களது கணக்கு. 1960-ஆம் ஆண்டிலேயே தி.மு.க தலைமை அந்த கோரிக்கையை கைவிட முடிவு செய்தது. 1963-ஆம் ஆண்டு அன்றைய ஜவஹர்லால் நேரு அரசு நாட்டுப் பிரிவினை கோருவது சட்ட விரோதம் என அறிவித்தது. அந்த ஆண்டிலேயே அண்ணா தலைமையிலான தி.மு.க முற்றாக அந்தக் கோரிக்கையை கைவிட்டது.

மத்திய அரசமைப்புக்கும் மாநில அரசுகளுக்கும் உள்ள உறவுகளை மக்களின் நலன் சார்ந்து ஜனநாயக அடிப்படையில் மாற்றியமைக்க வேண்டும். அப்போதுதான் உண்மையான கூட்டாட்சி முறை வளர்ந்து நாட்டில் சமத்துவமும் ஜனநாயகமும் நிலைக்கும். ஒருபுறம் காங்கிரஸ் போன்ற அகில இந்தியக் கட்சிகள் பெரு முதலாளிகள் நலன் சார்ந்த ஆட்சி அமைப்பையும் திராவிட கட்சிகள் உள்ளிட்ட மாநிலக் கட்சிகள் பிரதேச முதலாளிகள் நலன் சார்ந்த ஆட்சி அமைப்பையும் கட்டியமைக்க முயல்கின்றனர். இதையே தங்களது கூட்டாட்சித் தத்துவமாக அவர்கள் பின்பற்றுகின்றனர்.

இந்த இரண்டிலிருந்து வேறுபட்ட ஒரு பார்வை தேவைப்படுகிறது. அது கடைகோடியில் உள்ள ஒரு விவசாயத் தொழிலாளிக்கும் தனது உரிமைக்குரலை எழுப்பும் வாய்ப்பு கொண்டதாக இருக்க வேண்டும். மக்களின் அடிப்படைத் தேவைகளை நிறைவேற்றும் இடத்தில் இருப்பது மாநிலத்திலிருந்து துவங்கி கிராம ஊராட்சி வரையிலான அமைப்புகள் ஆகும். ஒவ்வொரு மட்டத்திலும் முழு அதிகாரங்களை உறுதிப்படுத்த வேண்டும். இந்த உழைக்கும் மக்கள் நலன் சார்ந்த ஜனநாயக கருத்தோட்டம் இடதுசாரிகளிடம் மட்டுமே உள்ளது. 1930,1940 காலங்களில், திராவிட நாடு கோரிக்கையை பெரியாரும் அண்ணாவும் பிரச்சாரம் செய்து வந்த காலத்திலேயே கம்யூனிஸ்ட்கள் மக்களுக்கு உண்மையான அதிகாரத்தை உறுதிப்படுத்தும் கொள்கைக்காக செயல்பட்டு வந்துள்ளனர்.

கம்யூனிஸ்ட்களின் மத்திய, மாநில உறவுகள் பற்றிய பார்வை பெரியாரையும் ஈர்த்திருக்கிறது என்பதை 1952-தேர்தலின் போது நடந்த ஒரு நிகழ்வை சான்றாகக் கூறலாம். 1952 தேர்தல், நாட்டு விடுதலைக்குப் பிறகு நடந்த முதல் பொதுத் தேர்தல். கம்யூனிஸ்ட் வேட்பாளர்களை பெரியார் ஆதரிக்க வேண்டுமென்று கம்யூனிஸ்ட் இயக்கத்தின் முன்னோடியான பி.ராமமூர்த்தி உள்ளிட்ட தலைவர்கள் பெரியாரோடு பேச்சு வார்த்தை நடத்தினர். தனது திராவிடர் கழகம் தேர்தலில் போட்டியிடாது என்று தெரிவித்த பெரியார் கம்யூனிஸ்ட் வேட்பாளர்களை ஆதரித்து பிரச்சாரம் செய்தார்.

திண்டுக்கல்லில் ஏ.பாலசுப்பிரமணியத்தை ஆதரித்த பொதுக்கூட்டத்தில் பெரியார் கலந்து கொண்டார். அப்போது நடந்த நிகழ்வை பி. ராமமூர்த்தி தனது "ஆரிய மாயையா? திராவிட மாயையா?" நூலில் குறிப்பிடுகிறார். "முதலில் பேசிய பாலசுப்ரணியம், மாகாண சுய ஆட்சியின் அவசியத்தை விளக்கிப் பேசினார். அதைக் கேட்டு விட்டுப் பிறகு பேசிய பெரியார், 'கம்யூனிஸ்ட்கள் விரும்பும் மாநில சுய ஆட்சியை அடிப்படையாகக் கொண்ட சமஷ்டி இந்தியாவாக இருந்தால், அது பாலசுப்ரணியம் விளக்கியபடி இருக்குமானால், நான் தனித் திராவிட நாடு கோரிக்கையை வற்புறுத்த மாட்டேன்' என்றும் கூறினார்."

இன்றும் அந்த மக்கள்நலன் சார்ந்த கூட்டாட்சிமுறை நடைமுறைக்கு வரவில்லை. மாறாக, தற்போதுள்ள கூட்டாட்சி முறைக்கு இந்துத்துவா சக்திகளால் ஆபத்து ஏற்பட்டுள்ளது. எனவே தற்போதுள்ள கூட்டாட்சி முறையை பாதுகாத்துக் கொண்டு புதிய கூட்டாட்சி முறைக்கான மக்கள் போராட்டம் தொடர்ந்திட வேண்டும்.

15

திராவிடர் கழகத்தில் பிளவு

பெரியார் வழி நடத்திய திராவிடர் கழகத்தில் பல கருத்து வேறுபாடுகள் தோன்றிய சூழலில் அக்கட்சியிலிருந்து பிரிந்து திராவிட முன்னேற்றக் கழகம் 1949-ஆம் ஆண்டு உருவானது. அண்ணாவும், அவரது தலைமையை ஏற்றுக் கொண்ட பல இளம் தலைவர்களும் அந்த ஆண்டு செப்டம்பர் 17-ல் சென்னையில் கூடினர். திராவிட முன்னேற்றக் கழகம் என்ற இயக்கத்தை உருவாக்குவது என்று முடிவெடுத்து, செப்டம்பர் 18 அன்று தொண்டர்கள் கலந்து கொண்ட பேரணி நடத்தினர். பொதுச்செயலாளராக அண்ணா தேர்ந்தெடுக்கப்பட்டார்.

இதனை இந்திய அரசியலில் ஒரு முக்கிய வரலாற்று நிகழ்வாக பல ஆய்வாளர்கள் கருதுகின்றனர். இதற்குக் காரணம் என்ன? மாநில சக்திகள், இந்திய அரசியலில் முக்கிய இடம் பெறும் ஒரு அரசியல் நிகழ்வின் துவக்கமாக தி.மு.கவின் தோற்றம் அமைந்தது. பிற்காலங்களில் தி.மு.கவும், அதிலிருந்து பிரிந்த அண்ணா திராவிட முன்னேற்றக் கழகமும், இந்திய அரசியலில் வலுவாக செல்வாக்கு செலுத்தின.

இந்த நிகழ்வினை தி.மு.க, அ.தி.மு.க தலைமையின் தனித்த சாதனையாக கருத இயலாது. தென்னிந்தியாவில், குறிப்பாகத் தமிழகத்தில் வரலாற்றுப்பூர்வமாக இழையோடி வந்த தனித்த கலாச்சாரம், சமூக ஏற்றத்தாழ்வினை எதிர்த்த சமூக சீர்திருத்த இயக்கங்கள், அவை ஏற்படுத்திய ஜனநாயக விழிப்புணர்வு, என பல சமூக நீரோட்டங்களின் பின்னணியில்தான் திராவிட இயக்கம் பெற்ற அரசியல் முக்கியத்துவத்தைக் காண வேண்டும்.

தி.மு.க. உதயம் பின்னணி

பெரியாரோடு முரண்படுவதற்கான முக்கிய காரணங்களில் ஒன்று தேர்தல் பங்கேற்பு பற்றியது. தேர்தலில் பங்கேற்று ஆட்சி அதிகாரத்தைக் கைப்பற்றும் பாதையை பெரியார் விரும்பவில்லை. சமூக சீர்திருத்தப் பணியைத் தொடரத் தேர்தல் அரசியல் தடையாக இருக்கும் என்று பெரியார் கருதினார். அதே போன்று பெரியாரின் ஆங்கிலேய ஆட்சிக்கு ஆதரவான போக்கு மக்களின் தேசிய

விடுதலை உணர்வுக்கு மாறானது என்பதால் அதிலும் பெரியாரோடு முரண்பாடு ஏற்பட்டது.

இந்த முக்கியக் கருத்து வேறுபாடுகள் நீடித்த நிலையில், பெரியார் செய்து கொண்ட திருமணம் முதன்மைப் பிரச்னையாக முன்வைக்கப்பட்டது. பெரியார் தனது 70 வயதில் இளம் திராவிடர் கழக ஊழியரான மணியம்மையைத் திருமணம் செய்து கொண்டார் என்பதை முக்கியப் பிரச்னையாக்கி அண்ணா தலைமையில் ஒரு பெரும் பிரிவினர் கட்சியிலிருந்து வெளியேறினர். பெரியார் தனது சொத்துக்கும் தனது இயக்கத்திற்கும் வாரிசு தேவை என்பதால் மணியம்மையைத் திருமணம் செய்து கொண்டதாக விளக்கம் அளித்தார்.

பெரியார் திருமணம் கட்சிப் பிளவுக்கு முக்கிய காரணமாக முன்னிறுத்தப்பட்டது. இதுவும் கூட வெகு மக்கள் ஆதரவினையும் தொண்டர் பலத்தையும் தங்கள் பக்கம் உறுதிப்படுத்தும் நோக்கம் கொண்டதாக இருந்திருக்கலாம். 70 வயதில் ஒருவர் தன்னை விட சுமார் 40 வயது குறைந்த ஒரு இளம்பெண்ணைத் திருமணம் செய்வதை சமூக மன நிலை ஏற்றுக்கொள்ளாது என்பது அனைவரும் அறிந்ததே.

பெரியாருக்குப் பிறகு இயக்கத்தை வழிநடத்துகிற பொறுப்பு அண்ணாவிற்குதான் வந்து சேரும் என்ற எதிர்பார்ப்புக்கு மாறாக, மணியம்மையே வாரிசு என்ற பெரியாரின் அறிவிப்பை திராவிடர் கழகத் தொண்டர்கள் ஏற்றுக் கொள்ளவில்லை. திராவிடர் கழக உறுப்பினர்களில் கிட்டத்தட்ட 75 சதம் பேர் தி.மு.க.விற்கு மாறியதற்கும் அதன் மக்கள் ஆதரவுத் தளமும் தி.மு.க.விடம் வந்து சேருவதற்கும் பெரியாரின் திருமணம் உடனடி காரணமாக அமைந்தது. தி.மு.க வளரும் இயக்கமாகவும் பெரியாரின் திராவிட இயக்கம் தேக்கமடைந்த இயக்கமாகவும் மாறின.

பெரியாரின் துக்க தினம் அறைகூவல்

திராவிட இயக்கத்தில் எழுந்த கருத்து வேறுபாடுகளில் ஒன்று, ஆங்கிலேய அரசின் மீதான இரு தரப்பினருக்கும் இருந்த மாறுபட்ட கண்ணோட்டம். திராவிட நாடு கோரிக்கையை ஆங்கிலேய அரசு ஏற்காத நிலையில் 1947 ஆகஸ்ட் 15 விடுதலை நாளை துக்க தினமாகக் கடைபிடிக்க பெரியார் அறைகூவல் விடுத்தார். காங்கிரஸ் கட்சியைப் பிராமண ஆதிக்கத்தின் கட்சியாக கண்டதால் காங்கிரஸ் கையில் நாடு செல்வதை பெரியார்

விரும்பவில்லை. அதனால் இந்த வருத்தத்தை வெளிப்படுத்தும் விதமாக, விடுதலை தினத்தை துக்க தினமாக அவர் அறிவித்தார்.

இருநூறு ஆண்டுக்கால கனவாக இருந்த விடுதலை இலட்சியம் நிறைவேறும் அந்த மகத்தான தினத்தை துக்க தினம் என்பதை மக்கள் இயல்பாகவே ஏற்கவில்லை. இதனை உணர்ந்த அண்ணா பெரியாரின் முடிவுடன் முரண்பட்டு நின்றார். விடுதலை நாளினை தயக்கமில்லாமல் கொண்டாட வேண்டும் என்றும், காங்கிரஸ் எதிர்ப்பு என்பது வேறு, அதனை விடுதலைக்கான எதிர்ப்பாக மாற்றி விடக் கூடாது என்றும் அண்ணா கருத்து தெரிவித்தார்.

அண்ணாவின் ஆங்கிலேய ஆட்சி எதிர்ப்பு காலனியச் சுரண்டலை மையமாகக் கொண்டது என்று கருத இயலாது. இது பற்றி அவர் அவ்வப்போது எழுதியிருந்தாலும் அந்நிய ஆட்சியின் மக்கள் மீதான கொடூரமான சுரண்டலுக்கு முக்கியத்துவம் கொடுக்கவில்லை. ஆங்கிலேய ஆட்சி என்பது பிராமண ஆதிக்கத்திற்கு இடமளித்தது என்பதுதான் அண்ணா ஆங்கில ஆட்சியை எதிர்த்ததற்கான அடிப்படை.

நீதிக்கட்சிக் காலத்திலும், பிறகு திராவிடர் கழகம் உருவான காலத்திலும் ஆங்கிலேய ஆட்சி மீதான ஆதரவு நிலை தொடர்ந்தது. ஆனால், பெரியாருக்கு அடுத்த நிலையில் இயக்கத்தில் செயல்பட்ட அண்ணா உள்ளிட்டவர்கள் வேறு ஒரு கோணத்தில் ஆங்கிலேய ஆட்சி மீது விமர்சனம் முன்வைக்கத் தொடங்கினர். பிராமணர் ஆதிக்கம் சமுதாயத்தில் வலுப்பெற்றதற்கு ஆங்கிலேய ஆட்சி ஊக்கமளித்தது என்கிற அடிப்படையில் விமர்சனங்களை பேசவும், எழுதவும் செய்தனர். அண்ணா 'ஆரிய மாயை' என்னும் தனது நூலில் ஆங்கிலேய ஆட்சி வந்த பிறகு அரசு அதிகாரிகளாகவும், நீதிபதிகளாகவும், வழக்குக்குரைஞர்களாகவும் பிராமணர்கள் நியமிக்கப்பட்டனர் எனவும், சம்ஸ்கிருத நியதிகள், சட்டங்கள் ஏற்றம் பெற்றதையும் விளக்கியுள்ளார்.

ஆங்கிலேய அரசு, நிர்வாகத்தில் பிராமணர் ஆதிக்கம் வளர ஊக்கமளித்தது என்ற அண்ணாவின் கருத்தில் உண்மை இருந்தது. இதில் ஆங்கிலேய ஆட்சி இரட்டை வேடம் மேற்கொண்டது. ஒருபுறம் பிராமணர்களை அரசு நிர்வாகத்தில் அதிக அளவில் கொண்டு வர முனைப்பு காட்டியது. மறுபுறம் பிராமண ஆதிக்கத்திற்கு எதிராக பிராமணரல்லாதோர் இயக்கம் உருவான போதும், நீதிக்கட்சி ஆட்சிக்கு வந்த போதும் அவர்களுக்கு

ஆக்கமும் ஊக்கமும் அளித்தது ஆங்கிலேய ஆட்சிதான். ஆங்கிலேய ஆட்சியின் பிராமண ஆதரவுப் போக்கினை காரணம் காட்டி அண்ணா ஆங்கிலேய ஆட்சி எதிர்ப்பு நிலை எடுத்தார். அன்று ஆங்கிலேய எதிர்ப்பு ஆழமானதாக மக்களிடையே மேலோங்கியிருந்தது அந்த வெகு மக்கள் உணர்வுகளை பயன்படுத்திக் கொள்ளும் நோக்கமும் இதில் இருந்தது.

மொழிவழி மாநிலம்

பெரியாரோடு முரண்பட்ட ஒரு பிரச்னை திராவிட நாடு கோரிக்கை பற்றியது. மொழி அடிப்படையில் மாநிலங்களை மறுசீரமைக்கும் 'மாநிலங்கள் மறுசீரமைப்புச் சட்டம்' கொண்டு வரப்பட்டபோதே அன்று நிலவிய பிரிவினை கோரிக்கைகள் பலவீனமடைந்தன. 1956-ஆம் ஆண்டிலேயே திராவிடர் கழகம் திராவிட நாடு கோரிக்கைக்கு முக்கியத்துவம் கொடுக்கவில்லை. ஆனால் அக்கட்சியிலிருந்து பிரிந்த தி.மு.க.வினர் அக்கோரிக்கையை கைவிடவில்லை. மக்களிடம் காலூன்ற தேவைப்பட்ட பல கொள்கைகளில் முக்கியமானதாக திராவிட நாடு கோரிக்கை அவர்களுக்கு அமைந்திருந்தது. ஏனெனில், இந்தக் கோரிக்கை தமிழினம் சார்ந்த பெருமித உணர்வுகளின் அடையாளமாக இருந்தது அதனால் இந்த கோரிக்கையுடன் வேறு சில கோரிக்கைகளையும் முன்வைத்து போராட்டங்களை முன்னெடுக்கத் துவங்கினர். மக்கள் செல்வாக்கு பெறுவது என்ற நோக்கத்துடன் இதில் தீவிரமாக அவர்கள் செயல்பட்டனர்.

அண்ணா உள்ளிட்டவர்களின் திராவிட நாடு கோரிக்கை கடந்த காலத்தில் முன்னெடுத்து வந்த பிராமண எதிர்ப்பின் வடிவமாக அமைந்தது. விடுதலைக்குப் பிறகு வடக்கின் ஆதிக்கம், இந்தி ஆதிக்கம், என பல கண்ணோட்டங்களை உள்ளடக்கியதாக திராவிட நாடு கோரிக்கை பிரச்சாரம் செய்யப்பட்டது. 1960-ஆம் ஆண்டு செப்டம்பர் 17-ஆம் நாளை 'திராவிட நாடு- பிரிவினை' தினமாக தி.மு.க கடைப்பிடித்தது. அண்ணா உள்பட பலர் இந்த போராட்டத்தின் போது கைது செய்யப்பட்டனர். அண்ணா நாடாளுமன்ற மேலவையில் உறுப்பினராக தேர்ந்தெடுக்கப்பட்டு பேசிய அவரது முதல் உரையில் திராவிட நாடு கோரிக்கையை வலியுறுத்தினார். ஆனால் அடுத்த ஆண்டிலேயே சீன, இந்தியப் போரினைக் காரணமாக முன்வைத்து இந்திய ஒருமைப்பாடு முக்கியம் என்று கூறி பின்வாங்கினார்.

1963 -ஆம் ஆண்டு இந்திய அரசியல் அமைப்புச் சட்டத்தின் 16-வது திருத்தத்தினை நாடாளுமன்றம் நிறைவேற்றி பிரிவினைப் போக்குகளைத் தடுக்கும் சட்டத்தினை அரசு கொண்டு வந்தது. இது முக்கியமாக திராவிட நாடு கோரிக்கையை எழுப்பிய தி.மு.க.வுக்கு எதிராகக் கொண்டு வரப்பட்ட சட்டம் என கருதலாம். சட்டத்தைக் கொண்டு மிரட்டி, பிரிவினை பிரச்சாரத்தையும் இயக்கங்களையும் மத்திய அரசு தடுக்க முனைந்தாலும் மாநில மக்களுக்கு அதிகாரங்கள் வழங்குவதை அவர்களால் தடுக்க இயலவில்லை. உரிய அதிகாரம் படைத்த மாநிலங்கள் என்ற ஜனநாயக எண்ணம் மொழிவாரி மாநில கோரிக்கை எழுந்த 1950 காலங்களிலிருந்தே ஏற்பட்டது.

மொழிவாரி மாநிலங்கள் அமைய வேண்டுமென மாபெரும் மக்கள் இயக்கங்கள் நடைபெற்றன. இதில் கம்யூனிஸ்ட்கள் முக்கியப் பங்கு வகித்தனர். சென்னை மாகாணத்திலிருந்து பிரிந்து, தெலுங்கு மொழி பேசும் மக்களுக்கு தனி மாநிலம் அமைக்க வேண்டுமென்று பொட்டி ஸ்ரீராமுலு 56 நாட்கள் உண்ணாவிரதம் இருந்து மரணமடைந்தார். நாடு முழுவதும் மொழிவாரி மாநிலங்கள் அமைய வேண்டுமென்ற கோரிக்கை எழுந்தது. அது பலமாக எழுந்த நிலையில் மத்திய அரசு அதனை ஏற்க வேண்டிய கட்டாயம் ஏற்பட்டது.

அன்று தி.மு.க. எழுப்பிய திராவிட நாடு கோரிக்கையில் பிரதேச முதலாளிகளுக்கு பெரிய ஆர்வம் ஏதுமில்லை என்றாலும் தி.மு.க.வின் வடக்கு ஆதிக்க எதிர்ப்பு என்பது அவர்களுக்கு இசைவான கருத்தாக இருந்தது. இந்தியாவின் வடக்குப் பிரதேசத்தை மையப்படுத்தி வளர்ந்து வரும் பெரிய முதலாளிகளின் ஆதிக்கத்தை எதிர்க்கும் கருவியாகத் தி.மு.க. எழுப்பிய வடக்கு ஆதிக்கம் என்ற கருத்தாக்கம் அவர்களுக்கு பயன்பட்டது. இதனால், பிரிவினை முழக்கத்தை கைவிட்டு மாநில சுயாட்சி என்ற கோரிக்கையுடன் தி.மு.க. தன்னை நிறுத்திக்கொண்டது. பெரியாரிடமிருந்து பிரிந்து, பெரியார் இயக்கத்தையும் தனிமைப்படுத்தும் விதமாக செயல்பட்டு, தமிழக மக்களின் மொழி, இன உரிமைகள் சார்ந்த பிரச்னைகளை எழுப்பி, மக்கள் ஆதரவினை தி.மு.க. பெற்றது.

16

சமரசங்களும், முழக்கங்களும்

தி.மு.க. துவங்கியதிலிருந்து அது ஆட்சியைப் பிடிக்கும் வரையிலான காலம் முழுவதும் தமிழகம் பல விதமான அரசியல் நீரோட்டங்களின் களமாக இருந்தது. அந்நிலையில் தி.மு.க. எவ்வாறு தன்னை வளர்த்துக்கொண்டது? என்பது முக்கியமான ஒரு கேள்வி.

சுயமரியாதை காலத்திலிருந்து முன்னெடுத்துச் சென்ற சமூக சீர்திருத்தக் கருத்தோட்டத்தை எவ்வாறு கொண்டு செல்வது என்கிற பிரச்னையை தி.மு.க. எதிர்கொண்டது. ஒருபுறம் விடுதலைப் போராட்டப் பாரம்பரியத்துடன், செல்வாக்கு மற்றும் பலம் கொண்ட கட்சியாக காங்கிரஸ் ஆட்சியில் இருந்தது. மற்றொரு புறம், தி.மு.க. தலைவர்கள் உருவான பாசறையான பெரியாரது இயக்கம் தி.மு.க.வை அங்கீகரிக்காதது மட்டுமல்ல; தி.மு.க.வை கடுமையாக எதிர்த்தும் வந்தது.

பெரியாரின் கோபம்

தி.மு.க.வினர் தன்னிடமிருந்து பிரிந்து போனதிலிருந்து பெரியார் தொடர்ச்சியாக அவர்களை ‘துரோகிகள்’ என்றும், அவர்கள் பிரிந்து சென்றது ‘துரோகச்செயல்’ என்றும் எழுதி வந்தார். அவரது திருமணத்தையொட்டி எழுந்த சர்ச்சைக்கு முற்றுப்புள்ளி வைப்பதற்காக நீண்ட ஒரு கட்டுரையை 1949ஆம் ஆண்டு தி.மு.க. துவக்கப்பட்ட சில நாட்களுக்குப் பிறகு எழுதி வெளியிட்டார். அதில் ‘தோழர்களே! இந்தச் சதிகாரர்களைப் பற்றி நான் கவலைப்படவில்லை. இவர்கள் செய்துவரும் தவறான பிரச்சாரத்திற்காகவும் நான் கவலைப்படவில்லை. இத்தவறான பிரச்சாரத்தால் பாமர மக்கள் ஏமாந்து விடுவார்களோ என்பதுதான் எனக்குக் கவலையாக உள்ளது...’ என்று எழுதினார்.

பெரியாரது கோபம், முதல் பொதுத்தேர்தல் நடந்த அந்தச் சூழ்நிலையிலும் தீராத கோபமாக நீடித்தது. 1952ஆம் ஆண்டில் அவர் எழுதிய ஒரு கட்டுரையில் ராஜாஜியின் காங்கிரஸ் அரசுக்கு எதிராக அவர் கிளர்ச்சி எதுவும் நடத்தவில்லை என்ற குற்றச்சாட்டுக்குப் பதிலளித்து எழுதும்போது கீழ்கண்டவாறு குறிப்பிடுகிறார்.

"என்றாலும், துரோகம் எவ்வளவு பெரியதானாலும், துரோகிகளுக்கு எவ்வளவு ஆதரவாக இருந்தாலும், எனக்குப் பொதுமக்கள் ஆதரவு இருக்கிறது என்ற நம்பிக்கை உண்டு என்பதோடு என்னிடத்திலும் எனக்கு நம்பிக்கை உண்டு, உண்மையான நண்பர்கள் பலர் இருக்கிறார்கள்..." என்று அவர் எழுதினார். பெரியாரின் வலுமிக்க எதிர்ப்புகளை அன்றைய தி.மு.க. தலைமை எதிர்கொள்ள வேண்டிய சங்கடத்தில் இருந்தது.

சவால்களைச் சந்திக்க சமரசங்கள்

அண்ணா தலைமையிலான தி.மு.க. பல உத்திகளைக் கையாண்டது. 1949-ஆம் ஆண்டு செப்டம்பர் 17-அன்று சென்னை ராயபுரத்தில் அண்ணாவும் அவருடன் வி.ஆர்.நெடுஞ்செழியன், கே.ஏ.மதியழகன், கே.அன்பழகன், என்.வி.நடராஜன், ஈ.வி.கே. சம்பத் உள்ளிட்ட பல்லாயிரக்கணக்கான தொண்டர்கள் திரண்ட கூட்டத்தில் "திராவிட முன்னேற்றக் கழகம்" என்ற பெயருடன் புதிய கட்சி அறிவிக்கப்பட்டது.

இது புதிய கட்சி என்றாலும், 1916-ஆம் ஆண்டு துவங்கிய நீதிக்கட்சி, 1930-ஆம் ஆண்டுகளில் இயங்கிய பெரியார் தலைமையிலான சுய மரியாதை இயக்கம், பின்னர் உருவான திராவிடர் கழகம் ஆகியவற்றின் தொடர்ச்சியும் இருந்தது. அத்துடன் முந்தைய இயக்கங்களோடு முரண்பட்ட பல தன்மைகளும் இருந்தன. "திராவிட" என்ற சொல் தொடர்ச்சியை குறிப்பதாகக் கருதலாம். அந்த சொல்லின் உண்மையான பொருள் பலவாக இருந்தாலும், குறிப்பிட்ட மக்கள் திரளை தன்னுடைய செல்வாக்கில் கொண்டு வரும் குறிக்கோள் அதில் தென்பட்டது. குறிப்பாக பிராமணிய ஆதிக்கத்தினால் காலம் காலமாக ஒடுக்கப்பட்ட, பிற்படுத்தப்பட்ட வகுப்பினரை அணி திரட்டும் நோக்கம் இதில் உள்ளது.

இன, மொழிசார்ந்து கிளர்ச்சி அரசியல் நடத்துவது, பொதுக்கூட்டங்கள், மாநாடுகள் என இடையறாது மக்கள் சந்திப்பினை மேற்கொண்டது, எழுத்து பேச்சு வழியாக கருத்தியல் தளத்தில் பிரச்சாரத்தை மேற்கொள்வது போன்று செயல்பட்டனர். எல்லாவற்றிற்கும் மேலாக மிக முக்கியமானதொரு உத்தியை அவர்கள் கையாண்டனர். முந்தைய திராவிட இயக்கக் கொள்கைகளின் உறுதியைத் தளர்த்தி பல சமரசங்களை மேற்கொள்ளத் தொடங்கினர்.

1956-ஆம் ஆண்டு திருச்சியில் நடைபெற்ற மாநில மாநாட்டில், அதற்கு அடுத்த ஆண்டில் வரவிருக்கும் சட்டமன்ற, நாடாளுமன்றத் தேர்தல்களில் போட்டியிடுவது என்ற தீர்மானம் அண்ணாவால் முன்வைக்கப்பட்டு நிறைவேற்றப்பட்டது. சமூக சீர்திருத்தம் என்ற தளத்தில் துவங்கிய பயணம் தேர்தல் அரசியலில் பங்கேற்பு எனும் புதிய தளத்தில் பயணப்பட்டது. தேர்தல்களில் போட்டியிடுவது என்ற தீர்மானம் நிறைவேற்றப்பட்ட போது கூடச் சமூக சீர்திருத்த செயல்பாடுகளைக் கைவிடுவது என்ற நிலைக்கு தி.மு.க. தலைமை செல்லவில்லை. ஆனால் படிப்படியாக சில அம்சங்கள் பின்னுக்குச் சென்றன. அடுத்து வரும் காலங்களில் பிற்பட்ட சாதியினர் வாக்கு வங்கியை வலுப்படுத்த, சாதி ஒடுக்குமுறையை எதிர்த்த பிரச்சாரத்திற்கான அழுத்தம் குறைந்தது. அதே போன்று பெண்ணுரிமை, மத, மூடநம்பிக்கை, கடவுள் எதிர்ப்பு பற்றிய அழுத்தமும் படிப்படியாகக் குறைந்தது.

ஆனால் தி.மு.க. ஆரிய, பிராமண ஆதிக்க எதிர்ப்புப் பிரச்சாரத்தைத் தொடர்ந்து செய்தது. இதற்கு முக்கியக் காரணம், இந்தப் பிரச்சாரத்தில் வடக்கு எதிர்ப்பினைக் கொண்டு வர முடிந்தது. வடவர் ஆதிக்கத்தினால் தமிழன் தலைகுனிந்து நிற்கிறான் என்கிற கருத்தாக்கம் தமிழக வாக்காளர்களை அரசியலாக அணிதிரட்ட உதவிற்று. அத்துடன் வட முதலாளிகளின் ஆதிக்கம் பற்றிப் பேசி, அன்றைய பிரதேச முதலாளிகள் தி.மு.க.வை ஆதரிக்கவும் மேற்கண்ட கருத்தாக்கம் உதவியது. ஆக, சமூக சீர்திருத்தம், மொழி, இன, பண்பாட்டு அம்சங்கள் அனைத்தும் அரசியலாக ஆதாயம் பெறுவதற்கு ஏற்ற வகையில் முன்னிறுத்தப்பட்டது. இதற்கு பேச்சு, எழுத்து, திரைப்படம் உள்ளிட்ட அனைத்து வடிவங்களையும் பயன்படுத்தினர்.

முழக்கங்களின் அணிவகுப்பு

அன்று நகர்ப்புறங்களில் வாழ்ந்த, ஓரளவு கல்வியறிவு பெற்றிருந்த மக்களிடையே தி.மு.க.வின் செயல்பாடும் முன்வைத்த முழக்கங்களும், ஈர்ப்பினை ஏற்படுத்தியது. அத்துடன் நகரமயத்தின் விளைவாக அதிகரித்து வந்த குடிசைவாழ்ப் பகுதிகளிலும் தி.மு.க.வின் செல்வாக்கு விரிந்தது. 1952-ல் நடைபெற்ற முதல் தேர்தலில் தி.மு.க. போட்டியிடவில்லை. தேர்தல் அரசியலில் ஈடுபடுவது என்ற முடிவு எடுத்த பிறகு நடந்த தேர்தல்களில் அது வெற்றிகளைப் பெறத் துவங்கியது. 1959-ல் நடைபெற்ற சென்னை மாநகராட்சித் தேர்தலில் தி.மு.க. மொத்தம் 100 இடங்களில் 45

இடங்களில் வெற்றி பெற்று, அ.பொ.அரசு சென்னை மாநகர மேயராகப் பதவியேற்றார்.

1957 சட்ட மன்றத் தேர்தலில் சென்னையில் மூன்று தொகுதிகளில் (ஆயிரம் விளக்கு, எழும்பூர், பெரம்பூர்) வெற்றி பெற்றது. 1967-ல் ஆட்சியை அது கைப்பற்றிய போது, சென்னையில் அப்போது 10 தொகுதிகள்தான். அனைத்திலும் தி.மு.க. வெற்றி பெற்றது. எனவே, நகர்ப்புற சாதாரண, நடுத்தர மக்கள், குடிசை வாழ் மக்கள் பிரிவினரிடம் தமிழ் இனம் சார்ந்த முழக்கங்கள் மட்டுமல்லாது பொருளாதார முழக்கங்களும் தாக்கத்தை ஏற்படுத்தின. "ஏழையின் சிரிப்பில் இறைவனைக் காண்போம்" போன்ற பொருளாதார மேம்பாடு சார்ந்த தி.மு.க. தலைவர்களின் சொல் அலங்காரங்கள் மக்களைக் கவர்ந்தன. காலனி ஆட்சியால் ஏற்பட்ட வறிய வாழ்க்கை நிலை விடுதலைக்குப் பிறகு வந்த காங்கிரஸ் ஆட்சியினால் எந்த மாற்றத்தையும் அடையாத சூழலில் தி.மு.க.வின் பிரச்சாரம் எடுபட்டது. ஆனால் தி.மு.க. கவர்ச்சிகரமான கோஷங்களை முன்வைத்தார்களே தவிர துல்லியமான பொருளாதார மேம்பாட்டுத் திட்டங்களை உருவாக்குவதில் ஆர்வம் காட்டவில்லை.

அன்றைய கம்யூனிஸ்ட் இயக்கம் தொழிலாளர், விவசாயிகளைத் திரட்டி பல போராட்டங்களை நடத்திவந்த நிலையில் பாட்டாளிவர்க்க விடுதலையைப் பற்றிய கருத்தாக்கத்திற்கு செல்வாக்கு அதிகரித்தது. அதனையும் தி.மு.க.வினர் தங்களுக்குச் சாதகமாக பயன்படுத்திக்கொண்டனர்.

காங்கிரசின் அடக்குமுறை

இக்காலம் முழுவதும் காங்கிரஸ் அரசு தி.மு.க.வை வளர விடாமல் தடுக்க முயற்சித்தது. கம்யூனிச இயக்கத்தின் மீது தடை, கம்யூனிஸ்ட் இயக்கத் தலைவர்களை வேட்டையாடுவது போன்ற அடக்குமுறைகளை ஏற்கனவே காங்கிரஸ் ஆட்சி மேற்கொண்டு வந்தது. இந்த அளவிலான அடக்குமுறையை தி.மு.க. சந்திக்கவில்லையென்றாலும், தனக்குப் போட்டியாக அது வளருவதைத் தடுக்கக் காங்கிரஸ் முயற்சித்தது. தி.மு.க. கட்சி துவங்கிய பிறகும் திராவிட நாடு கோரிக்கையைக் தி.மு.க. தொடர்ந்து பிரச்சாரம் செய்து வந்தது. அதன் மூலமாக இனம் சார்ந்த உணர்வுகளை எழுப்பி தி.மு.க. வளருவதை காங்கிரசினால்

சகித்துக் கொள்ள இயலவில்லை. திராவிட நாடு கோரிக்கையை காரணம் காட்டி, தி.மு.க.வை ஒடுக்க பிரிவினையை தடை செய்யும் சட்டம் கொண்டு வந்தது.

ஆனால் தி.மு.க. மிகச் சாதுர்யமாக சீனாவோடு இந்தியா போரில் ஈடுபட்ட சூழலில் தேச ஒருமைப்பாடு முக்கியம் என்று திராவிட நாடு கோரிக்கையைக் கைவிட்டது. அது மட்டுமல்லாது, ஆரம்பக் காலத்தில் அந்த முழக்கத்திற்கு ஒரு ஈர்ப்பு இருந்த நிலை மாறியுள்ளதையும் தி.மு.க. உணர்ந்தது. "அடைந்தால் திராவிட நாடு; இல்லையேல் சுடுகாடு" என்று முழங்கிய தி.மு.க. தலைவர்கள் காங்கிரஸ் அரசாங்கம் தி.மு.க.வை முடக்கிட இதனைப் பயன்படுத்தக் கூடும் என்பதால் அந்தக் கோரிக்கையையும் கைவிட்டனர்.

தி.மு.க. தலைவர்களின் பேச்சு, எழுத்து அனைத்தும் மக்கள் சிந்தனையில் செல்வாக்குப் பெற்று வந்ததால், அவற்றையும் காங்கிரஸ் ஒடுக்க முனைந்தது. 1950-ஆம் ஆண்டு "ஆர்ய மாயை" நூலை எழுதி வெளியிட்டதால் அண்ணா கைது செய்யப்பட்டு ஆறு மாத காலம் சிறையில் அடைக்கப்பட்டார். அதே போன்று இந்தித் திணிப்பு எதிர்ப்புப் போராட்டங்களின்போதும் அடக்குமுறை கட்டவிழ்த்து விடப்பட்டது. 1953-ஆம் ஆண்டில் திருச்சி மாவட்டத்தில் கல்லக்குடி ரயில் நிலையத்தின் பெயரை டால்மியாபுரம் என அரசாங்கம் பெயர் மாற்றியதைக் கண்டித்து ரயில் மறியல் போராட்டம் கலைஞர் கருணாநிதி தலைமையில் நடைபெற்ற போதும் கைதுகளும், சிறைவாசமும் தொடர்ந்தன. அண்ணா உள்பட பல தலைவர்கள் சிறைத் தண்டனையை அனுபவித்தனர். ஆனால் காங்கிரஸ் எதிர்பார்த்ததற்கு மாறாக இந்த அடக்குமுறைகள் தி.மு.க.வின் செல்வாக்கையும் அமைப்பு விரிவடைதற்கும் வாய்ப்பை ஏற்படுத்தின.

கிளர்ச்சிகள், சமரசங்கள், கவர்ச்சிகரமான பிரச்சாரம் என பன்முக வழிகளைப் பின்பற்றி, தி.மு.க. தான் எதிர்கொண்ட சவால்களைச் சந்தித்து முன்னேறியது.

17

தொடரும் காலனிய கலாச்சாரம்

விடுதலைக்குப் பிறகு, தமிழகத்தில் காங்கிரஸ் கட்சிதான் முதன்மைக் கட்சியாக இருந்தது. விடுதலைப் போராட்ட பாரம்பரியத்தினால் மக்கள் செல்வாக்குக் கொண்ட கட்சியாக காங்கிரஸ் இருந்தது. தொடர்ந்து 20 ஆண்டுகள் தமிழக ஆட்சி அதிகாரத்தில் காங்கிரஸ் இருந்தது. 1952-ல் நடந்த முதல் தேர்தல் துவங்கி 1957, 1962 வரை தொடர்ந்து வெற்றி பெற்று வந்தது. 1967-ல் தான் அக்கட்சி தி.மு.க.விடம் ஆட்சியை இழக்கும் நிலை ஏற்பட்டது.

காங்கிரஸ் கட்சியின் இந்த ஏற்றமும், வீழ்ச்சியும் தமிழக வரலாற்றில் முக்கியமான வரலாற்று நிகழ்வுகள். எதிர் முகாமில் காங்கிரஸினை எதிர்த்த தி.மு.க.வின் வளர்ச்சி இதன் ஊடாகவே நிகழ்ந்து கொண்டிருந்தது. இந்த நிகழ்வுகள் இந்திய அரசியலிலும் முக்கியத் தாக்கத்தினை ஏற்படுத்தின.

காங்கிரசின் செல்வாக்கு சரிவு

1962 வரை காங்கிரஸ் கட்சி தேர்தல்களில் வெற்றி பெற்று வந்தபோதும் கூட தனது ஆதரவுத் தளத்தை அது இழந்து கொண்டிருந்தது. 1950-ஆம் ஆண்டுகளிலேயே காங்கிரசின் செல்வாக்கு படிப்படியாகக் குறையத் துவங்கியது. 1962 தேர்தலில் காங்கிரஸ் கட்சியை பெரியார் ஆதரித்தது அதன் வாக்குச் சரிவை குறைக்கப் பயன்பட்டது. ஆனால் தி.மு.க. தனது வாக்குப் பலத்தை அதிகரித்து வந்தது. 1957-தேர்தலில் போட்டியிட்டு 14 சதம் வாக்குகளை பெற்ற தி.மு.க. 1962 தேர்தலில் சுமார் 27 சதம் வாக்குகளைப் பெற்றது.

50 சட்டமன்ற உறுப்பினர்கள், 7 நாடாளுமன்ற உறுப்பினர்கள் என பலம் கொண்டதாக தி.மு.க. வளர்ந்தது. நாடு தழுவிய அரசியல் அடித்தளம் கொண்ட காங்கிரஸினை அப்புறப்படுத்த வலுவான ஒரு கட்சி எதிர்க்கட்சி வரிசையில் உருவானதை 1962 தமிழக தேர்தல் வெளிப்படுத்தியது. காங்கிரசின் மக்கள் ஆதரவு சரிவதற்கு அக்கட்சி ஆட்சி செய்த முறை முக்கியக் காரணமாக அமைந்தது.

அனைத்திந்திய அளவில் செயல்பட்டு வந்த காங்கிரசிற்கு இந்தியாவில் இருந்த இனத் தன்மைகள், பிரத்தியேகமான

பண்பாட்டுக் கூறுகள் பற்றிய அக்கறை இல்லை. தமிழர், தெலுங்கர் போன்ற தனிக் கலாச்சாரங்கள் கொண்ட இனங்கள் பற்றிய சரியான பார்வை அவர்களுக்கு இருந்ததில்லை. "வேற்றுமையில் ஒற்றுமை" என அன்று நேரு உள்ளிட்ட காங்கிரஸ் தலைவர்கள் அவ்வப்போது முழங்கினாலும், ஒரே தேசிய இனம் கொண்ட ஏக இந்தியா என்ற பார்வைதான் காங்கிரஸிடம் குடி கொண்டிருந்தது.

இதனால், தமிழகத்தில் மொழி, இனத் தன்மைகளைப் பாதுகாக்க எழுந்த உணர்வுகளை அவர்கள் புரிந்து கொள்ளவில்லை. அதிலும் தமிழகத்தில் பிராமணியக் கருத்தியல் எதிர்ப்பினை மையமாக வைத்து இந்த உணர்வுகள் எழுந்ததால், அவை வலுவான பிடிப்புக் கொண்டதாக அமைந்திருந்தன. காங்கிரஸ் இதனைப் புரிந்து கொள்ளாதது, தற்செயலாக நடந்த ஒன்று அல்ல.

இந்தியாவில் அன்று நாட்டுப் பொருளாதாரத்தில் அதிகாரம் படைத்தவர்களாக இருந்த பெரிய முதலாளிகள் தங்களது மூலதனம் மற்றும் இலாபத் தேவைகளுக்காக இந்தியாவை ஒரே தேசமாகக் கட்டியமைக்க விரும்பினர். இன, பண்பாட்டுத் தனித்தன்மைகள் மறைந்த ஒரே இந்தியா என்பதுதான், பரந்து விரிந்த, ஒரே இந்தியச் சந்தை உருவாக வாய்ப்பினை ஏற்படுத்தும் என அவர்கள் கருதினர். அவர்களது பிரதிநிதியான காங்கிரஸ் அதற்கேற்றவாறு கொள்கைகளை பின்பற்றியது. இதன் வெளிப்பாடாகவே அவர்களது மொழிக் கொள்கையும் அமைந்திருந்தது. இந்தி மொழியை இந்தி மொழி பேசாத மக்கள் மீது திணிப்பதாகவே அவர்களது மொழிக் கொள்கை அமைந்தது.

அவர்களது இந்தப் பலவீனத்தை அன்று வளர்ந்து வந்த தி.மு.க. நன்கு பயன்படுத்திக் கொண்டது. இந்தித் திணிப்பிற்கு எதிரான பல ஆண்டு தொடர் போராட்டங்களை தி.மு.க. நடத்தியது. இது காங்கிரசின் ஆதரவுத் தளம் தி.மு.க.விற்கு மாறுவதற்கும், புதிய இளம் வாக்காளர்கள் தி.மு.க.வை ஆதரிக்கவும் வழி வகுத்தது.

நீடித்த காலனியப் பிரச்சினைகள்

1947-விடுதலைக்குப் பிறகு ஆட்சியில் பல ஆண்டுகள் இருந்த போதும் காலனிய ஆட்சி விட்டு வைத்திருந்த கேடுகள் களையப்படவில்லை. மக்களிடையே இருந்த வறுமை, சமத்துவமின்மை போன்ற காலனிய ஆட்சிக் காலத்திலிருந்து

நீடித்து வரும் பிரச்சனைகளைத் தீர்க்க எந்த அழுத்தமானத் திட்டமும் இல்லாமல் காங்கிரசார் ஆட்சி நடத்தினார்கள்.

குறிப்பாகக் காலனிய ஆட்சி செய்த அழிப்பு நடவடிக்கைகளில் இருந்து மீளாத நிலையில் கிராமப்புறங்களில் ஏழை விவசாயிகள் தவித்துக் கொண்டிருந்த சூழலில் அவர்களை மீட்டெடுக்கும் எந்த நடவடிக்கையும் காங்கிரஸ் ஆட்சி மேற்கொள்ளவில்லை. உண்மையில் கிராமப்புறங்களை தங்களின் வாக்கு வங்கியாக மட்டுமே காங்கிரசார் பயன்படுத்திக் கொண்டனர். கிராமப்புற நிலச்சுவான்தார்கள், பெரு நிலவுடைமையாளர்கள் காங்கிரஸ் கட்சியினராகவும் தங்களது பண்ணையில் பணியாற்றும் குடும்பங்களை தேர்தலின் போது காங்கிரசுக்கு வாக்களிக்கும் வாக்காளர்களாகவும் அவர்கள் பயன்படுத்தினர். இப்படிப்பட்ட வாக்கு வங்கி கொண்ட பெரிய மனிதர்களின் கூட்டணியாகத்தான் அன்று காங்கிரஸ் கட்சியின் அமைப்பு இருந்தது.

இந்த நிலையும் காங்கிரஸ் சிறிது சிறிதாக செல்வாக்கு இழப்பதற்கான சூழலை ஏற்படுத்தி வந்தன. காங்கிரஸ் படிப்படியாக செல்வாக்கு இழக்கத் தொடங்கியது. விடுதலைக்குப் பிறகு வாழ்வில் மலர்ச்சி ஏற்படும் என்று நம்பிய மக்களுக்குக் கல்வி வாய்ப்பும், வேலை வாய்ப்பும் விரிவாக்கிட இயலாது என்று கைவிரிக்கும் தோரணையில் ஆட்சி அதிகாரத்தில் இருந்த காங்கிரசார் செயல்படத் துவங்கினர்.

ஒரு எடுத்துக்காட்டினைக் குறிப்பிடலாம். முதல் தேர்தலுக்குப் பிறகு பதவிக்கு வந்த காங்கிரஸ் அரசின் முதலமைச்சர் ராஜாஜி, 1953-ஆம் ஆண்டு, குலக்கல்வித் திட்டம் என்று அழைக்கப்பட்ட ஒரு திட்டத்தைக் கொண்டு வந்தார். பள்ளியில் கல்விக்காகச் சில மணி நேரம் செலவிட்ட பிறகு மீதி நேரம் தனது பெற்றோர் தொழிலை மாணவர்கள் கற்றுக் கொள்ள வேண்டும் என்பதுதான் திட்டம். இது சாதிய அடிப்படையில் வேலை என்ற பழைய நால்வருண முறையை புதுப்பிக்கும் முயற்சியாகவும் இருந்தது. அதே சமயத்தில் படித்தவர்களுக்கு வேலை இல்லை என்று முற்றாகக் கைவிரிப்பதாகவும் இந்தத் திட்டம் அமைந்திருந்தது. தங்களது குலத்தினர் மேற்கொண்ட தொழிலைக் கற்று வேலை செய்யுங்கள் என்பது பிராமணிய ஒடுக்குமுறையை வலுப்படுத்தவே என்று தி.மு.க. பிரச்சாரம் செய்தது. சுயமரியாதை இயக்கம் வலுவாக நடந்த தமிழகத்தில் ராஜாஜியின் திட்டம் மக்களிடம்

வெறுப்பை ஏற்படுத்தியது. தி.மு.க. தனது செல்வாக்கைப் பெருக்கிட இது வாய்ப்பை ஏற்படுத்தியது.

காங்கிரசின் அலட்சியம்.

காங்கிரஸ் ஆட்சி இன மொழிக் கோரிக்கைகளை அலட்சியப்படுத்தியது மட்டுமல்லாது மக்கள் வாழ்வாதாரத்தை மேம்படுத்துவதிலும் அக்கறை காட்டவில்லை. தமிழகத்தில் 15 ஆண்டுகளாக முறையே, ராஜாஜி (1952-54), கே.காமராஜ் (1954-63) எம்.பகத்வத்சலம் (1963-67), ஆகிய முதலமைச்சர்கள் தலைமையில் காங்கிரஸ் ஆட்சி நடைபெற்றது. ஆனால் இந்தக் காலங்களில் காங்கிரஸ் சாதித்தது என்ன? 1950-60 வரையிலான புள்ளி விவரங்கள் எடுத்துரைப்பது என்ன?

1961-ஆம் ஆண்டில் தமிழகத்தின் மக்கள் தொகை சுமார் மூன்று கோடியே 36 இலட்சமாக இருந்தது. இந்த ஆண்டின் அதிகாரப்பூர்வக் கணக்கீட்டின் அடிப்படையில் ஒரு கோடியே 50 இலட்சம் மக்கள் வறுமைக் கோட்டின் கீழே வாழ்ந்து வந்தனர். உண்மை நிலை இன்னும் மோசமாக இருந்திருக்கும் என்பதனை விளக்க வேண்டியதில்லை. இதுதான் காங்கிரஸ் ஆட்சியின் “சாதனை”(!)

காங்கிரஸ் தமிழகத்தில் ஆட்சி செய்த முறையும் மக்களிடமிருந்து அந்நியப்பட்டதாகவே இருந்தது. ஆங்கிலேய ஆட்சியில் இருந்த அதே அதிகார வர்க்க ஆதிக்கம் காங்கிரஸ் ஆட்சியிலும் நீடித்தது. மாவட்ட நிர்வாகமும், மாவட்ட ஆட்சியரும் அதிகாரம் படைத்தவர்களாக செயல்பட்டனர். ஆங்கிலேய ஆட்சியின் கீழ் பணியாற்றிய பலர் நிர்வாகப் பொறுப்பில் அன்று இருந்தனர். மக்களின் குறைகள் எதுவும் அதிகார வர்க்கத்தின் காதுகளுக்கு எட்டுவதில்லை. இவ்வாறு காலனி ஆட்சி முடிவிற்கு வந்தாலும் காலனிய கலாச்சாரம் தொடர்ந்தது.

தி.மு.க. வளர்ச்சி

தி.மு.க. வளர்ச்சிக்குச் சாதகமான சூழலை காங்கிரஸ் ஆட்சியே ஏற்படுத்தியிருந்தது. தி.மு.க. வளர்ச்சிக்கு, கலை, இலக்கியம், திரைப்படம் என பன்முகத் தளத்தில் மக்களுடன் கலந்த தி.மு.க.வினரின் அயராத செயல்பாடு குறிப்பிடத்தக்க ஒரு காரணமாக இருந்தது என்பதை மறுக்க இயலாது. அதே சமயம், தி.மு.க. வளர்ச்சிக்கு, தலைமையின் திறமைதான் ஒரே காரணம் என வரையறுப்பதும் சரியானதல்ல. விடுதலைக்குப் பிறகு

அதிகாரத்திற்கு வந்த சக்திகள் மக்களுக்கு அளித்த பெரும் ஏமாற்றம், முக்கிய காரணமாக அமைந்துள்ளது.

பெரிய முதலாளிகள், கிராமப்புற நிலவுடைமைச் சக்திகளின் நலனைப் பராமரிக்கவே காங்கிரஸ் ஆட்சி தனது கொள்கைகள் திட்டங்களை உருவாக்கி வந்தது. இதனால், நகர்ப்புற ஏழை மக்கள், தொழிலாளர்கள், நிலமற்ற விவசாயிகள் உள்ளிட்ட அடித்தட்டு மக்கள் வாழ்க்கை நெருக்கடிகள் முற்றி வந்தன. அன்று இந்த உழைக்கும் மக்களின் தேவைகளை பல போராட்டங்கள் வழியாக எதிரொலித்துக் கொண்டிருந்த கட்சி கம்யூனிஸ்ட் கட்சி மட்டுமே. தி.மு.க. அடித்தட்டு மக்களின் தேவைகளை தேர்தல் முழக்கங்களாக எதிரொலித்தார்களே தவிர, குறிப்பிட்ட மாற்றுத் திட்டங்களை முன்வைக்கவில்லை.

ஆனால், தி.மு.க.விற்கு இருந்த வளர்ச்சிக்கான சாதகமான பல வாய்ப்புகள் எப்போதுமே கம்யூனிஸ்ட்களுக்கு இருந்ததில்லை. காங்கிரஸ் பெரிய முதலாளிகள், நிலவுடைமை சக்திகளுக்காகச் செயல்பட்டுக் கொண்டிருந்த நிலையில், திராவிட இயக்கம் வேறு ஒரு பிரிவினரின் நலனைப் பிரதிபலித்தது. மாநில, பிரதேச முதலாளிகளின் நலனைக் காத்திடும் கட்சியாகத் தி.மு.க. உருவெடுத்தது. இந்த ஆதரவு பல வகைகளில் வெளிப்பட்டது. எடுத்துக்காட்டாகத் தமிழக முதலாளிகள் நடத்தி வந்த பிரபலமான பத்திரிகைகள் தி.மு.க.விற்கும் தி.மு.க. தலைவர்களுக்கும் மிகவும் முக்கியத்துவம் கொடுத்து செய்திகள் வெளியிட்டு வந்தனர்.1962 தேர்தலின்போது தி.மு.க.வின் பிரச்சாரம், பொதுக்கூட்டச் செய்திகள் அனைத்தும் ஆனந்த விகடன் உள்ளிட்ட அதிக அளவில் விற்பனையாகும் வார இதழ்களில் கூட பெரும் முக்கியத்துவம் பெற்றன. இந்தச் சாதகமான சூழலில் தி.மு.க. வேகமான வளர்ச்சி கண்டது.

வளரும் வாக்கு வங்கி!

தமிழகத்தில் அன்று முக்கியக் கட்சியாக, ஆட்சியில் இருந்த காங்கிரஸ் செல்வாக்கு இழந்து கொண்டிருந்த நிலையில் தி.மு.க. வேகமாக வளர்ச்சி கண்டது.சட்டமன்றத் தேர்தலில் பங்கேற்று வெற்றி பெற்று, சட்டமன்ற உறுப்பினர்களைக் கொண்ட கட்சியாக தி.மு.க. செயல்படத் துவங்கியதும் ,அதன் மக்கள் செல்வாக்கும் மேலும் வளர்ந்தது; அமைப்பு பலம், தொண்டர் பலம் அனைத்தும் அதிகரித்து வந்தது.

இந்த ஆண்டுகளில் தொடர்ந்து நடைபெற்ற இந்தித் திணிப்பு எதிர்ப்புப் போராட்டம் அதன் வளர்ச்சிக்கு உதவிற்று என்பது உண்மையே. 1960-ஆம் ஆண்டில் நடைபெற்ற இந்தித் திணிப்பு எதிர்ப்புக் கூட்டம் ஒரு இலட்சம் பேருக்கு மேல் கூடியதாக சொல்லப்படுகிறது. இதற்குப் பிறகு அன்றைய பிரதமர் நேரு, தி.மு.க. அமைத்திருந்த இந்தித் திணிப்பு எதிர்ப்புப் போராட்டக் குழுவின் தலைவர் ஈ.வி.கே.சம்பத்திற்கு தமிழக மக்கள் மீது இந்தி திணிக்கப்படாது என்ற உறுதி அளித்து கடிதம் ஒன்றினை அனுப்பினார். இந்தி பேசாத மக்கள் விரும்பும் வரையில் ஆங்கிலம் அதிகாரப்பூர்வ மொழியாகத் தொடரும் என்ற உறுதியும் அவர் அளித்திருந்தார். இதுவும்,தி.மு.க.வின் செல்வாக்கு வளர உதவிற்று.

ஆனால் இந்த உறுதிமொழியை மீறி இந்தித் திணிப்பு முயற்சிகள் தொடர்ந்தன. இது மத்தியில் ஆண்ட காங்கிரசின் மீது தமிழக மக்களின் அதிருப்தி அதிகரிக்க காரணமாக அமைந்தது. இதன் எதிர்வினையாக தி.மு.க. இடையறாத போராட்டங்களை நடத்தியது. 1963-ல் தஞ்சாவூரில் நடந்த மாநாடு, 1963 அக்டோபரில் திருச்சியில் மாணவர்கள் சார்பாக நடைபெற்ற மாநாடு, அரசியல் அமைப்புச் சட்ட நகல் எரிப்புப் போராட்டத்திற்கு அறைகூவல் விட்ட சென்னை மாநாடு, 1965-ஆம் ஆண்டு ஜனவரி 26 குடியரசு தினத்தை துக்க தினமாக அறிவித்தது; அடுத்தடுத்து நடந்த மாணவர் போராட்டங்கள், அரசின் கைது, சிறையிலடைப்பு, துப்பாக்கிச்சூடு உள்ளிட்ட அடக்குமுறைகள் அனைத்தும் தி.மு.க.வின் செல்வாக்கை பிரம்மாண்டமாக உயர்த்தின.

விடுதலைப் போராட்டக் காலத்தில் எழுந்த கனவுச் சித்திரங்கள் அனைத்தும் இருபது ஆண்டுகளில் சிதைந்து போன நிலையில், ஏமாற்றப் பெருங்கடலில் மூழ்கியிருந்த மக்களுக்கும் இளைய தலைமுறைக்கும் தி.மு.க.வின் எழுச்சி ஒரு வரவேற்பு மனநிலையை உருவாக்கியது. பிராமணரல்லாதார் இயக்கம் தி.மு.க.விற்கு பிற்பட்ட சாதியினர் மத்தியில் செல்வாக்குத் தளத்தை ஏற்படுத்தியிருந்தது.இந்தித் திணிப்பு எதிர்ப்புப் போராட்டம் அந்த தளத்தை மேலும் விரிவாக்கிட உதவிற்று.

தேர்தல் அரசியலில் ஈடுபடுவது என்று 1956-ஆம் ஆண்டு தி.மு.க.வின் மாநாட்டில் கருத்துக் கேட்பு நடத்தி தி.மு.க. முடிவிற்கு வந்த பிறகு அடுத்து நடந்த சென்னை மாநகராட்சித் தேர்தல், 1962 சட்டமன்ற, நாடாளுமன்ற தேர்தல்களில் தி.மு.க.

பங்கேற்று சில வெற்றிகளைப் பெற்றது. ஆனால் கோட்டையைக் கைப்பற்றும் நோக்கம் நிறைவேற வேண்டுமானால் பன்முகத் தளத்தில் தனது செல்வாக்கைப் பெருக்கிக் கொள்ள வேண்டிய அவசியம் தி.மு.க.விற்கு ஏற்பட்டது.

மொழி, இனம் போன்ற பிரச்னைகளைத் தாண்டி வாக்காளர்களில் பெரும்பகுதியாக உள்ள விவசாயிகள், தொழிலாளர்கள் செல்வாக்கை தி.மு.க. பெற வேண்டியிருந்தது.

அன்றாடப் பிரச்சாரத்திற்கான எழுத்துகள்

1956-ம் ஆண்டில் தேர்தல்களில் பங்கெடுப்பது என்ற முடிவினை தி.மு.க. எடுத்த பிறகு உள்ளாட்சி மன்றத் தேர்தல்கள் உள்ளிட்ட அனைத்திலும் தி.மு.க. பங்கேற்றது. இவற்றில் தேர்ந்தெடுக்கப்பட்ட பிரதிநிதிகள் உள்ளூர் மக்களின் வாழ்வாதாரப் பிரச்னைகளில் அதிக கவனம் செலுத்தினர். அண்ணாவும் கூட தி.மு.க. ஊழியர்கள் அவர்களது பகுதியில் உள்ள தெருக்களில் வசிக்கும் மக்களை அவ்வப்போது சந்திக்க வேண்டுமென்றும், அந்த மக்களது கோரிக்கைகளைத் தீர்க்க முயற்சிகள் மேற்கொள்ளவும் வலியுறுத்தி வந்தார்.

மொழி இனம் சார்ந்த பிரச்னைகள்தான் தி.மு.க. ஆட்சிக்கு வர உதவியது என்று கருதுபவர்கள், இதுபோன்று மக்களோடு நெருக்கமாக இருந்து அரசியல் செல்வாக்கைத் திரட்டிய அடிமட்ட தி.மு.க. ஊழியர்களின் செயல்பாடுகளை கவனத்தில் கொள்வதில்லை. முடி திருத்தும் நிலையங்கள், தேநீர் கடைகள், சைக்கிள் வாடகை, ரிப்பேர் கடைகள், கடைகள், மண்டிகள் என மக்கள் கூடும் இடங்களை எல்லாம் அரசியல் கருத்துக்கள் பரிமாறும் இடங்களாக மாற்றி, தங்களது அமைப்பினை வலைப்பின்னலாகக் கட்டியது தி.மு.க.வின் பல்லாயிரக்கணக்கான ஊழியர்கள் அவர்களது செயல்பாடு, அடுக்குமொழியில் மக்களைக் கவர்ந்த தி.மு.க. மேடைப்பேச்சாளர்களின் பேச்சுக்களை விட பெரும் தாக்கத்தை ஏற்படுத்தியது.

இதற்கு அண்ணா, நாவலர் நெடுஞ்செழியன். கருணாநிதி, அன்பழகன் உள்ளிட்ட தலைவர்கள் எழுதி வந்த எழுத்துகள் பேசுவதற்கான விஷயங்களை உள்ளூர் மட்ட ஊழியர்களுக்கு வழங்கின. எடுத்துக்காட்டாக, “தம்பிக்கு” கடிதங்கள் என்று அண்ணா தொடர்ந்து எழுதிய கடிதக் கட்டுரைகள் தற்போது ஏழு தொகுதிகளாக வெளி வந்துள்ளன. அந்தக் கடிதங்கள் அனைத்தும்,

அன்றாட அரசியல் உரையாடலைத் தூண்டுவதற்கான கருவிகளாக பயன்பட்டன. எடுத்துக்காட்டாக, கீழ்கண்ட அண்ணாவின் ஒரு கடிதம் 'டெல்லி' அதிகாரத்தை அம்பலப்படுத்தி மக்களின் வாழ்க்கை சிக்கலை பேசுகிறது.

"... பஞ்சாப், ராஜஸ்தான் பகுதிகளிலிருந்து, இங்கு, பருப்பு நவதானியம் தருவிக்கப்பட்டு வருகிறது. தம்பி! இதற்கு இரயில்வே வாகன்கள் போதுமான அளவு கிடைப்பதில்லை. ஏன்? வாகனங்களின் அளவு குறித்து அனுமதி அளித்திடும் அதிகாரம் அங்கே இருக்கிறது - டில்லியில்! இதனால் போதுமான அளவு வாகனங்கள் கிடைக்காமல், திகைப்பும், பொருள் இழப்பும் ஏற்படுகிறது.

ஆறு மாதங்களுக்கு முன்பு அங்கு வாங்கி வைக்கப் பட்டுள்ள சரக்கு, வாகனங்கள் கிடைக்காததால், பஞ்சாபிலும் ராஜஸ்தானிலும் கிடக்கின்றன - வெயிலும் மழையும், எலியும் பிறவும் பண்டத்தைப் பாழாக்குகின்றன - இங்கு மார்க்கட்டில் விலை சூடு பிடிக்கிறது, அங்கே வாங்கிய சரக்கு, முடமாகிக் கிடக்கிறது, ஏன் தம்பி! இந்த நிலை வரவேண்டும்? வடநாடு பார்த்து வைப்பதுதான் சட்டம், திட்டம் என்று இருப்பதால் தானே, வாகனம் கிடைக்குமா என்று இங்குள்ளவர்கள் தவம் கிடக்கவேண்டி வருகிறது, வரம் தாருமய்யே என்று தென்னிந்திய வர்த்தக சங்கம் அறிக்கை மூலம் இறைஞ்சுகிறது டில்லியை!"

உள்ளூர் மக்களிடையே மிகச் சாதாரணமாகப் பழகி அரசியலைக் கொண்டு செல்லும் திண்ணைப் பேச்சு பாணியிலான பிரச்சாரத்திற்கு இதுபோன்ற தி.மு.க. தலைவர்களின் எழுத்துகள் பயன்பட்டன.

வர்க்கப் பிரச்சனைகளில் கிளர்ச்சி

1930-களிலிருந்தே சங்கம் அமைத்து தொழிலாளிகளைத் திரட்டும் பணியில் கம்யூனிஸ்ட்கள் ஈடுபட்டிருந்தனர். அன்றைய ஒன்றுபட்ட தஞ்சை மாவட்டத்தில் விவசாயத் தொழிலாளர்களுக்கான கூலி உயர்வு,சமூக சமத்துவத்திற்கான போராட்டத்தை கம்யூனிஸ்ட் கட்சி நடத்தி வந்தது.எனவே இந்தப் பணியில் கம்யூனிஸ்ட்களே முன்னோடியாக இருந்தனர்.எனினும்,தாங்களும் தொழிலாளி விவசாயிகளின் பிரச்னைகளில் தங்களுக்கும் அக்கறை உண்டு என்பதை நிறுவிடும் வகையில் தொழிலாளர், விவசாயிகள் பிரச்னையில் தி.மு.க.வினர் தலையிட்டு பல போராட்டங்களை நடத்தினர்.

இந்தித் திணிப்பு உள்ளிட்ட பிரச்னைகளுக்கு அவர்கள் பின்பற்றிய கிளர்ச்சி வழிமுறைகள், வெகு மக்கள் இயக்கம், பத்திரிகை, திரைப்படம், நாடகம் உள்ளிட்ட ஊடக வடிவங்களை அவர்கள் வர்க்கப் பிரச்சனைகளை முன்னெடுக்கவும் பயன்படுத்தினர்.

இதிலும் கூட, இந்தித் திணிப்பு உள்ளிட்ட பண்பாடு சார்ந்த பிரச்னைகளில் கூட வடமாநிலத்தவர் ஆதிக்கம் என்று பிரச்சாரம் செய்து காங்கிரசை அம்பலப்படுத்திய பாணியை பின்பற்றினர். பொருளாதார, வர்க்க பிரச்சனைகளிலும் அன்று தமிழகத்திலும் ஆட்சிப் பொறுப்பில் இருந்த காங்கிரசை அரசியலாக வீழ்த்திடப் பயன்படுத்திக் கொண்டனர். அத்துடன் சமூகத்தில், கட்டுமானத்தில் விவசாயிகளாகவும் தொழிலாளர்களாகவும் இருந்த பிற்பட்ட வகுப்பினரிடம் தங்கள் செல்வாக்கை வளர்த்துக் கொண்டனர்.

1960-ஆம் ஆண்டுகளில் விவசாயிகள் தொழிலாளர் பிரச்னைகளில் சிலவற்றில் தலையிட்டு அவர்கள் போராட்டங்களில் ஈடுபட்டனர். 1957 ஆம் ஆண்டில் குளித்தலையில் விவசாயத் தொழிலாளர்கள் ஊதிய உயர்வு கோரிக்கை வைத்து ஒரு விவசாய சங்கத்துடன் இணைந்து தி.மு.க. போராட்டம் நடத்தியது. தொடர் போராட்டம் நடந்த போதும் அன்றைய காங்கிரஸ் முதலமைச்சர் பக்தவத்சலம் அந்த பிரச்னையில் அக்கறை கொள்ளவில்லை. அன்று அந்த தொகுதி சட்டமன்ற உறுப்பினராக இருந்த கலைஞர் கருணாநிதியும், அண்ணாவும் சட்டமன்றத்தில் இப்பிரச்சனையை எழுப்பிய போதும், அரசாங்கம் கண்டுகொள்ளவில்லை. இதனால் நேரடி போராட்டம் என்று அறிவித்து நிலத்தில் இறங்கி போராட்டத்தினை தி.மு.க.வினர் நடத்தினர். அதன் பிறகு, நிலவுடைமையாளர்கள இறங்கி வந்து ஒப்பந்தம் போட்டனர். இதே போன்று, அன்றைய தென்னாற்காடு, வடஆற்காடு, செங்கல்பட்டு, தஞ்சாவூர் மாவட்டங்களில தி.மு.க. விவசாயத் தொழிலாளர் பிரச்னையில் தலையிட்டு போராட்டங்களை நடத்தியது.

1961-ஆம் ஆண்டில் சட்டசபைக்கு முன்பாக ஆர்ப்பாட்டத்தை தி.மு.க. நடத்தியது. “விவசாயிகள் தினம்” என்று அறிவித்து கம்யூனிஸ்ட் முழக்கமான “ உழுபவனுக்கே நிலம் சொந்தம்” என்பதனை முன்னிறுத்தி பிரச்சாரம் செய்தனர்.

பெரியார் சோவியத் யூனியன் சென்று வந்து தமிழகத்தில் கம்யூனிஸப் பிரச்சாரம் மேற்கொண்ட காலத்திலிருந்தே திராவிட

இயக்கத்தினர் தங்களை கம்யூனிசக் கொள்கைகள் மீது அக்கறை கொண்டவர்களாக முன்னிறுத்தி வந்துள்ளனர். சமூகத்தில் நிலவும் ஏழை-பணக்காரன் எனும் ஏற்றத்தாழ்வு அகன்று அனைவரும் சமம் என கம்யூனிஸ்ட்டுகளின் கொள்கைக்கு ஈர்ப்பு பொதுவாக இருக்கும் என்பதால்,கம்யூனிசக் கருத்துகளையும் தங்களது பிரச்சாரத்தில் தி.மு.க.வினர் சேர்த்துக் கொள்வது வழக்கம். ஆனால் தொழிலாளர்-விவசாயி வர்க்கக் கூட்டணி அமைத்து புரட்சிகர மாற்றத்தினை கொண்டு வருவது, உழைக்கும் மக்கள் அரசு அமைப்பது என்ற முழுமையான மார்க்சிய குறிக்கோள் அளவிற்கு அவர்கள் சென்றதில்லை.அது அவர்களது அடிப்படை நோக்கமுமில்லை.

பின்னாளில் ஆட்சிக்கு வந்த பிறகு விவசாயத் தொழிலாளர் வாழ்க்கை மேம்பாட்டிற்கு உறுதியான கொள்கைகளை அவர்கள் மேற்கொள்ளவில்லை. அதேபோன்று கிராமப்புறங்களில் நிலவுடைமை சக்திகளின் அதிகாரத்தை ஒடுக்கி, நிலமற்ற விவசாயக் குடும்பங்களுக்கு நில விநியோகம் செய்யும் சரியான கொள்கைத் திட்டங்களையும் உருவாக்கிடவில்லை. எனினும் ஆட்சிக்கு வருவதற்கு முன்பு தங்களது வாக்கு வங்கியை பரவலாக்கிட வர்க்கப் பிரச்சனைகள் மீதான அவர்களது முயற்சிகள் அவர்களுக்கு உதவிகரமாக இருந்தன.

19

வண்ணக் கனவுகளுடன் 1967-ல் ஆட்சி மாற்றம்

தேர்தலில் பங்கேற்பது என்று முடிவெடுத்து 1957 தேர்தலில் தி.மு.க. போட்டியிட்டது.அப்போது, 15 சட்டமன்றத் தொகுதிகளில் வென்ற தி.மு.க. 1962 தேர்தலில் 50 இடங்களில் வென்றது. அதிகாரத்தை நோக்கிய இந்தப் பயணம் வெகு நீண்ட பயணமாக அமையவில்லை.அடுத்து,1967-ஆம் ஆண்டு தேர்தலிலேயே தி. மு.க. 137 தொகுதிகளில் வென்று ஆட்சியை கைப்பற்றியது. அத்துடன் அந்தத் தேர்தலில் 25 நாடாளுமன்றத் தொகுதிகளையும் வென்று இந்திய அரசியலிலும் முக்கிய இடத்தை தி.மு.க. பெற்றது.

1967-தி.மு.க.வின் வெற்றிக்கான காரணங்கள் இன்று வரை ஆராயப்பட்டு வருகின்றன.அன்று ஆட்சியில் இருந்த காங்கிரஸ் மக்கள் நலனை அலட்சியப்படுத்தியது, கடுமையான அரிசிப் பற்றாக்குறையால் மக்கள் கடுமையாக பாதிக்கப்பட்டது, ரூபாய்க்கு மூன்று படி அரிசி தருவதாக தி.மு.க. அளித்த வாக்குறுதி, தி.மு.க.வுடன் ஒரு புறம் பிற்போக்கு கொள்கை கொண்ட ராஜாஜியின் சுதந்திரா கட்சி, மறுபுறம் மார்க்சிஸ்ட் கம்யூனிஸ்ட் கட்சி என காங்கிரசுக்கு எதிராக தி.மு.க. அமைத்துக் கொண்ட விரிவான கூட்டணி, அன்று தி.மு.க.வில் செல்வாக்கு பெற்ற நடிகராக விளங்கிய எம்ஜிஆர் தேர்தல் நேரத்தில் நடிகர் எம்.ஆர்.ராதாவினால் சுடப்பட்ட சம்பவம், அது தி.மு.க.விற்கு ஏற்படுத்திய அனுதாப அலை என அடுக்கடுக்காக பல சொல்லப்படுகின்றன.

நம்பிக்கை பெற்ற அரசியல் சக்தி

இவை அனைத்தும் தி.மு.க. வெற்றிக்கு உதவின.எனினும் மக்களின் வாழ்நிலை மற்றும் அவர்களது சிந்தனையில் தாக்கம் ஏற்படுத்திய பல அம்சங்கள் முக்கியமானவை.தமிழகத்தில் பிராமணக் கருத்தியல் மற்றும் சமூக ஒடுக்குமுறைக்கு ஆளாகி வந்த பெரும்பகுதி உழைக்கும் மக்கள் மாற்றம் காண விரும்பினர். அவர்களது விருப்பம் நிறைவேறுவதற்கு நம்பிக்கைக்குரிய அரசியல் சக்தியாக அன்று தி.மு.க. கூட்டணி முன்னின்றது.

தமிழகத்தின் பெரும்பகுதி மக்களாக இருந்த விவசாயிகள் ஆங்கிலேயர் ஆட்சியின்போது, விவசாயச் சீரழிவினை

எதிர்கொண்டு போராடினர்.இதனால், தமிழக கிராமங்களில் விடுதலை இயக்கமும் அன்று செல்வாக்குடன் வளர்ந்தது. விடுதலை இயக்கத்தினால் காங்கிரஸ் செல்வாக்கு பெற்ற கட்சியாக உருவெடுத்தது. காங்கிரஸ் ஆட்சிக்கு வந்தவுடன் விவசாயத்தினை நம்பியிருந்த மக்களுக்கு அது துரோகம் இழைத்தது. அவர்களுக்குப் பலனளிக்கும் வகையிலான எந்த மாற்றத்தையும் விவசாயத்தில் அவர்கள் ஏற்படுத்தவில்லை.மாறாக பெரும் நிலவுடைமையாளர்களின் நலன்களைப் பாதுகாக்கும் கட்சியாக காங்கிரஸ் செயல்பட்டது.தமிழகத்தில் அது நடத்திய ஆட்சியும் அதே பாதையில் சென்றது.இதனால் காங்கிரஸிடமிருந்து விவசாய சமூகப் பிரிவினர் அந்நியப்பட்டு தி.மு.க.விற்கும் தஞ்சை போன்ற இடங்களில் கம்யூனிஸ்ட்களுக்கும் ஆதரவு அளித்தனர். இந்த விவசாயம் சார்ந்த மக்களின் சிந்தனை மாற்றம் தி.மு.க.வின் வெற்றிக்கு 1967-ல் உதவிற்று.

அன்று அனைத்து மக்கள் பிரிவினரும் அன்றாட வாழ்வில் அதிருப்தியுற்று மாற்றத்தை எதிர்நோக்கிய நிலையில் தி.மு.க. அவர்கள் நம்பிக்கையை பெற்றது.ஆனால் தி.மு.க.விற்கு தமிழகம் தழுவிய அமைப்பு பலம் இல்லாமல் போயிருந்தால் மக்களின் அதிருப்தியை அவர்கள் வாக்குகளாக மாற்றி, வெற்றியை ஈட்டியிருக்க முடியாது.

பெரியார் வழிநடத்திய சுயமரியாதை இயக்கக் காலத்திலிருந்து திராவிட இயக்கத்தின் அமைப்பு பலம் வளர்ந்து வந்தது. பிறகு தி.மு.க. கட்சி உருவாகிய நிலையில் இந்தித் திணிப்பு எதிர்ப்புப் போராட்டங்கள் மற்றும் தி.மு.க. தொண்டர்களின் உள்ளூர் செயல்பாடுகளால் தி.மு.க. அமைப்புரீதியாக பிரம்மாண்ட வளர்ச்சி பெற்றது. இதுவே, 1967 வெற்றிக்கு முக்கியக் காரணமாக அமைந்தது.

மக்கள் போராட்டங்கள்

தேர்தலுக்கு முந்தைய சில போராட்டங்களும் தி.மு.க.வின் செல்வாக்கை வளர்த்தன. தேர்தலுக்கு முன்னதாக,1966-ல் அரிசிப் பறறாக்குறையை முன்வைத்து, மக்களுக்கு அரிசி கிடைக்க வலியுறுத்தி மறியல் போராட்டத்தை தி.மு.க. நடத்தியது.5000-க்கும் மேற்பட்ட தி.மு.க. தொண்டர்கள் போராட்டத்தில் கைதானார்கள். அரிசிப் பிரச்னையை தீர்க்கத் தவறிய காங்கிரசின் திறமையற்ற நிர்வாகத்தை தி.மு.க. மக்களிடம் நன்கு பிரச்சாரம் செய்தது.

நகர்ப்புற நடுத்தர மக்கடையே, தி.மு.க.வின் இந்தித் திணிப்பு எதிர்ப்பு,தமிழ் இனம் சார்ந்த கொள்கைகள் ஈர்ப்பை ஏற்படுத்தியிருந்தன. அத்துடன் தலித்,இசுலாமிய,கிருத்துவ மக்களையும் ஈர்க்கும் வகையில் தி.மு.க. பல முழக்கங்களையும் வாக்குறுதிகளையும் அளித்தது.

கைத்தறி நெசவுத் தொழிலாளர்கள் காங்கிரஸ் ஆட்சியின் கீழ் பெரும் ஏமாற்றத்தில் இருந்தனர். கைத்தறித் துணிகளுக்கு விலை சரிந்து அவர்களது வாழ்வாதாரம் பெரும் பாதிப்பைச் சந்தித்தது. அவர்களுக்காகப் போராடிய தி.மு.க., தேர்தல் வந்த போது, அவர்களது வாக்குகளையும் பெற்று வெற்றியை ஈட்டியது .

தி.மு.க. 1967-ல் பெற்ற வெற்றி அதன் மொழி இனம் பற்றிய பார்வைக்கு மக்கள் அளித்த அங்கீகாரம் என்று சில ஆய்வாளர்கள் கருதுகின்றனர்.தி.மு.க. வெற்றிக்கு,மக்களின் அன்றாட வாழ்க்கைச் சிக்கல்கள் ஏற்படுத்திய தாக்கம் ,கட்சியின் அமைப்பு பலம்,தொண்டர் பலம் தி.மு.க. வெற்றிக்கு ஏற்படுத்திய அடித்தளம் ஆகியன முக்கியமானவை.

தனிச்சிறப்பு கொண்ட மாற்றம்

1967-ல் தமிழகத்தில் ஏற்பட்ட மாற்றம் பல வகைகளில் தனிச்சிறப்பு கொண்டது. மார்க்சிய அறிஞர் கா.சிவத்தம்பி "தமிழ்ச் சமுகமும் அதன் சினிமாவும் " என்ற நூலில் குறிப்பிடுகிறார்." 1957-இல் முதன் முதலில் போட்டியிட்ட அரசியல் இயக்கம் 1967-ல் ஆட்சியைக் கைப்பற்றியது மிக முக்கியமான அரசியல் நிகழ்ச்சி ஆகும். மக்கள் புதிதாகக் கிடைத்த அரசியல் பலத்தைத் தங்கள் அபிலாசையின் சின்னமாக அமைந்தோருக்கு சாதமாகப் பயன்படுத்தினர் ".

விடுதலைக்குப் பிறகு மக்களுக்கு கிடைத்த வாக்குரிமை எனும் தேர்தல் ஜனநாயகத்தை. இங்கு, மக்களுக்கு கிடைத்த பலம் என்று பேராசிரியர் சிவத்தம்பி குறிப்பிடுகின்றார்.தங்களுக்கு அப்போது கிடைத்த வாக்கு என்ற ஆயுதத்தை பயன்படுத்தி நாடு முழுவதும் அசுர செல்வாக்கு கொண்ட காங்கிரஸ் கட்சியை தமிழக மக்கள் வீழ்த்தினர்.

தங்களை ஒரு பொன்னுலகுக்கு அழைத்துச் செல்ல வண்ணக் கனவுகளை முன்வைத்த தி.மு.க.வினை ஆட்சிக்கு அமர்த்தியது வரலாற்றில் முக்கிய நிகழ்வு என்பதில் சந்தேகமில்லை. ஆனால் திராவிட இயக்கம் முன்வைத்த அந்தக் கனவுச்சித்திரம் நனவுலகில் மக்களுக்குக் கிட்டியதா என்பது முக்கியமான கேள்வி.

தி.மு.க. எதிர்க்கட்சியாக இருந்த போதும், அதற்கு முந்தைய அதன் முன்னோடியான நீதிக்கட்சிக் காலங்களிலும் இட ஒதுக்கீடு திராவிட இயக்கத்தின் முக்கிய கொள்கையாக இருந்தது. தி.மு.க. ஆட்சிக்கு வந்த பிறகு அது தொடர்ந்து அமலாக்கிய இட ஒதுக்கீட்டு கொள்கை கல்வி வேலை வாய்ப்புக்களில் பின்தங்கிய பகுதியினர் சிறிது மேம்பாடு காண உதவிற்று.

பேராசிரியர் சிவத்தம்பி மற்றொரு முக்கியமான ஒரு சமூக விளைவையும் சுட்டிக் காட்டுகின்றார். இது தமிழகத்திற்கு நன்மை ஏற்படுத்திய ஒரு நிகழ்வு. "திராவிட இயக்கக் கருத்து நிலையின் இன்றைய பொருத்தப்பாடு" எனும் நூலில் 'தமிழ்ப் பண்பாடு' என்று கொள்ளப்படும் ஒரு பொதுமைப்பரப்பினை சமயச் சார்பற்றதாக்கிய திராவிட இயக்கம் என்று பேராசிரியர் குறிப்பிடுகின்றார். அன்றைய சூழலில் நாடு முழுவதும்,குறிப்பாக வட இந்திய பகுதிகளில், மதத்தின் பெயரால், மூட நம்பிக்கைகளும், சடங்குகளும் சமூக ஒடுக்குமுறைச் சிந்தனைகளும் மண்டிக் கிடந்த நிலையில் தமிழகத்தில் வேரூன்றிய சமூக சீர்திருத்த மக்கள் இயக்கம் ஓரளவு அவற்றின் தாக்கத்தைக் குறைத்தது. மதம்கடந்த மக்கள் நல்லிணக்க சிந்தனையை தமிழகத்தில் அன்று திராவிட இயக்கம் தமிழகத்தில் நிலைநிறுத்தியது. ஆனால் பிற்காலத்தில் இந்துத்துவக் கருத்தியலுக்கு தமிழகத்தில் இடமளித்து செய்து கொண்ட சமரசங்கள் பாதிப்பை ஏற்படுத்தின.

திராவிட இயக்கத்தின் முந்தைய மதச்சார்பற்ற நெறி மேலும் முன்னெடுத்துச் செல்லப்படவில்லை.திராவிட இயக்கம் ஆட்சி அதிகாரத்திற்கு வந்த பிறகு; 1940,1950-களில் சமூகத் துறையில் அது ஆற்றிய பணிகளை தொடரவில்லை. இன்று தமிழகத்தில் மதச்சார்பற்ற நெறிகள் பலவீனமடைந்து பிற்போக்குச் சிந்தனைகள் தலைதூக்கி வருகின்றன. சமூகம், அரசியல் பொருளாதாரம்,பண்பாடு என அனைத்திலும் மாற்று இடதுசாரி கொள்கை வழி செயல்பாடுகள் தேவைப்படுகின்றன.

விமர்சனப் பார்வை தேவை

தமிழகத்தில் 1967-ல் ஏற்பட்ட மாற்றம் தனிச்சிறப்பு பெற்றதாக இருந்தாலும், ஆட்சிக்கு வந்தவர்கள், முற்றான புதிய தடத்தில் பயணித்தார்கள் என கூற இயலாது. மார்க்சிஸ்ட் கட்சியின் முதுபெரும் தலைவராக விளங்கியவர் மறைந்த பி.ராமமூர்த்தி அவர்கள்.தமிழக தொழிலாளர் நலனுக்காகவும்,உழைக்கும் மக்களின் முன்னேற்றத்திற்காகவும்,தனது வாழ்க்கையை அர்ப்பணித்துக் கொண்ட உண்மையான போராளி.

அவர் ஒரு நிகழ்வினை தனது “விடுதலைப் போரும் திராவிட இயக்கமும் “ நூலில் குறிப்பிடுகிறார்.1967-ஆம் ஆண்டில் அண்ணா முதலமைச்சராக பதவி வகித்த போது நாட்டின் ஐந்தாவது ஐந்தாண்டுத் திட்டத்தினைப் பற்றி விவாதிக்க டெல்லியில் மத்திய அரசின் சார்பில் தேசியக் கவுன்சில் கூட்டம் நடத்தப்பட்டது.அதில் அன்று கேரளாவின் முதலமைச்சராக இருந்த இ.எம்.எஸ் . நம்பூதிரிபாட், மேற்கு வங்கத்திலிருந்து ஜோதிபாசு ஆகிய கம்யூனிஸ்ட் அமைச்சர்களும் கலந்து கொண்டனர்.இருவரும் மத்திய அரசின் திட்ட நகலை எதிர்த்தனர். திட்டம் எப்படி மக்களுக்கு பலன் ஏற்படுத்துவதாக இருக்க வேண்டும் என்று எடுத்துக்காட்டும் வகையில் மாற்று நகல் ஒன்றினை கூட்டத்தில் கேரள முதலமைச்சர் இ.எம்.எஸ்.முன்வைக்கின்றார். அந்த நகலை ஜோதிபாசு ஆதரித்தார்.

ஆனால் தமிழ்நாட்டிலிருந்து கலந்து கொண்ட தமிழக முதலமைச்சர் அண்ணா, மத்திய அரசு ராணுவச் செலவுகளைக் குறைக்க வேண்டும், மாநிலங்களுக்கு அதிக அதிகாரம் வேண்டும்; தமிழ்நாட்டிற்கு அதிக தொகை ஒதுக்க வேண்டுமென்று வலியுறுத்தியதோடு தனது உரையை முடித்துக் கொண்டார். மக்களுக்கு அதிக வரி விதித்து நிதி திரட்டுவது,பெரிய முதலாளிகளுக்கு வரிச் சலுகைகளை வழங்குவது போன்ற நடவடிக்கைகளைக் கொண்டுள்ள மத்திய அரசின் திட்டத்தின் அடிப்படையை அண்ணா எதிர்க்கவில்லை.

“தி.மு.க. சோசலிசத்தைப் பற்றி பிரமாதமாக பேசி வந்தாலும். இந்த நாடு முதலாளித்துவப் பாதையில் போவதை அது எதிர்க்கவில்லை; அந்த முதலாளித்துவ வளர்ச்சியிலே தமிழ்நாட்டிற்கு அதிகப் பங்கு வேண்டும் என்பதே அதன் இலட்சியம்.”என்று பி.ராமமூர்த்தி எழுதியுள்ளார்.

திராவிட இயக்கம் விதைத்த சில கருத்தாக்கங்கள் தமிழகத்தினை அடுத்த நிலைக்கு இட்டுச் செல்ல உதவிடும்.அவற்றை முன்னெடுத்துச் செல்ல வேண்டிய கடமை அனைவருக்கும் உள்ளது. அதே சமயத்தில், நாடு பயணித்துக் கொண்டிருக்கும் முதலாளித்துவப் பாதையினை திராவிட இயக்கம் எதிர்க்கவில்லை என்ற உண்மையை உணர வேண்டும். அதனுடன் திராவிட இயக்கம் செய்து கொண்ட சமரசத்தினை விமர்சனக் கண்கொண்டு எடை போட வேண்டும். இந்த விமர்சனத்தின் விளைவாகவே புதிய மாற்றத்திற்கான பாதைகள் தெளிவாகும்.

20
அரிசி அரசியல்

1967-ஆம் ஆண்டு தேர்தலில் புயலாக வீசிய எதிர்ப்பு அலையில், தமிழகத்தில் ஆட்சிப் பொறுப்பில் இருந்த காங்கிரஸ் தோல்வியைத் தழுவியது. தேர்தலில் வெளிப்பட்ட காங்கிரஸ் மீதான வெறுப்பும், எதிர்ப்பும் ஒரே நாளில் உருவானதல்ல; முந்தைய இருபதாண்டுகளுக்கும் மேலாக சேர்ந்து வந்த மக்கள் அதிருப்தியின் ஆவேச வெளிப்பாடாக உருவான மாற்றம் அது.

முன்னதாக தொடர்ந்து நடைபெற்ற இந்தித் திணிப்பு எதிர்ப்பு போராட்டங்களால் தி.மு.க.விற்கு களத்தில் அமைப்புரீயான செல்வாக்கு அதிகரித்து வந்தது. அன்று தமிழகத்தில் நீடித்து வந்த அரிசிப் பற்றாக்குறை மக்களை கடுமையாக வாட்டியது. மக்களின் அடிப்படைத் தேவைகளுக்கான பொருட்களின் விலை பன்மடங்கு உயர்ந்து மக்கள் கடும் அவதிக்கு உள்ளானார்கள். இவை அனைத்தும் தேர்தலில் முக்கிய பிரச்சனைகளாக உருவெடுத்தன.

இப்பிரச்னைகளில் துல்லியமான மாற்றுக் கொள்கைகளை தி.மு.க.வினர் முன்வைக்கவில்லை; என்றாலும் மிகத் திறமையாக அவற்றைப் பயன்படுத்திக்கொண்டனர். தி.மு.க.வின் பிரச்சார உத்திகள் தி.மு.க. வெற்றிக்கு உதவின. அண்ணா, கருணாநிதி உள்ளிட்ட தி.மு.க. தலைவர்கள் பலரின் பேச்சாற்றல் எழுத்தாற்றல், திரைப்படத்தை முக்கிய பிரச்சாரக் கருவியாகப் பயன்படுத்தியது ஆகியன தேர்தலில் அவர்களுக்கு பலன் கொடுத்தன. அத்துடன் நீண்ட காலமாக கருத்தியல் தளத்தில் அவர்கள் விதைத்த பிராமண எதிர்ப்பு, இட ஒதுக்கீடு, சமூக சீர்திருத்த பிரச்சாரம் போன்றவை மக்கள் சிந்தனையில் பெரும் தாக்கத்தை ஏற்படுத்தியிருந்தன. அது, 1967 வெற்றிக்கு அடித்தளமாக அமைந்தது.

எனவே, பெரும் எதிர்பார்ப்புடன் அண்ணா தலைமையில் ஆட்சி அமைந்தது. இந்தியாவிலேயே அன்று இளம் வயது அமைச்சர்கள் கொண்ட அமைச்சரவையாக விளங்கியது அந்த ஆட்சி; ஆனால் மக்கள் எதிர்பார்ப்புக்களை அது நிறைவு செய்யவில்லை என்பதுதான் வரலாற்றில் நிகழ்ந்த, முரண்பாடான ஒரு நிகழ்வு.

வாக்குகளுக்காக வாக்குறுதிகள்

ஆட்சிக்கு வருவதற்காக எத்தகைய வாக்குறுதிகள் வேண்டுமானாலும் அளிக்கலாம்; அந்த வாக்குறுதிகள் நடைமுறைச் சாத்தியமா என்பதனை ஆட்சிக்கு வந்த பிறகு பார்த்துக் கொள்ளலாம் என்கிற போக்கு இந்திய அரசியலில் பிரிக்க முடியாத போக்காக இன்று மாறி விட்டது. பொய்யான வாக்குறுதிகள் பலவற்றை அளித்து பதவிக்கு வந்துவிட்டால், மக்களால் பிறகு என்ன செய்ய முடியும் என்ற மனப்பாங்கு, முன்னணி அரசியல் கட்சிகள் அனைத்துக்கும் தற்போது ஏற்பட்டு விட்டது. தேர்தலுக்கு பிறகு வாக்களித்த மக்களாலும் எதையும் செய்ய இயலாத நிலையில் தங்களது விருப்பம் போல ஆட்சியை நடத்துவது, கொடுத்த வாக்குறுதிகள் அனைத்தையும் கைவிடுவது என்பதற்கு இந்திய வரலாற்றில் ஏராளமான எடுத்துக்காட்டுக்கள் உண்டு.

விடுதலைப் போராட்ட காலத்தில் அன்றைய காங்கிரஸ் கட்சி எத்தனையோ கனவுகளை முன்வைத்தது; ஆனால் நேரு தலைமையில் அமைந்த அரசு மக்களின் எதிர்பார்ப்புக்களை நிறைவேற்றிடவில்லை; அடுத்த இருபது ஆண்டுகளில் மத்திய காங்கிரஸ் ஆட்சி மீது மக்கள் அதிக அளவில் ஏமாற்றம் அடைந்தனர்.

2014-ல் காங்கிரஸ் ஆட்சியை அகற்ற நரேந்திர மோடி தலைமையிலான பாஜக கூட்டணி ஆண்டுக்கு 2 கோடி பேருக்கு வேலை வாய்ப்பை ஏற்படுத்துவதாக பிரமாண்ட வாக்குறுதியை அளித்தது. அவர்கள் ஆட்சிக்கு வந்த பிறகு வேலை இழப்புக்கள் அதிகரித்து வருகின்றன. தொடரும் வேலை இழப்பினைக் கட்டுப்படுத்த முடியாத திறமையற்ற அரசாக மோடி ஆட்சி நடைபெறுகிறது. இப்படியே பல எடுத்துக்காட்டுகளை அடுக்கிக் கொண்டே போகலாம்.

தமிழகத்தில் தொடர்ந்து ஆட்சியிலிருக்கும் திராவிடக் கட்சிகள் இதனை ஒரு கலையாகவே வளர்த்து வந்துள்ளதைக் காண முடியும். இந்த வகையான அரசியல் செயல்பாடு முதலில் ஆட்சி மாற்றம் நிகழ்ந்த 1967-லிருந்தே துவங்கியது.

அரிசி வாக்குறுதி

1967-தேர்தலின் போது ஒரு ரூபாய்க்கு மூன்று படி அரிசி அளிப்பதாக தி.மு.க. மக்களுக்கு வாக்குறுதி அளித்தது. ஆட்சிக்கு வந்த பிறகு அது எவ்வாறு அமலாக்கப்பட்டது?

முதலில் சென்னையிலும், கோவையிலும் ஒரு படி அரிசி ரேஷனில் வழங்கப்பட்டது. இங்கும் கூட ஒரு ரூபாய்க்கு மூன்று படி அரிசி அளிக்கப்படவில்லை. அதாவது 32 இலட்சம் மக்களுக்கு இந்தத் திட்டம் அமலானது. மொத்த மக்கள் தொகையில் 7 சதவீத மக்களுக்கு மட்டுமே இதன் பலன் கிட்டியது.

அத்துடன் கேரளாவிற்கு அரிசி கடத்தப்படுவதை தடுக்க நடவடிக்கை எடுக்கப்பட்டது. இது போன்ற நடவடிக்கைகள் அரிசி விலையேற்றத்தை ஓரளவு கட்டுப்படுத்த உதவினாலும், சென்னை, கோவை தவிர்த்து இதர இடங்களில் இந்தத் திட்டம் நடைமுறைக்கு வரவில்லை.

இதில் மத்திய அரசின் பங்கும் இருந்தது. மாநில அரசு கோரிக்கை வைத்தும் கூட மான்ய உதவியை அது அதிகரிக்கவில்லை; வெறும் ரூ. 5 கோடிக்கு மேல் தர முடியாது என மத்திய காங்கிரஸ் அரசு கைவிரித்து விட்டது. அதே போன்று மத்திய தொகுப்பிலிருந்து அரிசி ஒதுக்கீட்டினை அதிகரிப்பதற்கும் மத்திய அரசு மறுத்துவிட்டது.

இதில் வேடிக்கை என்னவென்றால் மாநிலத்தில் அன்று எதிர்க்கட்சியாக இருந்த காங்கிரஸ் சென்னையிலும், கோவையிலும் செயல்படுத்தப்படும் திட்டம் மாநிலம் முழுவதும் விரிவுபடுத்த வேண்டும் என்று கோரிக்கை விடுத்தது. அரசியல் சந்தர்ப்பவாதம் தமிழகத்தின் முக்கிய கட்சிகளை பீடித்திருந்த நோயாக அன்றே வளர்ந்து கொண்டிருந்தது.

அண்ணா தலைமையிலான ஆட்சி, பொறுப்பேற்றவுடன் அன்றிருந்த அரசு அதிகார வர்க்கம் பல காரணங்களை முன்வைத்து ரூபாய்க்கு மூன்று படி திட்டம் சாத்தியமில்லை என கைவிரித்தது. அதிக செலவீனம் பிடிக்கும் திட்டம், அரிசி கையிருப்பும் இதற்கேற்றவாறு இல்லை என்றெல்லாம் சொல்லப்பட்டது.

ரூபாய்க்கு ஒரு கிலோ அரிசியாவது கொடுக்க வாய்ப்புள்ளதா என்று அண்ணா முயற்சித்தார். அதுவும் சாத்தியமில்லை அன்று அதிகாரிகள் அவரிடம் தெரிவித்தனர். நல்லெண்ண சிந்தனைகள் மட்டும் ஒரு திட்டத்தை அமலாக்கிட போதுமானதில்லை.

தமிழகத்தில் வறுமை

தமிழக மக்களின் உணவு உள்ளிட்ட அடிப்படைத் தேவைகளை நிறைவு செய்யும் திட்டங்கள் முறையாக உருவாக்கி அமலாக்கப் படாத நிலையில் தமிழகத்தில் பெரும்பாலான மக்களிடம் வறுமை நீடித்த பிரச்சனையாக இருந்து வந்துள்ளது. சென்னை வளர்ச்சி ஆராய்ச்சி மையம் 1961 முதல் 1970 வரையிலான ஆய்வுகளைத் தொகுத்து மதிப்பீட்டினை வெளியிட்டது :

"(தமிழகத்தில்) ஒட்டு மொத்த சராசரி தனிநபர் நுகர்வுக்கான செலவினம் என்பது மிகவும் குறைவாகவே இருந்து வந்துள்ளது. இந்த குறைவான நிலையிலிருந்து அடுத்து வரும் காலங்களில் முன்னேறுவதற்கான அறிகுறிகளும் எதுவும் இல்லை..."(தமிழகப் பொருளாதார இயக்கமும், பிரச்சனைகளும் -1988)

உண்மையில் தமிழகத்தில் அதிகமான மக்கள் வறுமையில் அன்று வாழ்ந்து கொண்டிருந்த நிலையில், அப்பிரச்சனையை தீர்க்க ஆழமான கவனம் செலுத்தி இருக்க வேண்டும். தேவையான நிர்வாக நடைமுறைகள், நிதி ஏற்பாடுகள், உரிய கொள்கைகளை உருவாக்கியிருக்க வேண்டும்.

இது போன்ற கொள்கைகள் இல்லாத நிலையில் ரூபாய்க்கு மூன்று படி அரிசி அமலுக்கு வரவில்லை. தமிழகத்தின் பட்டித் தொட்டிகளில் எல்லாம் பிரச்சாரம் செய்து வாக்குகளைப் பெற்று அதிகாரத்திற்கு வருவதற்கு முக்கிய காரணமாக இருந்த இந்த வாக்குறுதியை மக்களிடம் முன்வைக்கும்போது இதனை அமலாக்குவதில் உள்ள தடைகளையும் அதை எப்படி நாங்கள் தீர்த்திடுவோம் என்கிற வழிமுறைகளையும், மக்களிடம் தி.மு.க.வினர் முன்வைக்கவில்லை. அவற்றைப்பற்றி பேசாமல் ரூபாயிற்கு மூன்று படி என்ற முழக்கத்தை முன்வைத்தது ஒரு அரசியல் சந்தர்ப்பவாதம்.

எதையாவது கூறி, வாக்குகளை வாங்கி வெற்றி பெற்றிட வேண்டும்; பதவியை கைப்பற்றிய பிறகு கொடுத்த வாக்குறுதிகளைப் பற்றி கவலைப்பட வேண்டியதில்லை என்ற நிலை இன்று வரை தொடர்கிறது. தமிழகத்தில் இது படிப்படியாக வளர்ந்து பணத்திற்கு வாக்குகளை விலை பேசும் கலாச்சாரம் வளரும் நிலைக்கு இட்டுச் சென்றுள்ளது.

அரசியல் அதிகாரத்தைக் கைப்பற்றுவதன் மூலமாக, தங்களது சமூக இலட்சியங்களை அடைய முடியும் என்ற கருத்தின்

அடிப்படையில்தான் தேர்தல்களில் பங்கேற்பது என்று அண்ணா தலைமையிலான தி.மு.க. முடிவெடுத்தது. இந்த அடிப்படையில்தான் 1957, 1962 தேர்தல்களிலும் தி.மு.க. போட்டியிட்டது. 1967-ல் ஆட்சிக்கு வருகிற நிலைக்கு உயர்ந்தது.

ஆனால் சமூக சீர்திருத்த நிகழ்ச்சி நிரலில் என்ன சாதிக்க முடிந்தது என்பது முக்கிய ஆய்வுப்பொருளாக நிற்கிறது. இது ஆய்வாளர்களுக்கு உரிய தளமாக மட்டுமல்லாது மக்கள் அறிந்திட வேண்டிய வரலாற்று உண்மையாகவும் அமைந்துள்ளது. குறிப்பாக 1930-ஆம் ஆண்டுகளில் சுய மரியாதை இயக்கம் முன்வைத்த சமூக சீர்திருத்த நிகழ்ச்சி நிரல் நிறைவேறியதா என்பது முக்கிய கேள்வியாக இன்று வரை மக்கள் முன்னால் உள்ளது.

ஆனால், அதிக நிதிச் சுமை ஏற்படுத்தாத சில முக்கிய நடவடிக்கைகளை அண்ணா அரசு மேற்கொண்டது. சென்னை மாகாணம் என்பதனை தமிழ்நாடு என்று பெயர் மாற்றம் செய்தது; சுயமரியாதைத் திருமணங்களைச் சட்டப்பூர்வமாக்கியது; மும்மொழி திட்டத்தை அகற்றி தமிழ், ஆங்கிலம் என இரு மொழித் திட்டத்தைக் கொண்டுவந்தது; 1967-ஆம் ஆண்டு தமிழ் கலாச்சார சிறப்புக்களை வெளிப்படுத்தும் உலகத் தமிழ் மாநாடு நடத்தியது, கடவுள் படங்கள் மற்றும் மதச் சின்னங்களை அரசு அலுவலகங்களிலிருந்து அகற்றியது போன்ற நடவடிக்கைகள் முக்கியமானவை.

1967-ல் முதலமைச்சராகவும், அதற்கு முன்பு தமிழகத்தில் ஏற்பட்ட முக்கிய மாற்றங்களின் நாயகனாகவும் விளங்கிய அண்ணா 1969-ல் காலமானார்.

21

சாதித்தலைவயும், சமரசங்களும்

அண்ணாவும்,பெரியாரும் ஒன்றாகச் செயல்பட்டு வந்த காலத்தில் "கழகத்தின் பெட்டிச் சாவியை அண்ணாவிடம் கொடுத்துவிட்டேன்" என்று பெரியாரும், "சாவி என்னிடமிருந்தாலும், பெட்டி பெரியாரிடம்தான் இருக்கும்" என்று அண்ணாவும் அறிவித்தனர். இத்தகைய சொல்லாடல்கள்தான் திராவிட இயக்கம் தனிப்பட்ட ஆளுமைகளின் இயக்கமாக தோற்றமளிப்பதற்கு முக்கிய காரணம்.

இதுபோன்று, வெளியே அறிவித்தாலும், அவர்களுக்குள் எழுந்த வேறுபாடுகளை அவர்களால் மறைக்கமுடியவில்லை. இயக்கத்தின் செயல்பாட்டில், எதார்த்த நிலை ஏற்படுத்தும் சவால்களை எதிர்நோக்கும் போது, கருத்து வேறுபாடுகள் கூர்மையாவதை அவர்களால் தடுக்க இயலவில்லை.

சமூக சீர்திருத்தத்தில் சமரசம்

திராவிட முன்னேற்றக் கழகம் 1967-ல் ஆட்சிக்கு வந்த பிறகு, பழைய பாணியில் பிராமணிய எதிர்ப்பினை அவர்கள் பிரச்சாரம் செய்யவில்லை. சமூக சீர்திருத்தத்தின் முக்கிய அங்கமான பகுத்தறிவு, மூடநம்பிக்கை எதிர்ப்பு போன்றவற்றில் அவர்களின் கவனம் குறைந்தது. அவற்றை முன்பு பேசிய முன்னணித் தலைவர்கள் அனைவரும் அமைச்சர்களாகவும், பல்வேறு பதவிகளிலும் அமர்ந்தனர். அடிப்படை திராவிடக் கருத்தியல்களில் அவர்கள் சமரசம் செய்து கொண்டனர்.

அண்ணா ஆட்சியில் இருந்த போது, தி.மு.க.வில் செயல்பட்டு வரும் கழகத் தோழர்களுக்கு பெரியார் ஒரு அறிவுரையை வழங்கினார். “தங்கள் தங்கள் வீட்டில், தொழில் மனைகளில், வாகனங்களில், உள்ள கடவுள், மத, புராண இதிகாச கதைகள் முதலியவை சம்பந்தமான உருவப்படங்கள் எதுவானாலும், அவைகளை அப்புறப்படுத்திவிட வேண்டும்.” ஆளும் கட்சியாக தி.மு.க. மாறிவிட்ட நிலையில் தி.மு.க.வினர் இதனைப் பின்பற்றியிருப்பதற்கு வாய்ப்பில்லை.

1967 க்கு முன்பு, தேர்தலுக்கான கூட்டு ஏற்படுத்திய காலத்திலேயே கொள்கைகளில் சமரசம் காணும் போக்கு

வளர்ந்தது. 1937 ஆம் ஆண்டு, அன்று இருந்த காங்கிரஸ் அரசாங்கம் இந்தி மொழியைப் பள்ளிகளில் புகுத்த முனைந்தது. ராஜாஜி தலைமையிலான அந்த அரசாங்கத்தின் நடவடிக்கையை எதிர்த்து பெரியாரும் நீதிக்கட்சியினரும் போராட்டங்களை நடத்தினர். மூன்று ஆண்டுகள் நடந்த இந்தப் போராட்டத்தில், பின்னாளில் தி.மு.க. கட்சியை உருவாக்கி ஆட்சிப் பொறுப்பில் அமர்ந்த பல தலைவர்களும் கலந்து கொண்டனர். அதே போன்று ராஜாஜி கொண்டு வந்த குலக்கல்வி திட்டத்தை எதிர்த்தும் திராவிட இயக்கம் போராடியது.

வேடிக்கை என்னவென்றால் அன்று அவர்கள் எதிர்த்துப் போராடிய ராஜாஜியுடன் கைகோர்க்கும் நிலை 1967 தேர்தலின் போது ஏற்பட்டது. காங்கிரசை வீழ்த்தும் நோக்கத்துடன் ராஜாஜியின் சுதந்திரா கட்சி ஒரு புறம், கம்யூனிஸ்ட்கள் மறுபுறம் என மெகா கூட்டு அமைக்கப்பட்டது. ராஜாஜியின் பொருளாதாரப் பார்வை உள்ளிட்ட அனைத்து அம்சங்களிலும் வேறுபட்டிருந்த கம்யூனிஸ்ட்டுகள், தமிழகத்தில் காங்கிரஸ் ஆதிக்கத்தை முறியடிக்க இந்தக் கூட்டில் பங்கேற்றனர். ஆனால் தங்களது கம்யூனிச சித்தாந்தத்தில் சமரசம் செய்து கொள்ளவில்லை.

ராஜாஜிக்கும் தி.மு.க.விற்கும் இடையே அமைந்த கூட்டு, சித்தாந்த சமரசம் ஏதும் இல்லாத கூட்டு என்று கூற இயலாது. ராஜாஜியே தேர்தலின் போது பல சந்தர்ப்பங்களில் தனது கூட்டினை நியாயப்படுத்த தி.மு.க., திராவிட நாடு கோருகின்ற பிரிவினை கோரிக்கையை கைவிட்டது என்பதையும், உயர் சாதி எதிர்ப்பு (பிராமண எதிர்ப்பு) அரசியலை அது கைவிட்டது எனவும் சுட்டிக் காட்டி வந்துள்ளார். இந்தி மட்டும் இந்தியாவின் ஆட்சி மொழியாக இருக்க முடியாது என்று ராஜாஜியும் தனது பழைய நிலையிலிருந்து மாறுபட்டு நிலை எடுத்தார்..

நீதிக்கட்சியின் பிராமண எதிர்ப்பு, அரசு நிர்வாகம் மற்றும் கல்வியில் பிராமணர்களின் ஆதிக்கத்தை எதிர்த்து உருவானது. அதன் தொடர்ச்சியாக பிராமணரல்லாதோர் இட ஒதுக்கீடுக் கொள்கை அமலானது. தி.மு.க. ஆட்சிக்கு வந்த பிறகு பிராமணரல்லாதோர் இட ஒதுக்கீடுக் கொள்கையை உறுதியாக பற்றி நின்றது. இந்த அளவில் மட்டும் அவர்களது பிராமண எதிர்ப்பு நின்று போனது. பெரியார் தலைமையில் திராவிடர் கழகம், கடவுள் மறுப்பு, இந்து மத எதிர்ப்பு வழியாக பிராமண கருத்தியல் எதிர்ப்பினை தொடர்ந்து மேற்கொண்டு வந்தது.

தி.மு.க. உருவான போது பெரியாருக்காக அதன் தலைமைப் பொறுப்பு நிரந்தரமாகக் காலியாக விடப்படுவதாக ஒருபுறம் அறிவிக்கின்றனர். மறுபுறம் பெரியாரின் கருத்தியல் அம்சங்கள் பலவற்றைக் கைவிடுகின்றனர். இந்த முரண்பாடு அண்ணா இருந்தபோதும், பிறகு அவர் மறைந்தபோதும் தொடர்ந்து நீடித்தது.

வெகு மக்கள் ஆதரவினைத் திரட்டி அதனை வாக்கு வங்கியாக நிலை நிறுத்தும் பணி அவர்களுக்கு முதன்மைப் பணியாக மாறிவிட்டது. இந்த நிலையில் பல கருத்தியல் அடிப்படைகளைக் கைவிட வேண்டிய கட்டாயம் அவர்களுக்கு ஏற்படுகிறது. அண்ணா நல்ல மனிதராக இருந்தாலும் சூழலின் நிர்ப்பந்தத்திற்கு அவர் ஆட்பட வேண்டிய நிலை ஏற்பட்டது.

மக்களின் ஏமாற்றம்

1967 ஆம் ஆண்டு இந்தியாவில் நடந்தத் தேர்தல்களில் தமிழகம் உள்பட ஒன்பது மாநிலங்களில் காங்கிரஸ் தோற்கடிக்கப்பட்டு எதிர்க்கட்சிகள் ஆட்சி அமைத்தன. காங்கிரஸ் மீதான ஏமாற்றம் அதிகரித்து மக்கள் மாற்று சக்திகள் வர வேண்டும் என விரும்பினர். அனைத்திந்திய அளவில் காங்கிரசின் சரிவு தமிழகத்திலும் தாக்கத்தை ஏற்படுத்தியது. தமிழகத்தில் திராவிட இயக்கத்தின் வேகமான வளர்ச்சி, காங்கிரசை பலவீனப்படுத்தியது. மொழிப் பிரச்னை, சமூக சீர்திருத்தம் போன்ற பல பிரச்சனைகளில் காங்கிரசின் அக்கறையின்மையும், அதன் ஊசலாட்டமும் அதன் வீழ்ச்சிக்குக் காரணங்களாக அமைந்தன.

இந்நிலையில், தன்னை மாற்றாக முன்னிறுத்திக் கொண்ட தி.மு.க.வினை மக்கள் தேர்ந்தெடுத்தனர். காங்கிரசிற்கு மாற்றாக முற்றிலும் புதிய வழிகளில் அடித்தட்டு மக்களின் எதிர்பார்ப்புக்களை நிறைவேற்றும் வகையில் தி.மு.க. ஆட்சி பயணித்ததா என்பது முக்கியமான கேள்வி.

ரூபாய்க்கு மூன்று படி அரிசி வாக்குறுதியை நிறைவேற்ற இயலாமல் அன்றைய தி.மு.க. அரசு திண்டாடியது. இது போன்று, பல அடிப்படைப் பிரச்னைகளை தீர்ப்பதற்கான கொள்கை திசைவழியும், நிதி உள்ளிட்ட ஆதாரங்களும் இல்லாத சூழலில் மாற்றுப் பாதையில் தி.மு.க.வினால் செல்ல இயலவில்லை. மத்திய அரசின் ஒத்துழைக்காத போக்கும் நீடித்தது.

தேர்தலுக்கு முன்பு கூட இடதுசாரிக் கொள்கைகள் மீது தி.மு.க. தலைமைக்கு நாட்டம் இருந்தது. ஆட்சிக்கு வருவதற்கு முன்பு 1965 ஆம் ஆண்டு செப்டம்பர் 15 அன்று தனது பிறந்த நாளன்று அண்ணா வெளியிட்ட அறிக்கையில் "காங்கிரஸ் கட்சிக்குள் வலதுசாரி, இடதுசாரி சக்திகள் மோதுகின்றன. அதில் வலதுசாரிகளின் கை மேலோங்காமல் பார்த்துக் கொள்வது நாட்டுக்கு நல்லது" என்று அண்ணா எழுதினார். (அண்ணா பவளவிழா மலர்-1983)

இந்தக் கண்ணோட்டம் ஆட்சிக்கு வந்த பிறகு தொடந்ததா? உண்மையான இடதுசாரிப் பாதையில் செல்ல வேண்டுமானால் அன்று கேரளா அரசு செய்தது போன்று கிராமப்புறங்களில் நிலச்சீர்திருத்தம் போன்ற அடிப்படை மாறுதல்களை நிகழ்த்த தீவிரமான முனைப்பு காட்டியிருக்க வேண்டும்.

அழுத்தமான இடதுசாரி கொள்கைகளை அமலாக்குவதற்கான வழிமுறைகள் அவர்களிடம் இல்லை என்றாலும் கூட தங்களை ஏழைப் பங்காளர்கள் என்று முன்னிறுத்திக் கொள்வதில் தி. மு.க.வினர் எப்போதும் சளைத்ததில்லை.

சாதித்தவை சில !

தங்களது ஆட்சியினால் சாதிக்க முடிந்த சிலவற்றைச் செய்து பேரும் புகழும் பெற முயற்சிகள் நடந்தன. அதில் ஒன்று மாநிலத்தின் பெயர் மாற்றம். 1968 ஆம் ஆண்டு மதராஸ் மாகாணம் என்று இருந்த பெயரை தமிழ்நாடு என்று மாற்றியது அண்ணா ஆட்சி. இது முக்கியமான நடவடிக்கை என்பதில் மாற்றுக் கருத்து இருக்க முடியாது. தமிழக வரலாற்றுப் பரம்பர்யத்தின் முக்கியத்துவத்தை வெளிப்படுத்துவதாகவும் தமிழர்களுக்கு பெருமை சேர்ப்பதாகவும் இது அமைந்தது.

கடந்த காலத்தில் திராவிட இயக்கத்தினர் பேசி வந்த இன மேன்மைவாத கருத்தியலுக்கு ஏற்ற நடவடிக்கையாகவும் அது இருந்தது. இதனை அன்றும் இன்றும் சாதனையாக முன்னிறுத்தி அரசியல் செல்வாக்கைத் தக்க வைத்துக் கொள்ளும் பணியை மிகச் சிறப்பாகவே தி.மு.க. தலைவர்கள் செய்து வந்துள்ளனர். குறிப்பாக, இந்தித் திணிப்பு எதிர்ப்புப் போராட்டத்தில் அவர்களிடம் நெருங்கிய இளைய தலைமுறையை உணர்வூட்டி உற்சாகம் கொள்ளச் செய்திட இது போன்ற நடவடிக்கைகள்

அவர்களுக்கு கைகொடுத்தது. அவற்றை முன்னிறுத்தி, மற்ற அம்சங்களில் தங்களது தோல்வியை மறைக்க முயன்றனர்.

இரண்டு ஆண்டுக்காலம் மட்டுமே இருந்த அண்ணா தலைமையிலான ஆட்சியால், என்ன சாதிக்க முடியும் என்ற கேள்வி எழுப்பப்படலாம். ஆனால், எதிர்கால, மாற்றுக் கொள்கைக்கான பாதையில் செல்ல, துவக்கம் எப்படிப்பட்டதாக இருந்தது என்பதும் முக்கியமானது.

சுயமரியாதைத் திருமண முறைக்குச் சட்டப் பாதுகாப்பு வழங்கியதும், விதவை மணம் புரிந்தோருக்கு வேலை வாய்ப்பில் முன்னுரிமை, இரு மொழிக் கொள்கையைக் அமலாக்கியது போன்றவை அண்ணாவின் ஆட்சி மேற்கொண்ட முக்கியமான நடவடிக்கைகள். இவை தமிழக சமூகத்தை ஜனநாயகப்படுத்தும் கடமையில் முக்கிய மைல்கற்களாகத் திகழ்கின்றன.

அரசியல் களத்தில் தனிப்பட்ட மனிதர்களின் குணநலன்கள் மாற்றங்களை நிகழ்த்துவதில்லை. எனினும், அண்ணா நேர்மை, எளிய வாழ்க்கை, அயராத உழைப்பு, அர்ப்பணிப்பு உணர்வு, மாற்றுக் கட்சியினரையும் மதித்துப் போற்றும் பாங்கு, என சிறந்த பல பண்புகளை கொண்டவராக வாழ்ந்தார். கலை, இலக்கியம் என பல துறைகளில் பன்முகத் திறமைகள் கொண்டவராகவும் அவர் வாழ்ந்தார். பிற்காலத்தில் அவரைப் பின்பற்றி, அதிகாரத்தில் வந்தவர்கள் இந்தப் பண்புகளைக் கொண்டவர்களாக இருக்கவில்லை என்பது தமிழகம் அறிந்ததே.

1969 பிப்ரவரி 3ம் நாள் அண்ணா மறைந்தார். அவருக்குப் பிறகு, “தமிழ்நாட்டின் பாதிச் சரித்திரத்தை நான் எழுதிவிட்டேன். மீதியை என் தம்பி கருணாநிதி எழுதுவார்” என்று அண்ணாவால் புகழப்பட்ட கலைஞர் கருணாநிதி முதலமைச்சராகப் பதவி ஏற்றார்.

22

நில உறவுகளில் மாற்றம்?

திராவிடர் கழகத் தலைவரான கலி பூங்குன்றன் "திராவிட இயக்கம் சாதித்தது என்ன?" என்ற கட்டுரையில் திராவிட இயக்கம் சாதித்தவற்றை மூன்று கட்டங்களாகப் பிரித்து விளக்கியுள்ளார். *(இந்து தமிழ் திசை, 26-10-2017)*

முதலாவது, 1920-1937 ஆண்டுகளில் சென்னை மாகாணத்தை ஆண்ட நீதிகட்சிக் காலம்; இரண்டாவதாக, 1938-ல்- நீதிக்கட்சியின் தலைவராக பெரியார் பொறுப்பேற்று, பிறகு 1944-ல் திராவிடர் கழகம் அமைத்த காலத்தில் பொதுத்தளத்தில் கொண்டு வந்த மாற்றங்கள்; மூன்றாவதாக, 1967-முதல் தி.மு.க. - அ.தி.மு.க. என ஆட்சிகள் அமைந்த காலத்தில் கொண்டு வரப்பட்ட மாற்றங்கள்;

1929-ஆம் ஆண்டு கொண்டு வரப்பட்ட இட ஒதுக்கீட்டுச் சட்டம், பிந்தைய அ.தி.மு.க., தி.மு.க. ஆட்சிக் காலங்களில் 69 சத இட ஒதுக்கீட்டை பாதுகாத்தது, இந்தித் திணிப்புக்கு இடமில்லை என்ற நிலையை உருவாக்கியது என கலி.பூங்குன்றன் பட்டியலிடும் நடவடிக்கைகள் அனைத்தும் சமூக நீதிப் படிக்கட்டில் தமிழகம் முன்னேற உறுதுணையாக இருந்தன.

இந்த சாதனைப் பட்டியலில் குறிப்பிட முடியாத ஒரு அம்சம் விவசாயத் துறை பற்றியது. நாட்டின் முதுகெலும்பாகத் திகழும் விவசாயத்துறையில் நிலவிய நில உறவுகளில் அடிப்படையான மாற்றம் ஏற்படவில்லை. நிலவுடையின் அதிகார உறவுகளில் இருந்த ஏற்றத்தாழ்வு அகற்றப்படவில்லை. நில உறவுகளில் பல மாற்றங்கள் ஏற்பட்டிருக்கலாம். ஆனால் பெரும்பகுதியான மக்கள் விவசாய உற்பத்தியின் பலன்களை அனுபவிக்கும் நிலை உருவாக்கப்படவில்லை. திராவிட இயக்க ஆட்சிகள் சாதிக்கத் தவறியவற்றில் இது முக்கியமானது.

நிலப்பிரபுத்துவம் பெரும் தடை!

நாடு விடுதலை அடைந்த பிறகு, நேரடி அதிகார பீடத்திலிருந்து அந்நிய ஆட்சியாளர்கள் அகற்றப்பட்டு, ஆட்சிப் பொறுப்பு இந்தியர்கள் கைக்கு கிடைத்தது. ஆனால் ஆட்சி அதிகாரமட்டத்தில்

ஏற்பட்ட இந்த மாற்றம் சமூகப் பொருளாதார தளங்களில் பெருமளவுக்கு ஏற்படவில்லை. சமூக, பொருளாதார ஏற்றத்தாழ்வுகள் நீடித்தன.

சொத்துடைமை உறவுகளில் பெரும் மாற்றங்கள் நிகழவில்லை. தொழில்துறை மூலதனம், ஒரு சில குடும்பங்களிடமும், குழுக்களிடமும், நபர்களிடமும் குவிந்துகொண்டே வந்தது. நிலவுடைமையிலும் அடிப்படை மாற்றம் நிகழவில்லை. நிலங்கள் பெரிய நிலச்சுவான்தார்களின் உடைமையாக தொடர்ந்து நீடித்தது. இந்திய சமூக, சமத்துவத்திற்கு நிலப்பிரவுத்துவம் பெரும் தடையாக இருந்து வந்தது.

நிலவுடைமை மேட்டுக்குடியினர், ஆங்கிலேய ஆட்சி இருந்தபோது பெரும் செல்வாக்கோடு வலம் வந்தனர். விடுதலைக்குப் பிறகும், அவர்களது சமூக செல்வாக்கும், அதிகாரப்பிடிப்பும் நீடித்தது.

அந்நியரிடமிருந்து பெற்ற விடுதலையின் பலன், சாதாரண இந்தியனைச் சென்றடைய வேண்டுமானால், நிலவுடைமையைத் தகர்த்து, ஏழை விவசாயிகளுக்கு நில விநியோகம் செய்வது முக்கிய கடமையாக முன்னின்றது. கிராமப்புறங்கள் வறிய நிலையிலிருந்து மீள்வதற்கும், இது முதற்பெரும் கடமை.

நிலவுடைமையில் அடிப்படை மாறுதல் ஏற்பட, தமிழகத்திலும், ஆந்திராவிலும், கேரளா, வங்கம் உள்ளிட்ட நாட்டின் பல பகுதிகளிலும் கம்யூனிஸ்ட் இயக்கம் போராடி வந்தது. மாநில மட்டத்தில் அதிகாரத்திற்கு வருவதற்கு வாய்ப்பு கிடைத்த கேரளா, மேற்கு வங்கம் மாநிலங்களில் ஏழைகளுக்கு நிலம் கிடைத்திட சட்டப்பூர்வமான நடவடிக்கைகளை கம்யூனிஸ்டுகள் மேற்கொண்டனர்.

திராவிடச் கட்சிகளும், நிலவுடைமையும்

தி.மு.க. ஆட்சிக்கு வருவதற்கு முன்பே காங்கிரஸ் ஆட்சி நிலம் தொடர்பான பல சட்டங்களை கொண்டு வந்தது. அதில் முக்கியமானது, நில உச்சவரம்புச் சட்டம். அன்றைய தெலுங்கானா பகுதியில் கம்யூனிஸ்ட்கள் தலைமை தாங்கி நடந்த நில மீட்புக்கான நிலப்பிரபுத்துவ எதிர்ப்பு போராட்டங்கள், நாட்டின் பல பகுதிகளில் நடந்த விவசாயிகள் எழுச்சிகள் காரணமாக அந்தச் சட்டங்களை காங்கிரஸ் அரசு கொண்டு வந்தது.

மத்தியிலும், மாநிலத்திலும் ஆட்சி நடத்துவதற்கான வாய்ப்புக்கள் காங்கிரஸிற்கும், திராவிட முன்னேற்றக் கழகம் போன்ற மாநிலக் கட்சிகளுக்கும் கிட்டிய போது, முறையான நில விநியோகம் நடைபெற அவர்கள் முயற்சிக்கவில்லை. அதற்கான உறுதியான கொள்கைகளும் பின்பற்றப்படவில்லை. பல்வேறு சட்டங்கள் கொண்டுவரப்பட்டாலும் நில உறவுகளில் அசமத்துவம் நீடித்தது.

குறிப்பாக, தஞ்சைப் பகுதியில் நிலப்பிரபுத்துவ மேலாதிக்கம் 1950, 1960-களில் தீவிரமாக நீடித்துவந்தது. பண்ணையாள் எனப்படும் நிலமற்ற விவசாயத் தொழிலாளர்கள் தங்களது குடும்பங்களுடன் நிலப்பிரப்புக்களின் நிலங்களில் அடிமைகளாகப் பணியாற்றி வந்த நிலையில் மாற்றம் ஏற்படுத்த நெடிய போராட்டத்தினை கம்யூனிஸ்ட்கள் நடத்தினர். நிலப்பிரபுத்துவ முரண்பாட்டின் உச்சமாக கீழ் வெண்மணியில் 44 பேர் உயிரோடு கொளுத்தப்பட்ட கொடூரம் நிகழ்ந்தது. இது தி.மு.க. ஆட்சியின் போது நடந்தது

எனினும், தி.மு.க. ஆட்சி, விவசாயத் துறையில் கொண்டு வந்த பல சட்டரீதியான நடவடிக்கைகள் விவசாயிகளில் ஒரு பிரிவினருக்குப் பலனளித்தது. தனிநபர் நிலத்திற்கான உச்சவரம்பு 30 ஸ்டாண்டர்ட் ஏக்கர் என்று இருந்ததை 15 ஸ்டாண்டர்ட் ஏக்கர் என தி.மு.க. ஆட்சி குறைத்தது.

ஆனால், இந்தச் சட்டம் நில மறுவிநியோகத்திற்கு இட்டுச்செல்லவில்லை. காங்கிரஸ் ஆட்சியின் போதே, தங்களது பெயரில் இல்லை என்றாலும் பல்லாயிரம் ஏக்கர் நிலங்களைக் கொண்ட குறைந்தது 5 முதல் 10 கிராமங்களுக்கும் அதிகமாக, நிலப்பிரபுக்கள் தங்களது பிடியில் வைத்திருந்தனர். இந்த அதிகார உறவுகளில் அடிப்படை மாற்றம் நிகழவில்லை. திராவிட கட்சிகளுக்கு பெரும் நிலவுடைமையாளர்கள், நடுத்தர, பணக்கார விவசாயிகள் போன்ற பகுதியினரிடம் நெருக்கமான பிணைப்பு இருந்தது. அது அவர்களது திராவிட அரசியலுக்கு உதவியாக இருந்தது.

வாக்குத்தளத்தை பாதுகாக்க....

1967 க்குப் பிறகு ஆட்சிக்கு வந்த திராவிடக் கட்சிகள் விவசாயத்துறையில் கொண்டு வந்த திட்டங்களும், சட்டங்களும், கிராமப்புற மேல்தட்டுப் பிரிவினருக்கு பலனளிப்பதாகவே

அமைந்திருந்தன. இந்தப் பிரிவினர்தான் அவர்களது வாக்கு தளமாகவும் இருந்தனர். சமூகரீதியில் அவர்கள் பிற்பட்ட சாதிப் பிரிவினராக இருந்தனர். அவர்களுக்கு நன்மை பயக்கும் நடவடிக்கைகளை திராவிட கட்சிகள் மேற்கொண்டன. அந்த வாக்குத் தளம் அடுத்தடுத்த தேர்தல்களில் ஆட்சியை அவர்கள் கைப்பற்றிட உதவியது.

அன்று வரிவிதிப்பிலிருந்து 5 முதல் 12 ஏக்கர் வரை நிலம் உள்ளவர்களுக்கு விலக்கு அளிக்கப்பட்டது. அத்துடன், புன்செய் நிலவுடைமையாளர்கள் முழுவதுமாக நிலவரியிலிருந்து விலக்கு அளிக்கப்பட்டனர். இந்த நடவடிக்கை, நடுத்தர மட்டத்தில் இருந்த விவசாயிகளுக்கு பலன் கிட்டிட காரணமாக அமைந்தது.

இதுபோன்ற நடவடிக்கைகள் இதர கட்சிகளை பின்னுக்கு தள்ளி கிராமப்புறங்களிலும் செல்வாக்கு பெற்ற சக்தியாக, தி.மு.க. வளர்வதற்கு உதவின. முன்பு காங்கிரசுடன் கைகோர்த்திருந்த நிலவுடைமைச் சக்திகள் தி.மு.க.வையும் அரவணைத்துக் கொண்டன, இந்தப் பிரிவினரில் பெரும்பகுதி 1967 ஆம் ஆண்டு தி.மு.க. ஆட்சிக்கு வருவதற்கு வாக்களித்தனர்.

தி.மு.க. தமிழகத்தில் ஆட்சிக்கு வந்த பிறகு குத்தகை விவசாயிகளைப் பாதுகாக்கும் சட்டம்-1968, குத்தகைதாரர் உரிமை பாதுகாப்பு சட்டம்-1969, போன்ற சட்டங்களைக் கொண்டு வந்தது. இவை, குத்தகை விவசாயிகளைப் பதிவு செய்து, குத்தகை பாக்கிகளை எளிய தவணையில் செலுத்த வகைசெய்யும் சட்டங்கள், குத்தகைதாரர்களுக்கு நலன் கிட்டுவதாக அமைந்த இந்தச் சட்டங்களும், குத்தகை விவசாயிகளின் வலுவான போராட்டத்தின் விளைவாகக் கொண்டு வரப்பட்டவை. 1940,50-ஆம் ஆண்டுகளில் தஞ்சை மாவட்டத்தில் கம்யூனிஸ்ட் கட்சி தலைமையில் பல போராட்டங்கள் நடந்தன. தீவிரமாக போராட்டம் நடந்த தஞ்சை மாவட்டத்தில் குத்தகைதாரர் சட்டம் வந்ததால், சுமார் 5 இலட்சம் குத்தகைதாரர்கள் பதிவு செய்யப்பட்டனர்.

தி.மு.க. ஆட்சி நியாய விலைக் கடைகளில் குறைந்த விலையில் அரிசி வழங்கும் முயற்சியை மேற்கொண்டது. இது கிராமப்புற, நகர்ப்புற வறுமையின் தீவிரத்தைக் குறைப்பதற்கான முயற்சி. ஆனால், ஏழைகளின் வருமானம் குறிப்பிடத்தக்க அளவில் உயரவில்லை என்பதும் உண்மை.

விவசாயத் தொழிலாளர் ஊதியம் தொகை அளவில் அதிகரித்தாலும், உண்மையான மதிப்பில் அதிகரிக்கவில்லை. எடுத்துக்காட்டாக, 1964-65 ஆண்டுகளில் சராசரி தின ஊதியம் ரூ.1.39 ஆக இருந்தது. இது, 1974-75 ஆண்டுகளில் ரூ 3.64 ஆக உயர்ந்தது. ஆனால் அன்றைய நுகர்வுக் குறியீட்டு எண் அடிப்படையில் பார்த்தால் அதன் உண்மையான மதிப்பு ரூ.1.24 மட்டுமே எனக் கணக்கிட இயலும். எனவே விவசாயம் சார்ந்த அடித்தட்டு மக்களின் வாழ்க்கைத் தரம் உயரவில்லை.

அன்றைய நிலையில் வளர்ந்த விவசாய தொழில் நுட்ப வளர்ச்சி, தி.மு.க. அரசினால் கொண்டு வரப்பட்ட பல சட்டங்கள், நில மறுவிநியோகத்திற்கு எடுக்கப்பட்ட சில நடவடிக்கைகள் போன்றவற்றால், விவசாயத் துறையில் முன்னேற்றம் ஒருகுறிப்பிட்ட அளவில் ஏற்பட்டது.

எனினும் பல பிரச்னைகள் நீடித்தன. விவசாயத் துறையில் ஏற்பட்ட முன்னேற்றங்களின் பலன் பெரும்பாலும் பெரிய விவசாயிளுக்கே கிட்டியது. சிறு அளவில் நிலம் வைத்திருப்போரின் எண்ணிக்கை அதிகரித்தாலும், நிலக்குவியல் ஒரு சிலரிடம் இருக்கும் நிலை நீடித்து வந்தது.

சிறு உற்பத்தியாளர்களும்கூட நட்டமின்றி விவசாயம் செய்திட வாய்ப்பற்ற நிலை இருந்தது. எல்லாவற்றுக்கும் மேலாக, நில உச்சவரம்புச் சட்டங்கள் உறுதியாகவும், முழுமையாகவும் அமலாக்கப்படாமல் இருந்தன. இதனால் பல மாறுதல்களும் முன்னேற்றமும் ஏற்பட்டாலும், கிராமப்புற அதிகார மேலாதிக்க உறவுகளில் மாற்றம் ஏற்படவில்லை. இதன் வெளிப்பாடாக சாதிய ஒடுக்குமுறை கடும் இறுக்கத்துடன் நீடித்தது.

அன்றைய திராவிட இயக்கக் கட்சிகளின் ஆட்சிகள், நிலம், விவசாய உற்பத்தி சார்ந்த பிரச்னைகளில் சமூக அடிமட்டத்தில் இருந்த விவசாயத் தொழிலாளர், அவர்களுக்கு மேல் அடுக்கில் இருந்த சிறு, குறு விவசாயிகள் போன்ற பிரிவினரின் நலனுக்கு முன்னுரிமை அளிக்கவில்லை. இதற்காக அவ்வப்போது சில நடவடிக்கைகள் விவசாய இயக்கப் போராட்டங்களின் காரணமாக எடுக்கப்பட்டாலும், அந்த ஆட்சிகள் விவசாயத்துறையில் இயங்கி வந்த மேல்தட்டுப் பிரிவினரின் நலனுக்கே முன்னுரிமை அளித்தன.

23

திடுக்கிட வைத்த அண்ணா !

1967-ஆம் ஆண்டில் ஆட்சியைப் பிடித்த திராவிட முன்னேற்றக் கழகம் இடையில் சந்தித்த மிகப் பெரும் திருப்பம் அண்ணாவின் மறைவு. அவர் புற்றுநோயினால் பாதிக்கப்பட்டு சிகிச்சை பலனளிக்காமல்,1969 பிப்ரவரியில் காலமானார்.

தி.மு.க. ஆட்சியின் தூணாகவும்,கட்சியின் இயங்கு சக்தியாகவும், தமிழக மக்களிடையே வலுவான செல்வாக்கு செலுத்திய தலைவராகவும் திகழ்ந்தவர் அண்ணா. அமைப்பின் அடித்தளம் வரை, வேரூன்றி இருந்த தொண்டர் பலம்தான், தி.மு.க.வின் வளர்ச்சிக்கு அஸ்திவாரமாக இருந்தது. கிளைக் கழகம் வரை பல்லாயிரக்கணக்கான தொண்டர்கள் கட்டியமைத்து இயக்கிக் கொண்டிருந்த கட்சிக்கு உத்வேகமூட்டும் தலைமையாகவும், வழிகாட்டியாகவும், சித்தாந்த ஆசானாகவும் இயங்கி வந்தவர் அண்ணா. எனவே அவரது மறைவு கட்சியிலும் ஆட்சியதிகார மட்டத்திலும் அதிர்ச்சியை மட்டுமல்லாது பெரும் குழப்பத்தையும் ஏற்படுத்தியது.

அவரது மறைவு, கட்சி, ஆட்சி என இரண்டு மட்டத்திலும் பல்வேறு பிரச்னைகளை முன்னிறுத்தியது. யார் அடுத்த தலைமை என்பது கட்சிக்குள் முன் வந்த கேள்வி. கட்சிக்கு யார் தலைமை என்று முடிவெடுத்தால் இயல்பாகவே அது முதலமைச்சர் யார் என்ற கேள்விக்கும் விடையாக அமைந்திடும்.

ஆட்சி நடத்துவதில் எழுந்த பிரச்னைகள் முக்கியமானவை. அண்ணா தலைமையிலான தி.மு.க. எந்தக் கட்சியை ஆட்சியிலிருந்து அகற்றியதோ அதே கட்சி மத்திய அதிகாரத்தை தனது கையில் வைத்துக் கொண்டிருந்தது. அண்ணா முதலமைச்சராக இருந்த போது மத்திய காங்கிரஸ் ஆட்சியின் ஒத்துழையாமைப் போக்கினை அவர் சமாளித்து வந்தார். எனினும், மத்திய அரசின் போக்கில் பெரிய மாற்றத்தை அவரால் ஏற்படுத்த இயலவில்லை. அவருக்குப் பிறகு வரும் அடுத்தத் தலைமை இதனை சரியாக கையாண்டு ஆட்சியை முன்னெடுத்துச் செல்லுமா என்ற கேள்வியும் எழுந்தது.

தி.மு.க. ஆட்சி தாங்கள் அளித்த வாக்குறுதிகளை நிறைவேற்ற முடியாமல் போனாலும், இருமொழிக் கொள்கையைக் கொண்டு வந்து இந்தித் திணிப்புக்கு முட்டுக்கட்டை போட்டது; சுயமரியாதைத் திருமணங்களை சட்டபூர்வமாக்கியது; சென்னை மாகாணம் என்றிருந்த மாநிலத்தை தமிழ்நாடு என்று பெயர் மாற்றம் செய்தது. இது போன்ற பல நடவடிக்கைகளால் மக்களின் ஆதரவினை தி.மு.க.விற்கு தக்க வைத்திட அண்ணாவால் முடிந்தது. ஆனால் அந்த சாதுர்யம் அடுத்து வரும் தலைமைக்கு இருக்குமா என்ற கேள்வியும் அன்று முன்நின்றது.

வாரிசினை அறிவிக்கவில்லை

அண்ணா தனக்குப் பிறகு யார் கட்சிக்குத் தலைமை தாங்க வேண்டும் என்று அறிவிக்கவில்லை. பெரியார் தனக்கு வாரிசு என மணியம்மையை அறிவித்திருந்தார். அது போன்று அண்ணா வாரிசு என்று யாரையும் சுட்டிக் காட்டவில்லை.தனக்குப் பிறகு யார் என்பதை ஜனநாயகப் பூர்வமாக கட்சி முடிவு செய்யும் என்பது அண்ணாவின் எண்ணம் என திராவிட இயக்க ஆய்வாளர்கள் சிலர் பதிவு செய்துள்ளனர்.

ஆனால், இதில் உண்மையிருப்பதாகத் தெரியவில்லை. வாரிசு என்ற பிரச்னையை எழுப்பினால் கட்சிக்குள் பதவிப் போட்டி ஏற்பட்டு கட்சி ஒற்றுமை குலைந்து சிதறிடும் என்று அண்ணா அச்சப்பட்டிருக்கலாம்.

அண்ணா உட்பட யாரும் எதிர்பார்க்காத வகையில் 1967-தேர்தலில் வெற்றி தி.மு.க.விற்கு கிட்டியது. முந்தைய ஆண்டுகளில் திராவிட இயக்கக் கொள்கைகளுக்காகப் போராடி வந்த இயக்கப் போராளிகள், திடீரென்று அந்த வாழ்க்கை முறையிலிருந்து மாறி அதிகாரத்தை சுவைக்கும் நிலை உருவானது. ஆட்சி அதிகாரத்திற்கு பதவி போதையைக் கிளறிவிடும் குணம் உண்டு என்பது வரலாற்று அனுபவம். இந்தச் சூழலில் கட்சியிலும் ஆட்சியிலும் முதன்மைப் பதவி காலியாகிறது என்றால் இயல்பாகவே பதவிக்கான உக்கிரமான போட்டி நடக்க வாய்ப்புள்ளது. இதனால், வாரிசு என்று ஒருவரை அடையாளம் காட்ட அண்ணா தயங்கியிருக்கலாம். அல்லது, தகுதியானவர் கையில் தலைமைப் பொறுப்பு சென்றடையாத நிலை ஏற்படும் என்றும் கூட அவர் அச்சப்பட்டு இருக்க வாய்ப்புள்ளது.

இதனை கம்யூனிஸ்ட் தலைவர் பி.ராமமூர்த்திக்கும் அண்ணாவிற்கும் இடையே நடந்த உரையாடல் உணர்த்துகிறது. அமெரிக்காவிலிருந்து திரும்பி உடல்நலம் குன்றிய நிலையில் ஓய்வெடுத்துக் கொண்டிருந்தார் அண்ணா. அந்த நிலையில் அவரை சந்தித்தபோது நீண்ட கால நண்பர் என்ற வகையில் தனது கருத்துகளை அண்ணா அவரோடு பகிர்ந்து கொண்டார். அவர் சொன்ன கருத்துகளை பி.ராமமூர்த்தி தனது நூலில் பதிவு செய்துள்ளார்.

"என்னுடைய கட்சி நான் விரும்பியதற்கு முன்பே ஆட்சிக்கு வந்துவிட்டது. நான் இன்னும் சில காலத்திற்குப் பிறகுதான் ஆட்சிக்கு வரும் என்று எதிர்பார்த்தேன். என்னுடைய கட்சியில் லஞ்ச ஊழல் பரவி விட்டது. நோய்வாய்ப்பட்டிருக்கும் இதே நிலையில் இதை சீர்படுத்தும் நிலையில் நான் இல்லை. எனவே பணியாற்றிக் கொண்டே உயிர் நீத்து விடுவது என்று தீர்மானித்துவிட்டேன். *(I am determined to die in harness)*" என்று அண்ணா கூறினார். அவர் கூறிய இந்தக் கருத்துகள்"என்னை திடுக்கிடச்செய்தது" என பி.ராமமூர்த்தி எழுதியுள்ளார். அண்ணாவே கவலையுடன் வருந்துகின்ற அளவில் கட்சிக்குள் நிலைமை மோசமாக இருந்தது. எனவே, வாரிசு என்று யாரையும் அறிவிக்காமல் முடிந்த வரை ஓடட்டும் என்ற மனநிலைக்கு அண்ணா அன்று வந்துவிட்டதாகத் தெரிகிறது.

புதிய தலைமை

அண்ணாவின் மறைவிற்குப் பிறகு தலைமைப் போட்டியால் கட்சி சிதறவில்லை. மாறாக, ஆட்சியை இழந்திடாமல் அதிகாரத்தில் நீடிப்பதற்கு ஏற்றவாறு புதிய தலைமை குறித்த பிரச்னை தீர்க்கப்பட்டது.

அண்ணாவிற்குப் பிறகு அன்று இருந்த தலைமை வரிசையில் வி.ஆர்.நெடுஞ்செழியன், க.அன்பழகன் போன்றவர்கள் முன்னணியில் இருந்தனர். இவர்கள் இருவருமே சிறந்த பேச்சாளர்களாகவும் திராவிடர் வரலாறு, இயக்க சித்தாந்தம் போன்ற அடிப்படைகளில் ஆழமான அறிவு கொண்டவர்களாகவும் விளங்கினார். நெடுஞ்செழியன் கட்சியை நிறுவிய ஐந்து முன்னணித் தலைவர்களில் ஒருவர் என்று சொல்லப்படுவதுண்டு. இதில் கருணாநிதியின் பெயர் இடம்பெறுவதில்லை. அவர் கட்சியில் இரண்டாம் வரிசையில் இருந்த தலைவர். உண்மையில்,

நெடுஞ்செழியன் கட்சி துவங்கிய முதல் ஆறு வருடங்களுக்கு துணைப் பொதுச்செயலாளர் பதவி வகித்து அண்ணாவோடு நெருக்கமாகப் பணியாற்றினார். இரண்டாம் கட்டத் தலைவர்களின் திறமைகளை வளர்ச்சியடையச் செய்வதில் ஆர்வம் காட்டியவர் அண்ணா. அதனால்தான், 1955 முதல் 1960 வரை நெடுஞ்செழியனை பொதுச்செயலாளராக உயர்த்தினார். 1960- ஆம் ஆண்டு அண்ணா கட்சியின் பொதுச்செயலாளர் ஆனவுடன், நெடுஞ்செழியனை கொள்கைப் பரப்புச் செயலாளராக நியமித்தார்.

முன்னதாக 1962 தேர்தலில் அண்ணா தோல்வி அடைந்த நிலையில் தி.மு.க.வின் சட்டமன்றக் கட்சித் தலைவர் பதவிக்கும் நெடுஞ்செழியனையே அண்ணா தேர்ந்தெடுத்தார். அதே போன்று அண்ணா சிகிச்சைக்காக அமெரிக்கா சென்றபோது தற்காலிக முதல்வராக நெடுஞ்செழியனையே தெரிவு செய்தார். எனவே, தனது வாரிசை நியமிக்கும் எண்ணம் அண்ணாவிற்கு இருந்திருந்தால், நெடுஞ்செழியனையே சுட்டிக்காட்டியிருப்பார். கட்சியிலும் ஆட்சியிலும் அவரையே முதன்மைப் பொறுப்பிற்கு கொண்டு வந்திருப்பார்.

ஆனால் அண்ணா மறைவுக்குப் பிறகு எதிர்பாராத திருப்பங்கள் நிகழ்ந்தன. 1950-ஆம் ஆண்டுகளிலிருந்தே கருணாநிதியின் வளர்ச்சி கட்சிக்குள் மிக வேகமாக இருந்தது. தொண்டர்கள் மற்றும் மாவட்டத் தலைவர்கள் மத்தியில் தனது பிடிப்பினை கருணாநிதி வளர்த்துக் கொண்டார். தேர்தல் பிரச்சாரம், போராட்டங்கள், கட்சிக்கு நிதி திரட்டுவது போன்றவற்றில் தனது திறமைகளை அவர் வெளிப்படுத்தி வந்தார். 1960-ஆம் ஆண்டில் கட்சியின் பொருளாளராகப் பொறுப்பேற்றவுடன் அண்ணாவை விட கட்சியின் அன்றாடப் பணிகளில் தீவிரம் காட்டினார். இதனால் கட்சியில் அவருக்கு முன்வரிசையில் இருந்த நெடுஞ்செழியன், க.அன்பழகன், கே.ஏ.மதியழகன் போன்றவர்களைப் பின்னுக்குத் தள்ளி முதன்மை இடத்துக்கு கருணாநிதியால் வர முடிந்தது.

நெடுஞ்செழியன், கருணாநிதி ஆகிய இருவரில் ஒருவரைத் தேர்ந்தெடுக்கும் நிலை ஏற்பட்ட போது தி.மு.க. பொதுக் குழுவில் கருணாநிதிக்கு பெருத்த ஆதரவு இருந்தது. 383 பொதுக் குழு உறுப்பினர்களில் சுமார் 300 பேர் கருணாநிதியை ஆதரித்தனர். 30-க்கும் குறைவான ஆதரவே தனக்குக் கிட்டும் என்பதை உணர்ந்த நெடுஞ்செழியன் கருணாநிதிக்கு வழிவிட்டு போட்டியிலிருந்து விலகிக் கொண்டார். கருணாநிதிக்கு பொதுக்குழு உறுப்பினர்களில்

பெரும்பான்மை ஆதரவு இருந்தது மட்டுமல்லாது, கட்சியில் அன்று செல்வாக்குடன் இருந்த ஒருவரின் ஆதரவும் கிட்டியது. எம்.ஜி.ஆர் என்று தமிழகத்தில் பிரபலமாகி வந்த நடிகர் எம்.ஜி.ராமச்சந்திரனின் ஆதரவும் கருணாநிதிக்குக் கிட்டியது. எனவே கருணாநிதி முதலமைச்சர் பொறுப்பை ஏற்றார்.

தலைமை மாற்றம் பெரிய கொந்தளிப்பு ஏதுமின்றி நடந்தேறிய போதிலும் அண்ணா பி.ராமமூர்த்தியிடம் குறிப்பிட்டிருந்த நிலைமைகள் கட்சிக்குள் நீடித்தன. திராவிட இயக்கக் கொள்கைகள் பிரதானம் என்ற நிலையிலிருந்து மாறி, ஆட்சி அதிகாரத்தை எப்பாடுபட்டாவது தக்க வைத்துக் கொள்ள வேண்டும் என்ற நோக்கம் முதன்மை இடத்துக்கு வந்தது. 1972 வரையிலான அரசியல் நிகழ்வுகளில் சந்தர்ப்பவாதம், சுயநலம் தலைதூக்கிய நிலையை காண இயலும். இந்த முரண்பாடுகள் 1972-ல் கட்சியில் பிளவு ஏற்பட வழி வகுத்தது. ஆனால் மக்கள் இயக்கங்கள் அதிகரித்த சூழலில் மக்கள் நலனுக்கு ஆதரவாக பல நடவடிக்கைகளும் கொண்டுவரப்பட்டன.

24

பாதை மாறாத கலைஞராட்சி!

அண்ணா மறைவுக்குப் பிறகு, தமிழகம் மீண்டும் காங்கிரஸ் கைக்குப் போய்விடுமா என்ற கேள்வி இருந்தது. ஏனெனில் பக்கத்து மாநிலமான கேரளாவில் 1959 -ஆம் ஆண்டில் இ.எம்.எஸ் நம்பூதிரிபாடு தலைமையிலான கம்யூனிஸ்ட் ஆட்சியினை சர்வாதிகாரமான வகையில் மத்திய காங்கிரஸ் ஆட்சி டிஸ்மிஸ் செய்து இருந்தது. இதனால், காங்கிரஸ் அல்லாத ஒரு ஆட்சியை ஏற்றுக்கொள்ளாத ஜனநாயக விரோத மனப்பான்மை மத்திய ஆட்சியாளர்களிடம் இருந்தது என்பது வெளிப்படையாகத் தெரிந்தது.

எனவே, அண்ணா மறைவைப் பயன்படுத்தி தமிழகத்திலும் காங்கிரசை மீண்டும் கொண்டுவர மத்திய ஆட்சியாளர்கள் முயற்சிக்கலாம் என்ற நிலை இருந்தது. மத்தியில் அதிகாரமும் செல்வாக்கும் கொண்ட காங்கிரஸ் கட்சிக்கு அண்ணா மறைவினால் ஏற்பட்ட தலைமைக் குழப்பம் ஒரு வாய்ப்பினை ஏற்படுத்தியது. ஆனால், 1967 ஆம் ஆண்டு ஆட்சியிலிருந்து அகற்றப்பட்ட காங்கிரஸ் கட்சி, தமிழகத்தை மீண்டும் ஆள்வதற்கு விருப்பம் கொண்டிருந்தாலும், அது சாத்தியமில்லை என்ற நிலை தமிழகத்தில் ஏற்பட்டு விட்டது.

அண்ணாவின் தலைமை தமிழகத்தை தி.மு.க.வின் பிடியில் தக்க வைத்திருந்தது. தி.மு.க.வின் பிடியில் தமிழகம் தொடர்ந்து நீடிக்க அண்ணா எவ்வாறு முயற்சித்தாரோ, அதேபோன்று அவருக்குப் பிறகு ஆட்சிக்கும், கட்சிக்கும் தலைமைப் பொறுப்புக்கு வந்த கருணாநிதியும் செயல்பட்டார்.

தமிழகத்தை மாநில கட்சி தொடர்ந்து ஆளுகிற ஒரு நிலையினை அவரும் உறுதிப்படுத்தினார். இந்த வகையில் கருணாநிதியின் அரசியல் வாழ்க்கை ஒரு முக்கியத்துவம் வாய்ந்ததாக அமைந்துள்ளது.

ஜனநாயக விழிப்புணர்வு

மாநிலக் கட்சியின் ஆளுகைக்கு வந்த தமிழகத்தைத் தொடர்ந்து அந்த நிலையிலேயே வழி நடத்தியது உண்மையில் தமிழகத்தின் எதிர்கால நலனுக்கு ஓரளவு பயன்பட்டது எனலாம். ஏனெனில் இந்திய நாட்டில் அன்று வளர்ச்சி பெற்று வந்த முதலாளித்துவச் சக்திகளின் பிரதிநிதியாகவே காங்கிரஸ் இருந்தது. ஒரு மாநில ஆட்சி அதன் கையில் மீண்டும் சிக்குவது மக்களின் சில தேவைகளைப் புறக்கணிக்கும் நிலை உருவாக வழி வகுத்திருக்கும்.

ஒப்பீட்டு நோக்கில் பார்த்தால், காங்கிரஸ் அன்று ஆண்ட வடமாநிலங்களில் கல்வி, சுகாதாரம் உள்ளிட்ட தனி மனித மேம்பாட்டில் தமிழ்நாட்டைவிட பின்தங்கிய நிலையே நீடித்தது. இதற்குக் காரணம், தமிழக மக்கள் தங்களது தேவைகளை காங்கிரசை விட மாநிலக் கட்சியான தி.மு.க.வே நிறைவேற்றும் என்று எதிர்பார்த்து,அதற்கு ஆதரவு வழங்கினர்.மக்களது எதிர்பார்ப்பிற்கு ஏற்றவாறு, தி.மு.க. ஆட்சியும் மனிதவள மேம்பாட்டில் கவனம் செலுத்தி ஓரளவு முன்னேற்றத்தை ஏற்படுத்தியது.

இவ்வாறு சொல்வதால், ஆட்சியிலிருந்த தி.மு.க. அனைத்து மக்களின் வாழ்வாதார பொருளாதர நலன்கள் அத்தனையும் மேம்படுத்தியது என்ற முடிவிற்கு வர இயலாது. மக்கள் குரலுக்கு சிறிது மதிப்பளிக்கும் நிலையில் மாநிலக் கட்சியான தி.மு.க. செயல்பட வேண்டிய கட்டாயம் இருந்தது. ஏனெனில் சுயமரியாதை இயக்கம் வழியாகவும், ஓரளவு கம்யூனிச இயக்கத்தின் கருத்தியல் செயல்பாட்டினாலும், தமிழக மக்கள் ஜனநாயக விழிப்புணர்வு கொண்டவர்களாக இருந்தனர். இவ்வாறு மக்கள் திரண்டு ஏற்படுத்தியதுதான், 1967-ஆட்சி மாற்றம்.

எனவே, அந்த மக்களின் நம்பிக்கைகளுக்கு ஈடுகொடுக்கும் வகையில் சில சமூக நலத் திட்டங்களை தி.மு.க. ஆட்சி மேற்கொள்ள வேண்டிய கட்டாயத்திற்கு, ஆட்பட்டு இருந்தது. ஏற்கனவே அண்ணாவும் சமூக நலத் திட்டங்கள் மற்றும் தமிழக பாரம்பரிய மேம்பாட்டு நடவடிக்கைகளை மேற்கொண்டார். இதனால் மீண்டும் ஒரு அகில இந்திய ஆளும் கட்சி தலையெடுப்பது என்ற பின்னடைவு தமிழகத்தில் ஏற்படாமல் தடுக்கப்பட்டது. அண்ணா மறைவுக்குப் பிறகு கலைஞர் ஆட்சியும் அதே பாதையில் செயல்பட்டது.

தி.மு.க. மக்களின் செல்வாக்கைத் தக்க வைத்துக் கொண்டு அடுத்தடுத்து நடந்த தேர்தல்களில் வெற்றி பெற்று வந்தது. இதற்குக் கரணம், அதனுடைய அரசாங்க நடவடிக்கைகள் மட்டுமல்ல. தி.மு.க.வின் மக்களோடு நெருங்கிய அமைப்புச் செயல்பாடுகள் அவர்களுக்குப் பெருமளவுக்கு உதவின.

தேர்தல் கருவியாக கட்சி அமைப்புகள்

அண்ணா உயிர் வாழ்ந்த காலத்தில் தி.மு.க.வின் கட்சி அமைப்புகளைப் பலப்படுத்துவதற்கு எப்போதுமே தீவிரமாக முயன்று வந்தார். அமைப்பு ரீதியாக ஒழுங்கமைக்கப்பட்ட ஒரு செயல்படும் கட்சியாக தி.மு.க.வின் செயல்பாட்டை அண்ணா

மேம்படுத்தி வந்தார். கட்சியினுடைய அடிப்படைத் தூண்களாக நகர வார்டு குழு, கிராம அடிப்படையிலான கிராமக் குழு செயல்பட்டன. அடிமட்ட கழக அமைப்புகளை வலுப்படுத்த வேண்டும் என அண்ணா வாழ்நாள் முழுவதும் வலியுறுத்தி வந்தார். 1950 ஆம் ஆண்டு 600 கிளைகள் செயல்பட்டு வந்தன. அது 1956-இல் 1000 ஆகவும், 1960-ல் 3000, 1971-ல் 9000 என அதிகரித்தது.

கட்சியில் சேருவோரின் எண்ணிக்கையும் உயர்ந்தது. 1958- 59-ஆம் ஆண்டுகளில் 2,50,000 ஆக இருந்த தி.மு.க.வின் உறுப்பினர் எண்ணிக்கை, 1969-70-ல் 4,00,000 ஆக உயர்ந்தது. இந்த உறுப்பினர்களில் 50 சதம் உறுப்பினர்கள் 30 லிருந்து 20 வயதிலான இளைஞர்கள் என்பது குறிப்பிடத்தக்கது விடுதலைப் போராட்ட காலங்களில் தமிழகத்தில் இளைஞர்களை ஈர்த்த கட்சியாக இருந்த காங்கிரஸ் இளைஞர்கள் மத்தியில் செல்வாக்கை இழந்தது. அடித்தட்டு மக்களின் பொருளாதார மேம்பாடு கோஷங்களை தி.மு.க. எழுப்பியதாலும், இந்தி மொழித் திணிப்பு எதிர்ப்புப் போராட்டங்களை நடத்தியதாலும் இளைஞர்களை தி.மு.க. ஈர்த்தது. ஒரு புதிய சோசலிச மாற்றம் என்கிற ஒரு கனவு இளைஞர்களிடம் முன்வைக்கப்பட்டது. இதற்கு ஏற்றாற் போல் அண்ணா தலைமையிலான ஆட்சியும், அதன் பிறகு வந்த கலைஞர் தலைமையிலான ஆட்சியும் செயலாற்றியது. இதனால் தி.மு.க.வின் செல்வாக்குக் குறையாமல் வளர்ந்தது.

அண்ணாவுக்குப் பிறகு தலைமைக்கு வந்த கருணாநிதியும் இதில் அதிகக் கவனம் செலுத்தி வந்தார். தேர்தல் அடிப்படையில் செயலாளர்கள் மற்றும் நிர்வாகிகளைத் தேர்ந்தெடுக்கும் முறை தொடர்ந்து பின்பற்றப்பட்டது. தி.மு.க.வின் அமைப்புச் சட்டத்தில் உள்ளவாறு கிளை, வட்டம், மாவட்டம், பொதுக்குழு, மாவட்டச் செயலாளர், பொதுச் செயலாளர், பொருளாளர், பாராளுமன்றகுழு, தலைமை நிலையச் செயலாளர், கொள்கை பரப்பு, தொழிற்சங்க நிர்வாகிகள், கட்சி பதிப்பகங்களின் பொறுப்பாளர்கள் என நிர்வாகிகள் தேர்ந்தெடுக்கப்பட்டு செயல்பட்டு வந்தனர்.

அண்ணா மறைவுக்குப் பிறகு, ஏற்கனவே இல்லாமல் இருந்த கட்சித் தலைவர் பதவி உருவாக்கப்பட்டது. 1969-ஆம் ஆண்டு கருணாநிதி தி.மு.க. தலைவராகத் தேர்வு செய்யப்பட்டார். முதல்வர் பதவிப் போட்டியில் ஈடுபட்டு பதவி கிடைக்காத நிலையில் விலகி இருந்த நாவலர் நெடுஞ்செழியன் மீண்டும் தி.மு.க.வில் சேர்ந்து செயல்பட்டார். அவர் தி.மு.க.வின் பொதுச் செயலாளராக தேர்வு

செய்யப்பட்டார். கட்சிப் பொருளாளர் பதவியில் எம்.ஜி.ஆர் செயல்பட்டு வந்தார்.

கட்சித் தேர்தல்கள் ஜனநாயகப் பூர்வமாக நடைபெறுவது போன்ற தோற்றம் இருந்தாலும் தலைமையில் உள்ளவர்களுக்கு, குறிப்பாக செல்வாக்கு மிக்கத் தலைவராக இருந்த கருணாநிதியின் விருப்பத்திற்கு ஏற்ற வகையில் நிர்வாகிகள் தேர்ந்தெடுக்கப்பட்டனர். இதனால் கட்சியில் நீண்டகாலமாகப் பணியாற்றியவர்களுக்கு எந்தப் பதவியும் அளிக்கப்படவில்லை என்ற குறைகளும் பலருக்கு இருந்து வந்தது. தலைமைப் பொறுப்பில் இருப்பவர்களின் குடும்பங்களைச் சார்ந்தவர்கள் முக்கியப் பதவிகளில் அமர்த்தப்படுகிறார்கள் என்கிற குமுறல்களும் இருந்தன.

திராவிட இயக்கங்கள் வைத்துள்ள கட்சி அமைப்பு முறைகள் கம்யூனிஸ்ட் கட்சிகளின் அமைப்பு போன்றதல்ல. கம்யூனிஸ்ட் கட்சிகள் தங்களது சமூக மாற்ற இலட்சியங்களுக்கு ஏற்ப இறுக்கமான ஸ்தாபன விதிகளுடன் செயல்பட்டு வருகின்றனர். ஆனால், அமைப்பு குறித்து திராவிட கட்சித் தலைமையின் நோக்கம் வேறானது. வலைப்பின்னல் போன்ற, கீழ்மட்டம் வரையிலான குழுக்களை உருவாக்குவதின் மூலமாக இயக்கத்திற்குக் கிடைத்த வெகுமக்கள் செல்வாக்கினை நிரந்தரமாகத் தக்கவைத்துக் கொண்டு, தேர்தல் கருவியாக அதனை செயல்பட வைப்பதுதான் அவர்களது முக்கிய நோக்கம். பிந்தைய நாட்களில் தி.மு.க.விலிருந்து பிரிந்து வந்த கட்சியான அ.தி.மு.க., கட்சி ஜனநாயகம், ஜனநாயகத் தேர்தல்கள் போன்ற நடைமுறைகளைப் பெரிதாக மதிக்கவில்லை.

அண்ணா ஆட்சி சென்ற பாதையிலே கருணாநிதி ஆட்சியும் பயணம் செய்தது. சில சமூக நலத் திட்டங்களை கொண்டு வருவது, தமிழ் மொழி, பாரம்பரியம் பண்பாடுசார்ந்த சில நடவடிக்கைகளை மேற்கொள்வது,இட இதுக்கீடு என்கிற பொதுவான தளத்திலேயே 1969ஆம் ஆண்டு பதவியேற்ற கருணாநிதியின் ஆட்சியும் நடைபோட்டது.

இவற்றில் செலுத்திய அக்கறையும் கவனமும் பொருளாதார வளர்ச்சியை முன்னெடுப்பதில் இல்லை. மாநில அரசு அதிகார வரம்புக்கு உட்பட்டு ஆற்றவேண்டிய மக்களின் பொருளாதார வாழ்வு மேம்பாட்டுப் பணிகளை திராவிடக் கட்சி ஆட்சிகள் மேற்கொள்ளவில்லை. அந்தப் பணிகளை நிறைவேற்றுவதற்காக மத்திய அரசை நிர்ப்பந்திக்கிற முயற்சியும் பெரிதாக நடக்கவில்லை.

25

காங்கிரசுடன் புதிய உறவு

1969-ஆம் ஆண்டு மத்தியில் பழைய காங்கிரஸ், புதிய காங்கிரஸ் என்று காங்கிரஸ் இரண்டாகப் பிளவுபட்டிருந்தது. இந்திராகாந்தி தலைமையிலான காங்கிரசுக்கும், எதிர்த்தரப்புக்கும் பல்வேறு பிரச்சினைகளில் கருத்து வேறுபாடுகள் இருந்தன. மிகவும் பிற்போக்கான கருத்தோட்டங்களைக் கொண்ட பலர், இந்திராகாந்தி எதிர்ப்பு முகாமில் இருந்தார்கள். அவர்களுக்குள் கடும்மோதல்கள் ஏற்பட்டாலும் இந்திய முதலாளித்துவத்தை வளர்த்தெடுப்பது என்பதில் இரு தரப்புக்கும் பெரிய வித்தியாசம் எதுவும் இல்லை.

தி.மு.க., இந்திராகாந்தி தலைமையிலான காங்கிரஸ்-*R* பிரிவுடன் உறவு கொண்டது. *1969*-ல் ஏற்பட்ட இந்தக் கூட்டு *1971*-தேர்தலில் நீடித்தது. *1971*-ஆம் ஆண்டில் நாடாளுமன்ற மற்றும் சட்டமன்றத் தேர்தல்கள் ஒன்றாக வந்தன. தமிழகத்தில் தி.மு.க.-காங்கிரஸ் கூட்டணி அமைக்கப்பட்டது. காங்கிரசுக்கு *10* நாடாளுமன்றத் தொகுதிகள் ஒதுக்கப்பட்டன. தி.மு.க. தனது கூட்டணியில் இருந்த காங்கிரசுக்கு சட்டமன்றத் தொகுதி ஒன்று கூட ஒதுக்கிடவில்லை. இந்த வரலாற்று உண்மை வியப்புக்குரியதாக இருக்கலாம். *1967* வரை மாநில ஆட்சியில் இருந்த ஒரு அகில இந்திய கட்சிக்கு இந்த அவமானம் எப்படி நிகழ்ந்தது? இதில் இரண்டு தரப்பினருடைய அரசியல் சுயநலம் அடங்கியிருந்தது.

1967-ல் காங்கிரசை ஆட்சியிலிருந்து அப்புறப்படுத்துவதற்குக் கடும் முயற்சி செய்த தி.மு.க., அடுத்த தேர்தலிலேயே அதே கட்சியுடன் தேர்தலில் கூட்டு சேர்ந்தது. காங்கிரஸ் கட்சி தனது மக்கள் விரோதக் கொள்கைகளில் எதையும் மாற்றிக் கொள்ளவில்லை. காங்கிரசோடு இணைந்திருப்பது மத்திய ஆட்சியுடன் பேரம் பேசுவதற்கு உதவியாக இருக்கும் என்பதால் இந்தச் சந்தர்ப்பவாத நிலையினை தி.மு.க. மேற்கொண்டது.

காங்கிரசும் அன்று பெரும் நெருக்கடியில் சிக்கியிருந்தது. பிரதமர் பொறுப்பிலிருந்த இந்திராகாந்தி தனது பதவியையும், ஆட்சியையும் தக்கவைத்துக் கொள்ளும் பதட்டத்தில் இருந்தார். இதற்கு அவருக்கு அதிக நாடாளுமன்றத் தொகுதிகளில் வெற்றி பெற வேண்டிய கட்டாயம் இருந்தது. இதனால், தி.மு.க.

முன்வைக்கிற எந்த நிபந்தனையும் ஏற்றுக்கொள்ளும் நிலையில் காங்கிரஸ் இருந்தது. தொகுதிப் பேச்சு வார்த்தையில் கருணாநிதியின் கை ஓங்கியிருந்தது. 234 சட்டமன்றத் தொகுதிகளில் ஒரு தொகுதி கூட அளிக்க முடியாது என்று தி.மு.க. பிடிவாதமாக முன்வைத்த அந்த நிபந்தனையையும் ஏற்றுக் கொண்டு காங்கிரஸ் தேர்தலில் போட்டியிட்டது. அந்த தேர்தலில் தி.மு.க. கூட்டணி அமோக வெற்றி பெற்றது

கருணாநிதியின் நிபந்தனைகளுக்கு அடிபணிந்த காங்கிரஸ், 1971-க்குப் பிறகு தனது, உண்மையான சொரூபத்தை வெளிப்படுத்தியது. 1972-ல் தி.மு.க. பிளவுபட்டது; எம்.ஜி.ஆர் தி.மு.க.விலிருந்து வெளியே வந்து தனிக்கட்சி தொடங்கி செயல்பட்டார். தி.மு.க.வை உடைத்ததில் காங்கிரசிற்கும் பங்கு இருந்தது என்ற குற்றச்சாட்டு எழுந்தது. இதற்கெல்லாம், முத்தாய்ப்பாக, 1976- ஆம் ஆண்டில் தி.மு.க. ஆட்சியை மத்திய காங்கிரஸ் ஆட்சி கலைத்தது.

1971 – தேர்தல் வெற்றி

1971-நாடாளுமன்றத் தேர்தலில் இந்திராகாந்தி "வறுமையை ஒழிப்போம்" முழக்கத்தை முன்வைத்து போட்டியிட்டார். இது, அவருக்குப் பெரும் ஆதரவை ஈட்டித்தந்தது. இந்த ஆதரவு அலையுடன் தி.மு.க. தன்னை இணைத்துக் கொண்டது. தி.மு.க.வுக்கு தமிழகத்தில் பெரும் வெற்றி கிடைத்ததற்கு இதுவும் ஒரு காரணமாக அமைந்தது. ஆனால் வறுமையை ஒழிப்பதற்கு அறிவியல்பூர்வமான எந்தத் திட்டமும் இந்திராகாந்தியிடம் இல்லை. அவரோடு கூட்டுச் சேர்ந்த திராவிட முன்னேற்றக் கழகமும் வறுமையை ஒழிப்பதற்கான சரியான நடவடிக்கைகள் என்ன என்பது குறித்து அந்த கட்சியோடு கொள்கைப்பூர்வமான விவாதம் எதையும் நடத்தவில்லை. வாக்குகளைப் பெறுவதற்கான உத்தியாகவே கவர்ச்சிகரமான இந்த முழக்கம் பயன்பட்டது.

கருணாநிதியின் அமைச்சரவை 1971 இலிருந்து 1975 வரை ஐந்து சமூக நலத் திட்டங்களை கொண்டு வந்தது. பிச்சைக்காரர்கள், தொழுநோயாளிகள் மறுவாழ்வுத் திட்டம்; இலவச கண் சிகிச்சை முகாம்கள்; கைரிக்க்ஷா ஒழிப்பு; மாற்றுத்திறனாளிகளுக்கான சமூக நலத்திட்டம்; அனாதைகளுக்கான முகாம்கள் போன்ற இந்தத் திட்டங்கள் பெரும் அளவில் விளம்பரப்படுத்தப்பட்டன

தமிழகத் தொன்மைப் பாரம்பரியத்தை நினைவுபடுத்தும் வகையில் பூம்புகார் கலைக்கூடம், வள்ளுவர் கோட்டம், கட்டபொம்மன் கோட்டை போன்றவை கருணாநிதி ஆட்சியில் அமைக்கப்பட்டன. விவசாய உற்பத்தி மேம்பாட்டுக்காகவும் விவசாய ஆராய்ச்சிக்காகவும் 1971 ஆம் ஆண்டு தமிழ்நாடு வேளாண் பல்கலைக்கழகம் அமைக்கப்பட்டது.

'மத்தியில் கூட்டாட்சி; மாநிலத்தில் சுயாட்சி' என்கிற முழக்கம் முன்வைக்கப்பட்டது. அண்ணா ஆட்சியின் போதே மாநிலத்திற்கு அதிக அதிகாரங்கள் தேவை என்று கோரிக்கை எழுப்பப்பட்டது. அதன் தொடர்ச்சியாக, கருணாநிதி ஆட்சியின் போது 1969-ல் மூன்று உறுப்பினர் குழு அமைக்கப்பட்டது.

நிர்வாகம், சட்டம் இயற்றுதல், நீதித்துறை, மாநில சுயாட்சி போன்றவற்றில் மேற்கொள்ள வேண்டிய நடவடிக்கைகள் மற்றும் ஆலோசனைகளை வழங்கிடவும், தேவையான அரசியல் அமைப்புச் சட்டத் திருத்த ஆலோசனைகளை வழங்கிடவும் ராஜமன்னார் குழு அமைக்கப்பட்டது.

ராஜமன்னார் குழு 1971-ல் விரிவான ஒரு அறிக்கையை அளித்தது. மாநிலங்களுக்கு இடையேயான கவுன்சில், ஆளுநர்கள் நியமனம் போன்ற பல்வேறு பிரச்சினைகளில் தனது பரிந்துரைகளை ராஜமன்னார் குழு அளித்தது. கருணாநிதி ஆட்சியில் நடைபெற்ற முக்கியமான நடவடிக்கை இது. எனினும், ராஜமன்னார் குழுவின் ஆலோசனைகள் பெருமளவுக்கு ஏற்கப்படவில்லை.

பிந்தைய ஆண்டுகளில் மத்திய காங்கிரசோடு அரசியல் ரீதியான உறவு, அதற்குப் பிறகு, பாஜகவுடன் உறவு போன்ற பல காரணங்களால், இடதுசாரிகள் போன்று திராவிடக் கட்சிகளால் மாநில சுயாட்சி கொள்கையில் உறுதியாக நிற்க இயலவில்லை. 'பலமான மத்திய அரசு; பலமான மாநில அரசுகள்' என்ற அடித்தளத்தில் நின்று அதிகாரங்கள் ஜனநாயக ரீதியில் பகிர்ந்து கொள்ளப்பட வேண்டும் என்ற உறுதியான நிலைப்பாட்டை இடதுசாரிகள் இடைவிடாமல் வலியுறுத்தி வந்துள்ளனர்.

அடுத்து, ஒரு முக்கியமான குழுவினை கருணாநிதி நியமித்தார். 1969-ம் ஆண்டில் ஏ.என்.சட்டநாதன் தலைமையில் பிற்படுத்தப்பட்டோர் நலக்குழு அமைக்கப்பட்டது. பிற்படுத்தப்பட்ட வகுப்பினர் மற்றும் மிகப்பிற்படுத்தப்பட்ட வகுப்பினர் நலனை மேம்படுத்த மாநில அரசு என்னென்ன

நடவடிக்கைகள் மேற்கொள்ள வேண்டுமென்று பரிந்துரை செய்ய அந்தக் குழு அமைக்கப்பட்டது.

இந்தக் குழு அளித்த பரிந்துரையின் அடிப்படையில் 1971-ஆம் ஆண்டில் இட ஒதுக்கீடு அதிகரிக்கப்பட்டது. பிற்படுத்தப்பட்ட வகுப்பினருக்கு 25 சதவீதத்திலிருந்து 31 சதவீதம் என உயர்த்தப்பட்டது. ஆதிதிராவிடர் மற்றும் பழங்குடியினருக்கு 16 சதவீதத்திலிருந்து 18 சதவீதம் என உயர்த்தப்பட்டது.

இவை அனைத்துமே திராவிட இயக்கம் பிரதிநிதித்துவப்படுத்திய பிற்படுத்தப்பட்ட, நடுத்தர மக்களின் நலன் சார்ந்ததாக அமைந்தது. வேலையின்மை கடுமையாக இருந்த சூழலிலும், இந்த நிவாரண நடவடிக்கைகள் சமூக நீதி காக்கும் நடவடிக்கைகளாக முன்னிறுத்தப்பட்டன.

அரசாங்கத்தின் இந்த நடவடிக்கைள், தி.மு.க. தனது வாக்குவங்கியை மக்களிடம் தக்க வைத்துக்கொள்ள உதவிற்று. அத்துடன், காங்கிரஸ் மீதான அதிருப்தி மக்களிடம் நீடித்தது. இந்நிலையில்,1970-ன் துவக்க ஆண்டுகளில் தி.மு.க. செல்வாக்கு பெற்ற சக்தியாக விளங்கியது.

உண்மையான சமூக நீதி

கருணாநிதி ஆட்சியில் இடஒதுக்கீட்டின் அளவினை உயர்த்தியது, தி.மு.க.வின் மிகப்பெரும் சாதனையாக அன்றும், இன்றும் முன்னிறுத்தப்படுகிறது. திராவிடர் கழகத் தலைவர் கி.வீரமணி பிரண்ட்லைன் இதழில் (31 ஆகஸ்ட் 2018) சமூகநீதி பற்றி கீழ்க்கண்டவாறு குறிப்பிட்டார்.

"சமூக நீதி இலட்சியத்தை அடைகிற நோக்கம் நிறைவேறுவது பொது வேலை வாய்ப்பிலும்,கல்வியிலும் பிற்பட்டோர், தாழ்த்தப்பட்டோர், ஆதிவாசி மக்களுக்கு உரிய முறையில் இட ஒதுக்கீடு வழங்கினால்தான் சாத்தியமாகும். நீதிக்கட்சி என்றழைக்கப்பட்ட தென்னிந்திய நல உரிமைச் சங்கம் உருவான காலத்திலிருந்தே, சமூக நீதி அடைவதுதான் திராவிட இயக்கத்தின் உயிர் நாடியான கோட்பாடாக தொடர்ந்து இருந்துவந்துள்ளது." இந்தக் கோட்பாட்டிற்கு ஏற்றவாறு கருணாநிதியின் ஆட்சியும் அமைந்திருந்தது.

ஆனால், வீரமணியும், திராவிட இயக்கங்களும் சமூக நீதி பற்றி ஒரு குறுகியப் பார்வையே கொண்டிருந்தனர். முக்கியமாக இட ஒதுக்கீட்டினைச் சுற்றியே அவர்களது பார்வை இருந்து வருகிறது.

அனைத்து மக்களின் மனிதவள மேம்பாடு, அனைவருக்குமான பொருளாதார வளர்ச்சி என்ற பரந்த நோக்கிலான சமூக நீதி பார்வை இல்லை.

எடுத்துக்காட்டாக, போதிய ஊட்டச்சத்துக் கொண்ட உணவு அனைவருக்கும் கிடைக்கும் நிலை அன்று இருந்ததா என்ற கேள்வி. அறிவியல் அடிப்படையில் ஏற்றுக்கொள்ளப்பட்ட 2400 கலோரி சக்தி கிடைக்கும் உணவு தமிழகத்தில் எத்தனை பேருக்கு கிடைத்தது? கருணாநிதி ஆட்சி செய்த 1972-73 ஆண்டுகளில் 80 சதவீதத்திற்கும் அதிகமான மக்கள் ஊட்டச்சத்துக் குறைவான உணவு உட்கொண்டனர் என்று ஆய்வுகள் கூறுகின்றன. அதாவது 2400 கலோரி சக்தி கொண்டுள்ள உணவு உட்கொள்கிற மக்கள் 20 சதமானோருக்கும் குறைவாகவே இருந்துள்ளனர். (சென்னை வளர்ச்சி மையம் - 1988).

அனைவருக்கும் போதுமான ஊட்டச்சத்து கொண்ட உணவு கிடைப்பது அவர்களது வாங்கும் சக்தியை அதிகரிக்கிற அடிப்படையான கொள்கை மாற்றம் ஏற்பட்டால்தான் சாத்தியமாகும். அதுவே உண்மையான சமூக நீதி நிலவுவதற்கான அடிப்படை. ஆனால் அன்றைய ஆட்சியின் பல திட்டங்கள் இதை நோக்கியதாக இல்லை. சில நலத்திட்டங்கள், தமிழர் உரிமை, தமிழர் பண்பாடு சார்ந்த சில நடவடிக்கைகள், இடஒதுக்கீடு போன்றவற்றில் மட்டுமே ஆட்சியாளர்கள் கவனம் செலுத்தினர். மத்திய அரசும் மக்களின் வாழ்க்கை மேம்பாட்டிற்கு எந்த விதத்திலும் உதவிகரமாக இல்லை. எனவே, 1967-ல் முக்கிய ஆட்சி மாற்றம் ஏற்பட்டாலும், மக்களின் வாழ்வாதார மேம்பாட்டில் இருந்த தேக்கத்தை உடைத்து முன்னேறுகிற நிலை உருவாகவில்லை.

26

தி.மு.க. பிளவு : ஆளுமைகள் மோதலா?

தமிழகத்தின் அரசியல் களம், 1960ஆம் ஆண்டுகளில் திராவிட முன்னேற்றக் கழகத்திற்கும் காங்கிரஸிற்குமான அரசியல் போட்டியாக வெளிப்பட்டது. ஆனால் அடுத்த பத்தாண்டுகளில் அரசியல் போட்டிக் களம் மாறியது. திராவிட முன்னேற்றக் கழகத்திற்கும் அண்ணா திராவிட முன்னேற்றக் கழகத்திற்குமான அரசியல் போட்டியாக அது உருமாறியது.

இந்த அரசியல் போட்டி, இரண்டு கட்சிகள், இரண்டு தலைமை, இரண்டு ஆளுமைகள் என்கிற வெளித்தோற்றம் கொண்டிருந்தது. எனினும், திராவிட இயக்கம் தமிழக மக்களிடம் ஏற்படுத்திய நம்பிக்கையும் எழுச்சியும் தளர்ச்சி அடைந்து வந்ததுதான், அன்று நிலவிய உண்மையான சூழல். தி.மு.க.வில் 1972-ஆம் ஆண்டில் ஏற்பட்ட நெருக்கடிக்கு இதுவே முக்கிய காரணம்.

உழைக்கும் மக்களின் நிறைவேறாத வாழ்வாதாரத் தேவைகளுக்கும், தி.மு.க., அண்ணா தி.மு.க. என்று இருந்த மைய அரசியலுக்கும் இடையிலான, போட்டியாகவே உள்ளுக்குள் தமிழக அரசியல் இருந்தது. ஆனால், தனிப்பட்ட ஆளுமைகளின் மோதல் முன்னிறுத்தப்பட்டதால், அன்று, உழைக்கும் மக்களின் வாழ்வாதாரப் போராட்டங்களை எதிரொலித்த கம்யூனிஸ்ட் இயக்கங்கள் மைய அரசியல் இடத்துக்கு வர முடியவில்லை.

தி.மு.க.வில் ஏற்பட்ட பிளவு

1972-ஆம் ஆண்டு தி.மு.க.வில் ஏற்பட்ட பிளவு திராவிட இயக்க வரலாற்றில் முக்கியமான திருப்பத்தை ஏற்படுத்தியது. இந்தப் பிளவுக்குப் பிறகு எம்.ஜி.ஆர் - கருணாநிதி, அ.தி.மு.க.- தி.மு.க. என்ற இரு துருவ அரசியல் மையங்கள் மோதும் களமாக தமிழக அரசியல் மாறியது. உண்மையில் பெரியார் கால இயக்கம் விதைத்த உறுதியான திராவிடக் கருத்தியலிலிருந்து விலகி, நெகிழ்வான பதவித் தேவைகளுக்காக வளைந்து கொடுக்கிற திராவிட அரசியல் என்ற பரிணாமத்தை அது அடைந்தது. இந்தப் போக்கு அண்ணா காலத்திலேயே துவங்கிவிட்டது.

அண்ணா தலைமையில் தி.மு.க. தேர்தலை சந்தித்தபோதே, முன்னணி நடிகராகவும், கட்சியிலும் செயல்பட்டு வந்த எம்.ஜி.ஆர் , மக்களை ஈர்க்கும் சக்தி படைத்தவராக விளங்கினார். 1967 தேர்தலுக்கு முன்னதாக நடிகர் எம்.ஆர்.ராதாவால் அவர் சுடப்பட்ட போது, மக்களிடையே அவருக்கு இருந்த பெரும் செல்வாக்கு வெளிப்பட்டது. அப்போது அவருக்கு ஆதரவாக எழுந்த அனுதாப அலையும், தி.மு.க. வெற்றிக்கு முக்கிய காரணமாக அமைந்தது.

அண்ணா, எம்.ஜி.ஆரின் முக்கியத்துவத்தை உணர்ந்திருந்தார். அதனை அவர், வெளிப்படையாகவே பேசினார். துவக்கத்தில் காங்கிரஸிலிருந்த எம்.ஜி.ஆர் , தி.மு.க.வில் சேர்ந்ததும் அண்ணா குறிப்பிட்டார், "எல்லோரும் எதிர்பார்த்த அந்தக் கனி என் மடியில் வந்து விழுந்தது; அதை என் இதயத்தில் எடுத்து வைத்துக் கொண்டேன்" என்றார்.

விருகம்பாக்கம் தி.மு.க. மாநாட்டில் அண்ணா பேசும்போது, 'நண்பர் எம்.ஜி.ஆர் அவர்கள் நிதி தருவதாகச் சொன்னார்கள். நிதி வேண்டாம். உங்கள் முகத்தைக் காட்டுங்கள். தொகுதிக்கு 30000 ஓட்டுகள் கூடுதலாகக் கிடைக்கும்; ஆளைக் காட்டினால் 50000 வாக்குகள் கிடைக்கும்" என்று சொன்னார்.

இவ்வாறு முக்கியத்துவம் பெற்ற ஒரு தலைவராக எம்.ஜி.ஆர் விளங்கிய போதும், அவருக்கு அண்ணா காலத்திலேயே அமைச்சர் பொறுப்பு அளிக்கப்படவில்லை. கட்சிப் பொறுப்பும் கூட வழங்கப்படவில்லை. 'எனது இதயக்கனி' என்று அண்ணா அவரைப் பாராட்டினாரே தவிர, பதவி, பொறுப்புகள் என எதுவும் அவருக்கு வழங்கவில்லை. எம்.ஜி.ஆர் முழுமையாக நடிப்புத் தொழிலில் ஈடுபட்டிருந்ததுதான், முக்கியக் காரணமாக சொல்லப்பட்டது.

ஆனால், எம்ஜிஆருக்கு துவக்கத்திலிருந்து அரசியல் பதவி அடைவதில் நாட்டம் இருந்துள்ளது. இதனை அண்ணாவும் அறிந்திருக்க வாய்ப்புள்ளது. அண்ணா மறைவுக்குப் பிறகு தலைமைக்கு வந்த கருணாநிதிக்கும் எம்.ஜி.ஆரின் அரசியல் விருப்பம் நன்றாகவே தெரிந்திருந்தது. அண்ணா மறைந்த பிறகு கருணாநிதி முதல்வர் ஆவதற்கு எம்.ஜி.ஆர் முக்கியக் காரணமாக இருந்தார். கருணாநிதி முதல்வரான பிறகு தன்னை முக்கிய பொறுப்பில் அமர்த்துவார் என்று எம்.ஜி.ஆர் எதிர்பார்த்தார்.

ஆனால், கருணாநிதி அவருக்கு தி.மு.க. கட்சியில் கட்சிப் பொருளாளர் பொறுப்பினை மட்டுமே அளித்தார்.

அண்ணா மறைவுக்குப் பிறகு நெடுஞ்செழியன் போன்ற பல முன்னணி;த தலைவர்களை எல்லாம் பின்னுக்குத் தள்ளிவிட்டு முதன்மை இடத்திற்கு வந்தவர் கருணாநிதி. முதலமைச்சராக அவர் பதவியில் அமர்ந்த பிறகும் கூட, கட்சியில் அண்ணாவிற்கு இருந்த மேலாண்மையும், வலுவான பிடிப்பும் கருணாநிதிக்கு அன்று ஏற்படவில்லை.

ஆனால், எம்.ஜி.ஆருக்கு கட்சிக்கு உள்ளேயும், வெளியேயும் செல்வாக்கு வளர்ந்து வந்தது. திரைப்படங்களில் தனக்கென ஏழைப் பங்காளன் என்ற ஒரு பிம்பத்தை பல பத்தாண்டுகளாக கட்டியமைத்து வந்தார். இதனால், கிராமம்,நகரம் என தமிழகத்தின் அனைத்து மூலைமுடுக்குகளிலெல்லாம் எம்.ஜி.ஆர் மக்களை வசீகரிக்கிற சக்தியாக இருந்தார். அவரது வளர்ச்சி கருணாநிதிக்கு ஒரு அச்சத்தை ஏற்படுத்தியதில் வியப்பேதுமில்லை.

தனக்கு இருந்த பொருளாளர் பதவி முக்கியத்துவம் எதுவும் இல்லாத பதவியாக எம்.ஜி.ஆர் கருதினார். அந்தப் பதவிக்குரிய நிதி அதிகாரமும் அவருக்குத் தரப்படவில்லை. கட்சியின் நிதி அனைத்தும் கருணாநிதியின் கட்டுப்பாட்டிலேயே இருந்தது. எம்.ஜி.ஆர், கருணாநிதியிடம் மக்கள் நல்வாழ்வுத் துறை அமைச்சர் பதவி அளிக்க கோரிக்கை வைத்ததாக சொல்லப்படுகிறது. சினிமாவில் நடித்துக் கொண்டே அமைச்சர் பொறுப்பை வகிக்க முடியாது என்பது போன்ற பல காரணங்களைக் காட்டி, அவரது கோரிக்கையை நிராகரித்தார் கருணாநிதி. இதனால் கடும் அதிருப்தி கொண்ட எம்.ஜி.ஆர் பக்குவமாக காய்களை நகர்த்தி தனிக்கட்சி துவங்குகிற முடிவுக்குச் சென்றார். இடையில் கூடல், ஊடல் நாடகங்களும் அரங்கேறின.

கட்சியிலிருந்து எம்.ஜி.ஆர் நீக்கம்.

1972 ஜனவரியில் செங்கல்பட்டில் நடந்த மாநாட்டில், கழகத்தில் பிளவு இல்லை என்றும், எல்லோரும் கலைஞர் தலைமையை ஏற்றுக் கொண்டுள்ளோம் என்றும் எம்.ஜி.ஆர் பேசினார். கருணாநிதி பல வகையில் எம்.ஜி.ஆருக்கு ஏற்படுத்திய நெருக்கடிதான், எம்.ஜி.ஆரின் இந்த பேச்சுக்குக் காரணம்.

எம்.ஜி.ஆருக்கு அன்று மிகப்பெரும் செல்வாக்குத் தளமாகவும், அமைப்பு பலமாகவும் இருந்தது அவரது ரசிகர் மன்றங்கள். அவற்றைக் கலைத்து தி.மு.க. கட்சியுடன் ஐக்கியமாக்கிட கருணாநிதி நிர்ப்பந்தம் கொடுத்து வந்தார். தனது மகனை நடிகராக்கி, 'பிள்ளையோ பிள்ளை' என்ற படம் எடுத்து வெளியிட்டார் கருணாநிதி. ஏழைகளின் காவலன் என்ற எம்.ஜி.ஆரின் பிம்பத்தை மகன் மு.க.முத்துவுக்கு ஏற்படுத்தும் வகையில் கதை வசனங்களை அமைத்திருந்தார், கருணாநிதி.

படம் வெளிவந்த பிறகு மு.க.முத்துவிற்கென்று தனி ரசிகர் மன்றங்கள் அமைக்கப்பட்டன. எம்.ஜி.ஆர் ரசிகர் மன்றங்களுக்குப் போட்டியாக அவை அமைக்கப்பட்டன. எம்ஜியாராது ரசிகர் மன்றங்களைக் கலைத்துவிட்டு முத்து ரசிகர் மன்றங்களை அமைக்கவும் நிர்ப்பந்தம் கொடுக்கப்பட்டது. இதனால் 800-க்கும் மேற்பட்ட எம்.ஜி.ஆர் ரசிகர் மன்றங்கள் தி.மு.க.விலிருந்து வெளியேறுவதாக கலகக் குரல் எழுப்பினர். இந்த சர்ச்சைக்குத் தீர்வாக, அனைத்து ரசிகர் மன்றங்களையும் கலைத்துவிட்டு கட்சி மட்டும் இயங்கும் நிலையை ஏற்படுத்தலாம் என்று கருணாநிதி தரப்பில் தந்திரமாக முயற்சிக்கப்பட்டது.

எம்.ஜி.ஆர் இதனை ஏற்றுக்கொள்ளவில்லை. மாறாக, கருணாநிதியுடன் இணக்கம் காண விழைவது போன்ற தோற்றத்தை ஏற்படுத்தினார். 1972 ஆகஸ்டில் மதுரையில் நடந்த மாநாட்டில் "கழக ஆட்சிக்கு ஆபத்து வருமென்றால், ராணுவத்தையும் சந்திப்பேன்" என்று சினிமா வசன பாணியில் வீரம் காட்டியதோடு, "கருணாநிதியே நிரந்தரத் தலைவர்" என்று முழங்கினார் எம்.ஜி.ஆர்.

ஆனால் இந்தப் பேச்சுக்குப் பிறகு இரண்டு மாதம் கடந்து சென்னையில் நடந்த கூட்டத்தில் பேசிய எம்.ஜி.ஆர் , கட்சியின் கிராமக் கிளை செயலாளர் முதல் மாநில செயலாளர் வரை கணக்கு காண்பிக்க வேண்டுமென அதிரடியாகப் பேசினார். அமைப்பு ரீதியாக, கட்சிக்குள் பேச வேண்டிய கருத்துகளை பொதுக்கூட்டத்தில் பகிரங்கமாக பேசினார். அத்துடன், சட்டமன்ற உறுப்பினர்கள், அமைச்சர்கள் தங்கள் சொத்துக் கணக்கை காட்ட வேண்டுமென கோரினார்.

இந்தப் பேச்சுகள் கருணாநிதி முகாமில் எதிர்வினைக்கு இட்டுச்சென்றன. இடையில் பெரியார் சமாதானம் செய்து வைக்க முயன்றார். அந்த முயற்சியும் தோல்வியடைந்த நிலையில் 1972

அக்டோபர் 13 அன்று எம்.ஜி.ஆர். தி.மு.க.விலிருந்து நீக்கப்பட்டார். அக்டோபர் 18 அன்று தனிக்கட்சி, தனிக்கொடியினை அறிவித்து எம்.ஜி.ஆர் தனது தனித்த அரசியல் பயணத்தைத் தொடங்கினார்.

இந்த நிகழ்வுகளில் எம்.ஜி.ஆரின் முடிவு சரியான தருணத்தில் எடுத்ததாக அமைந்தது. ஏனெனில் கருணாநிதி தலைமை கட்சியில் மேலாதிக்கம் செலுத்தினாலும் மக்களிடம் செல்வாக்கு இழக்கிற நிலை தொடங்கியது. ஊழல் ஒரு முக்கிய பிரச்னையாக மக்கள் தீவிரமாக கவனிக்கத் தொடங்கினர்.

கருணாநிதிக்கும், எம்ஜியாருக்கும் நடந்த அதிகாரப்போட்டி திராவிட இயக்கக் கொள்கைகளுக்கானது அல்ல என்பது ஊரறிந்த ரகசியம். அவர்களுக்குள் நடந்த போட்டி திரைத்துறையையும் விட்டுவைக்கவில்லை. இது போன்று அரசியல், சினிமா துறைகளை அதிகாரப் போட்டிக்கான களங்களாகக் கொண்டு போட்டிப் போட்டு, கட்சிப் பிளவு ஏற்பட்ட நிகழ்வு வேறு எங்கும் நடந்ததாகத் தெரியவில்லை.

அண்ணாவின் மறைவுக்குப் பிறகு ஐந்து ஆண்டுகளில் கட்சிக்குள் பெரும் புகைச்சல் ஏற்பட்டதும் அதற்கான அடிப்படை, பதவிப் போட்டி என்பதும், கருணாநிதி தனது பதவியை உறுதிப்படுத்தப் போராடினார் என்பதும் எம்.ஜி.ஆர் அவரை நகர்த்திவிட்டு பதவிக்கு வர முயன்றார் என்பதும் தமிழக அரசியலில் மறைக்க முடியாத நிகழ்வுகள். இன்று மாமனிதர்கள் என கொண்டாடப்படும் அவர்கள், பதவிக்கான வேட்கை கொண்ட ஒரு அரசியல்வாதிக்குரிய குணநலன்கள் கொண்டவர்களாகவே இருந்துள்ளனர். ஆனால் இந்த வரலாற்று விவரங்கள் மறைக்கப்பட்டு அவர்களைப் பற்றிய பெரிய பிம்பத்தை தமிழக அறிவுலகமும் ஊடகங்களும் கற்பிக்க முயல்கின்றன. எம்.ஜி.ஆருக்கு இருந்த தனித்துவமிக்க கலைத்திறமை, தமிழ் மொழி, இலக்கியங்களில் கருணாநிதிக்கு இருந்த ஆளுமை மற்றும் அவரது அரசியல் சாமர்த்தியம் போன்றவற்றை வைத்து இந்த பிம்பங்கள் கட்டியமைக்கப் படுகின்றன. அவர்களைப் பற்றிய சரியான மதிப்பீடே வரலாற்றைச் சரியாகப் புரிந்து கொள்ள உதவும்.

27
மக்கள் இயக்கமும், கட்சி நெருக்கடியும்

தமிழகத்தில் 1970-ஆம் ஆண்டுகளில் அரசியலிலும், கட்சி அமைப்பிலும் முதன்மை சக்தியாக தி.மு.க. திகழ்ந்தது. தமிழக சட்டமன்றத்தில் மொத்தம் 234 உறுப்பினர்களில் தி.மு.க. 184 சட்டமன்ற உறுப்பினர்களைக் கொண்ட கட்சியாக இருந்தது. 1972 தேர்தலில் பெற்ற வெற்றி தி.மு.க.விற்கு அதிக செல்வாக்கு பலத்தை ஏற்படுத்தியது. ஆட்சி அதிகார பலம் மட்டுமல்ல, வலுவான அமைப்பு பலத்தையும் தி.மு.க. கொண்டிருந்தது. 18000 கிளைக் கழகங்கள், 135 வட்டங்கள், 14 மாவட்ட அமைப்புகள் என மேலிருந்து கீழ் வரை இயங்குகிற அமைப்பாக தி.மு.க. செயல்பட்டது.

அதிகாரக் குவியல்

தி.மு.க.வின் அன்றைய அமைப்பு ரீதியான கட்டமைப்பு, அக்கட்சி ஜனநாயக அடிப்படையில் செயல்படுவதைப் போன்ற தோற்றத்தை ஏற்படுத்தியது. மேலிருந்து கீழ்வரை வலுவான, அயராது உழைக்கும் தொண்டர் படை அண்ணா காலத்திலிருந்து கட்டமைக்கப்பட்டது. அது, கருணாநிதி காலத்திலும் தொடர்ந்தது. ஆனால், அமைப்பினை இயக்குகிற இடத்தில் தனிநபர் ஆதிக்கமே இருந்தது. இந்த நடைமுறை, பெரியார், அண்ணா காலத்திலும் கழகங்களின் செயல்பாட்டில் இருந்தது. அண்ணாவின் மறைவுக்குப் பிறகு தி.மு.க.வின் ஆட்சியிலும் கட்சியிலும் அதிகாரம் படைத்தவராக கருணாநிதி உருவெடுத்தார்.

கட்சிக்குள் அனைத்து அதிகாரமும் படைத்த தலைவராக கருணாநிதி இருந்ததால் அவருக்கு விசுவாசமாக செயல்படக்கூடிய தலைவர்கள் பட்டாளம் ஒரு அணியாக கட்சியின் அனைத்து மட்டங்களிலும் செயல்பட்டது. மதுரை முத்து, மன்னை நாராயணசாமி, தென்னரசு, அன்பில் தர்மலிங்கம் போன்ற தலைவர்கள் மதுரை, தஞ்சை, திருச்சி, ராமநாதபுரம் என பல மாவட்டங்களில் கருணாநிதியின் பிடிப்பை வலுவாக்குகிற தலைவர்களாக செயல்பட்டனர்.

இது போன்று கருணாநிதிக்கு விசுவாசமான அணி கிளைக்கழகம் வரை இருந்தது. கட்சியிலும், ஆட்சியிலும் இருந்த இந்த அதிகாரக் குவியல், அரசாங்கச் செயல்பாடுகளிலும் கட்சி செயல்பாடுகளிலும் எந்த முடிவையும் எடுக்கிற துணிவினை கருணாநிதிக்கும், அவருடைய அணிக்கும் வாய்ப்பை ஏற்படுத்தியது.

1972 ஆம் ஆண்டு அக்டோபர் மாதத்தில் எம்.ஜி.ஆரை நீக்கும் முடிவை கட்சியின் செயற்குழு எடுத்தது. அதன் பிறகு கூடிய

கட்சியின் பொதுக்கூழு அந்த முடிவை ஏகமனதாக ஏற்றுக் கொண்டது. இந்த பொதுக்குவில் எம்.ஜி.ஆருக்கு ஆதரவாளர்களும் கலந்துகொண்டு தங்களது எதிர்ப்பை தெரிவிப்பார்களா என்கிற எதிர்பார்ப்பு அன்று எழுந்தது. ஆனால், பின்னாட்களில் எம்.ஜி. ஆரோடு கைகோர்த்த பலரும் அந்த பொதுக்குழுவில் கலந்து கொண்டு எம்.ஜி.ஆரை நீக்கும் தீர்மானத்திற்கு ஆதரவளித்தனர். மொத்தம் 310 உறுப்பினர்களில் 277 பேர் பொதுக்குழுவில் கலந்து கொண்டனர். கட்சியும் ஆட்சியும் கருணாநிதியிடம் இருக்கும் நிலையில் காற்று யார் பக்கம் வீசுகிறதோ அங்குதான் இருக்கவேண்டும் என்ற சுயநல எண்ணம் பலரிடம் இருந்தது.

எம்.ஜி.ஆரின் தயக்கம்

கட்சிக்குள் தனது எதிரியாக வளர்ந்து கொண்டிருந்த எம்ஜிஆரை வெளியேற்றிய பிறகு, கட்சியிலும் ஆட்சியிலும் கருணாநிதி மேலும் தனது ஆதிக்கத்தை உறுதிப்படுத்திக் கொண்டார். எனினும், அவருக்கு எம்.ஜி.ஆரை எதிர் கொள்வது அவ்வளவு எளிதாக இல்லை. திரையுலகில் கதாநாயகனாக அவர் ஏற்படுத்திக்கொண்ட பிம்பம் வலுவானது. கிராமப்புற, நகர்ப்புற ஏழைகள், சிறு விவசாயிகள், விவசாயத் தொழிலாளர்கள் என அனைத்து சமூக மட்டங்களிலும் அவருக்கு இருந்த சினிமா பிம்பம் அரசியலில் அவருக்கு உதவியது. குறிப்பாக பெண்கள், இளைஞர்கள் மத்தியில் சினிமாவில் செய்வது போன்று நிஜ உலகிலும் அநீதிகளை தட்டிக்கேட்டும் வீரமிக்க மாமனிதர், வாரி வழங்கும் வள்ளல் குணம் கொண்டவர் என்ற பிம்பத்தை அவருக்கு ஏற்படுத்தியது.

எம்.ஜி.ஆரின் இந்தச் செல்வாக்குத் தளத்தை அரசியல் அதிகாரத்தைக் கொண்டு வீழ்த்தி விடலாம் என்று கருணாநிதி நினைத்தார். தி.மு.க. அரசாங்கத்தின் பலம், அதிகாரமிக்க கருணாநிதி என்று இருந்த சூழலை எதிர்கொள்வதற்கு எம்ஜிஆருக்கு ஆரம்பத்தில் தயக்கம் இருந்தது என்பது உண்மையே. அதனால்தான் அவ்வப்போது அவர் துவக்கத்தில் சமரசம் செய்துகொண்டார். ஆனால், அவர் எதிர்ப்பு நிலையை துணிச்சலுடன் மேற்கொள்வதற்கு தமிழகத்தில் அன்று புயலாக எழுந்த, பல அரசாங்க எதிர்ப்புப் போராட்டங்கள் காரணமாக அமைந்தன. சமூகப் பொருளாதாரத் தளங்களில் அதிகரித்து வந்த சிக்கல்கள் தி.மு.க.விற்கு சரிவையும் அ.தி. மு.க.விற்கு ஏற்றத்தையும் தந்தது.

குறிப்பாக, பெரும் பகுதி மக்கள் பிரிவினரான தொழிலாளர்கள், விவசாயிகள் வாழ்வில் எழுந்த சிக்கல்கள் முக்கியமானவை. காங்கிரஸ் கட்சி ஆண்டபோது இந்தப் பிரிவினரின் போரட்டங்கள் ஏராளமாக நடைபெற்றன. அன்று மத்தியிலும், மாநிலத்திலும் அதிகார பலமிக்கதாக காங்கிரஸ் இருந்த சூழலில், உழைக்கும்

மக்களின் கோரிக்கைகள் மீது காங்கிரஸ் ஆட்சியாளர்கள் அக்கறை காட்டவில்லை.

காங்கிரஸ் வழியில் தி.மு.க.

அன்று தொழிலாளர்கள் தங்கள் கோரிக்கைகளை முன்னிறுத்தி போராட்டம் நடத்திய போது காங்கிரஸ் அரசாங்கம் அடக்குமுறையை ஏவியது. தடியடி, துப்பாக்கிச்சூடு என பல சம்பவங்கள் நடந்ததுள்ளன. அவை அனைத்தையும் அன்று எதிர்கட்சியாக இருந்த தி.மு.க., காங்கிரஸ் எதிர்ப்புப் பிரச்சாரத்திற்கு நன்கு பயன்படுத்திக்கொண்டது. “கூலி உயர்வு கேட்டான் அத்தான், குண்டடி பட்டு செத்தான்” என்று தெருக்கள் தோறும் தி.மு.க.வினர் பிரச்சாரம் செய்தனர். காங்கிரஸின் தொழிலாளர்,விவசாயிகள் விரோத நடவடிக்கைகளும், கொள்கைகளும் மக்கள் மத்தியில் ஏற்படுத்திய அதிருப்தி,1967-ல் தி.மு.க. ஆட்சிக்கு வருவதற்கு முக்கியக் காரணமாக அமைந்தது.

ஆனால், தி.மு.க. ஆட்சிக்கு வந்த பிறகு கொள்கைகளிலும் அரசாங்கத்தின் அணுகுமுறையிலும் மாற்றம் ஏற்பட்டதா? மக்களின் வாக்குகளைத் தக்க வைத்துக்கொள்ள சாதுர்யமாக சில மக்கள் நல நடவடிக்கைகளை தி.மு.க. அரசு மேற்கொண்டது. இருப்பினும், தொழிலாளர், விவசாயிகளின் அடிப்படை வாழ்வாதார நெருக்கடிகளை தீர்க்கிற பாதையில் தி.மு.க. அரசாங்கம் பயணிக்கவில்லை. மாறாக, தங்கள் கோரிக்கைகள் நிறைவேறாத நிலையில், போராட்டக்களத்தில் தொழிலாளர்களும், விவசாயிகளும் முன்னின்றபோது அவர்களை தி.மு.க. அரசு எதிர்கொண்ட முறை வரலாற்றில் அழியாத கறையாகப் பதிந்துள்ளது.

காங்கிரஸ் அரசாங்கத்தை மக்களிடையே அம்பலப்படுத்திட அண்ணா, கருணாநிதி உள்ளிட்ட திராவிட இயக்கத் தலைவர்கள் பொதுகூட்டம், மாநாடுகள் என பல வடிவங்களில் தங்களின் எதிர்ப்புக் கருத்துகளைப் பரப்பினர். திரைப்படங்கள், பத்திரிக்கைகள் என அனைத்து ஊடகங்களையும் திறமையாகப் பயன்படுத்தினர். இதே போன்று, தி.மு.க. ஆட்சியில் இருந்தபோது அதிலும் குறிப்பாக கலைஞர் முதலமைச்சராக இருந்த காலத்திலும், தொழிற்சங்க, விவசாய சங்க அமைப்புகள் தங்களது மாற்றுக் கருத்துகளையும் கொள்கை எதிர்ப்பினையும் ஆர்ப்பாட்டங்கள், தர்ணா, ஆலைவாயில் பிரச்சாரக் கூட்டங்கள், வேலைநிறுத்தங்கள் என்ற வடிவங்களில் வெளிப்படுத்தியபோது அரசங்கம் தனது காவல்துறையை முடுக்கி விட்டு அடக்கி ஒடுக்கும் முயற்சிகளை மேற்கொண்டது. எதிர்க்கட்சியாக இருந்தபோது ஒரு முகமும், ஆளும் கட்சியாக ஆன பிறகு வேறொரு முகம் கொண்டதாகவும் தி.மு.க.வின் நிலைப்பாடுகள் மாறியதை மக்கள் உணராமல்

இல்லை. இந்தச் சூழல் எம்.ஜி.ஆருக்கும், அ.தி.மு.க. வளர்ச்சிக்கும் உதவிற்று.

உண்மையில் அன்று நடந்த பல தொழிற்சங்க, விவசாய சங்கப் போராட்டங்கள் கம்யூனிஸட்கள் தலைமை தாங்கி நடத்தியவை. 1967 ஆட்சி மாற்றம் வருவதற்கும், தி.மு.க. ஆட்சிக்கு வருவதற்கும் அன்று, கம்யூனிஸ்ட்கள் உறுதுணையாக இருந்தனர். தேர்தலில் மார்க்சிஸ்ட் கம்யூனிஸ்ட் கட்சி தி.மு.க. கூட்டணியில் அங்கம் வகித்து, தேர்தல் உடன்பாடு கண்டது.

தி.மு.க.வோடு கம்யூனிஸட்கள் கொண்ட நெருக்கத்திற்கு உண்மையான காரணம், தேர்தலில் எம்.எல்.ஏ எம்.பி இடங்களை பெறுவதற்காக அல்ல; தாங்கள் பிரதிநிதித்துவப்படுத்தும் தொழிலாளர், விவசாயிகள் பிரிவினருக்கு காங்கிரஸ் அரசு இழைத்துவந்த அநீதிக்கு முற்றுப்புள்ளி வைத்து, அவர்கள் வாழ்வில் மாற்றம் கண்டிட வாய்ப்பு ஏற்படும் என்ற நோக்கத்துடன்தான் தி.மு.க.வுடன் 1965-1969 காலங்களில் கம்யூனிஸ்ட்கள் உறவு கொண்டனர்.

அன்றைய தேர்தல் பிரச்சாரத்தில், கம்யூனிஸ்ட் தலைவர்கள் தீவிரமாக பங்கேற்றது, கம்யூனிஸ்ட் தொண்டர்களின் அயராத உழைப்பு அனைத்தும் தி.மு.க. கூட்டணி உழைக்கும் மக்கள் நலனைப் பாதுகாக்க, முற்போக்குக் கொள்கைகள் கொண்ட கூட்டணி என்ற தோற்றத்தை ஏற்படுத்தியது. தி.மு.க. தலைமையும் அதனைச் சரியாகப் பயன்படுத்திக் கொண்டது. திராவிட இயக்கம் ஏற்படுத்தியிருந்த சமூக சீர்திருத்தப் பாரம்பரியத்துடன், கம்யூனிஸ்ட்களின் சோசலிசக் கருத்தியலை அண்ணா, கருணாநிதி உள்ளிட்ட தலைவர்கள் திறமையாகப் பயன்படுத்திக் கொண்டனர். "காங்கிரஸ் சோசலிசம் இனிக்காது; காகிதப்பூ மணக்காது" என்றெல்லாம் பேசி காங்கிரசின் முற்போக்கு வேடத்தை தோலுரித்துக் காட்டினர். விடுதலைப் போராட்டப் பெருமைகளைச் சொல்லி வலம்வந்த காங்கிரசை, கம்யூனிஸ்ட்களின் கொள்கை பலத்தைப் பக்கத்தில் வைத்துக்கொண்டு தி.மு.க. தேர்தலில் வீழ்த்தியது.

1960-களில் நிகழ்ந்த இந்த வரலாற்று நினைவுகள் மறைவதற்கு முன்பாகவே, தி.மு.க. அரசாங்கம் காங்கிரஸ் பாதையில் நடை போடத் தொடங்கியது. காங்கிரஸ் பின்பற்றிய தொழிலாளர், விவசாயிகள் விரோதக் கொள்கைகளை சிறு மாற்றங்களுடன் தி.மு.க. சுவீகரித்துக் கொண்டது. இந்த நிலைமைகளை எம்.ஜி.ஆர், தனிக்கட்சி அமைத்து, தனக்குச் சாதகமாகப் பயன்படுத்த முயன்றார்; மற்றொருபுறம், கம்யூனிஸ்ட்கள் உழைக்கும் மக்களைத் திரட்டி உரிமைப் போராட்டங்களை நடத்தினர்.

28

ஊழல், ஊழல் எதிர்ப்பு, சுயநல அரசியல்

அ.தி.மு.க. தமிழகத்தில் உருவாகி செயல்படத் துவங்கிய போது, அன்று தமிழகத்தில் இயங்கி வந்த முக்கிய கட்சிகளுக்குப் பெரும் நெருக்கடி ஏற்பட்டது. தி.மு.க.வின் கட்சித் தலைமைக்கும், ஆட்சிக்கும் சிக்கல்கள் பல ஏற்பட்டன. 1967-ல் ஏற்பட்ட வீழ்ச்சியிலிருந்து மீண்டு எழுவதற்கு முயன்று கொண்டிருந்த காங்கிரஸ் கட்சிக்கும் அ.தி.மு.க.வின் தோற்றம் சிக்கலை ஏற்படுத்தியது. ஆளுங்கட்சியாக இருந்த தி.மு.க.விற்கு தனது அரசியல் செல்வாக்கை தக்கவைத்துக்கொள்ள வேண்டிய கட்டாயம் ஏற்பட்டது. அண்ணா மறைவுக்குப் பிறகு தலைமைப் பொறுப்புக்கு வந்த கருணாநிதி துவக்கத்தில் கட்சிக்குள் தனது தலைமையை நிலைநிறுத்திக் கொள்ளப் போராடினார். அதன் பிறகு, கட்சிக்கு வெளியே பொதுமக்களிடம் தி.மு.க. பெற்றிருந்த செல்வாக்கை நிலைநிறுத்தவும் அவர் முயற்சித்து வந்தார்.

அவரது இந்த முயற்சிகள் அனைத்திற்கும் எம்.ஜி.ஆரின் வளர்ச்சி பெரும் சவாலாக இருந்தது. எம்.ஜி.ஆரின் வளர்ச்சியை கட்டுப்படுத்த கருணாநிதி முயற்சித்தார். எம்.ஜி.ஆர் நடித்த படங்கள் வெளிவராமல் தடுக்கவும் கருணாநிதி முயற்சித்தார் எனவும் சொல்லப்படுறது. தி.மு.க. தலைமை, தங்களது ஆட்சி மற்றும் பதவிகளை தக்க வைத்துக்கொள்ளும் போராட்டத்தில் ஈடுபட்டு வந்த நிலையில், மற்றொரு விஷயத்தில் அவர்களது தோல்வி வெளிப்படையாகத் தெரிந்தது. இந்திய அளவில் மேலாதிக்கம் கொண்ட காங்கிரஸ் கட்சிக்கு மாநிலத்தில் மாற்று தி.மு.க. என்று மக்கள் கொண்டிருந்த நம்பிக்கையை தி.மு.க. தலைமையால் காப்பாற்ற முடியவில்லை.

எதிரிகளை முறியடிப்பதில் கவனம்

தி.மு.க.வின் ஆட்சி 1976 வரை இருந்தாலும், இந்தக் காலம் முழுவதும் மக்களின் தேவைகளை நிறைவு செய்திடும் முயற்சிகளை அது மேற்கொள்ளவில்லை. 1973-74 காலக்கட்டத்தில் தமிழகத்தில் கிராமப்புற, நகர்ப்புறங்களில் ஏழ்மையில் வாடும் மக்களின் சதவீதம் 56.5 ஆக நீடித்தது. அதாவது தமிழகத்தில் சரிபாதிக்கும் மேற்பட்ட மக்கள் வறுமையில் வாடினர். மக்களின் ஏழ்மை நிலையை அகற்றுவது மத்திய மாநில அரசுகளின் கடமை.

அன்று மத்திய அரசும் இக்கடமையை நிறைவேற்றவில்லை, மாநிலத்தில் இருந்த ஆட்சியாளர்கள் தங்களின் பதவியையும், செல்வாக்கையும் தக்க வைத்துக் கொள்வதிலும், தங்களது அரசியல் எதிரிகளை முறியடிப்பதிலும்தான் பிரதானமாக கவனம் செலுத்தினர்.

உண்மையில் கருணாநிதி ஆட்சி முடிந்த பிறகு எம்.ஜி.ஆர் ஆட்சி வந்த பின்னாலும் இதே போன்ற தன்மையில் தான் தமிழகத்தில் ஆட்சி நிர்வாகம் நடைபெற்றது. எம்.ஜி.ஆரும் தனது செல்வாக்கைத் தக்கவைத்துக்கொள்வது, அன்றைக்கு அரசியல் எதிரியாக இருந்த தி.மு.க.வை பின்னுக்குத் தள்ளுவது போன்ற வேலைகளில்தான் அதிக கவனத்தைச் செலுத்தினார். இதனால், தமிழகத்தில் அடித்தட்டு மக்களின் வாழ்க்கையில் வேகமான முன்னேற்றத்தை அவர்களால் சாதிக்க இயலாமல் போனது. இன்றைக்கும் கூட இந்த இருவரது தனிப்பட்ட ஆற்றல்களையும், குணநலன்களையும் பெரிதும் புகழ்ந்து பேசுகிறவர்களும் எழுதுகிறவர்களும், அவர்களது ஆட்சியின் போது இருந்த பொருளாதார நிலை, அந்தக்காலத்தில் வாழ்ந்து வந்த வறிய மக்களின் வாழ்வாதார சூழல் போன்றவற்றை விளக்குவதில்லை.

திண்டுக்கல் இடைத்தேர்தல்

தி.மு.க.வின் செல்வாக்கு வேகமாக சரிந்து வந்தது. கருணாநிதி எம்.ஜி.ஆரின் வளர்ச்சியை தடுப்பதற்கும் தனது செல்வாக்கை தக்க வைத்துக் கொள்வதற்கும் எடுத்த முயற்சிகள் பலனளிக்கவில்லை. மக்களிடமிருந்து அந்நியப்படுவதைத் தடுக்க அடித்தட்டு மக்களின் நலன்காக்கும் கொள்கைகள் தேவை. அப்படிப்பட்ட மாறுபாடான பாதையில் தி.மு.க.வும், கருணாநிதியும் பயணிக்கத் தயாராக இல்லை.தி.மு.க. ஆட்சிக்கு எதிராக தொழிலாளர்கள் விவசாயிகள் போராட்டங்களை கம்யூனிஸ்ட்டுகள் தொடர்ந்து நடத்தி வந்தனர். இதனால், தி.மு.க. ஆட்சி மீதான அதிருப்தி மக்களிடையே அதிகரித்து வந்தது. இது அடுத்து நடந்த தேர்தல்களில் பிரதிபலித்தது. மக்கள் தங்களுக்கு உகந்த மாற்றுக் கட்சியாக அ.தி.மு.க.வை தேர்ந்தெடுக்கும் மனநிலைக்கு தள்ளப்பட்டிருந்தனர்.

இந்நிலையில் 1973-ல் திண்டுக்கல் மக்களவைத் தொகுதிக்கு இடைத்தேர்தல் அறிவிக்கப்பட்டது. புதிதாகத் தொடங்கப்பட்ட அ.தி.மு.க. இந்தத் தேர்தலில் தனது ஆளுமையை நிரூபிக்க

வேண்டிய தேவை ஏற்பட்டது. கருணாநிதிக்கும் இது ஒரு பெரிய சவாலாக இருந்தது. எம்.ஜி.ஆர், மாயத்தேவரை வேட்பாளராக அறிவித்தார். அந்தத் தொகுதியில் சாதியும் கைகொடுக்க வேண்டும் என்ற கணக்கோடும் அவரது வேட்பாளர் தேர்வு இருந்தது. தி.மு.க. ஆட்சிக்கு மக்கள் அளிக்கும் தீர்ப்பாகவும் அந்தத் தேர்தல் இருந்தது. ஆளும் கட்சியின் அதிகார பலத்தை எதிர்கொண்டு அ.தி.மு.க. களப்பணி ஆற்ற வேண்டியிருந்தது. புதிய கட்சி, புதிய சின்னமான இரட்டை இலை, அனுபவமற்ற பலர் என்ற நிலையில் அ.தி.மு.க. இருந்தது. இந்தச் சிரமங்களால் தொடக்கத்தில் எம்.ஜி.ஆர் தேர்தலில் போட்டியிடுவதற்குத் தயக்கம் காட்டினார் என்றும் சொல்லப்படுகிறது. எனினும், அ.தி.மு.க. இத்தேர்தலில் வெற்றி பெற்றதோடு மட்டுமல்லாது, தி.மு.க.வினை மூன்றாமிடத்துக்குத் தள்ளி, அதற்கு பெரும் தோல்வி கிடைக்கச் செய்தது.

1974-ல் கோவை மேற்கு சட்டமன்றத் தொகுதிக்கு இடைத்தேர்தல் வந்த போதும் இதே நிலை தொடர்ந்தது. அ.தி.மு.க. வேட்பாளரான அரங்கநாயகம் வெற்றிபெற்றார். இந்தத் தேர்தல் முடிவுகள் தி.மு.க.வின் மக்கள் விரோத கொள்கைகள் மற்றும் பெருகிவரும் ஊழல் குறித்து மக்களின் வெறுப்பு அதிகரித்து வருவதை வெளிப்படுத்தியது.

ஊழல் எதிர்ப்பு

தி.மு.க. ஆட்சியின்மீதும், குறிப்பாக, முதலமைச்சர் கருணாநிதியின் மீதும் பல குற்றச்சாட்டுகளை முன்வைத்து எம்.ஜி.ஆர் பிரச்சாரம் செய்து வந்தார். தி.மு.க. சந்தித்த சரிவுக்கு ஊழல் பிரச்சனை முக்கியமானதாக அமைந்தது. 1967-ல் தி.மு.க. அண்ணா தலைமையில் ஆட்சிப் பொறுப்பு ஏற்றபோது தொடக்கத்தில் ஊழல் குற்றச்சாட்டுகள் எழவில்லை. அதற்கு முன்னதாக காங்கிரஸ் ஆட்சி இருந்தபோது ஊழல் குற்றச்சாட்டுகள் எழுந்தன. காங்கிரசை வீழ்த்தி தி.மு.க. ஆட்சிப் பொறுப்பு ஏற்றவுடன் அண்ணா அரசாங்கத்திற்கும், அதில் அங்கம் வகித்த அமைச்சர்கள், சட்டமன்ற உறுப்பினர்களுக்கும் மக்களின் நம்பிக்கையை பாதுகாக்க வேண்டிய கட்டாயம் இருந்தது. ஆனால், மக்களின் வாழ்க்கை முன்னேற்றத்திற்கு அழுத்தமான மாற்றுக் கொள்கைகள் கடைபிடிக்க முடியாமல் போனதால் படிப்படியாக அரசாங்கம் மக்களிடமிருந்து அந்நியமானது.

ஆட்சிப் பொறுப்பில் இருந்தவர்கள் தங்கள் சுயநலத்தைக் காத்துக்கொள்ள முனைந்தனர். இதனை மக்கள் கண்ணெதிரே நிகழும் காட்சிகளாகக் கண்டனர். இதனால் தி.மு.க.வின் மீது அதிருப்தி வளர்ந்தது. ஆனால், எம்.ஜி.ஆர் உள்ளிட்ட எதிர்த்தரப்பினர் ஆட்சியின் மக்கள் விரோதப் போக்கு, ஊழல் போன்ற பிரச்சனைகளை மக்கள் மத்தியில் அம்பலப்படுத்தி, அதனை மக்கள் இயக்கமாக முன்னெடுத்து, மக்கள் நலன் காக்கும் மாற்றுக் கொள்கையை முன்வைக்கவில்லை. மாறாக, மக்களிடம் உருவாகும் எதிர்ப்பினை, தங்களது அரசியல் நோக்கத்திற்கு சாதகமாக பயன்படுத்திக்கொள்ள முனைந்தனர்.

சர்க்காரியா கமிஷன்

எம்.ஜி.ஆர் தனிக்கட்சி தொடங்கியவுடன் 1972 ஆம் ஆண்டு கருணாநிதி மீதும் அமைச்சர்கள் மற்றும் அதிகாரிகள் மீதும் ஊழல் குற்றச்சாட்டுகள் அடங்கிய மனு ஒன்றினை மாநில ஆளுநரிடம் சமர்ப்பித்தார். அதில், குடியரசுத் தலைவர் ஒரு விசாரணைக் கமிஷன் அமைத்து இந்தக் குற்றச்சாட்டுகளை விசாரிக்க வேண்டும் என்ற கோரிக்கையும் விடுத்திருந்தார். இதன்மீது அப்போது மத்திய அரசு எந்த நடவடிக்கையும் எடுக்கவில்லை. ஏனெனில், அதற்கு முந்தைய ஆண்டில் தி.மு.க.வோடு கூட்டணி அமைத்து இருந்த காங்கிரஸ் அந்தக் கூட்டணியை இன்னமும் முறித்துக் கொள்ளவில்லை. எம்.ஜி.ஆர் சமர்ப்பித்த மனுவை தன்னிடம் வைத்துக்கொண்டு உரிய காலத்தில் அரசியல் லாபம் அடைவதற்கு காங்கிரஸ் காத்திருந்தது. இழந்துபோன ஆட்சியை தமிழகத்தில் மீண்டும் கொண்டுவர காங்கிரஸ் முயன்று வந்தது. இதற்கு தி.மு.க.வுடன் கூட்டில் இருப்பது பலனளிக்காது என்பதை உணர்ந்த காங்கிரஸ் தலைமை புதிதாகத் தோன்றிய அ.தி.மு.க.வைப் பயன்படுத்த முனைந்தது. 1976-ஆம் ஆண்டு தமிழகத்தில் தி.மு.க. ஆட்சியை மத்திய அரசு கலைத்தது அதன் பிறகுதான், நீதிபதி சர்க்காரியா தலைமையில் தி.மு.க. மீதான ஊழல் குற்றச்சாட்டுக்கள் குறித்து விசாரணைக் கமிஷன் அமைத்தது.

இதற்கிடையே தி.மு.க.வில் இருந்த பல அமைச்சர்கள், அ.தி.மு.க.விற்குத் தாவினர். தி.மு.க. ஆட்சி கலைக்கப்படுவதற்கு இரண்டு மாதங்களுக்கு முன்னதாக தி.மு.க.விலிருந்து அ.தி.மு.க.வுக்குத் தாவிய இரண்டு முன்னாள் தி.மு.க. தலைவர்கள் ஆளுநரிடம் மற்றொரு ஊழல் குற்றச்சாட்டு அடங்கிய மனுவையும்

அளித்தனர்.இந்த நிலையில்தான் சர்க்காரியா கமிஷன் அமைக்கப்பட்டது.அன்று, ஆளும் தரப்பில் ஊழலில் ஈடுபடுவதும் அதிகரித்திருந்தது, அத்தகைய ஊழல்களை முறையாக விசாரித்து உரியவர்களை குற்றவாளிக் கூண்டில் ஏற்றுகிற முறையான நடவடிக்கைகளுக்குப் பதிலாக, ஊழல் குற்றச்சாட்டுகளை சொந்த அரசியல் ஆதாயத்துக்கு பயன்படுத்துகிற நெறியற்ற போக்கும் தமிழகத்தில் வளர்ந்து வந்தது.

"ஊழல்கள் இங்கு நீடிப்பது ஏன்? இந்தியாவின் ஊழல் அரசியல் பற்றிய புரிதல் " என்ற நூலில் மூத்த பத்திரிகையாளர் என்.ராம், “சர்க்காரியா கமிஷன் மேற்கொண்ட முயற்சிகள், ஊழல் அரசியலை வெளிக்கொணரவும், ஊழலை ஒழிக்கவும் உதவிடவில்லை, மாறாக, விசாரணைக் கமிஷன் அமைக்கிற நடைமுறை உள்ளிட்டு ஊழலை ஒழிப்பதற்கான அனைத்து வழிமுறைகளின் மீதும் நம்பிக்கை இழப்பதற்குத்தான் அது உதவிற்று” என்று குறிப்பிடுகிறார். ஒருபுறம், ஆளும் தரப்பு ஊழல்களில் ஈடுபட்டு, சுயநல அரசியலை முன்னெடுத்துச் சென்றது, மறுபுறம், எதிர்த்தரப்பு, சுயநல அரசியல் ஆதாயத்திற்க்காகவே ஊழல் எதிர்ப்பினை மேற்கொண்டு வந்தது. இது தமிழக அரசியலில் நிகழ்ந்து வந்த ஊழல், மற்றும் ஊழல் எதிர்ப்பு வரலாறு. இதில் முற்போக்கு சக்திகளும் இடதுசாரி அரசியலும்தான் விதிவிலக்காக இருந்துள்ளன.

29

“தேசம் போச்சு, தேசம் போச்சு”

1971-நாடாளுமன்றத் தேர்தலில் வெற்றி பெற்று ஆட்சியில் இருந்த இந்திரா காங்கிரஸ் மக்கள் நம்பிக்கையை வேகமாக இழந்து வந்தது.ஆட்சிக்கு எதிராக நாடு முழுவதும் மக்களின் கிளர்ச்சிகள் நடைபெற்றன. குறிப்பாக, விலைவாசி உயர்வு, லஞ்ச ஊழல், அடக்குமுறை போன்றவற்றை முன்னிறுத்தி மக்களின் போராட்டங்கள் நடந்தன. குஜராத் மாநிலத்தில் மாணவர்கள் விலைவாசி உயர்வை கண்டித்து போராட்டத்தை துவக்கினர்.

பிறகு, அது மாநிலம் முழுவதும் மக்கள் போராட்டமாக பரிணமித்தது. பீகார் மாநிலத்தில் மாணவர்களின் போராட்டம் வெடித்தது.விடுதலைப் போராட்ட வீரரும் அன்றைய இந்தியாவின் மூத்த தலைவருமான ஜெயபிரகாஷ் நாராயணன் இந்தப் போராட்டங்களுக்கு தலைமை தாங்கி நடத்தினார். கட்டுக்கடங்காத அடக்குமுறை ஏவிவிடப்பட்டது. போராட்டம் மக்கள் ஆதரவுடன் மேலும் மேலும் வளர்ந்து வந்தது.

மேற்கு வங்காளத்தில் 1971ஆம் ஆண்டு முதலே கடுமையான அடக்குமுறை ஏவப்பட்டு வந்தது.1972 ஆம் ஆண்டு மதுரையில் நடைபெற்ற மார்க்சிஸ்ட் கம்யூனிஸ்ட் கட்சியின் அகில இந்திய மாநாட்டு அரசியல் தீர்மானம், தேசத்தின் நிலைமை மிகவும் மோசமாகி வருவதை சுட்டிக்காட்டி, வளர்ந்து வரும் சர்வாதிகாரப்போக்கு குறித்து எச்சரித்தது.” அரை பாசிச அடக்குமுறையை” இந்திராகாந்தி தலைமையிலான அரசு மேற்கொள்வதை தீர்மானம் சுட்டிக்காட்டியிருந்தது.

மேற்குவங்காளத்தில் மார்க்சிஸ்ட் கட்சி, சிஐடியு, விவசாய சங்கம், மாணவர் சங்கம் உள்ளிட்ட அமைப்புகளை சார்ந்த முன்னணி தலைவர்கள் மற்றும் ஏராளமான ஊழியர்கள் கைதுசெய்யப்பட்டனர். அதுமட்டுமல்லாது பல்லாயிரக் கணக்கான ஊழியர்கள் படுகொலை செய்யப்பட்டனர்.

அலகாபாத் உயர்நீதிமன்றத்தில் இந்திரா காந்தியின் தேர்தல் வழக்கில் அவர் வெற்றி பெற்றது செல்லாது என அவருக்கு எதிராக தீர்ப்பு வழங்கப்பட்டது. நாடு முழுவதும் இந்திரா காந்தி பதவி விலக வேண்டும் என்ற கோரிக்கை வலுப்பெற்றது. தமிழக முதல்வராக இருந்த கருணாநிதியும் இந்திரா காந்தி பதவி விலக

வேண்டுமென பேசினார். தனது பதவிக்குப் பெரும் ஆபத்து ஏற்பட்டுள்ளது என்பதை உணர்ந்த இந்திராகாந்தி, சர்வாதிகாரப் பாதையில் செல்லத் துவங்கினார்.

1975 ஆம் ஆண்டு ஜூன் 25, அன்று அவசரநிலைப் பிரகடனம் செய்யப்பட்டது. மக்களின் அடிப்படை உரிமைகள் அனைத்தும் பறிக்கப்பட்டன.பத்திக்கைகளின் ஜனநாயக குரல் ஒடுக்கப்பட்டது. எதிர்க்கட்சித் தலைவர்கள் சிறையில் அடைக்கப்பட்டனர். அவசரநிலை அமலில் இருந்த 21 மாதங்களும் இந்தியாவின் இருண்ட காலமாக அமைந்தது.

தமிழகத்தில் அவசர நிலைக்கு எதிர்ப்பு வலுவாக எழுந்தது. தி.மு.க., காமராஜர் தலைமையிலான ஸ்தாபன காங்கிரஸ், மார்க்சிஸ்ட் கம்யூனிஸ்ட் கட்சி உள்ளிட்ட அரசியல் கட்சிகளும், பல்வேறு தரப்பினரும் எதிர்ப்பு தெரிவித்தனர். தி.மு.க. ஆட்சி கலைக்கப்பட்ட பிறகு, தி.மு.க.வினர் மற்றும் கம்யூனிஸ்ட்கள் கடுமையாக வேட்டையாடப்பட்டு சிறைக் கொட்டடியில் அடைக்கப்பட்டனர். சிறையில் அடைக்கப்பட்டது மட்டுமல்லாது, சிறைக்குள் தொடர்ச்சியாக அடித்துத் துன்புறுத்தப்பட்டனர். இந்த சித்திரவதை காரணமாக சிட்டிபாபு உள்ளிட்ட தி.மு.க.வினர் உயிரிழந்தனர்.

காமராஜர் நாட்டின் நிலை குறித்து கடுமையான வேதனைக்கு ஆளானார்.'' தேசம் போச்சு, தேசம் போச்சு'' என்று அவர் வேதனைப்பட்டார். அவசரநிலை அறிவிப்புக்கு உடனடியாக எதிர்ப்பு தெரிவிக்கும் வகையில் ஜூன் 27ஆம் தேதி கருணாநிதி தலைமையில் தி.மு.க. செயற்குழு கூடியாது. அவசர நிலைப் பிரகடனத்தை எதிர்த்து தீர்மானங்கள் நிறைவேற்றப்பட்டன. ஜூலை 6-தேதி கடற்கரையில் கண்டனக் கூட்டம் நடத்தப்பட்டது. அதில் கருணாநிதி அவசர நிலையை எதிர்த்து கண்டன உரை நிகழ்த்தினார்.

1976 ஜனவரி 31 அன்று கருணாநிதி ஆட்சி கலைக்கப்பட்டது அவசரநிலை பிரகடனம் செய்யப்பட்டு நாடுமுழுவதும் அடக்குமுறை ஆட்சி நடந்த போது தமிழகத்தில் மட்டும் கிட்டத்தட்ட ஏழு மாதங்கள் ஜனநாயக உரிமைகளுக்கு ஆபத்து வராமல் தி.மு.க. ஆட்சி பாதுகாத்தது. இதற்கு விலையாக தனது ஆட்சியையே பறி கொடுக்க வேண்டிய நிலை தி.மு.க.வுக்கு ஏற்பட்டது.

அவசர நிலை எதிர்ப்பு போராட்டம் தி.மு.க. வரலாற்றிலும், தமிழக வரலாற்றிலும் முக்கியத்துவம் வாய்ந்த நிகழ்வுகளாக அமைந்தன. தமிழகச் சிந்தனைப் பரப்பில் ஜனநாயக உரிமைகளை விட்டுக் கொடுக்கக்கூடாது என்கிற ஆரோக்கியமான பண்பாடு வலுப்படுத்தப்பட்டது. தி.மு.க.வின் அவசரநிலை எதிர்ப்பு இதற்கு பங்களித்தது.

எனினும், எதிர்தரப்பில் வெகுமக்கள் ஆதரவு கொண்ட அ.தி.மு.க. அவசர நிலையை ஆதரித்தது. கருணாநிதி எதிர்ப்பு என்கிற ஒற்றை நிகழ்ச்சி நிரலை மையப்படுத்தியே செயல்பட்டு வந்த எம்.ஜி.ஆர், ஜனநாயக பாதுகாப்பு என்கிற உயர்வான குறிக்கோளுக்கு மதிப்பு அளிக்கவில்லை.

அன்று, காமராஜர் “தேசம் போச்சு”என்று வேதனைக் குரல் எழுப்பிய சூழல் மீண்டும் இன்று (2020) எழுந்துள்ளது.இன்றைய நிலையில் முழுமையான, உண்மையான அவசரநிலை வருகிற சூழலை மத்தியில் நரேந்திர மோடி தலைமையிலான ஆட்சியில் இருக்கிற சங்க பரிவாரம் செய்துகொண்டிருக்கிறது என்பதை சிந்தனையாளர் அய்ஜாஸ் அகமது சமீபத்தில் எழுதியுள்ளார். தமிழகத்தில் அன்று அவசர நிலையை எதிர்த்து ஜனநாயகத்தைப் பாதுகாப்பதற்காக தி.மு.க., கம்யூனிஸ்ட்கள் உள்ளிட்ட அரசியல் சக்திகளும் முற்போக்காளர்களும் திரண்டிருந்த அந்த வரலாற்றை மீண்டும் நினைவுகூர வேண்டிய தேவை உள்ளது. நாட்டிற்கு வரவிருக்கும் ஆபத்தை தடுத்திட அது அவசியம்.

கோட்பாடற்ற அரசியல்

மார்ச் 21, 1977 ஆம் ஆண்டு அவசரநிலை விலக்கிக்கொள்ளப்பட்டது.1977ஆம் ஆண்டு நடைபெற்ற பாராளுமன்றத் தேர்தலில் மத்தியில் ஜனதா கூட்டணி மிகப் பெரும் வெற்றி பெற்று ஆட்சி அமைத்தது. காங்கிரஸ் தோல்வி அடைந்தது மட்டுமல்லாது, அதன் தலைவரான பிரதமர் இந்திரா காந்தியும் கடும் தோல்வியை சந்தித்தார். இந்தியாவில் அவசரநிலை எனும் பெயரால் நடந்த அராஜகங்கள் முடிவிற்கு கொண்டுவரப்பட்டு,நாட்டில் நிலவிய சர்வாதிகார இருள் அகன்றது.

தமிழகத்தில் தேர்தல் முடிவுகள் வேறுபட்டதாக அமைந்தது. தி.மு.க. தலைமையில் ஜனதா கட்சி, ஸ்தாபன காங்கிரஸ்,

மார்க்சிஸ்ட் கம்யூனிஸ்ட் கட்சி உள்ளிட்ட கட்சிகள் கூட்டணியாக போட்டியிட்டன .எதிர்தரப்பில் அண்ணா தி.மு.க., இந்திராகாங்கிரஸ் உள்ளிட்ட கட்சிகள் அணி சேர்ந்து,போட்டியிட்டன.நாடு முழுவதும் காங்கிரஸ் எதிர்ப்பு அலை வீசியபோது தமிழகத்தில் அது பிரதிபலிக்கவில்லை.

தி.மு.க. கூட்டணி அவசரநிலை எதிர்ப்பு என்ற தளத்தில் பிரச்சாரத்தை மேற்கொண்டது. அ.தி.மு.க. தரப்பு அவசர நிலை பற்றியும் ஜனநாயகப் பாதுகாப்பு பிரச்னைகளையும் பெரிதாக எதிர்கொள்ளவில்லை. கருணாநிதி எதிர்ப்பு என்ற நிலைதான் தீவிரமாக தேர்தலில் கொண்டு செல்லப்பட்டது. அ.தி.மு.க. காங்கிரஸ் கூட்டணி 34 இடங்களில் வெற்றி பெற்றது. தி.மு.க. கூட்டணி 5 இடங்களில் மட்டுமே வென்றது. தி.மு.க. கூட்டணி 37.84% என்ற அளவில் கணிசமான வாக்குகளை பெற்றது.

அடுத்து வந்த தேர்தலில் எம்.ஜி.ஆர் காங்கிரசை கூட்டணியிலிருந்து விலக்கி வைத்தார். எனினும், ஜனநாயகமா சர்வாதிகாரமா என்ற நாடு சந்தித்த முக்கிய கேள்வி பற்றி அக்கறை காட்டாமல் தங்களது தேர்தல் ஆதாயம், அரசியல் சுயநலம் என்ற நிலையில் நின்று தேர்தலை சந்தித்தது கொள்கையற்ற கோட்பாடற்ற அரசியல் வலுப்படுவதற்கே உதவிற்று.

மத்திய ஆட்சியுடன் சமரசம்

தமிழகத்தில் கருணாநிதி தலைமையில் இருந்த தி.மு.க. ஆட்சியை அகற்றுவதற்கு எம்.ஜி.ஆர் தலைமையிலான அ.தி.மு.க. மத்திய அரசுடன் கூட்டாக கவிழ்ப்பு பணியில் ஈடுபட்டதாகத் தெரிகிறது. மத்தியில் ஆட்சி மாறியதும் அ.தி.மு.க. புதிதாக ஆட்சிப் பொறுப்பிற்கு வந்த ஜனதா கட்சியுடன் நெருக்கமானது. 1977ஆம் ஆண்டு அ.தி.மு.க. வெற்றி பெற்ற பிறகு ஜனதா அரசிலும் இணைந்தது.

மத்தியில் அதிகாரத்தில் இருப்போருடன் கொள்கையற்று சமரசம் செய்து கொள்ளும் போக்கு தமிழகத்தில் தொடர்ந்து இருந்தது. எம்.ஜி.ஆர் ஜனதாவோடு நெருக்கம் கண்டது, மாநில மக்கள் நலனைப் பாதுகாப்பதற்காக அல்ல; மத்திய ஆட்சியில் இருந்த ஜனதா அரசு காங்கிரஸ் ஆட்சி செய்த மாநில அரசுகளைக் கலைத்தது. அந்தக் கதி தனக்கும் நேர்ந்துவிடக்கூடாது என்ற அச்சத்தில்தான் ஜனதா அரசுடன் எம்.ஜி.ஆர் இணைந்து

கொண்டார். ஆனால் அவரது ஆட்சியும் தப்பவில்லை. இந்திரா காந்தி மீண்டும் ஆட்சிக்கு வந்தபோது எம்.ஜி.ஆர் ஆட்சி கலைக்கப்பட்டது.

இந்திரா காந்தியின் முந்தைய ஆட்சிக்காலத்தில் அவரை கடுமையாக எதிர்த்தது தி.மு.க.; அதனால் அவசரநிலை காலத்தில் அடக்குமுறைகளுக்கும் கொடுமைகளுக்கும் தி.மு.க. ஆளானது. ஆனால், 1980 ஆம் ஆண்டு நாடாளுமன்றத் தேர்தலில், இந்திரா காங்கிரசுடன் கைகோர்த்து தி.மு.க. தேர்தலில் போட்டியிட்டது. தி.மு.க.-காங்கிரஸ் கூட்டணி 37 இடங்களில் வெற்றி பெற்றது, அ.தி.மு.க. இரண்டு இடங்களில் மட்டும் வெற்றி பெற்று படுதோல்வியை சந்தித்தது.

எனவே, தமிழகத்தில், 1970-ஆம் ஆண்டுகளில் தி.மு.க., அண்ணா தி.மு.க. என ஆட்சிகள், அணிசேர்க்கைகள் அவ்வப்போது மாறியுள்ளன.ஆனால் வரையறுக்கப்பட்ட மக்கள் நலன் காக்கும் கொள்கைகள் என்ற அடித்தளத்தில் நின்று ஆட்சி நடைபெறவில்லை. தங்களது பதவி,மற்றும் அதிகாரத்தை பாதுகாக்க கொள்கையற்ற நிலை மேற்கொள்கின்ற போக்கு தமிழகத்தில் நீடித்தது.

30
அ.தி.மு.க. திராவிட இயக்கத்தின் தொடர்ச்சியா?

மத்தியில் இருந்த இந்திரா காங்கிரஸ் ஆட்சி அவசரநிலையை அமலாக்கிய போது தி.மு.க. ஜனநாயகத்தைப் பாதுகாப்பது என்கிற நிலையெடுத்து உறுதியாகப் போராடிக்கொண்டிருந்தது. தி.மு.க. தலைவர்களும் தொண்டர்களும் சிறைவாசம், சித்திரவதை என பலவிதமான அடக்குமுறைகளை சந்தித்தனர். மார்க்சிஸ்ட் கம்யூனிஸ்ட் கட்சி உள்ளிட்ட பல்வேறு இயக்கங்களின் ஊழியர்களும் அடக்குமுறையை எதிர்கொண்டு வந்தனர்.

இதற்கு நேர் எதிராக அன்று அண்ணா திராவிட முன்னேற்றக் கழகம் அவசர நிலையை ஆதரித்தது. அவசரநிலை கொடுமைகள் பற்றிய ஏராளமான விவரங்களும், செய்திகளும் வந்து கொண்டிருந்த நிலையில் கூட எம்.ஜி.ஆர் அதனை எதிர்க்க முன்வரவில்லை. கருணாநிதி எதிர்ப்பு என்கிற நிலையில் நின்று, அ.தி.மு.க. காங்கிரஸ் ஆட்சியையும் அவசரநிலை அத்துமீறல்களையும் ஆதரித்தது.

தமிழகத்தில் ஒரு பெரிய மக்கள் இயக்கமாக வளர்ந்துவந்த அண்ணா திராவிட முன்னேற்றக் கழகம் இத்தகையதொரு ஜனநாயக விரோத நிலைபாட்டை எடுத்தது என்பது தமிழக வரலாற்றில் கரும்புள்ளி. நாட்டின் ஜனநாயகம், எதிர்கால வளர்ச்சி போன்ற பல விஷயங்களில் தமிழகத்தில் இயங்கி வந்த முக்கிய இயக்கங்கள் எவ்வாறு அக்கறையற்று இருந்தன என்பதற்கு அ.தி.மு.க.வின் அவசரநிலை கால ஆதரவு ஒரு முக்கியமான எடுத்துக்காட்டாக அமைந்திருக்கிறது.

வறுமை ஒழிப்பு போன்ற வெற்று முழக்கங்களை எழுப்பிய இந்திரா காந்தி, உண்மையில், தொழிலாளர்கள் விவசாயிகள் உள்ளிட்ட சாதாரண அடித்தட்டு மக்களின் வாழ்வாதார மேம்பாட்டிற்கு ஏற்றக் கொள்கைகளை தனது ஆட்சிக்காலத்தில் கடைபிடிக்கவில்லை. அதன் காரணமாக, நாடு முழுவதும் வறுமையும், வேலையின்மையும் வாழ்வாதார நெருக்கடிகளும் அதிகரித்திருந்த சூழலில்தான் அவசரநிலையை காங்கிரஸ் கொண்டு வந்ததது.

எப்போதுமே முதலாளித்துவத்தை வளர்க்கும் கொள்கைகளை ஒரு அரசு கடைபிடிக்கிற நிலையில், பொது மக்களின் அதிருப்தி

அதிகரித்து வருவது இயல்பானது. அவ்வாறான சூழலில் தங்களது அதிகாரத்தைப் பாதுகாப்பதற்கு, ஜனநாயகத்தைப் பறிப்பதும், சர்வாதிகாரப் பாதையில் அரசு செல்வது ஆளுகிற கூட்டத்தின் வழிமுறையாக அமைந்துள்ளது. இதுகுறித்த ஆழமான புரிதல் இல்லாத அ.தி.மு.க., அவசர நிலையை ஆதரித்ததில் எந்த ஆச்சரியமும் இல்லை.

விவாதிக்கும் பாரம்பரியம்

இதற்கு வரலாற்று ரீதியாக ஒரு காரணமும் உள்ளது. திராவிட இயக்கத்தின் தொடக்கக் காலங்களில் இயக்கத்தில் சேர்ந்துள்ள தொண்டர்களும், புதிதாகச் சேரும் இளைஞர்களும் சமூக அரசியல் பிரச்சினைகளை எழுத்து, பேச்சு என பல வடிவங்களில் விவாதிக்கிற வழக்கம் இருந்து வந்தது. நூற்றுக்கணக்கான படிப்பகங்கள், இலக்கியக் கழகங்கள், மன்றங்கள் போன்றவைகளில் தீவிரமான கருத்துப் பரிமாற்றங்களும், பரப்புரைகளும் நிகழ்வதுண்டு. அது மட்டுமல்லாது, சிறு சிறு கடைகளில் கூட செய்திப் பத்திரிகைகளில் வரும் நாட்டு நடப்புக்களையும், சமூகப் பிரச்சினைகளையும் விவாதிக்கும் பழக்கத்தை திராவிட இயக்கக் கிளை அமைப்புக்கள் கொண்டிருந்தன. பெரியார், சிங்காரவேலர் செயல்பட்டுவந்த சுயமரியாதை இயக்கக் காலத்திலேயே கூட இப்படிப்பட்ட அரசியல் தன்மையுடன் சிந்திக்கிறப் போக்கும், விவாதிக்கிறப் போக்கும் இருந்தது.

அன்று திராவிட இயக்கத்தினர் திரைப்படங்களிலும் சமூக சீர்திருத்தக் கருத்துகளைப் பரப்புரை செய்து வந்ததால் திரைப்படங்கள் மீதான விவாதமும், சமூக அக்கறையும் தரமும் கொண்டதாக இருந்து வந்தது. ஆனால், நடிகர்கள் மீதான பற்றுதல் கொண்டு, ரசிகர் மன்றங்கள் தொடங்கியக் காலங்களில் அரசியலற்றப் போக்கு தலைதூக்கியது. குறிப்பாக எம்.ஜி.ஆர் திரைப்படங்களில் பிரகாசிக்கத் தொடங்கியபோது, அவருக்கு அன்று ஏராளமான ரசிகர் மன்றங்கள் 1960ம் ஆண்டுகளில் செயல்பட்டன. இவ்வாறு உருவான ரசிகர் மன்றங்கள் தொடர்ந்து எம்.ஜி.ஆர் நடித்த திரைப்படங்களை மக்களிடம் பரவலாகக் கொண்டு செல்லும் பணியை மேற்கொண்டன. அவை, எம்.ஜி.ஆரை ஒரு கடவுள் உயரத்திற்குக் கொண்டு சென்று அவரைப் போற்றி, அவரது புகழ் பரப்பும் பணியை செய்து வந்தன.

சுமார் இருபது ஆண்டுகளாக எம்.ஜி.ஆர் மிகக் கவனமாக இந்த ரசிகர் மன்றங்களை வளர்த்து வந்தார். தி.மு.க.வில் அவர் இருந்தபோது ஒரு போட்டி அமைப்புப் போன்று அவை வளர்ந்து வந்தன. ரசிகர் மன்றங்களின் இந்த வளர்ச்சி கருணாநிதிக்கு அன்று எரிச்சலை ஏற்படுத்தியது. எனினும், எம்.ஜி.ஆர் ரசிகர் மன்றங்களை வளர்ப்பதில் தீவிர கவனம் செலுத்திவந்தார். 1972ஆம் ஆண்டு கட்சி துவங்கியபோது, தமிழகம் தழுவிய அளவில் அமைப்புப் பலத்தை ஏற்படுத்திக் கொள்வதற்கு ரசிகர் மன்றங்களை எம்.ஜி.ஆர் பயன்படுத்திக்கொண்டார்.

ஆக, அரசியல் சமூக விவாதங்களில் ஈடுபட்டு வளர்ந்து வந்த திராவிட இயக்க பாரம்பரியம், அ.தி.மு.க.வினால் முன்னெடுத்துச் செல்லப்படவில்லை. வெறும் திரைப்பட ரசனை என்கிற மட்டத்தில் மட்டும் வைத்து அரசியலற்றத் தன்மையுடன் வளர்க்கப்பட்ட அமைப்புகளாகவே, எம்.ஜி.ஆர் ரசிகர் மன்றங்கள் வளர்ந்தன. அதுவே பின்னர் அரசியல் கட்சியாக மாறியது.

ஒருபுறம், திராவிட இயக்கம் சேர்த்துவைத்த மக்கள் செல்வாக்கையும் எம்.ஜி.ஆர் தலைமையிலான அ.தி.மு.க. திறமையாக சுவீகரித்துக் கொண்டது. அவ்வப்போது பெரியார், அண்ணா பெயர்களையும் இணைத்துக்கொண்டது. மறுபுறம், திராவிட இயக்கச் சித்தாந்தத் தாக்கம் கட்சியில் ஆழமாக வேரூன்றாத நிலையிலேயே, அ.தி.மு.க. வளர்க்கப்பட்டது. இதன் எதிரொலியாகவே, அதன் அரசியல், சமூக நிலைபாடுகள் அமைந்தன. அதன் ஒரு வெளிப்பாடுதான் அவசர நிலை காலத்தில் அ.தி.மு.க. மேற்கொண்ட அவசர ஆதரவு ஆதரவு நிலை.

திராவிட இயக்கம் தொடக்கக் காலங்களில் முன்வைத்த பல கொள்கைகளில் அ.தி.மு.க. தெளிவற்ற பார்வை கொண்டிருந்தது. பல்வேறு சந்தர்ப்பங்களில் நேர் எதிரான போக்கையும் கொண்டிருந்தது. திராவிட இயக்கக் கருத்தியலின் அங்கங்களான பிராமணிய எதிர்ப்பு, நாத்திகம், சாதி ஒழிப்பு பெண்ணடிமைத்தன ஒழிப்பு உள்ளிட்ட சமூக சீர்திருத்தம் போன்ற அடிப்படை சித்தாந்தங்கள் குறித்து அ.தி.மு.க. வரையறுக்கப்பட்ட எந்தக் கருத்தையும் வெளிப்படுத்தவில்லை. வெகுஜன அரசியலுக்கு ஏற்றவாறு, அடித்தட்டு ஏழை மக்களின் நலன்களை முன்னெடுக்ககூடிய இயக்கமாகத் தன்னை முன்னேடுத்துச்செல்வதில் அ.தி.மு.க. வெற்றி கண்டது. இதற்கு முக்கியக் கருவியாகப் பயன்பட்டது எம்.ஜி.ஆர் நடித்த திரைப்படங்களே.

சித்தாந்தங்களில் சமரசம்

அ.தி.மு.க.வின் இந்தப் பரிமாணத்தை ஆராய்வதற்கு, அதனை, திராவிட இயக்க வரலாற்றின் தொடர்ச்சியுடன் இணைத்துப் பார்க்க வேண்டியுள்ளது. திராவிட இயக்கங்கள் என்று சொல்லுகிற போது அ.தி.மு.க.வை அதில் சேர்க்கலாமா என்றும்,திராவிட இயக்கத்தின் தொடர்ச்சியாக அ.தி.மு.க.வை கருதுவதற்கு இடம் உண்டா என்றும் கேள்விகள் எழுப்பப்படுகின்றன. பலர் அ.தி.மு.க.வை திராவிட இயக்கத்தின் தொடர்ச்சியாகக் கருதக்கூடாது என வாதிடுகின்றனர்.

திராவிட இயக்கத்தின் சித்தாந்த அடிப்படைகள் மீது அ.தி.மு.க.வின் சமரசங்களும் பிடிப்பற்ற நிலையும், வெகுஜன அரசியல் ஆதாயத்திற்காக திராவிட இயக்கச் சித்தாந்தங்களை புறக்கணிக்கிற போக்கும் மேற்கண்ட கேள்விகளுக்கு அடிப்படையாக அமைந்துள்ளது. அதே நேரத்தில், திராவிட இயக்க வரலாற்றுத் தொடர்ச்சியின் ஒரு இயக்கமாக அ.தி.மு.க.வினை கருத இயலாது என்று பலர் கருதுவது சரியானதல்ல. ஏனெனில், சித்தாந்தங்களில் சமரசம் என்று எடுத்துக் கொண்டால், பெரியார்,அண்ணா காலத்திலிருந்தே அத்தகைய சமரசப் போக்கு இருந்து வந்துள்ளது.

சமூக சீர்திருத்தக் கடமையை நிறைவேற்றுவதற்குப் பொதுவுடைமைக் கொள்கையை கைவிட்டது என்பது பெரியார் காலத்தில் நிகழ்ந்தது.உறுதியான நாத்திகம் பேசினால் மக்களிடையே தனிமைப்பட நேரிடும்; அது வாக்கு அரசியலுக்கு உதவாது என்கிற நிலைமையில் அண்ணா,நாத்திக கொள்கைப் பிரச்சாரத்தைக் கைவிட்டார். அதற்குப் பிறகு தி.மு.க. காலத்தில் பெருமளவுக்கு சமரசங்கள் நிகழ்ந்தன என்பதற்கு ஏராளமான எடுத்துக்காட்டுகளை முன்வைக்க இயலும். எனவே சித்தாந்த சமரசம் என்கிற ஒரு காரணத்தை முன்னிறுத்தி அ.தி.மு.க.வை திராவிட இயக்கம் அல்ல என்று கூறுவது பொருத்தமல்ல.

ஆக்கப்பூர்வமான பங்கு

உண்மையில், தமிழக சமூக நிலைமைகளில் திராவிட இயக்க சித்தாந்தம் ஆக்கப்பூர்வமான பங்கினை ஆற்றியது. எனினும் மாற்று சமூகச் சித்திரம் குறித்தும், எங்கு செல்லவேண்டும் என்கிற சமூக இலக்கு குறித்தும் சரியான பார்வை இல்லாத குறைபாடு

துவக்கத்தில் இருந்தே இருந்துவந்துள்ளது. அடுத்தடுத்து வந்த சமரசங்களுக்கு அதுவே ஊற்றுக்கண்ணாக அமைந்திருக்கிறது. இந்தப் பின்னணியிலேயே அ.தி.மு.க.வின் சந்தர்ப்பவாதம், சமரசம் அனைத்தையும் ஆய்வு செய்ய வேண்டியுள்ளது.

பிராமணிய எதிர்ப்பு, வர்ணாசிரம எதிர்ப்பு ஆகியவற்றை திராவிட இயக்கம் பெரியார் தலைமையில் முன் கொண்டு சென்றது. அந்தக் காலத்தின் சமூக முரண்பாடுகளின் குரலாக பெரியார் கால இயக்கத்தின் செயல்பாடுகள் இருந்தன. எனினும், இதன் நீட்சியாக சமூக, அரசியல், பொருளாதார உறவுகளில் அடிமைத்தனத்தையும் சுரண்டலையும் ஒழித்து, சமத்துவத்தை நிலைநாட்டுகிற இலட்சியத்தை நோக்கி அந்தக் கருத்தியல் செல்லவில்லை.

அதே போன்றே நாத்திகப் பிரச்சாரமும் நின்று போனது. துன்பப்படும் ஏழை மக்களின் பெருமூச்சாக கடவுள் நம்பிக்கை இருப்பதை உள்வாங்கி, அதற்கு மாற்றாக அறிவியல் ரீதியான உலக இயக்கத்தை விளக்க முற்படும் இடத்திற்கு நாத்திகப் பிரச்சாரம் செல்லவில்லை. இந்த அறிவியல் பார்வை உழைக்கும் மக்களுக்கு, தங்களது ஒற்றுமையால் உலகத்தை மாற்ற முடியும் என்கிற நம்பிக்கையை ஏற்படுத்தும். அந்த எல்லைக்கு திராவிட நாத்திகம் செல்லவில்லை. அதே போன்று, சமூக சீர்திருத்தம் என்கிற புள்ளியில் தொடங்கி சமூகத்தை அடியோடு புரட்டிப் போடுகிற சமூக மாற்றம் என்ற பரப்புக்கு திராவிட சமூக சீர்திருத்த முன்னெடுப்புகள் செல்லவில்லை.

இந்நிலையில் பிராமணிய எதிர்ப்பு, நாத்திகம், சமூக சீர்திருத்தம் போன்ற அனைத்தும் தர்க்கரீதியாக முன்னெடுத்துச் செல்லப்பட்டு, சுரண்டலற்ற சமத்துவ சமூக அமைப்பு என்ற வளர்ச்சியை எட்டவில்லை. மாறாக, அவ்வப்போது வெகுஜன அரசியலுக்காகவும், தங்களுக்கு பக்கபலமாக இருந்த பிரதேச முதலாளித்துவ மேட்டிமைச் சக்திகளுக்காகவும் பல்வேறு சமரசங்களை திராவிட இயக்கங்கள் செய்துகொண்டன. எனவே, திராவிட இயக்கத் தொடர் நீரோட்டத்தின் வளர்ச்சிப் போக்காகவே அ.தி.மு.க. அமைந்தது.

31

அ.தி.மு.க.வின் பத்தாண்டுகள்

தமிழகத்தில் அண்ணா திராவிட முன்னேற்றக் கழகத்தின் ஆட்சி எம்.ஜி.ஆர் தலைமையில் 1977 ஆம் ஆண்டு பதவியேற்றது. அதிலிருந்து, இடையில் குடியரசுத் தலைவர் ஆட்சி இருந்த சில மாதங்கள் தவிர, எம்.ஜி.ஆர் தொடர்ந்து 10 ஆண்டுகள் முதலமைச்சராக 1987 வரை பதவி வகித்தார்.

இந்தப் பத்தாண்டுக் காலத்தில் 1980ம் ஆண்டு நடைபெற்ற பாராளுமன்றத் தேர்தலில் மட்டும் அ.தி.மு.க. தோல்வி அடைந்தது. அதைத்தவிர, இந்த பத்தாண்டுக் காலத்தில் நடைபெற்ற அனைத்துத் தேர்தல்களிலும் எம்.ஜி.ஆர் தலைமையிலான அ.தி.மு.க. தொடர்ந்து வெற்றி பெற்று வந்தது. எம்ஜிஆருக்கும் அவர் தலைமை தாங்கிய அ.தி.மு.க.விற்கும் மக்கள் தொடர்ந்து வாக்குகளை அளித்து வந்தனர்.

எதிர்க்கட்சியின் சரிவு

1977 ஆம் ஆண்டு சட்டமன்றத் தேர்தல்களில் தோல்வியடைந்த கலைஞர் தலைமையிலான திராவிட முன்னேற்றக் கழகம் தொடர் தோல்விகளால் சரிவினை சந்தித்து வந்தது. அவசர நிலைக் காலத்தில் தி.மு.க. மீது ஏவப்பட்ட அடக்குமுறை, ஊழல் குற்றச்சாட்டுக்களை விசாரித்து வந்த சர்க்காரியா கமிஷனின் விசாரணை நடவடிக்கைகள் போன்ற காரணங்களால் கட்சிக்குப் பெரும் பின்னடைவு ஏற்பட்டிருந்தது.

எனினும், இவற்றை எல்லாம் சமாளித்து கட்சி அமைப்பையும் செல்வாக்கையும் தக்க வைத்துக் கொள்ள போராடினார் கருணாநிதி. எம்ஜிஆருக்கும் இந்திரா காந்திக்கும் ஏற்பட்ட முரண்பாட்டை பயன்படுத்திக் கொண்டு 1980 தேர்தலில் இந்திரா காந்தி தலைமையிலான காங்கிரசுடன் கூட்டு வைத்துக் கொண்டார். காங்கிரஸ் எதிர்ப்புக் கொள்கை என்னவாயிற்று என்ற கொள்கை ரீதியான கேள்விகளையெல்லாம் கண்டுகொள்ளாமல் அரசியலில் நிலைத்திருக்க காங்கிரசுடன் கூட்டு என்ற சந்தர்ப்பவாதப் பாதையில் பயணித்தார். ஆனால், மக்கள் 1980 பாராளுமன்றத் தேர்தலுக்கு தி.மு.க.-காங்கிரசிற்கு வெற்றியை தந்துவிட்டு,அடுத்த சில மாதங்களில் வந்த சட்ட மன்றத் தேர்தல்களில் தி.மு.க.வை

தோற்கடித்து எம்ஜிஆரை ஆட்சிப்பொறுப்புக்குக் கொண்டு வந்தனர்.

சர்க்காரியா கமிஷன் விசாரணை பிரச்சனையிலிருந்து தப்பிக்க இந்திராவுடன் இருந்த கூட்டு தி.மு.க.விற்கு உதவியது. ஆனால், தி.மு.க. ஊழல் கட்சி என்ற பிம்பத்தை கருணாநிதியால் மக்கள் மனதிலிருந்து அகற்ற முடியவில்லை. எனினும், எதிர்க்கட்சி என்ற வகையில் தொடர்ந்து எம்.ஜி.ஆர் அரசுக்கு எதிராக விமர்சனங்களை முன்வைத்து அவர் செயல்பட்டார். ஆளுங்கட்சியின் தவறுகளை முவைத்து, எதிர்ப்பு அரசியலை முன்னெடுத்தது, தி.மு.க. அமைப்பு செயல்படுவதற்கு உயிர்நாடியாக அமைந்தது. தோல்விகளால் தளராத கருணாநிதியின் முன்முயற்சியும், உறுதியும் தி.மு.க. நிலைத்து நிற்க உதவிற்று.

எம்.ஜி.ஆரின் பிம்பம்

இன்றும் பலர் எம்ஜிஆருக்கு மக்கள் மத்தியில் கடவுளுக்கு நிகராக இருந்த பிம்பத்தையும் செல்வாக்கையும் போற்றி எழுதுகின்றனர். அ.தி.மு.க. கட்சியும் அந்த பிம்பத்தை தேர்தல்களின் போது பயன்படுத்திவந்துள்ளது.

10 ஆண்டுக்கால அ.தி.மு.க. ஆட்சி தமிழக நலனுக்கும், முன்னேற்றத்திற்கும் எத்தகைய பங்களிப்பினை செய்துள்ளது? குறிப்பாக ஏழை, கிராமப்புற விவசாயிகள் மற்றும் நகர்ப்புற பாட்டாளிகளுக்கு எத்தகைய முன்னேற்றத்தை ஏற்படுத்தியது என்பதெல்லாம் முக்கியமான கேள்விகள். எம்.ஜி.ஆர் இருந்தபோதே எடுக்கப்பட்ட கருத்துக்கணிப்புக்களில் விவசாயத் தொழிலாளர்கள் உள்ளிட்ட ஏழை அடித்தட்டு மக்கள்தான் எம்.ஜி.ஆரின் ஆதரவுத் தளமாக இருந்தனர் எனத் தெரிவிக்கப்பட்டது. ஆனால், அந்த மக்களின் வாழ்வாதார நிலையும், பொருளாதார நிலையும் பெருமளவுக்கு மேம்படவில்லை என்பதே உண்மை.

எம்.ஜி.ஆர் ஆட்சி செய்த பத்தாண்டு காலத்தில் தொழில் விவசாயம் உள்ளிட்ட பலதுறைகளில் முன்னேற்றம் ஏற்படவில்லை. அரசு நிர்வாக எந்திரம் எம்.ஜி.ஆர் என்கிற தனி நபர் கையில் இருந்தது. முழுமையாக முடிவெடுக்கும் அதிகாரம் அவரிடம் மட்டுமே இருந்தது. இதனால் நிர்வாகம் திறம்பட செயல்படவில்லை. அமைச்சர்கள் பெயரளவுக்கு அமைச்சர்களாக இருந்தனர். முதலமைச்சரைக் கேட்காமல் எதுவும் அசையக்கூடாது

என்கிற நிலை இருந்தது. ஏதாவது ஒரு அமைச்சர் செயல்பட்டால் அவரது பதவி பறிக்கப்படும் நிலை இருந்தது. 50000-க்கும் மேற்பட்ட கோப்புகள் எம்.ஜி.ஆரின் பார்வைக்காகத் தேங்கியிருப்பதாகச் செய்திகள் வந்தன.

அமைச்சர்கள் மற்றும் அதிகார வர்க்கம் தனக்கு மட்டுமே விசுவாசமாக இருக்க வேண்டும் என்று எம்.ஜி.ஆர் எதிர்பார்த்தார். இதற்கு பல சம்பவங்களை கூற இயலும். எம்.ஜி.ஆர். உடல் நலம் குன்றி அமெரிக்காவில் தங்கியிருந்து சிகிச்சை பெற்று வந்தார். அப்போது நடந்த சட்டமன்றத் தேர்தல்களிலும் அ.தி.மு.க. வெற்றி பெற்றது. எம்.ஜி.ஆர். அமெரிக்காவிலிருந்து திரும்பி வந்து பதவியேற்றுக் கொண்டார். அப்போது நடந்த பதவியேற்பில் அமைச்சர்கள் பெயர் எதுவும் அறிவிக்கப்படவில்லை. வரலாற்றிலேயே இல்லாத ஒரு நிகழ்வாக, எம்.ஜி.ஆர் ஒருவர் மட்டுமே முதலமைச்சராகப் பதவியேற்றார்.

அமெரிக்காவில் தங்கியிருந்த காலத்தில் தன்னுடைய சகாக்களின் செயல்பாடு எப்படி இருந்தது, தனக்கு விசுவாசமாக இருந்தார்களா என்கிற விவரங்களை புலனாய்வுத் துறையிடமிருந்து பெற்று அதற்குப் பிறகுதான் எம்.ஜி.ஆர் அமைச்சர் பட்டியலை தயாரித்து அவர்களை பதவியேற்கச் செய்தார்.

அடக்குமுறை ஆட்சி

எம்.ஜி.ஆர் ஆட்சியின் இந்தப் போக்குகளால் மக்கள் நலனுக்குப் பாதிப்பு ஏற்பட்டது. இதனைக் கண்டித்து தொழிலாளர்களும் விவசாயிகளும் இதர உழைக்கும் மக்களும் பெரும் போராட்டங்களை நடத்தினர். இந்தப் போராட்டங்களில் ஈடுபட்ட மக்கள்மீது அரசாங்கமும் காவல்துறையும் அடக்குமுறையை ஏவியது. துப்பாக்கிச்சூடு, தடியடி, சிறைவாசம், குண்டர் சட்டம் என பல அடக்குமுறை நடவடிக்கைகள் மேற்கொள்ளப்பட்டன.

மக்கள் விரோத நடவடிக்கைகளை அரசாங்கம் மேற்கொண்டாலும், ஒவ்வொரு தேர்தலிலும் அ.தி.மு.க. வெற்றி பெற்றது. இது அன்றைய வரலாற்றின் முக்கிய, முரண்பாடான அம்சமாக உள்ளது. 1980 சட்டமன்றத் தேர்தல் மற்றும் இடையில் நடந்த இடைத்தேர்தல்களில் அ.தி.மு.க.வே வெற்றி பெற்று வந்தது.

இதற்கு ஒரு முக்கியக் காரணம், ஏற்கனவே நீண்டகால திரைப்பட வாழ்க்கை வழியாக எம்.ஜி.ஆர். சேமித்து வைத்த "ஏழைகளின் பாதுகாவலன்" என்ற அந்த பிம்பம் எம்ஜிஆருக்கு தொடர்ந்து கைகொடுத்தது. இருப்பினும் அது ஒரு கட்டத்தில் சரியத் தொடங்கியது. 1977 ஆம் ஆண்டு பதவி ஏற்ற 9 மாதங்களில் தனது திரைப்பட செல்வாக்கு குறையத் தொடங்கியது என்பதை எம்.ஜி.ஆர் உணர்ந்து கொண்டார். முதலமைச்சராக இருந்துகொண்டு மீண்டும் திரைப்படங்களில் நடிக்க வாய்ப்பு உள்ளதா என்றும் கூட முயற்சி செய்தார். ஆனால், அவர் முதலமைச்சரான பிறகு வெளிவந்த பல படங்கள் சரியாக ஓடாத நிலையில் மீண்டும் நடிப்பதற்கான வாய்ப்புகள் இல்லை என்பதை உணர்ந்து கொண்டு அந்த முயற்சியைக் கைவிட்டார். மக்கள், ஆட்சி நடத்திட வாய்ப்பு கொடுத்த நிலையில், மக்களுக்கு பணியாற்றுவதை முதன்மைக் கடமையாகக் கொள்ளாமல், தனது தனிப்பட்ட செல்வாக்கைத் தக்க வைத்துக்கொள்ள முயன்ற தலைமைதான், இன்றளவும் கடவுளுக்கு நிகராக போற்றிப் பேசப்படுகிறது என்பதனை நினைவில் கொள்ளவேண்டும்.

சமூக நலத் திட்டங்கள்

எம்.ஜி.ஆர் தனது செல்வாக்கு சரிவை தடுத்து நிறுத்த வேறு ஒரு வழிமுறையைக் கையாண்டார். மக்களை ஈர்க்கும் நலத்திட்டங்களை அறிவித்து அதன் வழியாக தன்னுடைய செல்வாக்கைத் தக்க வைத்துக் கொள்வதற்கான முயற்சிகளை மேற்கொண்டார். இது அவருக்கு பலன் அளித்தது.

காமராஜர் ஆட்சிக் காலத்தில் இருந்த மதிய உணவுத் திட்டம் எம்.ஜி.ஆர் ஆட்சிக் காலத்தில் புது வடிவம் பெற்றது. அந்த திட்டம் மேலும் விரிவுபடுத்தப்பட்டு, முதலமைச்சர் சத்துணவுத் திட்டமாக அறிமுகப்படுத்தப்பட்டது. இது வறுமையில் வாடிக் கொண்டிருந்த அடித்தட்டு மக்கள் மத்தியில் பெரும் வரவேற்பைப் பெற்றது. மாநில அரசாங்கம் மற்றும் மத்திய அரசாங்கங்கள் நிதி ஒதுக்கீடு செய்து இந்தத் திட்டம் அமலாக்கப்பட்டாலும்,இதை எம்.ஜி.ஆரே வழங்குவதாகவே மக்களிடம் முன்னிறுத்தப்பட்டது. அன்றைக்கு இருந்த திரைப்படம் மற்றும் பத்திரிக்கை ஊடகங்களை பயன்படுத்தி எம்.ஜி.ஆர் குழந்தைகளுக்கு உணவு அளிப்பது போன்ற படங்கள் தமிழகம் முழுவதும் விளம்பரம் செய்யப்பட்டன. அரசு செலவில் செய்யப்பட்ட இந்த விளம்பரங்கள் எம்ஜிஆருக்கு

ஏற்கனவே இருந்த "கொடை வள்ளல்" என்ற பிம்பத்தை வலுப்படுத்த உதவியது.

இந்தத் திட்டத்தால் பள்ளியில் குழந்தைகள் சேர்ப்பும் அதிகரித்தது. இது அனைத்து குழந்தைகளுக்கும் கல்வி என்ற நோக்கத்தை அடைய உதவிற்று. அத்துடன் இந்தத் திட்டத்தின் கீழ் பணியாற்ற சுமார் 2 லட்சம் பேருக்கு வேலை வாய்ப்பும் கிடைத்தது. எனினும், ஆண்டு சராசரி வளர்ச்சியும் தனிநபர் வருமான சராசரியும், 1985 ஆம் ஆண்டு தேசிய சராசரியை விட தமிழ்நாட்டில் குறைவாக இருந்தது. மின் வினியோகம் உள்ளிட்ட அடிப்படை கட்டமைப்புகள் வளர்ச்சி பெறாததால் தொழில் வளர்ச்சியில் தேக்கம் ஏற்பட்டது. நிர்வாகத்தில் அதிக அளவில் ஊழலும் புரையோடிப் போய் இருந்தது. நகர,கிராமப்புற வேலையின்மை தேசிய சராசரியை விட தமிழகத்தில் அதிகமாக இருந்தது.

சத்துணவுத் திட்டம் உள்ளிட்ட நலத்திட்டங்கள் பசிப் பிணியை போக்குகிற திட்டங்களாக இருந்தன என்பது உண்மையே. இவற்றை கவர்ச்சித் திட்டங்கள் என்று ஒதுக்கிட முடியாது. இந்த நலத்திட்டங்கள் மக்களின் வாழ்க்கையில் ஓரளவு நிவாரணத்தை தருவதாக அமைந்திருந்தன. ஆனால், இவை அனைத்தும் ஒரு அரசாங்க நிர்வாகம் கட்டாயமாக செய்ய வேண்டிய கடமைகள்தான். மக்கள் செலுத்தும் வரிப்பணத்தில் மேற்கொள்ளப்படுகின்ற திட்டங்களை ஒரு தனிநபரின் கொடைகளாகவும் சாதனைகளாகவும் முன்னிறுத்தி அரசியல் அறுவடை செய்ததுதான் தமிழ்நாட்டில் நடந்த ஒரு அரசியல் அவலம்.

32
அ.தி.மு.க. ஆட்சி உணர்த்தும் பாடம்

திராவிட இயக்கம் முன்னெடுத்த பிராமண மேலாதிக்க எதிர்ப்பு, மாநில சுயாட்சி போன்ற பல பிரச்சனைகளுக்கு அ.தி.மு.க. பெரிதாக முக்கியத்துவம் கொடுக்கவில்லை; கிட்டத்தட்ட அவை கைவிடப்பட்டன என்றே கூறலாம். எம்.ஜி.ஆர் ஆற்றிய சட்டமன்ற உரைகள் உள்ளிட்ட பேச்சுக்களில் இந்த பிரச்சனைகள் இடம்பெறுவதில்லை. அ.தி.மு.க. கட்சியிடமும், எம்ஜிஆரிடமும் திராவிட கொள்கைப் பற்று இல்லாமல் போய்விட்டது என்று தி.மு.க. தரப்பில் குற்றம் சாட்டப்பட்டது. கொள்கைகளைவிட, எம்.ஜி.ஆர் 'மக்களைக் காப்பாற்ற வந்த தேவதூதர்' என்ற தனது பிம்பத்தினை பாதுகாக்கவே முயற்சி செய்தார். அத்துடன் மாநில அதிகாரங்களை உரக்கப் பேசினால் மத்திய அரசின் கோபத்திற்கு ஆளாகி, ஆட்சிக் கவிழ்ப்பு நடந்துவிடும் என்ற பயமும் இருந்தது. இதற்கெல்லாம் மேலாக தமிழகத்தில் மாறியிருந்த எதார்த்த சூழலும் முக்கியக் காரணம்.

திராவிட இயக்க அடிப்படைகள் கணிசமான பகுதி மக்களைக் கவர்ந்து இழுத்த காலம் மாறி இருந்தது. காங்கிரஸ் தலைமையிலான தேசிய இயக்கம் விடுதலை இலட்சியத்திற்காக மக்களை ஈர்த்தது. ஆனால் விடுதலை பெற்ற சூழலில் நம்பிக்கைகள், எதிர்பார்ப்புகள் பொய்த்துப் போன நிலை ஏற்பட்டது. காங்கிரஸ் வெறுப்பு தீவிரமானது. அந்த சூழலில் சுயமரியாதை இயக்கம் மற்றும் அடுத்து வந்த திராவிட இயக்க கட்டங்களில் சமூக முரண்பாடுகள் முன்வைக்கப்பட்டன. அது மக்கள் ஆதரவைப் பெற்றது. தி.மு.க. மக்கள் இயக்கமாக மாறியது. ஆனால் 1970-களில் திராவிட இயக்கம் மீதான மக்களின் பிடிப்பும் நம்பிக்கைகளும் தளர்ந்து வந்தன.

இந்த நிகழ்வுகளுக்கு இடையில் எம்.ஜி.ஆர் திரைபடங்கள் பெருமளவிற்கு ஏழைகள் மற்றும் பெண்கள் ஆதரவைப் பெற்ற படங்களாக விளங்கின. இந்த மக்கள் எம்.ஜி.ஆரின் வாக்கு வங்கியாகவும் மாறினர். இந்தப் பகுதியினரிடம் பிராமண எதிர்ப்பு, மாநில சுயாட்சி, இனம், மொழி போன்ற வளர்ந்து வந்த நடுத்தர வர்க்கங்களை ஈர்த்த முழக்கங்கள் ஓரளவே தாக்கம் செலுத்தின. இந்த முழக்கங்களை விட வாழ்வாதாரத் தேவைகள் முக்கியமானதாக

முன்னுக்கு வந்தன. அவர்களது தேவைகள் அனைத்தையும் நிறைவேற்றும் மாமனிதராக அவர்கள் எம்ஜிஆரைக் கண்டனர்.

எம்.ஜி.ஆர் ஆட்சிக்கு வந்த பிறகும் தி.மு.க. அவரது ஆட்சியின் தோல்விகளை அம்பலப்படுத்தி வந்தது. அத்துடன் இட ஒதுக்கீடு, இந்தித் திணிப்பு போன்ற பிரச்னைகளை முன்வைத்து திராவிட முழக்கங்களை பிரச்சாரம் செய்தது. தி.மு.க. மற்றும் கருணாநிதியின் பேச்சு, எழுத்து பிரச்சாரங்களை எதிர்கொள்ள வேண்டிய நிலையிலும், தனது திரைப்படப் பிம்பத்தைப் பாதுகாக்கும் கட்டாயத்திலும் எம்.ஜி.ஆர் இருந்தார். எனவே, நலத் திட்டங்களோடு திராவிட இயக்கக் கொள்கைகளில் சமூக நீதி எனக் கருதப்படும் இட ஒதுக்கீடு கொள்கையில் மாற்றங்கள் கொண்டு வர முயற்சித்தார்.

எம்.ஜி.ஆரின் திடீர் முடிவு

இட ஒதுக்கீடு பற்றி திடீரென்று எம்.ஜி.ஆர் ஒரு முடிவெடுத்தார். பிற்பட்டோர் இட ஒதுக்கீட்டில் கிரீமிலேயர் என்று சொல்லப்படுகிற வருமான வரம்பு கொண்டுவருவது என்று முடிவெடுத்து சட்டசபையில் அறிவித்தார். அன்று அ.தி.மு.க. அரசாங்கம் எடுக்கும் முடிவுகள் பெரும்பாலும் எவ்வித தர்க்க ரீதியான காரணங்கள் முன் வைக்கப்படாமல் அறிவிக்கும் நிலையே இருந்தது. முதலமைச்சர் என்கிற ஒரு தனி நபர் தான் அனைத்தும் என்கிற நிலை இருந்தது. இட ஒதுக்கீட்டில் வருமான வரம்பு என்ற முடிவும் அதே போன்றே அறிவிக்கப்பட்டது. இந்த முக்கியமான முடிவு எடுப்பதற்கு முன் விரிவான அளவிற்கு எதிர்க்கட்சிகளுடன் ஆலோசனை, மக்கள் இயக்கங்களோடு கலந்தாலோசனை எதுவும் நடத்தப்படாமல் எம்ஜிஆருக்கு உதித்த இந்த முடிவு திடீர் அறிவிப்பாக வெளியிடப்பட்டது.

பிற்பட்டோரில் ஏழைகளாக உள்ள தனது வாக்கு வங்கியை ஈர்க்க உதவும் என்பது அ.தி.மு.க.வின் எதிர்பார்ப்பு. அத்துடன், பிற்பட்டோரில் வசதி படைத்த, நடுத்தரப் பிரிவினர் அடங்கிய தி.மு.க.வின் வாக்கு வங்கியை கரைக்கவும் இந்த நடவடிக்கை உதவும் என அ.தி.மு.க. கணக்கிட்டது. ஆனால், இந்த எதிர்பார்ப்புக்கு மாறான விளைவுகள் ஏற்பட்டன. அ.தி.மு.க. எதிர்ப்பினை வலுப்படுத்த தக்க சமயத்தை எதிர்பார்த்திருந்த தி.மு.க.வும் அன்றைய எதிர்க்கட்சித் தலைவராக இருந்த கருணாநிதியும் இந்தப் பிரச்சனையை வலுவாக பயன்படுத்திக்

கொண்டனர். திராவிடப் பாரம்பரியம், சமூகநீதி கோட்பாடுகளை குழிதோண்டிப் புதைக்க எம்.ஜி.ஆர் முயற்சிப்பதாக விமர்சித்தனர். மக்கள் மத்தியில் எம்.ஜி.ஆர் அரசாங்கத்தை அம்பலப்படுத்த தீவிரமாக செயல்படத் துவங்கினர். பல சாதிச் சங்கங்களும் களத்தில் இறங்கின.

தான் எடுத்த முடிவு தனக்கு எதிராகப் பெரிய பாதிப்பை ஏற்படுத்தக் கூடும் என்ற அச்சம் எம்.ஜி.ஆரைக் கவ்வியது. உடனடியாகத் தனது அறிவிப்பினை விலக்கிக்கொண்டார். அதுமட்டுமல்லாது, முந்தைய முடிவுக்கு நேரெதிராக 31 சதமாக இருந்த பிற்பட்டோர் இட ஒதுக்கீட்டினை 50 சதவீதம் அளவிற்கு அதிகரித்து அறிவிப்பு செய்தார். இந்த முடிவினால், பிற்பட்டோர் நலன் சமூக நீதி பாதுகாக்கப்படும் என்கிற எண்ணத்தை விட தனது செல்வாக்கை முறியடிக்க கருணாநிதிக்கு ஒரு பிரச்சனை கிடைத்து விடக்கூடாது என்பதில் எம்.ஜி.ஆர் எச்சரிக்கையாக இருந்தார்.

ஆக, காலம் காலமாக ஒடுக்கப்பட்டு வந்த மக்களுக்கான இட ஒதுக்கீடு என்கிற சமூக நீதி கோட்பாடும், அரசியல் விளையாட்டுக்கான சுயலாபம் காணும் களமாக தமிழகத்தில் இருந்தது. இட ஒதுக்கீட்டில் எடுக்கப்பட்டது போன்று பல முடிவுகள் இந்தப் பத்தாண்டு காலத்தில் எடுக்கப்பட்டுள்ளன. பெரியார் பகுத்து அறியும் ஆற்றலை வளர்ப்பதற்கு அறிவுறுத்தினார். ஆனால், அறிவியல் காரணங்கள் எதுவும் இல்லாமல் சொந்தச் செல்வாக்கையும் வாக்கு வங்கியும் தக்கவைப்பது என்கிற ஒரே குறிக்கோளுடன் அ.தி.மு.க. ஆட்சி நிர்வாகம் நடைபெற்று வந்தது.

வள்ளல் எனும் பிம்பம்

திரைப்படங்களில் வாரி வழங்கும் வள்ளலாக தன்னுடைய பிம்பத்தை வளர்த்துக்கொண்ட எம்.ஜி.ஆர்,முதலமைச்சர் ஆன பிறகு அதனை தக்க வைத்துக் கொள்ள சமூக நலத்திட்டங்களை பயன்படுத்திக் கொண்டார். சத்துணவுத் திட்டம் மட்டுமல்லாது ஏராளமான நலத்திட்டங்கள் எம்.ஜி.ஆர் ஆட்சியில் கொண்டுவரப்பட்டன. இலவச பாடநூல்கள், இலவச நோட்டு புத்தகங்கள் உள்ளிட்டு மாணவர்கள், குழந்தைகள், பெண்கள் போன்றோருக்கான நலத்திட்டங்கள் பல அறிமுகப்படுத்தப்பட்டன. பொது விநியோக முறை விரிவாக்கப்பட்டது.

முதலமைச்சருக்கு ஆர்வம் இருக்கும் இந்த நலத் திட்டங்களை அமலாக்குவதில்தான் மாநில,மாவட்ட அதிகார வர்க்கங்கள் முழுமையாக ஆர்வம் காட்டினர். மாவட்டத்தின் தொழில்வளர்ச்சி, மக்கள் தேவைகளை நிறைவேற்றுவதற்கான நீண்ட காலத் திட்டங்கள் போன்றவை மீது அமைச்சர்கள், அதிகாரிகள் யாரும் அக்கறை கொள்ளவில்லை.

மக்களுக்கு நிவாரணம் தருகிற நலத்திட்டங்களை மேற்கொள்கிற அதே நேரத்தில் நீண்டகால நோக்கில் மின்சாரம், நீர்ப்பாசனம் உள்ளிட்ட அடிப்படை கட்டமைப்புத் தேவைகளைத் திட்டமிடுவதும் மிக முக்கியமானது. வேலைவாய்ப்பு ஏற்படுத்தும் வகையில் விவசாய மற்றும் தொழில் வளர்ச்சிக்கான நடவடிக்கைகளும் அவசியம். ஆனால், உடனடி அரசியல் பலன் தரக்கூடிய திட்டங்களை மட்டுமே எம்.ஜி.ஆர் ஆட்சி மேற்கொண்டது. ஒரு மாநில அரசுக்கு நிதி வரம்பு, அதிகார வரம்பு உள்ளிட்ட பிரச்னைகள் இருந்தபோதிலும் மக்களின் நீண்ட கால நலன் சார்ந்த பார்வையும் கொள்கைகளும் திட்டங்களும் அவற்றை அடைவதற்கான முன்முயற்சிகளும் தேவை. நிதி வரம்பு அதிகார வரம்பினை விதிக்கும் மத்திய அரசின் எதேச்சதிகாரப் போக்கினை எதிர்க்கும் தீரமும் இருக்க வேண்டும். இவை எதுவும் இல்லாமல் அ.தி.மு.க. அரசின் பத்தாண்டுக் காலம் கடந்தது.

இவை அனைத்தும் ஒரு படிப்பினையை எடுத்துக்காட்டுகிறது. ஒரு கட்சி தமிழகத்தில் ஆட்சியைப் பிடிக்க மக்களிடம் தெளிவான கொள்கைகளை நேர்மையாக முன்வைக்க வேண்டும். மக்களின் அடிப்படைத் தேவைகளையும், வேலைவாய்ப்பை ஏற்படுத்திடும் தொழில் விவசாய வளர்ச்சி மற்றும் சமூக கலாச்சார மேம்பாட்டு நடவடிக்கைகளுக்கான ஒரு சரியான கொள்கை, செயல்திட்டம் கொண்டு தேர்தலில் மக்களை சந்திக்க வேண்டும். திரைப்பட செல்வாக்கு,வெற்று முழக்கங்கள் போன்றவற்றை பயன்படுத்தி ஆட்சிக்கு வந்தால் அக்கட்சியின் பயணம் மக்கள் நலனை பாதுகாப்பதற்குப் பதிலாக தங்களது அரசியல் நலன் மற்றும் சுயநலனை பாதுகாக்கும் பாதையில்தான் செல்ல வேண்டியிருக்கும். இதுவே, எம்.ஜி.ஆர் தலைமையிலான பத்தாண்டுக்காலம் எடுத்துரைக்கும் பாடம். இது போன்ற ஆட்சிகளால் பாதிப்பு அடைந்தது,தமிழகத்தின் சாதாரண உழைக்கும் மக்களே. ஆனால் அ.தி.மு.க.வின் பல நடவடிக்கைகள் ஒரு குறிப்பிட்ட மேல்தட்டுப் பிரிவினர், பிரதேச முதலாளிகள் வளர்ச்சிக்கும்,அவர்கள் ஏற்றம் காணவும் உதவின.

33

எம்.ஜி.ஆர் பிம்பத்தின் பின்னணி

1987 டிசம்பர் 24 அன்று முதலமைச்சராக இருந்த எம்.ஜி.ஆர் மரணமடைந்தார். சென்னை மாநகரம் அதுவரை கண்டிராத பெரிய இறுதி ஊர்வலம் நடந்தது. 20 லட்சம் பேர் கலந்து கொண்டதாக செய்திகள் தெரிவித்தன. அவருடைய ரசிகர்கள் ஏராளமானோர், இறந்தவர்களுக்கு செய்யப்படுகிற இந்துச் சடங்கு அடிப்படையில் மொட்டை அடித்துக் கொண்டார்கள்.துயரம் தாங்காமல் 31 பேர் தற்கொலை செய்து கொண்டார்கள். அவர் நோயுற்றிருந்தபோதே ஆயிரக்கணக்கில் தெய்வ வழிபாடுகள் நடத்தப்பட்டன.

இவை அனைத்தும் ஒருபுறம் இலட்சக்கணக்கான மக்கள் மீது எம்.ஜி.ஆர் கொண்டிருந்த செல்வாக்கினையும், பக்தியையும் எடுத்துக்காட்டுகின்றன. அதே நேரத்தில், பகுத்தறிவுக்கு ஒவ்வாத கண்மூடித்தனமான பற்றையும் பக்தியையும் ஒரு அரசியல் தலைவர் மீது கொண்டிருப்பது சரியானதா என்கிற கேள்வியும் எழுகிறது.

எம்.ஜி.ஆர் துவங்கிய அண்ணா திராவிட முன்னேற்றக் கழகம் என்ற கட்சியின் பெயரிலேயே “திராவிட” என்ற சொல் சேர்க்கப்பட்டிருந்தது. தந்தை பெரியார் துவக்கி, வழிநடத்திய திராவிடத் தத்துவத்தை பிரதிபலிக்கும் வகையில் அப்பெயர் சூட்டப்பட்டிருந்தது. பெரியார் வழியில் வந்த அண்ணாவின் பெயர் கட்சியின் பெயரிலேயே இருந்தது. ஆனால் அவர்கள் வாழ்நாள் முழுவதும் பிரச்சாரம் செய்த பகுத்தறிவுக் கொள்கைக்கும் எம்.ஜி.ஆரின் தீவிர ரசிகர் கூட்டமும் வாக்கு வங்கியும் கொண்டிருந்த பக்திக்கும் தொடர்பு இருக்கிறதா?

தந்தை பெரியார் மனித இறப்பினை அறிவியலாகக் கண்டார். இறப்பு பற்றி அறிவியல்பூர்வமான எழுத்து இது, "மனிதன் தன் வாழ்க்கையில் குழந்தைப் பருவம் முதல் கிழப்பருவம் வரை அடையும் தன்மையும் இயற்கையின் தத்துவமேயாகும்.... சுவாசிக்கும் காற்றில் மனிதன் பிராணவாயுவை உட்கொண்டு கரியமிலவாயுவை வெளியிடுகிறான்....இறுதியில் அந்தப் பலம் கூட இல்லாமல் சுவாச உறுப்புகள் முற்றிலும் பலவீனம் அடைந்து விடுவதால் சிறிது கூட காற்றைச் சுவாசிக்க முடியாமல் போய் விடுகிறது. அப்போதுதான் மனிதன் இறந்து விடுகிறான்.”

“உடலில் காற்று போய், உடல் உறுப்புகளையும், இரத்தத்தையும் சுத்தம் செய்து கொண்டு வந்ததன் காரணமாக உடலில் எந்தவிதக் கெடுதலும் ஏற்படுவதில்லை. சுவாசிக்கப்பட்ட பிராணவாயு உடம்பில் உள்ள இரத்தத்தைச் சுத்தம் செய்வதனால்,சுத்தம் செய்யப்பட்ட இரத்தம் பரவிய உடலின் தசைகள் கெட்டுப் போகாமல் இருக்கின்றன. ஆனால் மனிதன் இறந்தவுடனோ சுவாசம் இல்லை. அதனால் உடலின் தசைகள் கெடுவதற்கு ஆரம்பிக்கின்றன." *(விடுதலை, 21.2.1956).*

தமிழகத்தில் சிங்காரவேலர் அறிவியல் விழிப்புணர்வு ஏற்படுத்துவதற்கு அயராது பாடுபட்டார். சுயமரியாதை இயக்க காலத்தில் அறிவியல் விழிப்புணர்வு பிரச்சாரம் தீவிரமாக நடத்தப்பட்டது. அதற்குப் பிறகும் பெரியார் தனது இறுதிக்காலம் வரை அறிவியல் ரீதியாக பல கட்டுரைகளை எழுதி வந்தார். இந்தப் பாரம்பரியத்திற்கு மாறான பாதையில் பகுத்தறிவிற்கு விரோதமாக அ.தி.மு.க. கட்சியும் எம்.ஜி.ஆரின் பிம்பமும் கட்டியமைக்கப்பட்டு வந்தன.

அரசியலும் திரைப்படமும்

தமிழகத்தில் அரசியலும் திரைப்படமும் இணைந்த ஒரு வித்தியாசமான வரலாறு நிகழ்ந்துள்ளது. இந்த வரலாறு பற்றிய சரியான புரிதல் அவசியம். அரசியல் தலைவர் மீது எல்லையற்ற பக்தி கொண்டிருப்பது, திரைப்பட கதாநாயகர்களை கடவுளுக்கு சமமாக மதிக்கிற போக்கு போன்றவை அனைத்தும் பகுத்தறிவுக்கு ஒவ்வாதது; அவை முற்றாக ஒழித்திட வேண்டியவை. இந்தப் பாடங்களை உள்வாங்கிட அரசியலும் திரைப்படமும் இணைந்த தமிழகத்தின் வரலாற்றினை மறுவாசிப்பு செய்ய வேண்டியது அவசியமானது. இன்றளவும் திரைப்பட கதாநாயகர்களையும் தனிப்பட்ட தலைவர்களையும் வானளாவப் போற்றிப் புகழ் பாடும் கருத்துகளும் சிந்தனைகளும் ஊடகங்கள் வழியாக தொடர்ந்து பரப்பப்பட்டு வருகின்றன.

"தமிழ்நாட்டு ஏழைகளின் காவல் தெய்வம்" என்று பல்லாயிரக்கணக்கான ரசிகர்களால் கொண்டாடப்பட்டு வழிபாட்டுக்கு உரியவராக கருதப்பட்டார் எம்.ஜி.ஆர். தமிழ்நாட்டில் அதிகமான மக்களிடையே பெரும் செல்வாக்கு கொண்டவராக அவர் விளங்கினார். அவரது சினிமா வாழ்க்கை அரசியல் ஏற்றத்திற்கு அவருக்கு உதவியது. திராவிட இயக்கத்தை

உருவாக்கியவர்கள், அதன் சித்தாந்தத்தைச் செதுக்கியவர்கள் ஆகிய அனைவரும் பெற்றிடாத பெரும் வளர்ச்சியை எம்.ஜி.ஆர் கண்டார். இது எப்படி சாத்தியமானது? இதற்கான விடையை இன்றும் வெளிவந்து கொண்டிருக்கும் எம்.ஜி.ஆர் பற்றிய நூல்களில் காண முடியாது. அவரை மாமனிதராகப் போற்றி துதிபாடும் எழுத்துகள்தான் அதிகம். அவரது வாழ்வை சரியாக மதிப்பிடுவது அவசியம்.

எம்.ஜி.ஆர் வறுமையான சூழலில் தனது சிறுவயது வாழ்க்கையை தொடங்கினார். வறுமையை விரட்ட ஒரு நாடக நடிகராக நாடகக் கம்பெனியில் சேர்ந்து நடிக்கத் தொடங்கினார். 1936-ல் தான் சதிலீலாவதி என்ற படத்தில் நடிப்பதற்கு வாய்ப்பு அவருக்குக் கிடைத்தது. துவக்க காலத்தில் சிறு சிறு வேடங்களில் புராணப் படங்களில் நடித்து வந்த அவர், 1947 ஆம் ஆண்டு ராஜகுமாரி திரைப்படத்தில்தான் கதாநாயகனாக நடித்தார். 1950 ஆம் ஆண்டுகளில் தான் சமூக வேடங்களில் நடித்தார். அடுத்தடுத்து அவரது படங்கள் வணிகரீதியாக பெரும் வெற்றி பெற்றன.

வறுமை நிலையிலிருந்து துவங்கி பெரும் ஏற்றத்தைப் பெற்ற அந்தப் பயணத்தில் உறுதியான அவரது வாழ்க்கைப் போராட்டம் இருந்தது. இதை குறிப்பிடுகிற பலர், இளமையில் வறுமையின் கொடுமையை அவர் அனுபவித்ததால்தான் பின்னாளில் ஆட்சிக்கு வந்தபோது சத்துணவுத் திட்டம் கொண்டு வந்தார் என்றும் எம்.ஜி.ஆருக்கு எப்போதுமே வறுமையில் வாடும் மக்கள் மீது அக்கறை உண்டு என்றும் எழுதுகின்றனர். இது சரியான கருத்து அல்ல.

தமிழகத்தில் பெரும்பகுதி மக்கள் ஏழைகளாக இருந்த நிலையில் அவர்களுக்கு எதனை அளித்தால் அவர்களது ஆதரவையும் வாக்குகளையும் பெற முடியும் என்பதை எம்.ஜி.ஆர் அறிந்திருந்தார். இளமைக்கால அனுபவங்களால் மக்களின் நாடித்துடிப்பை அவர் அறிந்திருந்தார். அதற்கு ஏற்றவாறு தனது செயல்பாடுகளை அமைத்துக்கொண்டு, தனது செல்வாக்கை உயர்த்திக் கொள்ள அவை அனைத்தையும் பயன்படுத்திக் கொண்டார் என்பதுதான் உண்மை.

சாதாரண தொழிலாளி, அநீதிகளை எதிர்த்துப் போராடுகிற வேடங்களில்தான் அதிகமாக அவர் நடிக்கத் துவங்கினார். அன்றாடக் கூலி வேலை செய்யும் தொழிலாளி, வண்டிக்காரர்,

தோட்டக்காரர், மாடு மேய்ப்பவர், மீனவர், ரிக்ஷாக்காரன் என பல வேடங்களில் நடித்ததன் மூலம் அடித்தட்டு மக்களின் பிரதிநிதியாக தன்னை முன்னிறுத்திக் கொண்டார். முதலாளிகள், பணக்கார தொழிலதிபர்கள், கிராமத்து செல்வந்தர்கள், நிலப்பிரபுக்கள் போன்றோரின் அநீதிகளுக்கு எதிராகப் போராடி வெற்றி ஈட்டுவார். இத்தகைய வேடங்களில் நடித்து சாதாரண, ஏழை, விளிம்புநிலை மனிதர்களை ஈர்ப்பதில் வெற்றி கண்டார். அவருடைய படங்களின் வெற்றியுடன் எம்.ஜி.ஆர் ‘ஆற்றல் கொண்ட நல்ல மனிதர்’ என்ற பிம்பமும் வலுவாக கட்டமைக்கப்பட்டது.

எம்.ஜி.ஆர் படங்களில் ஒரு மிக முக்கியமான கதைப்போக்கு திரும்பத் திரும்ப அவரது படங்கள் அனைத்திலும் வரும். ஒரு தனிநபர் அநீதிகளை தட்டிக் கேட்டு, எதிரிகளை வீழ்த்தி வெற்றி பெறுவார். கதாநாயகன் தனி ஒருவனாகத்தான் அடக்குமுறைக்கு எதிரான போராட்டத்தை நடத்துவார். கதாநாயகன் எல்லையற்ற ஆற்றல் கொண்டவராகவும் எதிரிகளின் எதிர்ப்பை திறமையாக எதிர்கொள்பவராகவும் சித்தரிக்கப்படுவார். அவரை பலபேர் சுற்றிவளைத்து சண்டை போட்டாலும் அவர்கள் அனைவரையும் தனி ஒருவனாக இருந்து மோதி வீழ்த்துவார். இந்த சண்டை, மோதல் காட்சிகள் அனைத்தும் எம்.ஜி.ஆரின் வீரம், துணிவு அனைத்தும் வெளிப்படும் வகையில் அமைக்கப்பட்டிருக்கும்.

1950 ஆம் ஆண்டுகளில் வெளிவந்த மலைக்கள்ளன் உள்ளிட்டு அடுத்தடுத்த பல படங்கள் இதுபோன்று சித்தரிக்கப்பட்டு, வெளிவந்து, வெற்றிபெற்றன. மத புராணங்களில், கதைகளில் கடவுளர்களை எல்லா வல்லமையும் கொண்டர்வர்களாக சித்தரிக்கிற அதே பாணி எம்.ஜி.ஆர் படங்களில் மறுஉருவாக்கம் செய்யப்பட்டது.

இது நிலப்பிரபுத்துவ மன்னராட்சிக்கால பண்பாட்டின் கூறு. மன்னர்களும் நிலவுடைமையாளர்களும் அனைத்து அதிகாரங்களும் கொண்டவர்களாக ஆதிக்கம் செலுத்தும் சக்தி படைத்த தனிநபர்களாக விளங்கிய நிலையும் அவர்களின் அதிகாரத்தின் கீழ் மக்கள் வாழ்க்கை நடத்துவதும் சமூகங்களின் பண்பாடாக நீண்ட காலம் இருந்தது. எம்.ஜி.ஆர் படங்களில் உள்ள வேறுபாடு என்னவென்றால் எம்.ஜி.ஆர் அடித்தட்டு மக்கள் பிரிவிலிருந்து வருபவராக சித்தரிக்கப்படுவார். ஆனால், தனிமனிதப் போற்றுதல் என்பது பழைய பண்பாட்டு அம்சம்தான்.

முதலாளித்துவச் சமூகத்தில் சுதந்திரச் சந்தைக்கான போட்டி என்ற நிலைமையில் தனிநபர் மேலாதிக்கம் இருக்கும்.தனிநபர் வல்லவராக இருப்பதால்தான் சொத்து, மூலதன குவிப்பு நடக்கிறது என்பது காலம் காலமாக சொல்லப்பட்டு வரும் சித்தாந்தம். முதலாளித்துவ நிலப்பிரபுத்துவ பண்பாட்டு தேவைகளுக்கு ஏற்றவாறு எம்.ஜி.ஆர் நடித்த திரைப்படங்கள் அமைந்தன. மக்கள் சிந்தனையில் இந்த சீரழிந்த கலாச்சாரத்தை வலுப்படுத்துவதற்கும் அவை உதவின.

அநீதிகளை அழித்து மாற்றத்தை ஏற்படுத்தும் வல்லமை கொண்டது, உழைக்கும் மக்களின் ஒன்றுபட்ட சக்தியும், ஒற்றுமையும்தான் என்பது வரலாறு. இந்த வரலாற்று அனுபவத்தை மறைக்கிற படங்களாக எம்.ஜி.ஆரின் படங்கள் திகழ்ந்தன. மாற்றத்தில் மக்கள் பங்கினை மறைத்து மக்களை ரசிகர்களாக, திரைப்படக் காட்சிகளைப் பார்த்து களிப்படையும் கூட்டமாக வைத்திருக்கும் தன்மை கொண்ட வகையில் எம்.ஜி.ஆர் பிம்பம் கட்டமைக்கப்பட்டது. இது தமிழகத்திற்கு தீங்கையே விளைவித்தது.

34

நிழலும், நிஜமும் சங்கமம்

தமிழ்நாட்டில் திரைப்படத்திற்கும் அரசியலுக்கும் ஏற்பட்ட பிணைப்பு தமிழக சமூக அரசியல் மாற்றங்களில் முக்கிய தாக்கத்தை ஏற்படுத்தியது. ஏராளமான ஆய்வாளர்கள் ஆய்வு செய்த முக்கியமான பிரச்சினையாகவும் இது அமைந்தது; நமது நாட்டில் மட்டுமல்லாது, பல உலக பல்கலைக்கழகங்களிலும் பல ஆராய்ச்சியாளர்கள் தமிழ்நாட்டில் திரைப்படத்திற்கும் அரசியலுக்கும் ஏற்பட்ட பிணைப்பைப் பற்றி ஆராய்ந்துள்ளனர். பல ஆய்வுக் கட்டுரைகள், நூல்கள் வெளிவந்துள்ளன. பேராசிரியர் எம்.எஸ்.எஸ்.பாண்டியன் எழுதிய இமாஜ் டிராப் (The Image Trap) என்ற ஆங்கில நூல் முக்கியத்துவம் வாய்ந்தது. இந்த நூல் தமிழில் மொழிபெயர்க்கப்பட்டு "பிம்பச் சிறை" என்கிற தலைப்பில் வெளிவந்தது. (வெளியீடு: பிரக்ஞை, சென்னை).

பிம்ப உருவாக்கம்

"இதய தெய்வம்", "புரட்சித் தலைவர்" என்று அன்றாடம் புகழப்படுபவரான எம்ஜிஆருக்கு இன்னொரு புகழ் பாடும் நூலாக பேராசிரியர் எம்.எஸ்.எஸ்.பாண்டியனின் நூல் எழுதப்படவில்லை என்பது அதன் முக்கியச் சிறப்பு. மாறாக, இதய தெய்வம், காவல் தெய்வம் போன்ற பிம்பங்களை எப்படி அவர் தனக்காக வெற்றிகரமாக கட்டமைத்து உருவாக்கிக் கொண்டார், அதனை அரசியலுக்கு எவ்வாறு பயன்படுத்திக் கொண்டார் என்பதை பேராசிரியர் பாண்டியன் விளக்குகிறார். அந்தத் திரைப்பட பிம்ப உருவாக்கத்திற்குப் பின்னர் தமிழகத்தில் ஏற்பட்ட விளைவுகளையும் அரசியல் தாக்கத்தையும் அவர் நுட்பமாக விளக்குகிறார். எம்.ஜி.ஆரின் வெற்றிக்குக் காரணமான உண்மைகளை அறிந்திட இந்த நூல் உதவுகிறது.

ஏழைகளை அடக்கி ஒடுக்குபவர்களுக்கு எதிராக எம்.ஜி.ஆர் மோதுவதும், அந்தப் பிரச்சனைக்கு அவர் தீர்வு காண்பதும் என்கிற தன்மையிலேயே அவருடைய திரைப்படங்கள் பெரும்பாலும் அமைந்தன. இவற்றை மக்கள் தங்களை மறந்து ரசித்ததும் அந்தப் படங்கள் மாபெரும் வெற்றிப்படங்களாக அமைந்ததும் எவ்வாறு நிகழ்ந்தது?

தேவதூதராக எம்.ஜி.ஆர்

மக்கள், அன்று ஆளும் அரசுகளின் கொள்கைகளால் பாதிக்கப்பட்டு வறுமை, வேலையின்மை, வாழ்க்கைத்தரம் வீழ்ச்சி போன்ற பல பிரச்சினைகளால் நிஜ வாழ்க்கையில் பாதிக்கப்பட்டு வந்தனர். இந்நிலையில் அநீதிகளும், ஒடுக்குமுறைகளும், எம்.ஜி.ஆர் திரைப்படங்களில் காட்சிகளாக வருவது, தங்களது வாழ்க்கையையே பிரதிபலிப்பதாக மக்கள் கருதினர். அதே நேரத்தில் பிரச்சினைகளை சித்தரிப்பது மட்டுமல்லாது, அதனைப் போராடித் தீர்க்கும் ஹீரோவாக எம்.ஜி.ஆர் முன் நிற்கிற போது தங்களது வாழ்க்கைப் பிரச்சனைகளை தீர்க்க வல்ல ஒரே தலைவர் எம்.ஜி.ஆர். தான் என்கிற பதிவு மக்கள் மத்தியில் ஏற்படுகிறது.

எம்.ஜி.ஆர் மீது ரசிகர்களுக்கு அளவு கடந்த பற்றும் பக்தியும் ஏற்படுவதற்கு எதார்த்த சமூகப் பொருளாதார முரண்பாடுகள் மிக முக்கியக் காரணமாக அமைந்தது. அன்றைய சமூகப் பொருளாதார பண்பாட்டு நிலைமைகள் எம்.ஜி.ஆரின் திரைப்பட வெற்றிக்கு முக்கியக் காரணம். சமூகத்திற்கு நன்மைகள் பல நிகழ்த்தும் சாதனை நாயகர் என்று நிலைநிறுத்தப்பட்ட பிம்பம், அரசியல் துறையில் வெற்றி பெற உதவியது. இதற்கேற்றவாறு, முந்தைய காங்கிரஸ் ஆட்சியின் தோல்வி, பிறகு வந்த திராவிட முன்னேற்றக் கழக ஆட்சி மீது மக்கள் நம்பிக்கையிழந்த சூழல் அனைத்தும் எம்.ஜி.ஆரின் அரசியல் பயணத்திற்கு உதவின.மக்களின் எதிர்பார்ப்புகள் பொய்யாகிப் போன நிலையில் ஒரு மாற்று அன்று தேவைப்பட்டது.

அன்றைய சூழலில் உண்மையான மாற்றாக, உழைக்கும் வர்க்கத்தின் விடுதலைக்கான கொள்கை கொண்ட இயக்கமாக இயங்கிக்கொண்டிருந்த கம்யூனிச இயக்கம் பல்வேறு காரணங்களால் அமைப்பு ரீதியாக விரிவடைய முடியவில்லை. கம்யூனிசத்தின் பாட்டாளி வர்க்க நலன் காக்கும் கொள்கைகளை திராவிட இயக்கம் தனது பாணியில் அவ்வப்போது பிரச்சாரம் செய்தது. 1930-களில் சுயமரியாதை, பொதுவுடைமைக் கொள்கைகளை இணைத்து பெரியார், சிங்காரவேலர் மேற்கொண்ட பணிகளின் தாக்கமும் இதில் இருந்தது. இந்த வழியில் எம்.ஜி.ஆர் திரைப்படங்களில் அடித்தட்டு மக்கள் நிலை பற்றிய காட்சிகள் இடம்பெற்றன. கணிசமான மக்கள் தங்களது வாழ்க்கை

சிக்கல்களிலிருந்து காப்பாற்ற வந்த தேவதூதராக எம்.ஜி.ஆரைக் கண்டனர்.

ஆனால், எம்.ஜி.ஆர் தலைமையில் அ.தி.மு.க. ஆட்சி செய்த பத்தாண்டு காலத்தில் அது அடித்தட்டு மக்களுக்கான ஆட்சி அல்ல என்பதனை நடந்த உண்மைகள் மெய்ப்பிக்கின்றன. பேராசிரியர் எம்.எஸ்.எஸ்.பாண்டியன் எழுதுகிறார், "வாழ்வுக்கும் கதைக்கும் உள்ள வேறுபாடுகளை நடைமுறை சாத்தியமே இல்லாத மதப் புராணக் கதைகள் அழித்துவிடுகின்றன. அதுபோல எம்.ஜி.ஆர் படங்களின் நாயகத் தன்மை, அது ஏற்படுத்தும் ஆற்றல், நிழலையும் நிஜத்தையும் சங்கமிக்கச் செய்கிறது" (பிம்பச் சிறை பக்கம் 45)

பெண்களின் மீட்பர்

எம்.ஜி.ஆர் திரைப்படங்களில் ஏழையாக இருக்கும் கதாநாயகன் இறுதியில் பணக்காரப் பெண்ணை காதலித்து மணம் முடிப்பதாக காட்சிகள் அமைக்கப்பட்டிருக்கும். பெண்கள் மேல்தட்டு வர்க்க வில்லன்களின் கொடுமைகளுக்கு ஆளாகிறார்கள். அந்த வில்லன்களை வீழ்த்தி பெண்களை காப்பாற்றுவார் எம்.ஜி.ஆர். இந்தத் திரைப்படங்களின் தாக்கம் பெண்களின் ஆதரவும் அவர்களது வாக்குகளும் எம்.ஜி.ஆருக்கு பெருமளவுக்கு கிடைக்க உதவியது. தமிழகத்தில், பெண் விடுதலை விழிப்புணர்வு கடந்த நூற்றாண்டின் துவக்கத்திலிருந்தே வளர்ந்தது. 1921-லேயே தேர்தலில் பெண்கள் போட்டியிடவும் பிரதிநிதியாக தேர்ந்தெடுக்கப்படவும் உரிமை பெற்றனர். பெண்ணடிமைத்தனம், பெண்கள் உழைப்பு சுரண்டல் ஒழித்திட அடிப்படை சமூக மாற்றத்திற்கான தீர்வுகள் தேவை. மாறாக, எம்.ஜி.ஆர் என்ற தனிநபரால் பெண்கள் முன்னேற்றம் சாத்தியம் என்ற கற்பனை கட்டமைக்கப்பட்டது. பெண்கள் மீதான கொடுமைகளிலிருந்து பெண்களை மீட்கும் வல்லமை கொண்டவராக எம்.ஜி.ஆர் சித்தரிக்கப்பட்டார். இந்த மனப்பதிவினை அரசியலுக்கு எம்.ஜி.ஆர் பயன்படுத்தினார். படங்களில் எம்.ஜி.ஆர் வெளிப்படுத்திய தாய்ப்பாசம் கணிசமான பெண்கள் மத்தியில் தாக்கத்தை ஏற்படுத்தியது.

எம்.ஜி.ஆரின் நாயகத் தன்மையை போற்றுவதாக பாடல்கள் அமைக்கப்பட்டன. பாடலாசிரியர்கள் எம்.ஜி.ஆரின் பிம்பத்தை மேலும் வலுப்படுத்தக் கூடிய விதத்தில் பாடல்கள் எழுத

அறிவுறுத்தப்பட்டனர். பல கவிஞர்கள், கதையாசிரியர்கள், வசனம் எழுதுவோர் தங்களது வறுமையை விரட்டிட, எம்.ஜி.ஆருக்கு பொய்யான பிம்பம் உருவாக்கிடும் விதத்தில் தங்களது எழுத்து, தமிழ் மொழி ஆளுமை, கவித்திறன் உள்ளிட்ட அனைத்து திறமைகளையும் பயன்படுத்தினர்.

பேராசிரியர் எம்.எஸ்.எஸ்.பாண்டியன் எழுதுகிறார், “தங்களின் வாழ்க்கை யதார்த்தங்களின் சிறிய பகுதிகள் இடம்பெற்றாலே இந்த மறு உருவாக்கம் செய்யப்பட்ட விவரிப்புகளுக்கு அடித்தட்டு வர்க்கத்தினர் தங்களின் ஒப்புதலைத் தந்து விடுகிறார்கள். மேலும், துரிதமான நம்பத்தகுந்த வகையில் வழங்கப்படும் நீதி மற்றும் கொடுமைகளுக்கு எதிரான தீர்வு ஆகியவை... எந்த வகையான வளமும் இல்லாத அவர்களின் வாழ்க்கையில் ஓரளவிற்கு நிம்மதி/ இன்பம் வழங்குகிறது”

(பக்கம் 86 பிம்பச் சிறை)

ஏழைகளே நிதியாதாரம்

இவ்வாறு எம்.ஜி.ஆரின் பிம்பம் திரைப்பட ஊடகத்தின் வழியாக மிக நேர்த்தியாக திட்டமிட்டுக் கட்டமைக்கப்பட்டது. ஆனால், பல பத்தாண்டுகள் இந்த பிம்பத்தைப் பாதுகாப்பது எப்படி என்பது எம்ஜிஆருக்கு பெரும் சவாலான பிரச்சனையாக இருந்தது. அதிலும் திரைப்படத்தில் நடிக்காமல், நீண்ட இடைவெளி ஏற்பட்ட காலத்தில், குறிப்பாக, எம்.ஜி.ஆரின் இறுதிக் காலத்தில் பெரும் சவாலான பிரச்சனையாக இது அமைந்தது.

மக்களுக்கு நன்மைகளைச் செய்கிற கொடையாளர் என்கிற திரைப்படப் பிம்பத்தைத் தூக்கிப் பிடிப்பதற்கான முயற்சிகளில் ஒரு நடவடிக்கையாக, மக்கள் நலத் திட்டங்கள் பல எம்ஜிஆருக்குப் பயன்பட்டன. இதில் சத்துணவுத் திட்டம் பிரதான இடம் பெற்றது. ஆனால் இதில் சாதாரண மக்களால் வெளிப்படையாகத் தெரிந்து கொள்ள முடியாத ஒரு உண்மை இருந்தது. இந்தத் திட்டங்களுக்கான நிதி ஆதாரத்தை பெரும் பணக்காரர்களுக்கு வரி விதித்து எம்.ஜி.ஆர் அரசாங்கம் வசூல் செய்யவில்லை. மாறாக, வரி விதிப்பு முறையில் மறைமுக வரி விதிப்பு என்கிற வகையில் பொதுமக்களிடமிருந்து பெறப்படும் வரி வருவாயை அதிகப்படுத்தி அதன் மூலமாக இந்த மக்கள் நலத்திட்டங்களுக்கு நிதி ஆதாரம்

ஏற்பாடு செய்யப்பட்டது. அதாவது, "ஏழைகளைக் கைதூக்கி விடுவதற்கு என்று சொல்லி கொண்டுவரப்பட்ட இந்தத் திட்டங்களுக்கு ஏழைகளே ஓரளவு நிதி ஆதாரத்தை அளித்தனர் என்கின்றனர் பேராசிரியர்கள் எம்.எஸ்.எஸ்.பாண்டியன் மற்றும் வாஷ்புருக்.

அன்று, பொதுவான வரிவிதிப்பு முறை மிக மோசமானது. பெரும் பணக்காரர்கள் முதலாளிகள் நிலவுடைமையாளர்கள் போன்றவர்களிடமிருந்து நேரடி வரி வசூல் இரண்டு சதவீதத்திற்கும் குறைவாக இருந்தது. அதே சமயத்தில் அவர்களுக்கு ஏராளமான மானியங்கள், சலுகைகள் வழங்கப்பட்டன. ஆனால், மக்களிடமிருந்து மறைமுக வரிகளான நுகர் பொருட்கள் மீதான வரி விற்பனை வரி போன்றவை அதிக அளவில் இருந்தது,

இந்தப் போக்கு எம்.ஜி.ஆர் ஆட்சிக் காலத்திலும், அதற்குப் பிறகும் தொடர்ந்தது. 1981ஆம் ஆண்டு மதுவிலக்கு தளர்த்தப்பட்டது. தேர்தலின்போது எம்.ஜி.ஆர் மதுவிலக்கு கொண்டுவரப்படும் என்று வாக்குறுதி அளித்திருந்தார். அவரது படங்களில் குடிப்பழக்கத்திற்கு எதிரான நீதி போதனைகள் இடம்பெறுவதுண்டு. ஆனால், நிஜத்தில், அவர் ஆட்சிக்கு வந்தவுடன் வருவாயைப் பெருக்குவதற்கு, மதுவிலக்குத் தளர்வினை அவர் மேற்கொண்டார்.

அடித்தள ஜனநாயக கோட்பாடுகளை எம்.ஜி.ஆர் அரசாங்கம் பின்பற்றவில்லை. உள்ளாட்சி நிர்வாகம் முடமாகி, அதிகாரிகளை மட்டும் வைத்து நிர்வாகத்தை நடத்துகிற போக்கு அதிகரித்தது. எம்.ஜி.ஆர் ஆட்சி அடிப்படையில் பிரதேச முதலாளிகளுக்கும், நில உடைமையாளர்களுக்குமான ஆட்சி. பெரும் பணக்காரர்களுக்கு ஆதரவான கொள்கைகளால் மக்களிடமிருந்து அந்நியப்பட்டு விடக்கூடாது என்பதற்காகவும், ஏழைப்பங்காளன் என்ற பிம்பத்தை பாதுகாப்பதற்கும் நலத்திட்டங்கள் கொண்டுவரப்பட்டன. இவை வறுமை ஒழிப்பு, வாழ்க்கைத் தரம் உயர்விற்கு உதவிடவில்லை. எம்.ஜி.ஆர் ஆட்சிக் காலத்தில் திராவிட இயக்கம் பரப்பிய பகுத்தறிவுக் கொள்கை, பெண்ணடிமைத்தன எதிர்ப்பு, சாதி ஒழிப்பு போன்றவற்றை மக்களிடையே வேரூன்றச் செய்வதற்கு எந்த முயற்சியும் மேற்கொள்ளப்படவில்லை. எம்.ஜி.ஆர் தனது திரைப்பட மாயபிம்பத்தைப் பாதுகாத்துக்கொண்டு மக்கள் விரோத ஆட்சியை பத்தாண்டுக்காலம் நடத்தினார்.

35

கட்சியில் பிளவும், மலிவான அரசியலும்!

சாதாரண ஏழைத் தொழிலாளர்கள்,பெண்கள் உள்ளிட்ட பிரிவினர் அதிக எண்ணிக்கையில் என்.ஜி.ஆரின் "நல்லவர்"," வல்லவர்" என்ற பிம்பத்தின் செல்வாக்கிற்கு ஆட்பட்டிருந்தனர். உண்மையில் அந்தப் பொய்யான பிம்பத்தின் கீழ் அவர்கள் சிறைபிடிக்கப்பட்டிருந்தனர் என்று கூறலாம். எம்ஜிஆரும் கூட தான் உருவாக்கிய தனது பிம்பத்தில் சிறைப்பட்டிருந்தார் என கூறலாம். ஏனெனில் தனது பிம்பத்தைப் பாதுகாக்க அவர் வெகு தூரம் தடம் தவறிச் சென்றார்.அவரது ஆட்சி ஊழல் குற்றச்சாட்டுக்களும்,மக்கள் விரோத நடவடிக்கைகளும் நிரம்பியதாக இருந்தது.

அதிகாரத்தையும் பதவியையும் தக்க வைத்துக் கொள்ள வேண்டும் என்கிற நோக்கத்துடன் ஆட்சி நடைபெற்ற காரணத்தினால் எம்.ஜி.ஆர் 1987-ஆம் ஆண்டு டிசம்பர் 24 அன்று மறைந்த போது,பெரும் குழப்பம் ஏற்பட்டது. அவரது மறைவு தமிழக அரசியலில் மட்டுமல்லாது, அ.தி.மு.க. கட்சியிலும், பெரும் அதிர்வலைகளை ஏற்படுத்தியது.அன்று அ.தி.மு.க. ஆட்சிப் பொறுப்பில் இருந்தது. முதலமைச்சர் யார் என்கிற பிரச்சனை பூதாகரமாக கட்சிக்குள் வெடித்தது.

எம்.ஜி.ஆர் காலத்திலேயே பதவிக்காக எதையும் செய்யலாம் என்கிற எண்ணம் கட்சியை ஆட்கொண்டது. எனவே,அவர் மறைந்த பிறகு பதவியைக் கைப்பற்றப் போட்டியும் மோதலும் உக்கிரமாக நடந்தது.

சுயநல அரசியல் உத்திகள்

மூத்த அமைச்சர் நெடுஞ்செழியன் தற்காலிக முதல்வராக நியமிக்கப்பட்ட நிலையில் அடுத்த முதல்வராகும் வாய்ப்பு தனக்குக் கிடைக்கும் என்று அவர் நம்பினார்.எம்.ஜி.ஆரின் துணைவியார் ஜானகி ராமச்சந்திரனை முதல்வராக்க அமைச்சர் ஆர்.எம்.வீரப்பன் தலைமையில் ஒரு குழு செயல்பட்டது. அரசியலோடு தொடர்பற்று இருந்த எம்.ஜி.ஆரின் மனைவி ஜானகி ராமச்சந்திரனை அரசியலுக்குக் கொண்டு வந்ததற்கும், ஜானகி அணி என்ற பிரிவு உருவானதற்கும் பின்புலமாக ஒரு மலிவான

அரசியல் உத்தி இருந்தது. எம்ஜிஆருக்கு இருந்த மக்கள் செல்வாக்கு அப்படியே அனுதாப உணர்வாக மாறி எம்.ஜி.ஆரின் மனைவிக்கு கிடைத்திடும் என்கிற வகையில் கணக்கிடப்பட்டது. ஆனால் மக்கள் இந்த அனுதாப அரசியலுக்கு இணங்கிடவில்லை.

மறுபக்கம், ஜெயலலிதா தலைமையிலான குழு ஜெயலலிதாவுக்கு முதல்வர் பதவி கிடைக்க தீவிரமாகச் செயல்பட்டது. அவருடைய ஆதரவாளர்கள் சேர்ந்து அ.தி.மு.க.வின் பொதுச் செயலாளராக ஜெயலலிதாவை தேர்ந்தெடுத்தனர். இதனை ஆர்.எம்.வீரப்பன் குழு அங்கீகரிக்கவில்லை. ஜானகி அணிக்கு ஆதரவாக 98 எம்.எல்.ஏக்கள் இருந்ததால் அவர்களது குழு பலம் வாய்ந்ததாக இருந்தது. தங்களது ஆதரவு எம்.எல்.ஏக்களை மாற்று அணியினர் விலை பேசக்கூடாது என்பதற்காக ஆடம்பர ஓட்டல்களில் தங்க வைக்கும் மோசமான கலாச்சாரம் அந்தக் காலத்திலேயே நடைமுறைக்கு வந்தது.

மத்தியில் உள்ள ஆட்சியாளர்களும் தமிழகத்தில் நடக்கும் குழப்பங்களை மிகத் திறமையாகமு பயன்படுத்திக் கொண்டனர்.1972-ஆம் ஆண்டு எம்ஜிஆருக்கும் கருணாநிதிக்கும் பிரச்சனைகள் பல வெடித்து கட்சியில் பிளவு ஏற்பட்ட போதும் மத்திய ஆட்சியாளர்கள் அதனை தங்களது அரசியல் இலாபத்திற்கு சாதகமாக பயன்படுத்திக் கொண்டனர். அதேபோன்று எம்.ஜி.ஆர் மரணத்திற்கு பிறகு ஏற்பட்ட குழப்பத்தையும் அவர்கள் பயன்படுத்தினர்.

ஜானகி அணிக்கு கூடுதல் எம்.எல்.ஏக்கள் இருந்தாலும் பெரும்பான்மையை நிரூபிக்கும் அளவிற்கு போதுமான ஆதரவு இல்லை.இந்நிலையில், ஜெயலலிதா பிரதமர் ராஜீவ் காந்தியின் ஆதரவைப் பெற்று காங்கிரஸ் தனக்கு ஆதரவு கிடைக்கும்படி ஏற்பாடு செய்துகொண்டார்.1988 ஜனவரி 6 அன்று ஆளுநர் முதலமைச்சராக ஜானகி ராமச்சந்திரனை பதிவியேற்கச் செய்தார். பெரும்பான்மையை நிரூபிக்க வேண்டிய கட்டாயம் ஜானகி அணிக்கு இருந்தது. இதற்காக, சட்டமன்றம் கூடியதும் இரு பிரிவினருக்கும் கடும் வன்முறை கலவரம் மூண்டது. ஜெயலலிதா அணியின் 33 எம்.எல்.ஏக்களை பதவி நீக்கம் செய்வதாக சபாநாயகர் அறிவித்த அறிவித்தார். இந்த நிகழ்வுகள் சுயநல அரசியலின் கோர முகத்தை வெளிப்படுத்தின.

1980-ஆம் ஆண்டுகளில் எம்.ஜி.ஆர் ஜெயலலிதாவை அரசியலுக்கு அறிமுகப்படுத்தி கொள்கை பரப்புச் செயலாளர் என்ற பதவியை

அவருக்கு அளித்தார். அவருக்கு கட்சியைக் கட்டுப்படுத்துகிற முழு அதிகாரம் கிடைத்தது. இதர தலைவர்கள் தனக்கு அடங்காமல் போகிற நிலையைத் தவிர்க்கவும், அவர்கள் தனித்த செல்வாக்கு பெற்று விடக்கூடாது என்பதற்காகவும், தனக்கு விசுவாசமாக செயல்படக்கூடிய ஒருவர் தேவை என்கிற நோக்கத்துடன்தான் எம்.ஜி.ஆர் ஜெயலலிதாவை கட்சியின் முக்கிய பொறுப்புக்கு கொண்டுவந்தார். தனக்குக் கிடைத்த அதிகாரத்தை ஜெயலலிதா நன்கு பயன்படுத்திக்கொண்டு துணை முதல்வர் போன்று செயல்படத் தொடங்கினார். இதனால் ஒரு கட்டத்தில் எம்.ஜி.ஆரின் வெறுப்புக்கும் ஆளானார். ஆக, கட்சியின் தலைமைப் பொறுப்புக்கு வருவது கட்சித் தலைவரின் விருப்பு வெறுப்புக்கு உட்பட்டதாக இருந்தது. இதுவும் ஜனநாயக நெறி சார்ந்த அமைப்புச் செயல்பாடு அல்ல.ஜானகி அணி ஜெயலலிதா அணி என்கிற வகையில் பிளவு ஏற்பட்ட போது நடந்த பலவிதமான அரசியல் வித்தைகள் எந்த அளவிற்கு திராவிட கொள்கைகள் பின்னுக்குத் தள்ளப்பட்டு,பதவி மோகம், கட்சியில் முன்னுரிமை இடம் பிடித்தது என்பதை எடுத்துக்காட்டுவதாக அமைந்தன.

ஆர்.எம் வீரப்பன் தலைமையிலான குழு உருவாக்கிய ஜானகி அணியிலிருந்த பல அமைச்சர்கள் ஜெயலலிதாவுக்கு ஆதரவு பெருகி வருவதைக் கண்டு அந்தக் குழுவிற்கு தாவினர். ஜெயலலிதா குழுவிற்கு ஆதரவு தெரிவித்திருந்த அமைச்சர்கள் பலர் அங்கு தங்களுக்கு வாய்ப்பு கிடைக்காது என்கிற போது நால்வர் அணி என்கிற தனிப் பிரிவை ஏற்படுத்தினர். அதில் நாவலர் நெடுஞ்செழியன், திருநாவுக்கரசு, அரங்கநாயகம் உள்ளிட்டோர் இருந்த அணி பிறகு காற்று ஜெயலலிதா பக்கம் வீசியபோது அங்கு தாவினர். ஆக, மலிவான அரசியலின் களமாக தமிழகம் மாறிப்போனது.

திராவிடச் சொல்லாடல்கள்

எம்.ஜி.ஆரின் மறைவுக்குப் பிறகும் அ.தி.மு.க.வும் தி.மு.க.வும் மாறி மாறி தமிழகத்தை ஆட்சி புரிந்தனர். தெளிவாக வரையறுக்கப்படாத திராவிட கொள்கை தமிழகத்தில் தோன்றிய பல கட்சிகளின் கொள்கையாக அறிவிக்கப்பட்டது. தொடர்ந்து அ.தி.மு.க. தி.மு.க. இரண்டும் வலுமிக்க கட்சிகளாக இருந்து வந்ததால் திராவிட கருத்தியல் மீது ஒரு கவர்ச்சி நீடித்தது. நடிகர்

கமலஹாசன் கட்சி ஆரம்பித்தபோது கூட தன்னுடைய கட்சியின் கொள்கையாக "திராவிடமும், தேசியமும் இருக்கும்" என்று அறிவித்தார். ஏற்கனவே விஜயகாந்த் கட்சி ஆரம்பித்த போதும் திராவிட கொள்கையை கொண்ட கட்சி என அறிவித்தார். இவர்கள் திராவிடம், தேசியம் என்பதை வரையறுக்கவில்லை. அவ்வப்போது வசதிக்கு ஏற்றாற் போல் தேர்தல் அரசியலுக்கு இந்த சொல்லாடல்கள் பயன்படுத்தபட்டன.

ஜனநாயகம் வீழ்ச்சி

மறைந்த பேராசிரியர் எம்.எஸ்.எஸ்.பாண்டியன் ஒரு உண்மையைக் குறிப்பிடுகிறார்."..அறுபதுகளின் ஆரம்பத்தில் இருந்தே தமிழர்களிடையே கடுமையான பொருளாதார வீழ்ச்சி ஏற்பட்டது. இதில் நகர்ப்புற,கிராமப்புற ஏழைகள் மேலும் வறுமைக்கு உள்ளாக்கப்பட்டனர். 1960களில் இது அதிகரித்தது... எழுபதுகளின் பிற்பகுதியில் உண்மையான கூலி அளவு ஓரளவு அதிகரித்தது என்றாலும் 1979-80 விலைவாசி ஏற்றத்தைக் கணக்கில் கொள்கிறபோது விவசாயத் தொழிலாளர்களின் உண்மையான தினக்கூலி 1951-52 -ல் பெற்ற தினக்கூலியை விட குறைவாகவே இருந்தது என்கிறார்.("பிம்பச் சிறை", பக்கம்: 182).

ஆனால் பதவிச் சண்டையில் ஈடுபட்ட தலைமை இதைப்பற்றியெல்லாம் கவனத்தில் கொள்ளவில்லை. மத்திய ஆட்சியின் அடிப்படைக் கொள்கைகள் இந்தியா முழுவதும் உழைக்கும் மக்கள் மத்தியில் வறுமையை அதிகரிக்கச் செய்தது. அதில் தமிழகம் விதிவிலக்கல்ல.ஆனால் மாநில அதிகார வரம்புக்கு உட்பட்டு, மக்கள் நலனை மையப்படுத்தி,ஆட்சியை நடத்தி இருந்தால் உழைக்கும் மக்களின் வாழ்வாதார நெருக்கடியின் தீவிரத்தை குறைத்து இருக்க முடியும். ஆனால் தமிழக ஆளும் கட்சிகள் அத்தகைய மாற்றுப் பாதையில் செல்லவில்லை.இந்த வரலாற்று உண்மைகளை மறைத்து, சிந்தனையை மழுங்கடித்து மாய பிம்பத்தை ஏற்படுத்துகின்றனர். இதனை அகற்றுவது அவசியம். இன்று மீண்டும் சிலர் எம்.ஜி.ஆர் ஆட்சியை தமிழகத்தில் கொண்டு வருவோம் என்று சூளுரைப்பது வேடிக்கையிலும் வேடிக்கை.

எம்.ஜி.ஆர் ஆட்சிக்காலத்தில் மக்களுடைய வாழ்வாதாரம் கடுமையாக பாதிக்கப்பட்டது மட்டுமல்ல; அங்கீகரிக்கப்பட்ட ஜனநாயக நெறிமுறைகள் மீறல், கருத்து சுதந்திரம் பறிப்பு

உள்ளிட்ட அனைத்தும் அரங்கேறின.ஜனநாயக உரிமை பறிப்புக்கு பல எடுத்துக்காட்டுகளை சொல்ல முடியும்.

1986 ஆம் ஆண்டு மத்திய அரசு ஊழியர்கள் அனைவரும் இந்தி மொழியில்தான் கையெழுத்திட வேண்டும், இந்தி வாரம் கொண்டாட வேண்டும் என்பது போன்ற ஆணைகளைப் பிறப்பித்து மத்திய அரசு இந்தித் திணிப்பு முயற்சிகளை மேற்கொண்டது. அன்றைக்கு எதிர்க்கட்சியாக இருந்த திராவிட முன்னேற்றக் கழகம் இந்தி எதிர்ப்புப் பேரணிகள்,போராட்டங்கள் என தொடர்ச்சியாக மேற்கொண்டது அன்றைக்கு பேராசிரியர் அன்பழகன் தலைமையில் அரசியல் சட்ட நகல் எரிப்பு போராட்டம் நடத்தப்பட்டு மாநிலம் முழுவதும் தி.மு.க.வினர் கைதாகினர்.சட்டமன்றத்தில் இந்தப் பிரச்சனை எழுப்பப்பட்டு அரசியல் சட்டத்தின் நகலை எரித்த காரணத்திற்காக தி.மு.க. சட்டமன்ற உறுப்பினர்கள் பேராசிரியர் அன்பழகன் உள்ளிட்ட 7 உறுப்பினர்களின் சட்டமன்ற உறுப்பினர் தகுதியை இழந்துவிட்டதாக சபாநாயகர் அறிவித்தார்.

ஜனநாயக அமைப்பில் எதிர்ப்பைத் தெரிவிக்கும் வகையில் போராட்டம் நடத்துகிற எதிர்க்கட்சியை ஒடுக்குவதும், மக்களால் வாக்களித்து தேர்ந்தெடுக்கப்பட்ட பதவியை பறிப்பதும்,இதற்கு சபாநாயகர் பதவியை துஷ்பிரயோகம் செய்வதும், மோசமான ஜனநாயக விரோதப் போக்குகள். இவற்றை அன்றைக்கு எம்.ஜி.ஆர் அரசு தீவிரமாக கடைப்பிடித்தது. இந்த ஜனநாயக விரோத நடைமுறை அடுத்தடுத்து வந்த காலங்களில் தொடர்ந்து நிகழ்ந்ததையும், உண்மையான ஜனநாயகப் பண்பாடு குலைந்து வருவதையும் தமிழ்நாடு அறியும்.

36

கே.கே.ஷா முதல் கிரண்பேடி வரை...

எம்.ஜி.ஆர் மறைந்த பிறகு, கட்சியிலும் ஆட்சியிலும் ஏற்பட்ட நெருக்கடிகள், இரண்டு அணிகளாகப் பிரிந்து மோதிக்கொண்ட சூழல் அனைத்தும் அ.தி.மு.க., ஆட்சியை இழக்கும் நிலைக்கு இட்டுச்சென்றது. மத்திய அரசு ஆட்சியை கலைத்து,ஆளுநர் ஆட்சியை அமலாக்கியது.

1988-ஆம் ஆண்டு ஜனவரியில் பதவியேற்ற எம்.ஜி.ஆரின் துணைவியார் வி.என்.ஜானகி தலைமையிலான அமைச்சரவை, 24 நாட்களுக்கு மட்டுமே பதவியில் இருந்தது.ஜானகி அணி, ஜெயலலிதா அணி என அ.தி.மு.க. இரண்டு அணியாக உடைந்தது.

அன்றைய ஆளுநர் எஸ்.எல்.குரானா 'தமிழ்நாட்டில் அரசியல் அமைப்புச் சட்ட அடிப்படையிலான நிர்வாகம் உருக்குலைந்து போய் விட்டது'என மத்திய அரசுக்கு அறிக்கை அனுப்பினார். இந்த அறிக்கை அனுப்பும் நடைமுறை ஆளுநராகவே எடுக்கிற முடிவு அல்ல; இது மத்திய அரசின் பொறுப்பில் உள்ள ஆளுங்கட்சியின் தேவையை சார்ந்து,இப்படிப்பட்ட குறிப்புகள் அனுப்பப்படுவதுதான் வழக்கம்.அவரது அறிக்கை,குறிப்பு அடிப்படையில் குடியரசுத் தலைவர் ஆட்சி தமிழகத்தில் அமலாக்கப்பட்டது. சட்டமன்றத் தேர்தல் நடந்து புதிய ஆட்சி பதவி ஏற்கும் வரை ஆளுநர் எஸ்.எல் குரானா ஆட்சி நிர்வாகத்தை நடத்துவார் என்று அறிவிக்கப்பட்டது.

தமிழகத்தில் ஆளுகின்ற ஆட்சியை தங்களுக்கு கட்டுப்பட்டதாக இருக்க வேண்டுமென்று ஆளுநர்கள் எப்போதுமே கட்டாயப்படுத்தி வந்துள்ளனர். மத்திய அரசின் பிரதிநிதியாக செயல்படுபவராகவே ஆளுநர் இருந்துள்ளார். மாநில நிர்வாகத்தைப் பற்றி அவ்வப்போது மத்திய அரசுக்கு தகவல் அனுப்புவது என்கிற இந்த ஏற்பாடு மத்தியில் உள்ள ஆளுங்கட்சி ஒரு அரசியல் முடிவை எடுப்பதற்கான நடைமுறையாக இருந்து வந்துள்ளது.இது இந்திய ஜனநாயகத்தில் ஒரு ஜனநாயக விரோதமான ஏற்பாடாக அமைந்துள்ளது.

ஆளுநருக்கு எம்.ஜி.ஆர் பதில்

இந்த ஜனநாயக விரோதம் தமிழகத்தில் தொடர்ந்து நடந்து வந்தது. எம்.ஜி.ஆர் ஆட்சியில் இருந்தபோது ஆளுநராக இருந்த

குரானா முதலமைச்சருக்கு அனுப்பிய சில கடிதங்களை அன்று இந்தியா டுடே பத்திரிகையின் துணை ஆசிரியராக இருந்த பிரபு சாவ்லா வெளியிட்டிருந்தார். (இந்தியா டுடே ஜூலை, 31, 1986).

அதில் அரசியலமைப்புச் சட்ட விதிகளைக் குறிப்பிட்டு அரசாங்கத்தின் பல கொள்கை முடிவுகள் ஆளுநரின் கவனத்திற்கு கொண்டுவரப்படவில்லை என்று குற்றம் சாட்டியிருந்தார். அதற்கு பதிலளித்த எம்.ஜி.ஆர் ஏன் ஆளுநருக்கு தெரிவிக்க வேண்டும் என்று கேள்வி எழுப்பவில்லை; மாறாக, எல்லாமே சட்டப்படிதான் நடந்து வருகிறது என்றும் ஏதாவது பிரச்சனைகள் இருந்தால் அது எனக்கு உரிய வகையில் அறிவுறுத்தப்பட்டால் அவை தவிர்த்திருக்கிற முடியும் என்றும் பதில் கடிதத்தில் குறிப்பிட்டிருந்தார். ஆளுநரையும் புகழ்ந்து கடிதத்தில் எழுதியிருந்தார்.

இவ்வாறு மக்களால் தேர்ந்தெடுக்கப்பட்ட முதல்வர் மத்திய அரசால் அனுப்பப்பட்ட ஒரு பிரதிநிதிக்கு பதில் அளிக்க வேண்டிய அரசியல் சட்ட ரீதியான கட்டாயம் நமது இந்திய ஜனநாயகத்தில் தொடர்ந்து இருந்து வந்துள்ளது.

இதனால்தான் ஆளுநர் பதவி தேவையில்லை என்கிற ஜனநாயகக் கோரிக்கை இருந்து வருகிறது. குறிப்பாக, கம்யூனிஸ்ட் கட்சிகள் ஒரு கூட்டாட்சி முறையில் ஆளுநர் என்கிற அதிகார மையம் அவசியம் இல்லை என்று தொடர்ந்து வலியுறுத்தி வந்துள்ளனர்.

“ராம ராஜ்யத்தை” கலைத்த கே. கே. ஷா

1976 ஆம் ஆண்டு ஜனவரி 31 ஆம் தேதி தமிழகத்தில் ஆட்சியிலிருந்த தி.மு.க. அரசாங்கம் கலைக்கப்பட்டது.அன்றும் கூட, ஆளுநராக இருந்த கே. கே. ஷா ஒரு அறிக்கையை மத்திய அரசுக்கு அனுப்பியதாக சொல்லப்பட்டது.அந்த அறிக்கையில்,

"அரசியலமைப்புச் சட்ட அடிப்படைகளுக்கு ஏற்றவாறு தமிழகத்தில் ஆட்சி நிர்வாகம் நடத்த முடியாத ஒரு நிலைமை ஏற்பட்டு விட்டது " என ஆளுநர் ஷா குறிப்பிட்டுள்ளதாக மத்திய அரசு தெரிவித்தது.

அன்றைக்கு இருந்த திராவிட முன்னேற்றக் கழக அரசாங்கத்தின், "ஊழல், "முறைகேடான நிர்வாகம், அதிகார துஷ்பிரயோகம்" ஆகியவற்றின் காரணமாக டிஸ்மிஸ் செய்யப்படுவதாக மத்திய

அரசு விளக்கம் அளித்தது. இதில் ஒரு வேடிக்கை என்னவென்றால் ஆட்சி டிஸ்மிஸ் செய்வதற்கு முன்தினம், ஜனவரி 30ஆம் தேதி அன்று, ஒரு நிகழ்ச்சியில் பேசிய ஆளுநர் கே.கே.ஷா தமிழ்நாட்டில் ராமராஜ்ய அரசாங்கத்தை கருணாநிதி நடத்தி வருவதாக புகழ்ந்து பேசியிருந்தார்.

முதல் நாள் ஆட்சியைப் பாராட்டியவர் மறுநாள் எப்படி தமிழகத்தில் மோசமான நிர்வாகம் நடப்பதாக மத்திய அரசுக்கு அறிக்கை அனுப்பினார்? மத்திய ஆளும் கட்சி தனது அரசியல் தேவைக்கும், அரசியல் சுயநலத்திற்கும் ஏற்ற வகையில் மாநில அரசுகளை வேட்டையாடி வந்துள்ளது. ஆளுநர் பதவி இதற்கு பயன்படுத்தபட்டது.இது இன்று வரை தொடர்கிறது.

இன்று பாஜகவின் அரசியல் தேவைக்கு ஏற்றாற் போல மத்திய அரசு நியமிக்கும் ஆளுநர்கள் செயல்படுகிறார்கள். அதைவிட மிக மோசமாக அவர்கள் ஆர்.எஸ்.எஸ்ஸிலிருந்து வந்தவர்களாக இருப்பதால் மாநிலத்தில் வகுப்புவாதச் சக்திகள் வளர்வதற்கு ஊக்கமும் ஆக்கமும் அளித்து வருகின்றனர். புதுச்சேரியில் ஆளுநராக இருந்த கிரண்பேடி எப்படியாவது அந்த மாநிலத்தில் பாஜக ஆட்சியை கொண்டுவர வேண்டும் என்கிற நோக்கில் ஜனநாயக நெறிமுறைகளுக்கு மாறாக செயல்படுவதுடன், அங்குள்ள தேர்ந்தெடுக்கப்பட்ட மாநில அரசை செயல்படவிடாமல் தடுத்து வந்தார்.

டெல்லிக்குப் படையெடுப்பு

ஜனநாயகத்துக்கு விரோதமான ஆளுநர் செயல்பாடுகளை மாநிலத்தில் இருக்கிற கட்சிகள் ஒன்றுபட்டு எதிர்க்க முன்வருவதில்லை. பல மாநில கட்சிகள் தங்களுடைய சுயநலத்திற்காக ஆளுநர் நடவடிக்கைகளுக்கு ஆதரவாக இருந்துள்ளனர். எடுத்துக்காட்டாக, 1976-ஆம் ஆண்டு தி.மு.க. ஆட்சி டிஸ்மிஸ் செய்யப்பட்ட போது அன்றைக்கு எதிர்க்கட்சியாக இருந்த எம்.ஜி.ஆர் அதனை முழுமையாக ஆதரித்தார்.

மாநில அரசுகள் முழு அதிகாரங்களுடன் ஆட்சி நடத்தும் நிலை இருப்பதுதான் உண்மையான கூட்டாட்சியின் அடிப்படைத் தேவை. மாநில கட்சிகளின் தலைவர்கள் தங்களது அரசியல் எதிரிகளுக்கு எதிராக மத்தியில் ஆளுகிற கட்சிக்கு வால் பிடிப்பது என்பது தமிழகத்தில் தொடர்ந்து நிகழ்ந்துள்ள ஒரு வரலாற்றுக் கேடு.

ஜானகி ஆட்சி நடைபெற்ற போது பலமுறை ஜெயலலிதா ஜானகி ஆட்சியைக் கலைப்பதற்கு புதுடில்லிக்கு அடிக்கடி சென்று ஆட்சியாளர்களை சந்தித்து வந்தார். அதேபோன்று தனது ஆட்சியை காப்பாற்றிக்கொள்ள ஜானகி மற்றும் ஜானகி ஆதரவாளர்களும் டெல்லிக்குப் படையெடுத்தனர். இப்படிப்பட்ட நடவடிக்கைகள் திராவிட இயக்கம் பேசிவந்த மாநிலங்களுக்கு அதிக அதிகாரம், சுயமரியாதை போன்ற கோட்பாடுகளை கேலிக்கு உள்ளாக்கியது.

சட்டமன்ற சபாநாயகராக இருப்பவர் சட்ட விதிகளைப் பின்பற்றி, மக்களால் தேர்ந்தெடுக்கப்பட்ட பிரதிநிதிகளின் ஜனநாயக உரிமைகளை மதிப்பவராக இருத்தல் வேண்டும். இவற்றை மதிக்காமல் செயல்படுகிற போக்கும் தமிழகத்தில் நிகழ்ந்துள்ளது, 1988- ஆம் ஆண்டு வி.என். ஜானகி முதலமைச்சராக பதவி ஏற்ற பிறகு,அவர் சட்டசபையில் நம்பிக்கை வாக்கு கோரினார். அந்நிலையில் சபாநாயகராக இருந்த பி. எச். பாண்டியன் நடந்துகொண்ட விதம் ஜனநாயகத்தை கேலிக்கூத்தாக்கியது. அதிகமான சட்டமன்ற உறுப்பினர்களின் பதவியை ஒரு உத்தரவின் மூலம் அவர் பதவி நீக்கம் செய்தார். சட்டமன்ற உறுப்பினர்களை தங்களுக்கு ஆதரவாக வாக்களிக்க, அவர்களை விலை பேசுவது போன்ற நடவடிக்கைகள் தீவிரமாக நடந்தது. இப்படிப்பட்ட ஜனநாயக முறைகேடுகள் அடுத்தடுத்து நடந்தன. பின்னாளில் சசிகலா காலம் வரை இது தொடர்ந்தது.

மத்திய ஆளும் கட்சிகள் இந்திய ஜனநாயகத்தின் மீது தொடர்ந்து தாக்குதல்களை நடத்தி வந்துள்ளன. அவர்கள் இந்தியாவின் பெரிய கார்ப்பரேட் முதலாளிகளின் தேவைகளுக்காக அனைத்து அதிகாரங்களும் மத்தியில் குவிப்பதற்கு முயற்சி செய்து வருகின்றனர். இதனால் மாநில அரசுகளை தங்களுக்கு சேவகம் செய்கிற அரசாங்கங்களாக இருக்கவேண்டுமென முயற்சிக்கின்றனர். இந்நிலையில் மாநில சுயாட்சி முழுக்கத்தை முன்வைத்த திராவிட இயக்கம் அதன் அடிப்படைகளை உறுதியாகப் பற்றி நிற்கவில்லை.

அன்றைக்கு காங்கிரஸ் தலைவராக இருந்த ராஜீவ் காந்தி தமிழ்நாட்டில் காங்கிரஸ் ஆட்சியை எப்படியாவது கொண்டுவர வேண்டுமென முயற்சித்தார். தமிழ்நாட்டில் தி.மு.க.வும் அ.தி.மு.க.வும் பலமிழந்து இருப்பதாக காங்கிரஸ் கருதியது. இதனால்,மாநிலத்தின் ஆட்சியைக் கைப்பற்றலாம் என காங்கிரசார் கனவு கண்டனர்.அதற்கு அ.தி.மு.க.வில் நடந்த அலங்கோலங்களை

பயன்படுத்த அவர்கள் முயற்சித்தனர்.எம்.ஜி.ஆரின் வாக்கு வங்கியை தங்களது செல்வாக்காக மாற்றிக் கொள்ளலாம் என்ற நோக்கில் அவர்கள் எம்.ஜி.ஆரின் புகழ் பாடத் தொடங்கினர். எம்.ஜி.ஆருக்கு பாரத ரத்னா பட்டத்தையும் மத்திய அரசு வழங்கியது. ஆனால் அவர்களது கனவு நிறைவேறவில்லை. ஜெயலலிதா அ.தி.மு.க.வை தனது செல்வாக்கின் கீழ் முழுமையாகக் கொண்டு வந்தார். அதேபோன்று தி.மு.க.வும் கருணாநிதி தலைமையில் தனது வாக்கு வங்கியைத் தக்க வைத்துக் கொண்டது.

மத்தியில் ஆட்சியில் இருக்கிற தற்போதைய மோடி அரசும் தமிழகத்தை பா.ஜ.க.வின் கோட்டையாக மாற்றலாம் என கனவு கண்டு வருகிறது. இதற்காக பாராளுமன்றத்திலும், தனது உரைகளிலும் மோடி தமிழின் மேன்மை பற்றி பேசுவது,அவ்வப்போது திருக்குறளை மேற்கோள் காட்டுவது என பேசி வருகின்றார். தமிழக அரசியலிலும் அ.தி.மு.க.வை தனது கட்டுப்பாட்டில் வைத்துக் கொண்டு அரசியல் சூழ்ச்சிகளை மேற்கொண்டு வருகின்றனர்.

தமிழகத்தின் அடித்தட்டு மக்களின் வாழ்வாதார நலனுக்கான கொள்கைகளை முன்வைத்து அவற்றை முறையாக பின்பற்றுவது என்கிற சரியான பாதையில் செல்வதற்கு மாறாக அரசியல் சூழ்ச்சிகள், சதிகள், ஏமாற்று வித்தைகள் மூலம் அதிகாரத்தைக் கைப்பற்ற மத்திய ஆட்சியாளர்கள் எப்போதுமே முயற்சித்து வந்துள்ளனர். ஆளுநர் பதவியையும் அதற்கு ஏற்றவாறு அவர்கள் பயன்படுத்தி வருகின்றனர்.

எனவே மக்கள் தங்களது உரிமைகளுக்காகவும் மாற்றுக் கொள்கைகளுக்காகவும் ஒருங்கிணைந்து நிற்க வேண்டிய அவசியம் உள்ளது.

37

இரட்டை இலைச் சின்னத்திற்கு போராட்டம்!!

தமிழக அரசியல் வரலாற்றில் பெருமைப்பட்டுக் கொள்வதற்கு பல விஷயங்கள் இருந்தாலும் சில கறைகளும் உண்டு என்பதை மறுக்க இயலாது. அதில் ஒன்று தேர்தல் சின்னம் பற்றியது. ஒரு குறிப்பிட்ட சின்னம் இருந்தால் போதும்; தேர்தலில் வெற்றியை ஈட்டி விடலாம் என்கிற கண்ணோட்டம் இருப்பது கொள்கையைப் பின்னுக்குத் தள்ளுகிற ஒரு மலிவான சிந்தனை.

தமிழகத்தில் இரட்டை இலை சின்னம் ஒரு வெற்றிச் சின்னமாக நீண்ட காலமாக கருதப்பட்டு வந்துள்ளது. எம்.ஜி.ஆர் தன்னைப்பற்றி உருவாக்கிய "நல்லவர்; வல்லவர்' என்ற பிம்பத்தில் கணிசமான தமிழக மக்களை சிறை பிடித்து வைத்திருந்தார். அத்துடன், இரட்டை இலை என்கிற அந்தச் சின்னத்திலும் தமிழகத்தின் பாமர மக்களை சிறை பிடித்து வைத்திருந்தார்.

அவர் மறைந்த பிறகு, அ.தி.மு.க., ஜானகி அணி ,ஜெயலலிதா அணி என்று பிரிந்த நிலையில் இரண்டு அணிகளும் இரட்டை இலைச் சின்னத்திற்கு உரிமை கோரினர். சுமார் ஒன்பது மாதங்களாக இரண்டு அணிகளும் இரட்டை இலைச் சின்னத்துக்கு தேர்தல் ஆணையத்திடம் போராடிக் கொண்டிருந்தனர் .1989 ஜனவரியில் தேர்தல் நெருங்குகிற போது தேர்தல் ஆணையம் இரட்டை இலை சின்னத்தை முடக்கி, இரண்டு பிரிவுகளுக்கும் வெவ்வேறு சின்னங்களை வழங்கியது. தேர்தல் ஆணையத்தின் இந்த முடிவுக்குப் பின்னணியாக அரசியல் இருக்கக்கூடும் என்று கருத இடமுண்டு .அன்று மத்திய ஆட்சியில் இருந்த காங்கிரஸ் கட்சி தமிழகத்தில் 1967- ஆம் ஆண்டு இழந்த ஆட்சியை மீண்டும் கைப்பற்றுவதற்கு முயற்சித்து வந்தது.

காட்சி அடையாளங்களின் அரசியல்

அ.தி.மு.க.வின் இரண்டு அணிகளும் இரட்டை இலை சின்னத்திற்கு போராடியதற்கு முக்கிய காரணம், எம்.ஜி.ஆர் தமிழக மக்கள் மனதில் பதிய வைத்திருந்த சின்னத்தைப் பெற்றால் வெற்றி பெற்றுவிடலாம் என்கிற எண்ணம்தான். தமிழக வாக்காளர்கள் அரசியலை மறந்து சின்னத்தில் மயங்கி வாக்களித்தார்களா என்று கேட்கலாம். இரட்டை இலைச்

சின்னத்தில் எம்.ஜி.ஆர் தலைமையில் அ.தி.மு.க. வெற்றி பெற்ற போதேல்லாம் பலஅரசியல் காரணிகள் முக்கியப் பங்கு வகித்தன என்பதில் ஐயமில்லை. ஆனால், எவ்வாறு அவரது திரைப்பட பிம்பம் மக்களை ஈர்ப்பதற்கு பயன்பட்டதோ, அதேபோன்று சின்னத்திற்கும் ஒரு ஈர்ப்பு ஏற்பட்டது.

இந்த மனநிலை ஜனநாயகத்திற்கு உகந்தல்ல.கட்சிகளின் கொள்கைத் திட்டங்கள், முன்னிறுத்தப்படும் அரசியல் ஆகியவற்றை சீர்தூக்கி வாக்குகளை அளிப்பதற்கு பதிலாக காட்சிப்பூர்வமான பிம்பம் மற்றும் சின்னம் போன்ற அடையாளங்களை வைத்து அரசியல் முடிவை எடுப்பதற்கு மக்கள் தூண்டப்பட்டனர். இது தமிழகத்தில் ஜனநாயகமற்ற, பகுத்தறிவற்ற ஒரு போக்காக வளர்ந்தது.

இரட்டை இலை சின்னம் முடக்கப்பட்டது என்கிற காரணத்துடன் வேறு பல முக்கிய காரணங்களும் இணைந்து அ.தி.மு.க.வின் இரண்டு அணிகளையும் தேர்தலில் தோல்வியை தழுவிட அடிப்படையாக அமைந்தன. தமிழகத்தின் ஒன்பதாவது சட்டமன்றத் தேர்தல் ஒராண்டுக் கால குடியரசுத் தலைவர் ஆட்சிக்குப் பிறகு, 1989 ஆம் ஆண்டு ஜனவரியில் நடைபெற்றது.

இந்தச் தேர்தலின் ஊடாக. மற்றோரு போட்டியும் நடந்தது. அ.தி.மு.க. கட்சியைக் கைப்பற்றும் போட்டியும் சேர்ந்த நடந்தது. எம்.ஜி.ஆரின் உண்மையான வாரிசு ஜெயலலிதாவா, ஜானகியா என்று இரு அணிகளும் மோதிக் கொண்டனர். தேர்தலிலும் இது பிரச்சினையாக முன்வைக்கப்பட்டது. எம்.ஜி.ஆரும் ஜெயலலிதாவும் இணைந்து நடித்த திரைப்படப் போஸ்டர்கள் வெளியிடப்பட்டன. இதற்குப் போட்டியாக ஜானகி அணியினர் நடிகர் திலகம் சிவாஜி கணேசனின் திரையுலகச் சொல்வாக்கினை வாக்குகளாக மாற்ற முயற்சித்தனர். வாக்காளர்கள் இதனை சகித்துக் கொள்ளாமல் இரு அணிகளுக்கும் தோல்வியைப் பரிசாக வழங்கினர்.

நடிகர் அரசியல் எடுபடவில்லை

கலைஞர் கருணாநிதி தலைமையிலான திராவிட முன்னேற்றக் கழகம் 150 இடங்களைக் கைப்பற்றி, வெற்றி பெற்று, ஆட்சி அமைத்தது. மூன்றாவது முறையாக கருணாநிதி முதலமைச்சராகப் பதவியேற்றார். இந்த ஆட்சி ஒரு குறுகிய காலமே பதவியில் நீடித்தது. 1991-ஆம் ஆண்டு அன்றைய பிரதமர் சந்திரசேகர் தலைமையிலான மத்திய அரசு தி.மு.க. ஆட்சியை கலைத்தது.

இந்தத் தேர்தலில் காங்கிரஸ் தனியாகப் போட்டியிட்டது. அ.தி.மு.க.வின் இரண்டு அணிகள், தி.மு.க.,ஜனதா தளம். மார்க்சிஸ்ட் கம்யூனிஸ்ட் கட்சி உள்ளிட்ட கட்சிகள் கொண்ட கூட்டணி என பல அணிகள் களத்தில் போட்டியிட்டன.

இந்தத் தேர்தலில் ஒரு புதிய கட்சி உதயமானது. திரையுலகில் எம்ஜிஆருக்கு சமமான இடத்தில் இருந்து வந்த நடிகர் திலகம் சிவாஜி கணேசன் தமிழக முன்னேற்ற முன்னணி என்கிற கட்சியை 1988-ஆம் ஆண்டு துவக்கினார். ஜானகி அணியுடன் சேர்ந்து தேர்தலில் தமிழக முன்னேற்ற முன்னணி போட்டியிட்டது. ஆனால் இந்த அணி இரண்டு இடங்களை மட்டுமே வென்றது. ஜெயலலிதா தலைமையிலான அணி 27 இடங்களை வென்று தாங்கள்தான் உண்மையான அ.தி.மு.க. என்று முன்னிலைப்படுத்திக் கொண்டது.

திரையுலக வெற்றியைப் பயன்படுத்தி அரசியலில் வெற்றி காணலாம் என்கிற எம்.ஜி.ஆரின் வாழ்க்கை அடுத்தடுத்து பல நடிகர்கள் அரசியலில் நுழைவதற்குக் காரணமாக அமைந்தது. அந்த வரிசையில் முக்கியமான கட்சியாக தமிழக முன்னேற்ற முன்னணி உருவெடுத்தது. ஆனால் அது அரசியலில் ஒரு பரிதாபமான தோல்வியைத் தழுவியது. அதன்பிறகு அந்தக் கட்சி காணாமல் போய்விட்டது.

திருவையாறு தொகுதியில் போட்டியிட்ட சிவாஜிகணேசனும் தோல்வியைத் தழுவினார். தனது கட்சியின் தோல்வி பற்றி குறிப்பிடுகிற போது," எனக்கு இது ஒரு பெரிய ஏமாற்றம்; நான் மிகுந்த சிரமத்தை எதிர் கொண்டேன்; வேறு என்ன செய்வது? தவறான முடிவுகளை எடுக்கிற போது ஏமாற்றங்களைச் சந்தித்துத் தான் ஆக வேண்டும்", என்று மிகவும் வெறுப்படைந்து பேசினார். *(தி நியூஸ் மினிட், அக்டோபர் 01,2015)*

இந்த வரலாற்று அனுபவம் ஒரு உண்மையை வெளிப்படுத்துகிறது. ஒரு நடிகர் என்பதற்காகவே மக்கள் ஆதரவு அளித்து விடுவதில்லை. குறிப்பிட்ட சமூக, பொருளாதார, அரசியல் சூழலில் ஒரு புதிய மாற்று தேவை என்ற நிலை ஏற்படுகிற நிலையில்தான் இயக்கங்களுக்கு வரவேற்பும், வெற்றியும் கிடைக்கிறது. குறிப்பிட்ட மக்கள் பிரிவினரை நிலையாக பிரதிநிதித்துவப்படுத்துகின்ற கட்சி வெற்றி தோல்விகளுக்கு அப்பாற்பட்டு நிலைத்து நிற்பதாக இருக்கும்.

எடுத்துக்காட்டாக, தமிழகத்தில் இரண்டு பிரதான கம்யூனிஸ்ட் கட்சிகள் அடித்தட்டு பாட்டாளி வர்க்கத்தின் நலன்களை பிரதிபலிக்கிற கொள்கைகளை தொடர்ந்து பின்பற்றி வருவதால் அக்கட்சிகள் தமிழக அரசியலில் புறக்கணிக்க முடியாத சக்திகளாக நீடித்து வருகின்றன.

ஆனால், திரைப்பட அறிமுகம் அரசியல் வெற்றிக்கு உதவும் என்கிற பகுத்தறிவற்ற கருத்து தமிழகத்தில் தொடர்ந்து நீடிக்கிறது. தமிழகத்தின் கோடானு கோடி உழைக்கும் மக்களின் நல்வாழ்விற்கான துல்லியமான கொள்கை திட்டம், அத்தகைய கொள்கைகளுக்கான தொடர்ச்சியான முன்முயற்சி, மக்கள் திரட்டல்,போராட்டங்கள் போன்ற நடவடிக்கைகளை மேற்கொண்டு மக்கள் நம்பிக்கையை பெறுவதற்கு பதிலாக குறுக்கு வழியில் அரசியல் லாபம் பெற பல சக்திகள் முயற்சித்து வந்துள்ளன. இப்படிப்பட்ட கண்ணோட்டங்கள் மிகவும் பிற்போக்கானவை.

திராவிட இயக்கமே இந்தப் போக்கு வளரக் காரணமாக அமைந்தது. தனிநபர் துதியை மையமாகக் கொண்ட இந்த அரசியல், தமிழகத்தில் இருந்து வருகிற ஆரோக்கியமற்ற ஒரு போக்கு. திராவிட இயக்க வரலாற்றில் பெரியார், அண்ணா இருந்த காலங்களில் தனிநபரை போற்றித் துதி பாடும் மலிவான நடைமுறை வளரவில்லை. ஆனால் 1970-ஆம் ஆண்டுகளில் இது பெருமளவில் வளரத் துவங்கியது. கொள்கைப்பூர்வமான அரசியலின் முனை மழுங்கிட இது முக்கிய காரணமாக அமைந்தது.

தி.மு.க.வின் வெற்றி

அ.தி.மு.க.வில் ஏற்பட்ட பிளவினை தி.மு.க. தேர்தலில் தனக்கு சாதகமாகப் பயன்படுத்திக் கொண்டது. 13 ஆண்டு காலமாக ஆட்சியில் இல்லாத நிலையிலும் தி.மு.க.வின் கட்சி அமைப்புகள் வலுவான ஊழியர் கட்டமைப்புடன் இருந்ததால் களத்தில் தேர்தல் பிரச்சாரத்தையும் வாக்குச் சேகரிப்பினையும் முனைப்பாக தி.மு.க. மேற்கொண்டது. கருணாநிதியின் அமைப்புரீதியான பணிகள், தனது எழுத்து,பேச்சு வழியாக ஊழியர்களை களத்தில் ஈடுபட வைத்த அவரது திறன் அனைத்தும் சேர்ந்து வெற்றியைச் சாதித்தது.

அனைத்திந்திய அளவில் மத்திய காங்கிரஸ் ஆட்சிக்கு எதிரான

எதிர்ப்பு பலமாக எழுந்த நிலையில், எதிக்கட்சிகள் ஒன்று சேர்ந்த தேசிய முன்னணி வி.பி.சிங் தலைமையில் பலம் பெற்று வந்தது. அதில் ஒரு அங்கமாக தி.மு.க. இருந்தது. தமிழகத்தில் ஏற்பட்ட ஆட்சி மாற்றம் அன்று அகில இந்திய அரசியலில் தாக்கத்தை ஏற்படுத்தி, மத்திய காங்கிரஸ் ஆட்சிக்கு எதிரான அரசியலுக்கு வலு சேர்த்தது.

தமிழகத் தேர்தலில் காங்கிரஸ் கட்சி ஜி.கே.மூப்பனாரை முதலமைச்சர் வேட்பாளராக அறிவித்தது. இந்த நிலையில் கருணாநிதி திராவிட இயக்கம் பேசிவந்த மாநிலத்திற்கு சுயாட்சி என்கிற முழக்கத்தை வலுவாக தேர்தலில் எழுப்பினார். தமிழகத்தின் ஆட்சி சென்னையிலிருந்து நடைபெற வேண்டுமா அல்லது டெல்லியிலிருந்து ஆட்சி நடைபெற வேண்டுமா என்று கேள்வி எழுப்பி, தேர்தல் பிரச்சாரம் மேற்கொண்டார். காங்கிரஸ் வெற்றி பெற்றால் அரிசிக்கும் தண்ணீருக்கும் டெல்லியை நாடி ஓட வேண்டியிருக்கும் என்றெல்லாம் பிரச்சாரம் செய்தார். காங்கிரஸ் மீண்டும் தமிழகத்தில் ஆட்சியைப் பிடிப்பதற்கு ராஜீவ் காந்தி மிகப் பெரும் முயற்சி செய்தார். ஆனால் தமிழக மக்கள் மீண்டும் காங்கிரசை நிராகரித்து விட்டனர்.

38

திராவிடக் கட்சிகள் மூன்றாகப் பிரிந்து போட்டி!

1989-ஆம் ஆண்டு நடைபெற்ற சட்டமன்றத் தேர்தலில் தி.மு.க. வெற்றி பெற்றது. ஆட்சியிலிருந்து அகற்றப்பட்டு 13 ஆண்டுகளாக எதிர்க்கட்சியாக செயல்பட்டு வந்த தி.மு.க., இந்தத் தேர்தலில் மீண்டும் ஆட்சிக்கு வந்தது. மூன்றாவது முறையாக கலைஞர் கருணாநிதி முதலமைச்சராகப் பதவியேற்றார்.

தி.மு.க. மீண்டும் ஆட்சிக்கு வருவதற்கான பல காரணங்களில் எம்.ஜி.ஆர் மறைவு ஒரு முக்கிய காரணமாக அமைந்தது. 1972-ல் அ.தி.மு.க. கட்சி உருவான பிறகு,தி.மு.க., அ.தி.மு.க. என இரண்டு கட்சிகளும் அவற்றின் தலைவர்கள் கருணாநிதி, எம்.ஜி.ஆர் என இரண்டு தலைவர்களும் தமிழக அரசியலில் ஆதிக்கம் செலுத்தினர். இந்த நிலையை எம்.ஜி.ஆரின் மறைவு மாற்றியமைத்தது. எம்.ஜி.ஆரின் மறைவு கருணாநிதிக்கும் தி.மு.க.வுக்கும் சாதகமான சூழலை ஏற்படுத்தியது. எனினும் தி.மு.க.வின் ஓட்டு வங்கியில் பெரும் மாற்றம் நிகழவில்லை. மாறாக, எம்.ஜி.ஆரின் ஓட்டுவங்கி 1989 தேர்தலில் இரண்டு கூறுகளாகப் பிரிந்து இரண்டு அ.தி.மு.க. அணிகளுக்கு கிடைத்தது.

நான்குமுனைப் போட்டியும், பிரச்சாரமும்

இந்தத் தேர்தலில் தி.மு.க. 150 இடங்களில் வென்றது. ஜெயலலிதா தலைமையிலான அ.தி.மு.க. 27 இடங்களில் வெற்றி பெற்றது.தி.மு.க. 37.89% சதவீதம் வாக்குகளைப் பெற்று ஆட்சி அமைத்தது. அ.தி.மு.க. 22.37% சதவீதம் வாக்குகளை பெற்றது. தனித்துப் போட்டியிட்ட ஜி.கே.மூப்பனார் தலைமையிலான காங்கிரஸ் கட்சி 26 இடங்களில் வெற்றி பெற்று 19.83% சதவீதம் வாக்குகளை பெற்றது.

அ.தி.மு.க. பிளவுபட்டு ஜெயலலிதா அணி, ஜானகி அணி என தனித்தனியாகப் போட்டியிட்டு அ.தி.மு.க. வாக்குகள் பிரிந்தாலும், ஜெயலலிதா அணியே அதிகமான வாக்குகளைப் பெற்றது.ஆக, நான்குமுனைப் போட்டியே தி.மு.க.வுக்கு சாதகமாக அமைந்தது.

திராவிட இயக்கம் வழியாக அரசியலில் வளர்ந்த பல தலைவர்களும், தொண்டர்களும் 3 கட்சிகளாக பிரிந்து போட்டி போட்டுக் கொண்டனர். இந்த தேர்தலில் நடந்த பிரச்சாரம் ஒரு

உண்மையை எடுத்துக்காட்டுக்கிறது. மூன்று கட்சிகளுக்கும் இடையே நடந்த போட்டி, முக்கியமாக ஆட்சி அதிகாரத்தைக் கைப்பற்றுவதற்காகத்தான் என்பதும், கொள்கைகளுக்குப் பெரிய முக்கியத்துவம் தரப்படவில்லை என்பதும் தெளிவாகிறது.

தேசிய இயக்கம் என்று கூறிக்கொண்டு போட்டியிட்ட காங்கிரஸ் கட்சி தமிழகத்தை திராவிட கட்சிகளிடமிருந்து மீட்பது என உறுதியேற்று மீண்டும் காங்கிரஸ் ஆட்சியை கொண்டுவர தேர்தலில் தீவிரமாக செயல்பட்டது. காங்கிரஸ் கட்சியின் அகில இந்தியத் தலைமையிலிருந்து ராஜீவ் காந்தி உள்ளிட்ட பலர் தமிழகத்தில் முகாமிட்டுப் பிரச்சாரம் செய்தனர்.

காங்கிரஸ் மீண்டும் தமிழகத்தில் ஆட்சிக்கு வந்துவிடக்கூடாது என்கிற உறுதியான நிலைப்பாட்டில் மார்க்சிஸ்ட் கம்யூனிஸ்ட் கட்சி தி.மு.க.வுடன் உடன்பாடு கண்டது. அந்த நோக்கத்தோடு சேர்ந்து தமிழகத்தில் தொழிலாளர்கள், விவசாயிகள், விவசாய தொழிலாளர்களின் வாழ்வாதாரத் தேவைகளை முன்வைத்து கம்யூனிஸ்ட்கள் பிரச்சாரம் செய்தனர்.

தமிழர் அடையாளம்–பிரச்சாரம்

திராவிட இயக்கக் கொள்கைகள் பெரிதாக இந்தத் தேர்தலில் இடம்பெறவில்லை. மாறாக அ.தி.மு.க.வின் இரண்டு தரப்பும் எம்.ஜி.ஆர் பிம்பத்தை முன்னெடுத்துப் பிரச்சாரம் செய்தன. காங்கிரஸ் தரப்பு காமராஜ் ஆட்சியை அமைப்போம் என்று பிரச்சாரம் செய்தனர். இந்த இரண்டு தரப்புகளும் கடந்த கால தி.மு.க. ஆட்சி ஊழல் ஆட்சி, அந்த ஆட்சி மீண்டும் வரக்கூடாது என்கிற பாணியில் பிரச்சாரத்தை மேற்கொண்டனர்.

தி.மு.க. தரப்பில் அண்ணா, பெரியார் படங்கள் முன்னிறுத்தப்பட்டு பிரச்சாரம் செய்யப்பட்டது. மாநிலத்தில் காங்கிரஸ் ஆட்சி வந்து விடக் கூடாது என்பதற்காக, "தமிழினம் ஆளவேண்டும்"; தமிழ் இன உணர்வு, தமிழர் அடையாளத்தை இழந்துவிடக்கூடாது" என்றெல்லாம் கருணாநிதி தேர்தலின்போது பிரச்சாரம் செய்தார்.இது ஒரு பகுதியினரிடம் எடுபட்டது. ஆனால் வாக்குகள் நான்கு பிரிவாகப் பிரிந்ததுதான் தி.மு.க. வெற்றிக்கு வழி வகுத்தது.

தி.மு.க. தரப்பில் தேர்தல் பணிகளை நுணுக்கமாக மேற்கொள்கிற கட்சி அமைப்பும், ஊழியர்களும் செயல்பட்டனர். 13

ஆண்டுக்காலமாக ஆட்சியில் இல்லாத நிலையிலும் கட்சி அமைப்பினைப் பாதுகாத்திட தி.மு.க. தலைமை உறுதியாகப் பணியாற்றி இருந்தது. குறிப்பாக கலைஞர் கருணாநிதி தொண்டர்களையும் மாவட்ட, ஒன்றிய மற்றும் கிளை அமைப்புகளையும் சோர்வுக்கு ஆட்படாமல் பாதுகாக்க, போராட்டங்களையும் மாநாடுகளையும் நடத்திவந்தார்.

குறிப்பாக, 1986 -ஆம் ஆண்டு தி.மு.க. நடத்திய இந்தி மொழித் திணிப்பு எதிர்ப்புப் போராட்டம் அக்கட்சிக்கு பெருமளவவிற்கு உதவியாக அமைந்தது. அன்றைய பிரதமர் ராஜீவ் காந்தி தேசிய கல்வி கொள்கை என்ற பெயரில் வசதி படைத்தவர்களுக்கு தரமான கல்வியை உரித்தாக்கும் ஒரு கல்விக் கொள்கையைக் கொண்டு வந்தார். இந்தி மொழியை பயிற்று மொழியாகக் கொண்ட நவோதயா பள்ளிகள் திறக்கப்படும் என்று அறிவிக்கப்பட்டது. புதிய கல்விக் கொள்கை என்ற பெயரில் அழைக்கப்பட்ட அந்தக் கொள்கைகளை எதிர்த்து போராட்டங்கள் மாநிலம் முழுவதும் எழுந்தன. குறிப்பாக, இடதுசாரி மாணவர் அமைப்புகள் ஏழைக்கு கல்வியை எட்டாக்கனியாக்கும் புதிய கல்விக் கொள்கையின் அனைத்து அம்சங்களையும் இந்தி திணிப்பையும் ஒருசேர எதிர்த்து போராட்டங்கள் நடத்தினர். மாணவர்களின் தொடர் போராட்டங்கள் மாநிலம் முழுவதும் எழுந்தன. மாநில அரசு மாணவர்களுக்கு மீது கடும் அடக்குமுறையை ஏவியது.

பதவிப் பறிப்பு

தி.மு.க. இந்தச் சூழலைச் சரியாகப் பயன்படுத்திக் கொண்டது. நவோதயா பள்ளிகள் திறப்பது இந்தி திணிப்புக்கான முயற்சி என்ற கருத்தை முன்வைத்து தி.மு.க. போராட்டங்களை நடத்தியது. கருணாநிதி உள்பட 20 ஆயிரத்திற்கும் மேற்பட்ட தி.மு.க. உறுப்பினர்கள் அரசியல் சட்ட எரிப்புப் போராட்டத்தில் கைது செய்யப்பட்டனர்.

கருணாநிதிக்கு சிறைத் தண்டனை விதிக்கப்பட்டது. அன்றைய சட்டப்பேரவை சபாநாயகர் பி.ஹெச்.பாண்டியன் ,பேராசிரியர் அன்பழகன் உள்ளிட்ட தி.மு.க. எம்எல்ஏக்கள் 10 பேரை அரசியலமைப்புச் சட்டத்தை எரித்த குற்றத்திற்காக பதவிப் பறிப்பு செய்து உத்தரவிட்டார். இந்தப் போராட்டங்களும் 1989-ஆம் ஆண்டு தேர்தலில் தி.மு.க. மீண்டும் ஆட்சிக்கு வருவதற்கு

உதவியது. அத்துடன் தி.மு.க. கட்சி அமைப்பு மேலும் வலுப்படவும் இந்தப் போராட்டங்கள் உதவின.

1989 தேர்தல் வெற்றியும் கட்சி அமைப்புகளை மேலும் வலுப்படுத்த தி.மு.க. தலைமைக்கு உதவிகரமாக அமைந்தது. தமிழ்நாட்டில் வலுவான வாக்கு வங்கியும் கட்சி அமைப்பும் கொண்ட ஒரு கட்சியாக தி.மு.க. உருவெடுத்தது.

தி.மு.க.வின் வாக்கு வங்கி ஆட்சியை அமைக்கும் அளவிற்கு உயராத நிலையில், 13 ஆண்டுக் காலம் தி.மு.க. ஆட்சிப் பொறுப்புக்கு வர இயலவில்லை. எம்.ஜி.ஆரது மறைவும் தேர்தலில் உருவான நான்குமுனைப்போட்டியும் தி.மு.க. 1989 தேர்தலில் சுமார் 38 சதவீதம் வாக்குகளை பெற முடிந்தது. இந்நிலையில் தனது வாக்கு வங்கியை அதிகப்படுத்தவும் பொதுவான வாக்காளர்களிடம் தனது செல்வாக்கை உயர்த்தவும் கருணாநிதி முயற்சி செய்தார். அதற்காக தி.மு.க. அரசாங்கம் பல நடவடிக்கைகளை மேற்கொண்டது. தேர்தலில் ஜெயலலிதாவின் செல்வாக்கு அதிகரிக்கத் தொடங்கியதும், குறிப்பாக, பெண்கள் மத்தியில் அவருக்கு ஆதரவு அதிகரித்து வருவதும் தி.மு.க.விற்கு கவலையை ஏற்படுத்தியது.

அன்றைய சூழலில் தமிழகத்தில் பெண்ணுரிமை இயக்கம் வலுவாக செயல்பட்டு வந்தது. பெண்களுக்கு சொத்தில் சமபங்கு என்கிற கோரிக்கை மாதர் அமைப்புகளின் முக்கிய கோரிக்கையாக இருந்து வந்தது.இந்நிலையில் பெண்களுக்குச் சொத்தில் சமபங்கு உண்டு என்ற சட்டத்தை, தமிழக அரசு கொண்டு வந்தது. சட்டமன்றத்தில் இருந்த இடதுசாரிகளின் பேராதரவோடு கொண்டுவரப்பட்ட இந்த சட்டம், தி.மு.க. அரசின் முக்கிய சாதனை. இது பெண்ணுரிமை இயக்கங்களுக்குக் கிடைத்த வெற்றி.

இந்த நடவடிக்கை முக்கியமான ஒரு சமூக சீர்திருத்த நடவடிக்கையாக இருந்தாலும் அடுத்தடுத்து வந்த தேர்தல்களில் அ.தி.மு.க. பெண்களின் வாக்கு வங்கியை அதிகரித்துக் கொண்டுதான் இருந்தது.

வடமாவட்டங்களில் வன்னிய மக்கள் தொகை அதிகம். அவர்களிடையே எழுப்பப்பட்டிருந்த ஒரு கோரிக்கையையும் தி.மு.க. நிறைவேற்றியது. வன்னியர், சீர்மரபினர் உட்பட மிகப் பிற்படுத்தப்பட்டோருக்கு 20 விழுக்காடு தனி இட இதுக்கீடு கொண்டுவரப்பட்டது.

ஆனால் இதிலும் கூட, பாட்டாளி மக்கள் கட்சி இக்கோரிக்கையை வலியுறுத்தி பல போராட்டங்களை நடத்தி இருந்ததால் அந்தக் கட்சியின் செல்வாக்குதான் அதிகரித்தது.

அடுத்த தி.மு.க.வின் முக்கியமான நடவடிக்கை, 'விவசாயிகளுக்கு இலவச மின்சாரம் விரிவுபடுத்தப்படும்' என்ற அறிவிப்பு.முந்தைய ஆண்டுகளில் விவசாயத்தில் ஈடுபட்டிருந்த சிறு குறு விவசாயிகள், விவசாயத் தொழிலாளர்கள் அதிக அளவில் வாழ்க்கை நெருக்கடிகளை சந்தித்து வந்தனர். இந்நிலையில் இலவச மின்சார அறிவிப்பு விவசாயிகளிடையே தி.மு.க.வின் வளர்ச்சிக்கு பெருமளவில் உதவும் என்று எதிர்பார்க்கப்பட்டது. ஆனால் அடுத்தடுத்த காலங்களில் ஜெயலலிதா தலைமையிலான அ.தி.மு.க., கிராமப்புறச் செல்வாக்கையும், வாக்கு வங்கியையும் அதிகரித்துக் கொண்டது.

எனினும், இரண்டு ஆண்டுகளில் தி.மு.க. ஆட்சியில் பல்வேறு தரப்புக்கான மக்கள் நல நடவடிக்கைகளை மேற்கொள்ளப்பட்டன. இடதுசாரிகள் அழுத்தமும் இருந்த காரணத்தினால் பல மக்கள் நல பணிகள் முன்னெடுக்கப்பட்டன.

ஆனால் இவை அனைத்தும் தி.மு.க.வின் செல்வாக்கை பெரும் அளவில் உயர்த்தவில்லை. சட்டமன்றத் தேர்தலுக்குப் பிறகு நடந்த பாராளுமன்றத் தேர்தலில் தி.மு.க. தோல்வியைத் தழுவியது.

அ.தி.மு.க.-காங்கிரஸ் கூட்டணி பெரும் வெற்றி பெற்றது.

39

ஆட்சிக்கலைப்பும், அதிகாரப்பசியும்

இந்தியாவின் இதர மாநிலங்களில் ஏற்பட்ட வளர்ச்சியை ஒப்பிட்டு, தமிழ்நாட்டின் வளர்ச்சி மிக உயர்வான, விரைவான வளர்ச்சி என்று பலர் குறிப்பிடுகின்றனர். தமிழகத்தில் சமூக நலத்திட்டங்கள்,சாலை வசதிகள், பொது போக்குவரத்து, மின்னிணைப்பு போன்ற பலவற்றை குறிப்பிட்டு இந்தியாவின் மற்ற மாநிலங்களை விட தமிழ்நாட்டில் மிகச் சிறப்பான வளர்ச்சி ஏற்பட்டு இருக்கிறது என்று பல ஆய்வாளர்கள் குறிப்பிடுகின்றனர்.

தமிழ்நாட்டினுடைய வளர்ச்சியைக் குறிப்பிடும் போதெல்லாம் இந்தியாவில் பின்தங்கியுள்ள பல மாநிலங்கள், குறிப்பாக ,இந்தி பேசும் மாநிலங்களின் வளர்ச்சிக் குறியீடுகளை முன்வைத்து பேசுகின்றனர்.அதேபோன்று தமிழ்நாட்டின் பொருளாதார நிலை, வறுமை ஒழிப்பு போன்ற அனைத்திலும் இதர மாநிலங்களைவிட தமிழகம் முன்னேறி இருக்கிறது என்பதை குறிப்பிடுகின்றனர். இந்தக் கருத்துகளில் உண்மை இருந்தாலும் இந்த வளர்ச்சிக்கான காரணங்களை அவர்கள் அலசுகிற போது, தமிழ்நாட்டில் ஆட்சி செய்த திராவிட இயக்கமும், திராவிட கட்சிகளின் தலைமையும்தான் இதற்கு முக்கிய காரணம் என்ற முடிவுக்கு வருகின்றனர்.

இப்படிப்பட்ட வளர்ச்சிக்கு தமிழக மக்கள் எந்த வகையிலும் காரணம் இல்லை என்பது போன்ற ஒரு தோற்றத்தை ஏற்படுத்தி வருகின்றனர் . அனைத்துமே சில தலைவர்களாலும்,அவர்களது நிர்வாகத் திறமையாலும் விளைந்தது என்று அவர்கள் குறிப்பிடுகின்றனர்.

பொருளியல் அறிஞர் அமர்த்திய சென் கூட தமிழகத்தின் வளர்ச்சியை பல மாநிலங்களின் வளர்ச்சியுடன் ஒப்பிட்டு புகழ்ந்து பேசுகிறார். எனினும் அவரது "அன்சர்ட்டெய்ன் குளோரி" (An Uncertain Glory) நூலில் தமிழக வளர்ச்சிக்கான முக்கிய காரணம் ஒன்றினை தவறாது குறிப்பிடுகின்றார்.தமிழகத்தின் வளர்ச்சி தமிழகத்தில் அமைந்த மாநில அரசாங்கங்கள் எடுத்த நடவடிக்கைகளால் மட்டுமல்ல;ஜனநாயக அரசியலில் மக்களின் செயலூக்கமிக்க பங்கேற்பிற்கும், நீண்டகாலமாக சாதிய ஒடுக்குமுறை போன்ற அநீதிகளை எதிர்த்துப் போராடிய மக்கள் இயக்கங்களுக்கும் தமிழகம் வளர்ச்சி அடைந்ததில் முக்கியப்

பங்கு உண்டு என்கிறார் சென்.தமிழகத்தில் ஏற்பட்டுள்ள வளர்ச்சி அனைத்திற்கும் இதுவே அடிப்படையான உண்மையான காரணம். இதைக் கூறுவதன் மூலம் ஆட்சி புரிந்த தலைவர்களுக்கும் தலைமைக்கும் எந்த பங்கும் இல்லை என்று புரிந்து கொள்ளக் கூடாது.அவர்களை வளர்ச்சியில் கவனம் செலுத்த வேண்டிய ஒரு கட்டாயத்தை ஏற்படுத்தியது அவர்களை உருவாக்கிய மக்களின் ஆதரவு தளம்தான்.

கருணாநிதியின் கடும் முயற்சிகள்

1989-சட்டமன்றத் தேர்தலில் வெற்றி பெற்ற தி.மு.க. அடுத்து நடந்த இடைத் தேர்தல்களில் தோல்வியடைந்தது.ஜெயலலிதா தலைமையிலான அ.தி.மு.க. இரண்டு தொகுதிகளிலும் வெற்றி பெற்றது. ஜெயலலிதா தலைமை எம்.ஜி.ஆரின் வாக்கு வங்கியை கையகப்படுத்திக் கொண்ட நிகழ்வு நடந்து கொண்டிருந்தது. ஆனால்,தி.மு.க.வின் வாக்கு வங்கி அதற்கு ஏற்றவாறு உயரவில்லை.ஆட்சியிலிருந்த கருணாநிதி இதற்காக கடும் முயற்சிகள் மேற்கொண்டார்.

எம்.ஜி.ஆரின் வாக்குவங்கி அவரது திரையுலக பிம்பத்தினால் மட்டும் ஏற்படவில்லை.அவருக்கு துவக்கத்தில் திரைப்படங்களால் ஏற்பட்ட செல்வாக்கு அவர் முதலமைச்சராக இருந்தபோதே சரியத் துவங்கியது. அந்த நேரத்தில் சரிந்து வரும் தனது செல்வாக்கை உயர்த்திக் கொள்ள மக்கள் நலத் திட்டங்களை அவர் கொண்டு வந்தார்.அது அவருக்கு மிகப் பெரும் செல்வாக்கை ஏற்படுத்தித் தந்தது.சத்துணவுத் திட்டம் குழந்தைகளின் பசிப்பிணியை போக்குகிற திட்டமாக இருந்ததால்,பெற்றோர்கள்,தாய்மார்கள் மத்தியில் அவரது செல்வாக்கை அது அதிகரிக்கச் செய்தது. மக்களின் ஆதரவை பெறுவதற்கு மக்களின் பல வாழ்வாதார தேவைகளில் ஒன்றை எம்.ஜி.ஆர் அரசாங்கம் தீர்க்க முனைந்தது. இதில் அவருக்கு பலன் கிட்டியது.சத்துணவுத் திட்டத்தினால், பள்ளிகளுக்கு குழந்தைகளின் வருகை அதிகரித்தது. இது கல்வி வளர்ச்சியிலும் தாக்கத்தை ஏற்படுத்தியது. இந்த திட்டம் கொண்டு வராமல் இருந்தால் மக்களின் செல்வாக்கு எம்ஜிஆருக்கு நீடித்திருக்காது.எனவே,இதில் எம்.ஜி.ஆரின் பங்கை உயர்வாக மதிப்பிடும் ஆய்வாளர்கள் தமிழகத்தில் நிலவிய மக்களை மையப்படுத்திய அரசியல் சூழலை பார்க்கத் தவறுகின்றனர்.

சத்துணவுத் திட்டம் அறிமுகப்படுத்திய போது , கருணாநிதி

கூட அந்த திட்டத்தை குறை கூறினார்.அதற்கு முக்கிய காரணம் எதிர்க்கட்சி என்கிற வகையில் அந்த திட்டம் எம்.ஜி.ஆருக்கு செல்வாக்கை உயர்த்தும் என்ற அச்சம்தான். ஆனால் எம்.ஜி.ஆரின் செல்வாக்கு உயர்வது குறித்து,அவரால் எதுவும் செய்ய இயலவில்லை.எம்.ஜி.ஆரின் மறைவுக்குப் பிறகு இரண்டு அணிகள் மோதிக் கொள்கிற நிலை ஏற்பட்டு,பின்னர்,இரண்டு அணிகள் இணைந்தவுடன் எம்.ஜி.ஆர் ஆதரவுத்தளம் ஜெயலலிதா தலைமையிலான அ.தி.மு.க.விற்கு மாறியது.

மக்கள் ஆதரவை பெறுவதில் நிகழ்ந்த போட்டிதான் மாறி மாறி வெகுமக்களை ஈர்ப்பதற்கான பல திட்டங்களை அ.தி.மு.க.,தி.மு.க. கொண்டு வர வேண்டிய கட்டாயத்தை ஏற்படுத்தியது. சத்துணவு திட்டம் அறிமுகப்படுத்தியபோது குறை கூறிய கருணாநிதி,1989 ஆம் ஆண்டு அவர் முதல்வரான உடன் சத்துணவு திட்டத்தினை மேலும் மேம்படுத்தினார்.இரண்டு வாரத்திற்கு ஒரு முறை முட்டை சேர்த்து வழங்கும் திட்டத்தை கொண்டு வந்தார்.

தேர்தல்களில் தி.மு.க. தோல்வி

சட்டமன்றத் தேர்தலில் தி.மு.க. வெற்றி பெற்று ஆட்சி அமைத்த 45 நாட்களில் நடைபெற்ற மருங்காபுரி, மதுரை கிழக்கு ஆகிய இரண்டு சட்டமன்ற இடைத்தேர்தல்களில் அ.தி.மு.க. வெற்றி பெற்றது. இந்த இடைத்தேர்தல் வெற்றியை முனைவைத்து, தி.மு.க.வின் சட்டமன்ற தேர்தல் வெற்றிக்கு முக்கிய காரணம், அ.தி.மு.க. இரண்டு அணிகளாக பிரிந்து போட்டியிட்டதுதான் என்று மீண்டும் அழுத்தமாக பேசப்பட்டது.இடைத்தேர்தல்கள் வெற்றியைப் பற்றி அன்றைக்கு அ.தி.மு.க. கட்சியின் தலைமைக் கொறடாவாக இருந்த கேகேஎஸ்எஸ்ஆர் ராமச்சந்திரன் குறிப்பிட்டார்: “எம்.ஜி.ஆரின் இரட்டை இலையும், ஜெயலலிதாவின் பெயரும் தேர்தல்களில் வெற்றி பெற போதுமானது என்பதை எங்களது இடைத்தேர்தல் வெற்றி தெளிவாக எடுத்துக் காட்டியுள்ளது”.(இந்தியா டுடே, ஏப்ரல் *15,1989.)*

தனது ஆட்சி மேற்கொள்ளும் நடவடிக்கைகளின் வழியாகத்தான் மக்களின் ஆதரவை தக்கவைத்துக்கொள்ள முடியும் என்ற நிலை கருணாநிதிக்கு ஏற்பட்டது.ஒரு கட்டத்தில் தனது அரசியல் எதிரியாக இருந்த எம்.ஜி.ஆரின் பெயரையே பயன்படுத்தி,தனது ஆட்சி எம்.ஜி.ஆர் கடைபிடித்த சமத்துவ கொள்கைகள்

அனைத்தையும் பின்பற்றுவதாக கருணாநிதி குறிப்பிட்டார்.

இடைத்தேர்தல் தோல்விக்குப் பிறகு, தி.மு.க.விற்கு அடுத்த பேரிடியாக நாடாளுமன்றத் தேர்தல் முடிவுகள் அமைந்தன. சட்டமன்றத் தேர்தல் நடந்த 1989 ஆம் ஆண்டிலேயே நாடாளுமன்றத் தேர்தல் நடந்தது. அ.தி.மு.க.வும் காங்கிரசும் கூட்டணி சேர்ந்து போட்டியிட்டன.அ.தி.மு.க.- காங்கிரசுக்கு மொத்தமுள்ள 39 இடங்களில் 38 இடங்கள் கிடைத்தன. நாகப்பட்டினம் தொகுதியில் மட்டும் தி.மு.க. கூட்டணிக் கட்சியாக இருந்த இந்திய கம்யூனிஸ்ட் கட்சி வெற்றி பெற்றது. இந்த நிலையில் தி.மு.க. ஆட்சியை கலைக்க வேண்டுமென்ற கோரிக்கையை அ.தி.மு.க. எழுப்பியது.

1991-ஆம் ஆண்டு தேதி அன்றைய பிரதமர் சந்திரசேகரின் மத்திய அரசு, அரசியலமைப்புச் சட்டத்தின் 356-வது பிரிவை பயன்படுத்தி தி.மு.க. அரசாங்கத்தை கலைத்தது.தமிழகத்தில் சட்டம் ஒழுங்கு நிலைமை சீர்கெட்டு உள்ளது என்பது ஆட்சிக் கலைப்புக்கான காரணமாக குறிப்பிடப்பட்டது. இலங்கையின் விடுதலைப்புலிகள் இயக்கத்தோடு தி.மு.க.விற்கு இருந்த தொடர்புகள் நிரூபிக்கப்பட்டதால் கருணாநிதி அரசாங்கம் கலைக்கப்பட்டதாக தெரிவிக்கப்பட்டது.உண்மையில்,அ. தி.மு.க.வும் எம்.ஜி.ஆர் காலத்திலிருந்து விடுதலைப்புலிகளை ஆதரித்து வந்தது.

பிரதமர் சந்திரசேகர் பாராளுமன்றத்தில் குறிப்பிட்டார்:"தமிழக முதல்வர் விடுதலைப் புலிகள் இயக்கத்தின் தலைமையகத்திற்கு சென்று வந்தார் என்கிற தகவல் என்னிடம் இருக்கிறது. தமிழ்நாட்டின் தலைமையகத்திற்கு மட்டுமல்லாது,யாழ்ப்பாணத் துக்கும் அவர் சென்று வந்திருக்கிறார்;இது மிக மோசமானது" என்று சந்திரசேகர் குறிப்பிட்டதை மேற்கோள்காட்டி அவரது முதன்மைச் செயலாளர் எஸ். கே.மிஸ்ரா தனது நூலில்("Flying in High Winds") எழுதியுள்ளார்.சந்திரசேகர் தனது அரசாங்கத்தை ஆதரித்து வந்த காங்கிரசின் நிர்பந்தத்தால் கருணாநிதி ஆட்சி கலைக்கப்படவில்லை என்பதற்கு ஆதாரமாக மேற்கண்ட பொய்யான தகவலை குறிப்பிடுகிறார்.உண்மையில்,மத்திய புலனாய்வு அமைப்புக்களும், அதிகார வர்க்கமும் ஆளுவோரின் அரசியல் தேவையை நிறைவேற்றுகின்ற வேலையைத்தான் அன்றும் இன்றும் செய்து வருகின்றனர்.

மத்தியில் காங்கிரஸ் ஆதரவோடு இருந்த சந்திரசேகர் அரசினை கைப்பாவையாக வைத்துக்கொண்டு தி.மு.க. ஆட்சியை கலைத்தனர். அன்றைக்கு ஆளுநராக இருந்த சுர்ஜித்சிங் பர்னாலா தமிழகத்தில் சட்டம் ஒழுங்கு குலைந்துவிடவில்லை என்று சட்டமன்றத்தில் தனது பட்ஜெட் உரையில் குறிப்பிட்டார்.அவரது எதிர்ப்பையும் மீறி ஆட்சி கலைக்கப்பட்டது.

ஆட்சிக்கலைப்புக்கு உண்மையான காரணம் அனைவருக்கும் தெரிந்ததே. 1989ஆம் ஆண்டு நவம்பர் மாதம் நடந்த பாராளுமன்ற தேர்தலில் அ.தி.மு.க.-காங்கிரஸ் கூட்டணி பெரும் வெற்றி பெற்றதால் தி.மு.க. ஆட்சியை கலைத்துவிட்டு சட்டமன்றத் தேர்தல் நடந்தால் அ.தி.மு.க. ஆட்சி அமையும் என்கிற நோக்கத்தில்தான் அ.தி.மு.க.வும்,காங்கிரசும் சேர்ந்து கவிழ்ப்பு வேலையை அரங்கேற்றினர்.

ஜெயலலிதா ஆட்சிக்கலைப்பை ஜனநாயக விரோதமாக கருதவில்லை;அவருடைய கருத்து என்னவென்றால்,1980 மக்களவைத் தேர்தலில் அ.தி.மு.க.வின் படுதோல்வியைக் காரணம் காட்டி, தி.மு.க.வின் வற்புறுத்தலின்பேரில் அன்றைய எம்.ஜி.ஆர் அரசாங்கம் கலைக்கப்பட்டது.அதன்படி,1989 நவம்பர் மக்களவைத் தேர்தல் படுதோல்வி அடைந்ததால் தி.மு.க. அரசு கலைக்கப்பட வேண்டும் என்பது ஜெயலலிதாவின் நியாயம். அ.தி.மு.க. தேர்தலில் காங்கிரசுடன் கூட்டணி சேர்வதற்கு நிபந்தனையாக ஆட்சிக் கலைப்பினை ஜெயலலிதா முன்வைத்தார்.

மக்களவை தேர்தலில் விபிசிங் தலைமையிலான தேசிய முன்னணியின் அங்கமாக தி.மு.க. சேர்ந்து காங்கிரஸ் எதிர்ப்பு பிரச்சாரத்தை மேற்கொண்டதால் காங்கிரசிற்கும் தி.மு.க. அரசை கலைக்க வேண்டும் என்ற எண்ணம் இருந்தது. ஆக ,காங்கிரஸ், அ.தி.மு.க. கட்சிகளின் அதிகாரப்பசிக்கு தி.மு.க. அரசு பலிகடா ஆனது.மக்களால் தேர்ந்தெடுக்கப்பட்ட அரசு என்கிற ஜனநாயக கோட்பாட்டை மதிக்காமல் பதவி வெறி ஒன்றே குறிக்கோளாகக் கொண்டு ஆட்சிக்கலைப்பு அநீதிகள் தமிழகத்தில் நடைபெற்றுள்ளன.

40

அரசியலாக்கப்பட்ட இலங்கைத் தமிழர் துயரம்

தமிழகத்தில் சட்டம் ஒழுங்கு குலைந்துவிட்டது என்ற காரணத்தைச் சொல்லி 1991-ஆம் ஆண்டு தி.மு.க. ஆட்சி கலைக்கப்பட்டது. இலங்கையில் தனி ஈழ கோரிக்கையை முன்வைத்து ஆயுதம் தாங்கிய இயக்கமாக செயல்பட்டு வந்த விடுதலைப்புலிகளுக்கு தி.மு.க. ஆதரவளித்தது என்ற குற்றச்சாட்டும் சொல்லப்பட்டது. ஆனால், அது உண்மையான காரணம் அல்ல; தி.மு.க. ஆட்சியை அகற்றி விட்டு தேர்தலில் அ.தி.மு.க., காங்கிரஸ் வெற்றி பெற வேண்டும்; ஆட்சியை கைப்பற்ற வேண்டும் என்ற ஜனநாயக விரோதமாக திட்டம் தீட்டிய அடிப்படையில்தான் கருணாநிதி ஆட்சி கலைக்கப்பட்டது.

தி.மு.க. மட்டுமா?

அன்று தி.மு.க. மட்டும் விடுதலைப் புலிகளை ஆதரித்தது என்பது உண்மைக்கு மாறானது. அ.தி.மு.க. உள்ளிட்ட பல கட்சிகள் விடுதலைப்புலிகளை ஆதரித்து வந்துள்ளன. காவல்துறை தலைமை இயக்குனராக இருந்த கே.மோகன்தாஸ் தனது நூலில் முதலமைச்சர் எம்ஜிஆருக்கும் விடுதலைப்புலிகளின் தலைவர் பிரபாகரனுக்கும் நடந்த சந்திப்பினைப் பற்றி விளக்குகிறார். இந்த சந்திப்புக்குப் பிறகு விடுதலைப்புலிகளோடு அதிக நெருக்கம் ஏற்பட்டு, அந்த அமைப்புக்கு அதிகமான உதவிகளை எம்.ஜி.ஆர் செய்ததையும் மோகன்தாஸ் தனது நூலில் விளக்குகிறார். அத்துடன், தி.மு.க., அ.தி.மு.க. இரண்டு முக்கிய கட்சிகளும், மத்திய ஆட்சிப் பொறுப்பில் இருந்த காங்கிரசும் தமிழகத்தில் அரசியல் செல்வாக்கு பெற எவ்வாறு இலங்கைத் தமிழர் பிரச்னையினை பயன்படுத்திக் கொண்டனர் என்பதையும் அவர் விளக்கியுள்ளார். *(MGR: The Man and The Myth - K.Mohandas)*.

1983-ஆம் ஆண்டு இலங்கைத் தமிழர்கள் மீது இலங்கை அரசின் ராணுவம் திட்டமிட்ட தாக்குதலை மேற்கொண்டது. சிங்கள இன வெறியர்கள் கொடூரமான வன்முறைத் தாக்குதலை மேற்கொண்டு, தமிழ் மக்களை படுகொலை செய்தனர். இன வெறிபிடித்தக் கூட்டம் தொடர்ந்து சில தினங்கள் தமிழ் மக்களை படுகொலை செய்த போது, அன்று இலங்கையில் ஜனாதிபதியாக இருந்த

ஜெயவர்த்தனே, தாக்குதலை நிறுத்த நடவடிக்கை எதுவும் எடுக்கவில்லை.

தமிழக மக்களுக்கு இலங்கைத் தமிழ் மக்களுடன் பாரம்பரியமான பண்பாட்டு ரீதியான நெருக்கம் இருந்துள்ள வரலாறு அனைவரும் அறிந்ததே. இந்தப் பின்னணியில் இலங்கையில் நடந்த தாக்குதல்கள் தமிழக மக்களை கொந்தளிக்கச் செய்தது. இலங்கை தமிழர்கள் மீதான தாக்குதலை நிறுத்த வேண்டும் என்கிற வலுவான கோரிக்கை எழுந்தது. ஏராளமான போராட்டங்கள் தமிழகத்தில் நடைபெற்றன. குறிப்பாக, மாணவர்கள், இளைஞர்கள் மத்தியில் இந்தப் பிரச்னை பெரும் தாக்கத்தை ஏற்படுத்தியது. இலங்கையில் நிகழ்த்தப்படும் மனித விரோத தாக்குதல்களை நிறுத்த வேண்டும் எனவும், தாக்குதல் நடத்தியவர்கள் மீது நடவடிக்கை எடுக்கவும், இந்திய அரசு தனது அரசாங்க உறவுகளை பயன்படுத்தி, அரசாங்க ரீதியான அழுத்தத்தைக் கொடுக்க வேண்டுமென்றும் கோரிக்கைகள் எழுப்பப்பட்டன. இந்த கோரிக்கைகள் அடிப்படையில், இடதுசாரி மாணவர் அமைப்புகள் மற்றும் பல்வேறு அமைப்புகளும் மாநிலம் தழுவிய அளவில் தொடர்ப் போராட்டங்களை நடத்தின.

போராடுவதில் போட்டி

தி.மு.க. தொடர்ந்து பல வடிவங்களில் போராட்டங்களை அறிவித்து நடத்தியது. இலங்கைத் தமிழர் படுகொலையை கண்டித்தும், அ.தி.மு.க.வுடன் கூட்டு வைத்திருந்த இந்திராகாந்தி தலைமையிலான மத்திய காங்கிரஸ் ஆட்சி இலங்கையின் மீது இராணுவத் தலையீட்டை மேற்கொள்ளாததைக் கண்டித்தும் தி. மு.க. போராட்டங்களை முன்னெடுத்தது. இலங்கைத் தமிழர் பிரச்னை குறித்த கோரிக்கையுடன் ஆளும்தரப்பில் இருந்த காங்கிரஸ், அ.தி.மு.க.வை அம்பலப்படுத்துவதற்கான கோரிக்கைகளையும் இணைத்து அரசியல் ரீதியாகவும் இந்தப் போராட்டங்களை தி.மு.க. பயன்படுத்திக்கொள்ள முனைந்தது.

தங்கள் கோரிக்கைகளை ஏற்காததை கண்டித்து, கருணாநிதியும், பேராசிரியர் அன்பழகனும் தங்களது சட்டமன்ற உறுப்பினர் பதவிகளை ராஜினாமா செய்தனர். அவர்களது செயலுக்கு பதிலடி கொடுக்கும் வகையில் முதலமைச்சராக இருந்த எம்.ஜி.ஆர் அவர்கள் இருவரது தொகுதியான அண்ணாநகர், புரசைவாக்கத்தில் இடைத்தேர்தல் வரும் போது அ.தி.மு.க. போட்டியிடாது என்று

அறிவித்தார். அத்துடன், அ.தி.மு.க. தொண்டர்கள் இலங்கை தமிழர்கள் படுகொலையை கண்டித்து கருப்புச் சட்டை அணிவது என்று முடிவெடுத்து அறிவித்தார். அவரும் கருப்பு சட்டை அணிந்து எதிர்ப்பைத் தெரிவித்தார்.

தொடர்ந்து தி.மு.க. போராட்டங்களை முன்னெடுக்கிற போது, அவற்றை முனை மழுங்கச் செய்கிற வகையில் எம்.ஜி.ஆர் பல நடவடிக்கைகளை மேற்கொண்டார். தி.மு.க. இலங்கைத் தமிழர்களுக்கு ஆதரவாக சென்னையில் மாபெரும் பேரணி நடத்தியது. அதற்குப் போட்டியாக மாநிலம் தழுவிய பந்த் போராட்டத்தை எம்.ஜி.ஆர் அறிவித்தார். வேறுவழியில்லாமல், அ.தி.மு.க. அறிவித்த பந்த் போராட்டத்தினை தி.மு.க. ஆதரிக்க வேண்டிய நிலைமை ஏற்பட்டது. ஆனால், அதற்கடுத்தும் தி.மு.க. போராட்டத்தை தொடர்ந்தது. கருணாநிதி ரயில் நிறுத்தப் போராட்டத்தை அறிவித்தார். அந்தப் போராட்டத்தை முறியடிக்க, ரயில்கள் மற்றும் பேருந்துகள் போக்குவரத்தை முற்றாக நிறுத்திட ஏற்பாடு செய்தார் எம்.ஜி.ஆர் .

தேர்தலில் இலங்கை பிரச்னை

அடுத்து வந்த 1984-ஆம் ஆண்டுத் தேர்தலில் தி.மு.க. இலங்கைப் பிரச்சினையை முக்கியமான தேர்தல் பிரச்சினையாக பிரச்சாரம் செய்தது. இலங்கைத் தமிழர் உரிமை பாதுகாக்கப்பட வேண்டும்; இலங்கைத் தமிழர்களுக்காக பிரிவினை கோரிக்கை வைத்து போராடிக் கொண்டிருக்கிற போராளிக் குழுக்களுக்கு ஆதரவு தெரிவிக்க வேண்டும் போன்ற பல கோரிக்கைகளை வலியுறுத்தி தேர்தல் பிரச்சாரத்தை தி.மு.க. மேற்கொண்டது. ஆனால், அந்த தேர்தலில் எம்.ஜி.ஆர் உடல் நலம் குன்றி அமெரிக்காவில் சிகிச்சை பெற்று வந்த நிலையில் நடைபெற்ற தேர்தலாக இருந்ததால், இலங்கைப் பிரச்னை தேர்தலில் முக்கிய பிரச்னையாக மாறவில்லை.

இலங்கைப் பிரச்சினையில் தனி ஈழக் கோரிக்கையை அ.தி.மு.க. ஆதரிக்கவில்லை. எனினும் போராளிக் குழுக்களுக்கு, குறிப்பாக, விடுதலைப் புலிகளுக்கு ஆதரவு தெரிவிப்பதில் போட்டி போட்டுக்கொண்டு அக்கட்சியும் செயல்பட்டது. ஒரு கட்டத்தில் எம்.ஜி.ஆர் , விடுதலைப்புலிகளிடம் தன்னிடம் மட்டுமே உதவி பெற வேண்டுமென வலியுறுத்தியதாகவும், தி.மு.க. அளிக்கிற உதவியை ஏற்றுக் கொள்ளக் கூடாது என்றும்

நிர்பந்தம் கொடுத்தார் எனவும் கூறப்பட்டது. எம்.ஜி.ஆரின் நிர்ப்பந்தத்திற்கு பணிந்து, விடுதலைப்புலிகள் தி.மு.க.வின் உதவியை நிராகரித்ததாக சொல்லப்பட்டது.

எம்.ஜி.ஆர் மறைவுக்குப் பிறகும் இலங்கை தமிழர்களுக்காக ஆதரவு அளிப்பதில் அ.தி.மு.க. தி.மு.க.வுக்கு இடையே இருந்த போட்டி தொடர்ந்தது. இலங்கை தமிழ் மக்களோடு தமிழ் இனம், மொழி, பண்பாடு அடிப்படையில் தமிழ் நாட்டு மக்களுக்குப் பிணைப்பு நீண்ட காலமாகவே இருந்து வந்துள்ளது. இதனால், இலங்கைத் தமிழர்களுக்கு நேர்ந்துவரும் கொடுமைகள், துயரங்கள் அனைத்தும் தமிழக மக்களிடம் உணர்வுரீதியில் இயல்பாகவே தாக்கத்தை ஏற்படுத்தி வந்துள்ளது. எனவே, இலங்கைத் தமிழர்களுக்கு ஆதரவாக தமிழ்நாட்டில் உள்ள கட்சிகள் தொடர்ந்து குரல் கொடுத்து வருவது நியாயமானதே. ஆனால், தமிழகத்தின் முக்கிய அரசியல் கட்சிகள் செயல்பட்டு வந்த வரலாற்றை நோக்கினால், இலங்கை தமிழர் பிரச்சினையில் அரசியல் ஆதாயம் பெற வேண்டும் என்ற நோக்குடனே அவற்றின் செயல்பாடுகள் அமைந்து வந்துள்ளதை புரிந்து கொள்ள முடியும்.

தமிழகத்தில் வன்முறைகள்

இலங்கைத் தமிழர்களுக்கு ஆதரவு என்கிற பெயரில் போராளிக் குழுக்கள் தமிழகத்தில் செயல்பட தடையின்றி அனுமதிக்கப்பட்டன. தமிழகத்திலும் போராளி குழுக்களுக்கு இடையே வன்முறை சம்பவங்கள் நடந்தன. இது தமிழகத்தில் 1991-ஆம் ஆண்டு மிகப்பெரும் படுகொலை நிகழ்வதற்கு இட்டுச் சென்றது. தேர்தல் பிரச்சாரத்திற்கு சென்னை வந்திருந்த முன்னாள் பிரதமர் ராஜீவ் காந்தி ஸ்ரீபெரும்புதூரில் படுகொலை செய்யப்பட்டார்.

1989 -ஆம் ஆண்டு ஆட்சியிலிருந்த தி.மு.க. விடுதலைப் புலிகளோடு உறவு வைத்துக் கொண்டதாக சொல்லப்பட்டது. இது, பின்னர் ராஜீவ்காந்தி கொல்லப்பட்டச் சூழலில் நடந்த தேர்தலில் தி.மு.க.வுக்கு பாதிப்பை ஏற்படுத்தியது. ராஜீவ் படுகொலைக்கு தி.மு.க.தான் காரணம் என்ற பொய்யான பிரச்சாரத்தை எதிரணியினர் மேற்கொண்டனர். ராஜீவ்காந்தி படுகொலை வாக்காளர்களிடையே ஏற்படுத்திய அனுதாப உணர்வு தி.மு.க. தோல்வி அடையக் காரணமாக அமைந்தது. 1957 தேர்தலுக்குப் பிறகு மிக மோசமான தோல்வியை தி.மு.க. சந்தித்தது.

இலங்கை தமிழர்களுக்கான மொழி, இன, பண்பாட்டு உரிமைகள் பாதுகாக்கப்படுவதும், அவர்களுக்கான சுயாட்சி உரிமைகளும் முக்கியமானவை. இலங்கையின் மேல்தட்டு முதலாளித்துவ, நிலவுடைமை சக்திகள் தங்களது பொருளாதார, அரசியல் ஆதாயத்திற்காக சிங்கள இனவெறி சக்திகளை வளர்த்து வந்துள்ளனர். தொடர்ந்து ஒடுக்குமுறைக்கும் படுகொலைக்கும் ஆளான மக்கள், பிரிவினைக் கோரிக்கைக்கு ஆதரவளிக்கும் நிலைக்கு தள்ளப்பட்டனர். ஆனால், இலங்கையின் ஒருமைப்பாட்டை குலைத்திடும் தனி ஈழக் கோரிக்கை, இலங்கை தமிழர்களின் நலனை பாதுகாக்க உதவிடாது. அங்கு ஜனநாயக ரீதியான தீர்வு உருவாக வேண்டும் என்றால் இலங்கையின் உழைக்கும் மக்கள் ஒன்று திரள வேண்டும். இந்த நிலைபாட்டை தமிழகத்தில் இடதுசாரி கட்சிகள் வலியுறுத்தி வந்துள்ளன. இன்று வரை நடந்துள்ள இலங்கை நடப்புகளை பாரபட்சமின்றி ஆராய்ந்தால் இந்த நிலை சரியானது என்ற முடிவுக்கு வர இயலும். ஆனால், தமிழகத்தில் இலங்கைப் பிரச்சினை வாக்கு வங்கி அரசியலுக்கு உதவுகிற பிரச்சனையாகவே கையாளப்பட்டது.

41

ஜெயலலிதாவும், திராவிட கருத்தியலும்

திராவிட இயக்க அரசியலில் முக்கியமான கட்டமாக 1990-ஆம் ஆண்டுகள் அமைந்தன. இந்தியாவில் அப்போது நவீன தாராளமய பொருளாதார சீர்திருத்தங்களை அன்று மத்தியில் ஆட்சிப் பொறுப்பேற்ற நரசிம்மராவ் தலைமையிலான காங்கிரஸ் ஆட்சி அமலாக்கியது. இந்த சீர்திருத்தங்கள் இன்றுவரை நாட்டின் பொருளாதாரத்தில் கார்ப்பரேட் முதலாளிகளின் மேலாதிக்கம் வலுப்படவும், சாதாரண மக்களின் வாழ்வாதாரத்தை சிதைக்கவும் பயன்பட்டுள்ளன. இந்தக் கொள்கைகள் திராவிட இயக்கங்களிலும் அதிக தாக்கத்தை ஏற்படுத்தின. தமிழகத்தில் 1991-ல் ஆட்சிக்கு வந்த ஜெயலலிதா தலைமையிலான அ.தி.மு.க. அரசாங்கம் இந்த கொள்கைகளை தமிழகத்தில் அமலாக்கத் துவங்கியது.

தமிழகத்தில் 1991 -ஆம் ஆண்டு நடைபெற்ற தேர்தலில் மக்கள் அபரிமிதமான வெற்றியை அ.தி.மு.க.வுக்கு அளித்தனர். ராஜீவ் காந்தி படுகொலைக்குப் பிறகு நடைபெற்ற அந்தத் தேர்தலில் அ.தி.மு.க. காங்கிரஸ் கூட்டணி அமோக வெற்றி பெற்றது. அந்த அணி 44.39 சதவீத வாக்குகளை பெற்றது. ஆனால், மக்களின் எதிர்பார்ப்புக்கு ஏற்ற வகையில் ஜெயலலிதா ஆட்சி நடைபெறவில்லை.

மத்திய அரசியல் களத்தில் அப்போது நிகழ்ந்து கொண்டிருந்த இரண்டு முக்கியமான நிகழ்வுகளின் பின்னணியில் தமிழ்நாட்டில் ஆட்சி மாற்றம் ஏற்பட்டது. அன்று, பிரதமர் வி.பி.சிங் தலைமையிலான அரசாங்கம் பிற்பட்ட வகுப்பினருக்கு 27 சதவீத இட ஒதுக்கீட்டை மண்டல் கமிஷன் பரிந்துரைகள் அடிப்படையில் அமலாக்கியது. பாஜகவும் முற்பட்ட வகுப்பினரும் இந்த இட ஒதுக்கீட்டை எதிர்த்தனர். இரண்டாவதாக, உத்தரபிரதேச மாநிலம் அயோத்தியாவில் பாபர் மசூதி இருந்த இடம் ராமர் பிறந்த இடம் என்றும், அது இந்துக்களுக்கே சொந்தம் என்றவாறு ஒரு மதவெறி பிரச்சாரத்தை பாஜகவும் அதன் அன்றைய தலைவர் எல். கே.அத்வானியும் மேற்கொண்டனர்.

இந்த இரண்டு பிரச்சினைகளும் மத்தியில் முக்கியமான பிரச்சினைகளாக எழுந்த நிலையில், தமிழகத்தில் இலங்கை தமிழர் பிரச்சனை முக்கிய இடம் பெற்றது. விடுதலைப் புலிகளோடு

தி.மு.க.வின் நெருக்கத்தை மையமாக வைத்து அன்று கருணாநிதி தலைமையிலான அரசாங்கம் கலைக்கப்பட்டது. தேர்தல் அறிவித்த பிறகு தேர்தல் பிரச்சாரத்திற்கு வந்த ராஜீவ்காந்தி ஸ்ரீபெரும்புதூரில் படுகொலை செய்யப்பட்டார். படுகொலைக்குக் காரணம் விடுதலைப்புலிகளும் அதற்குத் துணையாக இருந்த தி.மு.க.வும்தான் என்று சட்டமன்றத் தேர்தலில் பிரச்சாரம் நடைபெற்றது. ஆனால், மண்டல் கமிஷன் பரிந்துரை பற்றியும், பாஜகவின் மதவெறி சமூகப் பிளவை ஏற்படுத்தி வருவது குறித்தும் தமிழகத்தின் முன்னணி கட்சியான அ.தி.மு.க. பெரிதாக அக்கறை கொள்ளவில்லை.

பொருளாதார சீர்திருத்தங்கள்

பத்தாண்டு காலம் முதலமைச்சராக எம்.ஜி.ஆர் பதவி வகித்தபோது அவரது ஆட்சியை எதிர்த்து அரசியல் நடத்தி வந்த கருணாநிதி தலைமையிலான தி.மு.க.விற்கு தற்போது ஜெயலலிதா ஆட்சியுடன் அரசியல் நடத்த வேண்டிய கட்டாயம் ஏற்பட்டது. இந்த மாற்றம் ஏற்பட்டாலும் கூட தமிழக அரசியல் இரண்டு திராவிட கட்சிகளின் போட்டா போட்டி அரசியலாகவே நீடித்தது. மத்திய அரசு கொண்டு வந்த மக்களுக்கு எதிரான பொருளாதார சீர்திருத்தங்களைப் பற்றியும், அதனை மாநில அரசு ஏற்று அமலாக்குவது குறித்தும் வலிமையான எதிர்ப்பு அரசியல் நடத்துகிற சூழல் தமிழகத்தில் அன்று ஏற்படவில்லை. இடதுசாரிக் கட்சிகள்தான் பொருளாதாரத் தளத்தில் நடைபெறும் மக்கள் விரோத மாற்றங்களை எதிர்த்து களம் கண்டு வந்தனர்.

எடுத்துக்காட்டாக, 1991 ஆகஸ்ட் 15ஆம் தேதி சுதந்திர தினத்தன்று தேசியக் கொடியை ஏற்றி வைத்துப் பேசிய முதலமைச்சர் ஜெயலலிதா அன்று தமிழக மக்களின் வாழ்வாதார நிலைமைகளை மேம்படுத்துவதற்கான திட்டத்தை அறிவிக்காமல், இலங்கைக்கு அளிக்கப்பட்ட கச்சத்தீவை மீட்டெடுக்கப்போவதாக அறிவிப்பு வெளியிட்டார். நடைமுறை சாத்தியமற்ற இந்த அறிவிப்பு, தி.மு.க. மீதான எதிர்ப்பு அரசியலை முன்னெடுக்கும் நோக்கத்துடன் வெளியிடப்பட்ட அறிவிப்பு. அதுமட்டுமல்லாது இது போன்ற பிரச்சினைகள் தமிழகத்தில் உணர்ச்சிகளைத் தூண்டி ஆளுகிற அ.தி.மு.க.வுக்கு தொடர்ந்து ஆதரவைத் தக்கவைத்துக் கொள்ள உதவும் என்கிற உள்நோக்கத்துடன் வெளியிட்ட அறிவிப்பாகவும் அது அமைந்தது.

தனது செல்வாக்கையும் ஆதரவையும் தக்கவைத்துக்கொள்ள மேலும் பல நடவடிக்கைகளை ஜெயலலிதா மேற்கொண்டார். மாவட்டங்களுக்கு சாதி தலைவர்களின் பெயர்களை வைப்பது என்கிற உத்தரவை வெளியிட்டார். பல்வேறு சாதியினர் மத்தியில் சாதி என்கிற அடிப்படையில் அரசியல் ஆதாயம் தேடுவதற்கான முயற்சியாக இது அமைந்தது. மக்களின் வாழ்க்கை முன்னேற்றத்திற்கான உறுதியான, எதிர்கால தொலைநோக்குத் திட்டம் உருவாக்கி, அமல்படுத்துகிற திசைவழியில் செல்வதற்குப் பதிலாக, தனது ஆட்சியையும் தனது செல்வாக்கையும் தக்க வைத்துக் கொண்டு, தி.மு.க.வை வளர விடக்கூடாது என்கிற நோக்கில் ஜெயலலிதா பயணித்தார். அரசியல் எதிர்ப்புகளை ஒடுக்குவதற்கு தடா சட்டம் போன்ற கடும் சட்டங்களைப் பயன்படுத்தி பலரை சிறையில் அடைத்தது, ஜெயலலிதா அரசு.

ஜெயலலிதாவும் கரசேவையும்

திராவிட இயக்கம் பகுத்தறிவையும் கடவுள் எதிர்ப்பையும் பிரச்சாரம் செய்த இயக்கம். 1991-ஆம் ஆண்டு அதன் 75 ஆண்டுகள் நிறைவு பெற்றது. ஆனால், அடுத்த ஆண்டில் நடைபெற்ற ஒரு சம்பவம் அ.தி.மு.க. திராவிட இயக்க அடிப்படைகளை கைவிட்டு சென்று கொண்டிருப்பதை எடுத்துக் காட்டியது. அ.தி.மு.க.விற்கு தலைமை தாங்கி முதலமைச்சர் பொறுப்பில் இருக்கும் ஜெயலலிதா மிக வெளிப்படையாக கடவுள் வழிபாடு நிகழ்ச்சிகளில் கலந்து கொண்டது இதற்கு ஒரு உதாரணம். 1992-ஆம் ஆண்டு கும்பகோணத்தில் மகாமகம் திருவிழாவில் ஜெயலலிதா கலந்து கொண்டார். முதலமைச்சரின் பாதுகாப்பு ஏற்பாடுகள் கடுமையாக இருந்ததன் விளைவாக சுற்றுச்சுவர் இடிந்து விழுந்து, மக்களிடையே நெரிசல் ஏற்பட்டு 48 உயிர்கள் பலியான சோகம் நடைபெற்றது.

அயோத்தி பிரச்சனைதான், முழுக்க முழுக்க திராவிட இயக்க கருத்தியலுக்கு நேரெதிராக ஜெயலலிதா பயணிக்கிறார் என்பதனை தெளிவாக நிரூபித்த ஒரு நிகழ்வு. அன்றைய பாரதிய ஜனதா கட்சியின் தலைவர் அத்வானி, 1992 டிசம்பர் 6 அன்று அயோத்தியாவில் கரசேவை நடத்தப்படும் என்று அறிவித்து அதற்கான மதரீதியான திரட்டல் வேலைகளை மேற்கொண்டார். வட மாநிலங்களின் பல பகுதிகளில் மதவெறி பிரச்சாரம் தீவிரமாக நடந்தது. மத நல்லிணக்கம் குலைந்து மோதல்கள் நடந்தன. இந்திய நாட்டின் மதச்சார்பற்ற சக்திகள், மனிதநேயம் கொண்ட

அனைவரும் பாஜகவின் கரசேவை நடவடிக்கையை கைவிட வலியுறுத்தினர். தேச ஒற்றுமைக்கு பெரும் அச்சுறுத்தலாக அது வடிவமெடுத்தது.

இந்த சோதனையான சூழலில் தமிழ்நாட்டில் ஜெயலலிதா இந்த கரசேவைக்கு முழு ஆதரவு கொடுத்தார். இது மிகவும் அதிர்ச்சியான திருப்பமாக அமைந்தது. அந்த ஆண்டில் நடத்தப்பட்ட தேசிய ஒருமைப்பாட்டுக் கூட்டத்தில் ஜெயலலிதா கரசேவைக்கு ஆதரவு தெரிவித்துப் பேசினார். "அயோத்தியில் கோயில் கட்டப்பட வேண்டும் என்பது இந்த நாட்டின் பெரும்பான்மையான மக்களின் விருப்பத்தை பிரதிநிதித்துவம் செய்வதாக இருக்கிறது; பெரும்பான்மை மக்களின் கருத்தை புறக்கணிக்கக் கூடாது" என்றெல்லாம் கூறி கரசேவை நடத்துவதற்கு தேவையான சூழல் உருவாக்கப்பட வேண்டும் என்று மத்திய அரசை வலியுறுத்தினார். தமிழ்நாட்டில் அனைத்து ஜனநாயக சக்திகளும் ஜெயலலிதாவின் இந்த நிலையை எதிர்த்துக் குரல் எழுப்பினர்.

திராவிட கருத்தியல் பிரச்னைகள்

மதம் அடிப்படையிலான மூட நம்பிக்கைகள் அனைத்தையும் எதிர்க்கக் கூடிய கருத்தியலாக திராவிட இயக்க கருத்தியல் துவக்க காலங்களில் முன்னெடுக்கப்பட்டது. அந்தப் பாரம்பரியத்தில் வந்த அ.தி.மு.க. அந்த கருத்தியலுக்கு அடியோடு விடை கொடுத்தது ஏன்? இதற்கு ஜெயலலிதா மட்டும்தான் காரணமா?

திராவிட கருத்தியல் மத மூடத்தனங்களால் ஏற்படும் தீய விளைவுகளை பிரச்சாரம் செய்தது. ஆனால், சமூகச்சூழல் வாழ வழியற்ற ஒரு நிலை ஏற்படுத்தியுள்ள போது, மனிதர்கள் மதத்தை நாடி செல்வது தவிர்க்க முடியாதது. இதனால்தான் கடவுள் மறுப்பு பேசியவர்கள் ஒரு கட்டத்தில் ஆன்மீகத்தை தழுவுகிறார்கள். கொடுமையான சமூகச் சூழலை மாற்றுவதற்கான தொலைநோக்குப் பார்வை இல்லாத கடவுள் மறுப்புக் கொள்கை நிலைக்காது.

மனிதரை மனிதர் சுரண்டுகிற, அடிமைப்படுத்துகிற சமூக அமைப்பை மாற்றாமல் மதத்தின் மேலாதிக்கத்தை ஒழித்துவிட முடியாது. இதற்கு மார்க்சியக் கருத்தியல் வழிகாட்டுகிறது. இன்றைக்கும் திராவிட கருத்தியல் கொண்டவர்கள் இதைக் காண மறுக்கின்றனர். மார்க்சிய தொலைநோக்குப் பார்வை இல்லாத வரை ஆர்எஸ்எஸ் போன்ற அமைப்புகள் முன்னெடுக்கின்ற

மதவெறி, வகுப்புவாத, இந்துத்துவா நிகழ்ச்சி நிரலில் இருந்து மக்களை மீட்டெடுக்க இயலாது.

திராவிட இயக்க முன்னோடிகள் முன்னெடுத்த இயக்கத்தின் வரலாற்றுத் தொடர்ச்சியாகவே அ.தி.மு.க. தோன்றியது. ஆனால், ஜெயலலிதா ஆர்எஸ்எஸின் நிகழ்ச்சி நிரலை ஆதரித்தது ஏன் என்பது முக்கிய கேள்வி. இங்குதான் திராவிட கருத்தியலின் போதாமை வெளிப்படுகிறது. ஜெயலலிதா என்கிற தலைவரின் தனிப்பட்ட அந்தக் குறைபாட்டை விமர்சிப்பது அவசியம். ஆனால் அவரது இயக்கத்தின் அடிப்படை கருத்தியலில் உள்ள குறைகளையும் பார்க்கவேண்டும்.

ஏழை, எளிய, உழைப்பாளி வர்க்கம் தன்னை சுரண்டுகிற ஆதிக்க வர்க்கங்களோடு போராடி, அடிமைத்தனத்திலிருந்து விடுதலை அடைய வேண்டும்; இந்த நிகழ்ச்சி நிரலே மிக முக்கியமானது. ஜெயலலிதா ஆர்எஸ்எஸ் ஆதரவுப் போக்கை கடைப்பிடித்தது, இந்த வரலாற்று படிப்பினையைத்தான் உணர்த்துகிறது.

42

அணி மாறிய அ.தி.மு.க.

1990-ஆம் ஆண்டுகளில் ஆர்.எஸ்.எஸ் தலைமையிலான சங்கப்பரிவாரம் நாடு முழுவதும் மதவெறிப் பிரச்சாரத்தை தீவிரமாக நடத்தியது. பல இடங்களில் மதக்கலவரங்கள் நடந்தன. *1992* டிசம்பர் *6* அன்று அயோத்தியாவில், பாபர் மசூதி மீது பயங்கரமான தாக்குதல் நடத்தப்பட்டு, சட்டவிரோதமான முறையில், மசூதி தகர்க்கப்பட்டது. இது நாட்டின் ஒருமைப்பாடு, மதச்சார்பின்மை கோட்பாடுகளுக்கும், நீதித்துறை, இந்திய அரசியலமைப்புச் சட்ட நெறிமுறைகளுக்கும், பெரும் ஆபத்தை ஏற்படுத்தியது. தமிழகத்திலும் அது தாக்கத்தை ஏற்படுத்தியது.

இந்துக்கள், சிறுபான்மை மக்களை வேறுபடுத்திப் பார்க்காமல் மதநல்லிணக்கத்துடன் வாழ்ந்து வந்த பாரம்பரியம் கொண்டது தமிழகம். இந்தப் பாரம்பரியத்தை பாதுகாக்க வேண்டிய பொறுப்பு அனைவருக்கும் இருந்தது. இதற்கு மாறாக, ஆளுகிற கட்சியாக இருந்த அ.தி.மு.க.வும், அதன் தலைவர் ஜெயலலிதாவும் பாஜகவின் கரசேவைக்கு ஆதரவாக எடுத்த நிலைபாடு, தமிழகத்திலும் மத அடிப்படையிலான வெறுப்பு உணர்வுகள் ஆங்காங்கே தலை தூக்குவதற்கு வாய்ப்பான சூழலை ஏற்படுத்தியது.

காங்கிரசுடன் உறவு துண்டிப்பு

காங்கிரசுடன் கூட்டணி வைத்து,தேர்தலில் போட்டியிட்டு, வெற்றி பெற்ற ஜெயலலிதா காங்கிரசுடன் இருந்த இரண்டு ஆண்டு உறவைத் துண்டித்துக் கொண்டார்.அன்று நாடாளுமன்றத்தில் மைனாரிட்டி அரசாங்கமாக இருந்த காங்கிரசுக்கு அ.தி.மு.க.வின் *11* எம்பிக்களின் ஆதரவு தேவைப்பட்டது. அ.தி.மு.க. ஆதரவு இல்லாமலும் ஆட்சி கவிழாமல் நீடிக்கும் நிலை இருந்தது. எனினும், அன்றைய பிரதமர் நரசிம்மராவ் அ.தி.மு.க.வுடன் உறவை நீட்டித்துக் கொள்ள முயற்சி எடுத்தார். ஆனால், தமிழ்நாட்டில் இருந்த காங்கிரஸ் தலைமை ஜெயலலிதா அரசாங்கத்தை கடுமையாக விமர்சித்து வந்தது. பல ஊழல் குற்றச்சாட்டுகளை முன்வைத்து அவர்கள் கடுமையாக ஜெயலலிதாவை விமர்சித்தனர்.

அன்றைய சூழலில் பாரதிய ஜனதா கட்சி அடுத்த தேர்தலில் வலுவான கட்சியாக வரக்கூடிய நிலை இருந்தது. காற்று எந்தப் பக்கம் வீசுகிறதோ, அந்தப் பக்கம் இருப்பதுதான் அரசியல் ரீதியாக பலன் கிடைக்கும் என்று ஜெயலலிதா திட்டமிட்டார். பாஜகவுடன் அ.தி.மு.க. அரசியல்ரீதியாக நெருக்கம் கொள்ளத் துவங்கியது. ஜனநாயக நெறிகளுக்கு உடன்படாமல், மத அடிப்படையில் செயல்படுகிற ஒரு கட்சியுடன் திராவிட இயக்கப் பாரம்பரியத்தில் வந்த ஒரு கட்சி நெருக்கமான உறவு கொள்ளும் நிலை ஏற்பட்டது. மலிவான அரசியல் தேவைக்கும், அரசியல் ஆதாயத்திற்கும் அடிப்படை கொள்கைகளை கைவிடுவதாக இது அமைந்தது. திராவிட கொள்கைகளுக்கு துரோகம் இழைக்கும் வகையில அடுத்தடுத்த ஆண்டுகளில் அ.தி.மு.க.வின் நிலைபாடுகள் அமைந்தன.

பாஜவுடன் உறவு

1991 ஆம் ஆண்டு தமிழகத்தின் முதல்வராக பதவியேற்று ஆட்சியிலிருந்த ஜெயலலிதா,அடுத்து எதிர்கொண்ட தேர்தல்களில் படுதோல்வியை சந்தித்தார். இதனால், 1998-ஆம் ஆண்டில் நடந்த நாடாளுமன்றத் தேர்தலில் பாஜக, பாமக, மதி.மு.க.வுடன் அவர் கூட்டணி அமைத்தார். இதன் வழியாக, மதவெறி கட்சியான பாஜக தமிழகத்தில் காலூன்றும் வாய்ப்பினை ஜெயலலிதா ஏற்படுத்தினார். இந்தக் கூட்டணியில் பாஜகவுக்கு 5 இடங்கள் ஒதுக்கப்பட்டு, 3 இடங்களில் பாஜக வெற்றி பெற்றது. அது மட்டுமல்லாது, 1998 தேர்தலில் 20-க்கும் அதிகமான சிறிய கட்சிகளை இணைத்து, வாஜ்பாய் தலைமையில் பாஜக ஆட்சி அமைக்க அ.தி.மு.க.வோடு இருந்த கூட்டணி உதவியது. அதாவது ஒரு திராவிட கட்சி, திராவிட இயக்கத்தின் பகுத்தறிவு, சுயமரியாதை, பிராமணிய எதிர்ப்பு கொள்கைகளுக்கு எதிரான ஒரு கட்சி ஆட்சி அமைக்க பக்கபலமாக இருந்தது.

இட ஒதுக்கீடு நெருக்கடி

அ.தி.மு.க. ஆட்சி பதவியேற்று இரண்டு ஆண்டுகளான நிலையில், இட ஒதுக்கீடு பற்றிய ஒரு முக்கியமான பிரச்சினை எழுந்தது. உச்சநீதிமன்றம் தமிழ்நாட்டில் இட ஒதுக்கீடு 50 சதவீதத்திற்கு அதிகமாக இருக்கக் கூடாது என்று உத்தரவிட்டது. உயர்நீதிமன்றமும் உச்சநீதிமன்ற உத்தரவுக்கு ஏற்ப இட ஒதுக்கீட்டை மாற்றியமைக்க வலியுறுத்தியது.நீதிமன்ற

உத்தரவினால் தமிழகத்தில் வேலைவாய்ப்பிலும் கல்வியிலும் பின்பற்றப்பட்டு வந்த 69 சத ஒதுக்கீட்டிற்கு ஆபத்து ஏற்பட்டது.

அ.தி.மு.க.வை கடுமையாக விமர்சிப்பதற்கான வாய்ப்பாக இந்த பிரச்சினையை தி.மு.க. பயன்படுத்திக் கொள்ள முனைந்தது. இந்தப் பிரச்சனை 1993-ஆம் ஆண்டு கடும் நெருக்கடியாக உருவாகியிருந்த சூழலில், உரியவாறு சட்ட நடவடிக்கைகளை மேற்கொண்டு 69 சதவீத இட ஒதுக்கீட்டை பாதுகாக்க வேண்டிய தேவை ஜெயலலிதாவிற்கு ஏற்பட்டது. இப்பிரச்சினையில் உறுதியாக தலையிட வேண்டிய அரசியல் கட்டாயமும் ஜெயலலிதாவிற்கு ஏற்பட்டது. ஏனெனில், தமிழ்நாட்டில் இட ஒதுக்கீடு ஒரு மிக முக்கியமான அரசியல் பிரச்சனையாக கடந்த நூற்றாண்டு முழுவதும் இருந்து வந்துள்ளது.

கடந்த காலத்தில் எம்.ஜி.ஆர் முதலமைச்சராக இருந்தபோது அவர் பிற்படுத்தப்பட்டோர் இட ஒதுக்கீட்டில் வருமான வரம்பு கொண்டு வந்தார். அதற்கு மிக கடுமையான எதிர்ப்பு ஏற்பட்டது. உண்மையில் எம்.ஜி.ஆர் மேற்கொண்ட நடவடிக்கை,ஏற்கனவே கருணாநிதி காலத்தில் அமைக்கப்பட்ட சட்டநாதன் குழு பரிந்துரை அடிப்படையில் கொண்டுவரப்பட்டது.பிற்படுத்தப்பட்டோர் இட ஒதுக்கீட்டில் வருமான வரம்பு நிச்சயித்து பிற்படுத்தப்பட்டோரில் பொருளாதார அடிப்படையில் பின்தங்கியவர்களுக்கு பலன் கிடைக்க அந்தக் குழு பரிந்துரை செய்திருந்தது.அந்த அடிப்படையில்தான் எம்.ஜி.ஆர் அந்த உச்சவரம்பை கொண்டு வந்தார்.

கருணாநிதியே அமைத்த கமிஷன் பரிந்துரை கொடுத்திருந்த போதிலும் அதனை எம்.ஜி.ஆர் கொண்டு வந்த நிலையில், கருணாநிதி அதை கடுமையாக எதிர்த்தார். சமூக நீதிக்கு பெரும் ஆபத்து ஏற்பட்டுள்ளதாக பிரச்சாரம் செய்யப்பட்டு, தமிழ்நாடு முழுவதும் கடும் எதிர்ப்பு கிளம்பியது. இதனால், 1980 ஆம் ஆண்டு நடந்த நாடாளுமன்றத் தேர்தலில் அ.தி.மு.க. மோசமான தோல்வியை சந்திக்க நேரிட்டது. இந்த தோல்விக்குப் பிறகுதான் எம்.ஜி.ஆர் தான் எடுத்த நிலைக்கு நேரெதிராக, பிற்படுத்தப்பட்ட பிரிவுகளுக்கான இட ஒதுக்கீட்டை 31 சதவீதத்திலிருந்து 50 சதமாக உயர்த்தினார். கடந்தகால இந்த அனுபவத்தை ஜெயலலிதாவும், அ.தி.மு.க.வும் மறக்கவில்லை. ஜெயலலிதா இட ஒதுக்கீட்டு பிரச்சனையில் உடனடியாக தலையிட்டு தீர்வு காண வேண்டிய

தேவை எழுந்தது. இல்லையெனில், எம்.ஜி.ஆர் சந்தித்த தோல்வி ஜெயலலிதாவிற்கும் ஏற்படும் என்கிற நிலைமை இருந்தது.

அதனால்தான், அனைத்துக் கட்சிக் கூட்டத்தைக் கூட்டி தீர்மானம் நிறைவேற்றினார்.பிறகு அனைத்துக் கட்சிகளின் ஒத்துழைப்புடன் சட்டமன்றத்தினை கூட்டி, 69 சத இட ஒதுக்கீட்டை சட்டமாக நிறைவேற்றினார்.அனைத்துக் கட்சிப் பிரதிநிதிகள் குழு டெல்லி சென்று பிரதமரை சந்தித்து மத்திய அரசு தலையிட கோரிக்கை வைத்தது. இது போன்ற முயற்சிகளின் விளைவாக, 1994-ஆம் ஆண்டில் அரசியலமைப்புச் சட்டத்தின் ஒன்பதாவது அட்டவணையில் தமிழ்நாடு சட்டமன்றத்தில் நிறைவேற்றப்பட்ட 69 சதவீத இட ஒதுக்கீடு சட்டம் சேர்க்கப்பட்டு, அது தமிழகத்தில் தொடரும் நிலை ஏற்பட்டது.

அன்று மத்தியில் பிரதமர் நரசிம்மராவ் தலைமையிலான காங்கிரஸ் ஆட்சி இதற்கு பெருமளவில் ஒத்துழைத்தது. தமிழ்நாடு சட்டமன்றம் இயற்றிய சட்டத்திற்கு குடியரசு தலைவர் ஒப்புதலையும் பெற்று,அதனை ஒன்பதாவது அட்டவணையில் சேர்த்திடும் பணியையும் மத்திய காங்கிரஸ் ஆட்சி மேற்கொண்டது. ஆனால், இதனை சாதித்த பெருமை,முழுமையாக ஜெயலலிதாவிற்கு சேரும் வகையில் தமிழகத்தில் பிரச்சாரம் தீவிரமாக நடந்தது.

“சமூகநீதி காத்த வீராங்கனை”

ஜெயலலிதா மேற்கொண்ட முயற்சிகளுக்கு பாராட்டுகள் குவிந்தன. ஜெயலலிதாவிற்கு “சமூகநீதி காத்த வீராங்கனை” என்று பட்டம் வழங்கப்பட்டது. அன்று அரசியல் ரீதியில் அ.தி.மு.க.வோடு உறவு கொண்டிருந்த திராவிடர் கழகத் தலைவர் கி.வீரமணி இந்தப் பட்டத்தை வழங்கினார். இடஒதுக்கீடு பிரச்சனையில் ஏற்பட்ட நெருக்கடியை சமாளிக்க சட்டரீதியாக பல ஆலோசனைகளும் ஜெயலலிதாவிற்கு வீரமணி வழங்கியதாக கூறப்படுகிறது. வீரமணி ஜெயலலிதாவிற்கு பட்டம் கொடுத்த பின்னணியில், ஜெயலலிதா கடவுளுக்கு நிகராக போற்றப்பட்டார். தனிநபர் வழிபாடு தமிழகத்தில் தீவிரமானது.

தமிழ்நாட்டில் கணிசமான மக்கள் பாதிக்கப்படும் நிலை ஏற்படுகிற போது, ஆளுகிற கட்சியாக அரசாங்கத்தில் பொறுப்பு வகிக்கிற ஒரு கட்சி, உரிய சட்ட நடவடிக்கை உள்ளிட்டு அனைத்து நடவடிக்கைகளையும் மேற்கொள்வது அவசியமானது.

மக்களால் தேர்ந்தெடுக்கப்பட்டுள்ள ஒரு அரசாங்கத்திற்கு அது முக்கியமான கடமையும் கூட. அந்த வகையில் மக்களுக்கு ஆற்ற வேண்டிய கடமையை நிறைவேற்றும் பணியையே ஜெயலலிதா மேற்கொண்டார். ஆனால், தமிழ்நாட்டு அரசியலில் தனிநபர் துதி, தனிநபர் வழிபாடு கலாச்சாரம் மேலோங்கியிருந்ததனால் ஜெயலலிதா என்ற தனிநபரின் திறமையால்தான் இடஒதுக்கீடு உறுதிப்படுத்தப்பட்டு, சமூகநீதி பாதுகாக்கப்பட்டது என்கிற முறையில் பிரச்சாரம் மேற்கொள்ளப்பட்டது.

ஜெயலலிதாவின் செல்வாக்கு உயருவதற்கு இட ஒதுக்கீடு பிரச்னை அவருக்கு உதவியது. அ.தி.மு.க.வை அரசியலாக வீழ்த்த முனைந்த தி.மு.க.வின் முயற்சி வெற்றி பெறவில்லை. ஆனால், ஜெயலலிதா அடுத்தடுத்து மேற்கொண்ட பல நடவடிக்கைகள், ஆட்சியின் மக்கள் விரோத செயல்பாடுகள், ஏராளமான மெகா ஊழல் குற்றச்சாட்டுக்கள் அனைத்தும் சேர்ந்து அரசியல் வீழ்ச்சிக்கு அவரை இட்டுச்சென்றது.

43

அ.தி.மு.க. ஆட்சியில் தொழில் வளர்ச்சி

ஜெயலலிதா முதலமைச்சரான பிறகு தமிழ்நாட்டில் தொழில் வளர்ச்சியை அதிகரிக்க சில நடவடிக்கைகளை மேற்கொண்டார். தங்கு தடையற்ற வகையில், கண்மூடித்தனமாக பன்னாட்டு மூலதனத்தை அனுமதிப்பது என்கிற நவீன தாராளமயக் கொள்கை அடிப்படையில் தமிழகத்திலும் பன்னாட்டு நிறுவனங்களும், பெரும் கார்ப்பரேட் கம்பெனிகளின் முதலீடுகளும் வரவேற்கப்பட்டன. தொழில் முதலீட்டாளர்கள் மாநாடுகள், புரிந்துணர்வு ஒப்பந்தங்கள் என அடுக்கடுக்காக பல நடவடிக்கைகள் மேற்கொள்ளப்பட்டன.

ஜெயலலிதா ஒரு பேட்டியில் "சென்னையை நான் ஆசியாவின் டெட்ராய்ட் நகரமாக மாற்றுவேன்" என்று படாடோபமாக பிரகடனம் செய்தார். அமெரிக்காவின் மிச்சிகன் மாகாணத்தில் உள்ள நகரம் டெட்ராய்ட். இந்த நகரத்தில் 1903-ம் ஆண்டு ஹென்றி ஃபோர்டு கார் நிறுவனத்தைத் தொடங்கினார். பிறகு அது, அமெரிக்க ஆட்டோமொபைல் துறையின் தலைநகரமாக வளர்ந்தது. அந்த நிறுவனத்தோடு 1995-ஆம் ஆண்டு பேச்சுவார்த்தை நடத்தி சென்னைக்கு கார் தொழிற்சாலை கொண்டு வர ஜெயலலிதா நடவடிக்கை மேற்கொண்டார்.

1995ஆம் ஆண்டு ஃபோர்டு கம்பெனி சென்னையில் முதலீடு செய்து உற்பத்தி துவங்கியது. இது தமிழகத்தின் தொழில் வளர்ச்சியில் மிகப்பெரிய மைல்கல் என்று அன்று பேசப்பட்டது. 1991-ஆம் ஆண்டு தொடங்கிய தாராளமயக் கொள்கைகளின் பலனை தமிழ்நாடு அறுவடை செய்வதாக பலரால் பேசப்பட்டது. இதற்குப் பிறகு, உலகின் 20 முன்னணி நிறுவனங்களில் 7 நிறுவனங்கள் தமிழ்நாட்டில் முதலீடு செய்தன. ஃபோர்டு நிறுவனத்தைத் தொடர்ந்து ஹூண்டாய் மோட்டார்ஸ், பிஎம்டபிள்யூ, டேய்ம்லர், ரெனால்ட், நிசான், மிட்சுபிஷி மோட்டார்ஸ் போன்ற நிறுவனங்கள் சென்னையில் கார் உற்பத்தியில் ஈடுபட்டன. 15க்கும் மேற்பட்ட ஆட்டோமொபைல் உற்பத்தித் தொழிற்சாலைகள், 6 டயர் தயாரிப்பு நிறுவனங்கள், 40க்கும் மேற்பட்ட ஆட்டோமொபைல் உதிரிபாக உற்பத்தி நிறுவனங்கள் துவங்கப்பட்டன.

ஏற்கெனவே, சென்னையில் ராயல் என்ஃபீல்டு, அசோக் லேலண்ட், டாஃபே டிராக்டர்ஸ், டிவிஎஸ் மோட்டார்ஸ் போன்ற உள்ளூர் நிறுவனங்கள் செயல்பட்டு வந்தன. இருந்த போதிலும் உண்மையான வளர்ச்சி துவங்கியது,1995ஆம் ஆண்டு ஜெயலலிதா ஆட்சியின் போதுதான் என பலர் கருத்து தெரிவிக்கின்றனர். இவர்கள் தாராளமய கொள்கைகளின் ஆதரவாளர்கள்.ஆனால், இந்தக் கொள்கைகள் தோல்வியையே சந்தித்தன.காலப்போக்கில் வாகன உற்பத்தித் துறையில் தமிழகம் பின்னடைவை சந்தித்தது. இதற்குக் காரணம் திட்டமிடாத முதலீடுகளும், மக்கள் நலன் சார்ந்த வளர்ச்சிக்கான அணுகுமுறையும் இல்லாததுதான்.

தொழில் மூடல்கள்

அமெரிக்காவின் கார் தயாரிப்பு நிறுவனமான ஃபோர்டு நிறுவனத்தின் கார் விற்பனை பெரும் தேக்கத்தைச் சந்தித்துள்ளது. இதனை காரணம் காட்டி, தனது உற்பத்தியை நிறுத்திக்கொண்டு, இங்குள்ள இரண்டு கார் தொழிற் சாலைகளையும் மூடப்போவதாக அந்த நிறுவனம் அறிவித்துள்ளது. குஜராத் தொழிற்சாலை 2021 டிசம்பருடனும், சென்னை தொழிற் சாலை 2022 ஜூன் மாதத்துடனும் உற்பத்தியை முழுவதுமாக நிறுத்தி, மூடுவதாக ஃபோர்டு நிறுவனம் அறிவித்துள்ளது. ஃபோர்டு கம்பெனியின் இந்த முடிவினால் நேரடியாகச் சுமார் 4000 பேர் வேலை இழப்பார்கள். மறைமுகமாக சுமார் 25 ஆயிரம் பேர் வேலை இழப்பார்கள் என சொல்லப்படுகிறது. அரசாங்கம் வழங்கிய நிலம், மின்சாரம், தண்ணீர் உள்ளிட்ட பல சலுகைகளை பயன்படுத்திய இந்த நிறுவனம் இப்போது பல்லாயிரம் தொழிலாளர் குடும்பங்களை நிர்க்கதியாக்கி நாட்டை விட்டு வெளியேறுகிறது.

இதே போன்று முன்பு நோக்கியா, ஜெனரல் மோட்டார்ஸ் போன்ற கம்பெனிகள் தொழிற்சாலைகளை மூடிவிட்டுச் சென்றார்கள். அப்போதும் தொழிலாளர்கள் வேலை இழந்து, வாழ்வாதாரம் பாதிக்கப்பட்டனர். ஒரு பெரிய தொழிற்சாலை மூடப்படும்போது உதிரி பாகங்கள் உற்பத்தி செய்து கொடுக்கும் சிறு தொழில் நிறுவனங்கள் பாதிப்புக்கு உள்ளாகும். தொழிற்சாலையை நம்பி அந்தப் பகுதியில் நடந்துகொண்டிருந்த டீக்கடைகள், ஓட்டல்கள், கடைகள் அனைத்தும் மூடப்பட்டு அதிகமானோர் பாதிப்புக்கு உள்ளாகி வறுமையில் தள்ளப்படுவார்கள்.

பன்னாட்டு நிறுவனங்களை தொழில் தொடங்க அழைக்கும்போது இத்தகைய பாதிப்புக்கள் குறித்து ஆராய்ந்து உரிய பாதுகாப்பு அம்சங்களை உறுதிப்படுத்துவது பற்றி ஆட்சியில் இருப்பவர்கள் சிந்திப்பது இல்லை. தாங்கள்தான் தமிழ்நாட்டிற்கு தொழில் வளர்ச்சியை ஏற்படுத்தியதாக பெருமை பேசிக்கொண்டு, அடுத்த தேர்தலில் ஆதாயம் தேடவே தமிழகத்தின் பெரிய கட்சிகள் முயற்சித்து வந்துள்ளன.

பன்னாட்டு நிறுவனங்கள் மற்றும் பெரிய கார்ப்பரேட் நிறுவனங்களின் முதலீடுகள் தற்போதைய நிலையில் தேவையில்லை என்று அரசாங்கம் முடிவுக்கு வர இயலாது. அதே நேரத்தில் அந்த பெரிய நிறுவனங்களுக்கான நிலம், நீர் உள்ளிட்ட வசதி வாய்ப்புகளை ஏற்படுத்திக் கொடுத்து, அவர்கள் தங்கள் லாபத்தை பெருக்கிக்கொள்ள வழிவகை செய்வது மட்டுமே ஒரு அரசு மேற்கொள்ளும் நடவடிக்கையாக இருந்தால் அது தமிழ் நாட்டு மக்கள் நலனுக்கு உதவிடாது. இங்குள்ள உள்ளூர் தேவைகள், மக்களின் வாங்கும் சக்தி ஆகியவற்றுக்கு ஏற்ற வகையிலான தொழில் வளர்ச்சிக்கு முயன்றிடவேண்டும்.

எடுத்துக்காட்டாக, இந்திய கார் சந்தை நிலவரம், இந்திய கார் வாடிக்கையாளர்களாக உள்ள நடுத்தர வர்க்கத்தின் வாங்கும் சக்தி போன்றவற்றை ஆராய்ந்து வேலை வாய்ப்பை அதிகரிக்கக் கூடிய விதத்தில் ஆட்டோமொபைல் தொழில்கள் அமைந்தால் அது நீடிக்கக் கூடிய பலனை ஏற்படுத்தியிருக்கும். சந்தையில் மாருதியும், ஹூண்டாய் போன்ற நிறுவனங்கள் சிறு ரக கார்கள் தயாரிப்பில் அதிக கவனம் செலுத்தின. ஃபோர்டு, ஜெனரல் மோட்டார்ஸ் போன்ற நிறுவனங்களை முதலீட்டுக்கு அழைக்கிறபோது ஆட்சியாளர்கள் இதுபோன்ற விஷயங்களில் கவனம் செலுத்தவில்லை.

தமிழ்நாட்டில் பெரிய பன்னாட்டு கம்பெனிகள் தொழில் துவங்கியதாலேயே தமிழ்நாடு பெரும் முன்னேற்றத்தை அடைந்து விட்டது என்று படாடோபமாக பேசுவது தமிழகத்தில் வாடிக்கையாகிவிட்டது.

திராவிட இயக்கமும் தொழில்வளர்ச்சி

தமிழ்நாட்டின் தொழில் வளர்ச்சி திராவிட இயக்கத்தின் சாதனையாகப் பெரிதாகப் பேசப்படுகிறது. இதற்கு இதர பல மாநிலங்களின் பின் தங்கிய வளர்ச்சி விவரங்கள் முன்வைக்கப்பட்டு,

அந்த மாநிலங்களை விட தமிழ்நாடு பெரும் வளர்ச்சி பெற்றுள்ளதாக புள்ளி விவரங்களுடன் பலர் பேசுகின்றனர்.

உத்தரப்பிரதேசம், பீகார் போன்ற பல மாநிலங்களில் தமிழ்நாட்டைப் போன்று அரசியல் கட்சிகளிடையே கடும் அரசியல் போட்டி நிகழும் மாநிலங்களாக இருந்ததில்லை. ஆளுங்கட்சி, எதிர்க்கட்சி என்கிற ஏற்பாடுகள் அங்கு இருந்தாலும் தமிழ்நாட்டில் நடப்பது போன்ற உக்கிரமான போட்டி, எதிர்கட்சிகள் வலிமையான விமர்சனங்கள் எழுப்பும் நிலை,ஓரளவு ஜனநாயக விவாதம் போன்ற நடைமுறைகள் தமிழகம் போன்று அங்கு அதிகமாக இல்லை. ஒரு கட்சி மக்களுக்கான சமூக நல நடவடிக்கைகளை எடுக்கவில்லை என்றால் அந்தக் கட்சி தேர்தலில் தோல்வியை சந்திக்கும் கட்டாயம் தமிழகத்தில் தொடர்ந்து இருந்து வந்துள்ளது.

தமிழகத்தில் தொழிலாளர் மற்றும் உழைக்கும் மக்களின் நலன்களை அடிப்படையாகக் கொண்டு இயங்குகிற இடதுசாரி கட்சிகள், ஆளும் கட்சிகளின் உழைக்கும் மக்கள் விரோதப் போக்குகளையும், அவர்களின் முதலாளிகள் ஆதரவுப் போக்கையும் தொடர்ந்து விமர்சித்து வந்துள்ளனர். இதுபோன்ற சூழல்,சில மாநிலங்கள் தவிர,இந்தியாவின் பிற மாநிலங்களில் இருந்ததில்லை. அதேபோன்று தமிழகத்தினுடைய அடித்தட்டு, ஒடுக்கப்பட்ட மக்களுக்கான பாரம்பரியமான ஆதரவுக் குரல்கள் தமிழகம் போன்று இதர மாநிலங்களில் வலுவாக எழுந்ததில்லை.

மற்றொரு உண்மையும் கவனத்தில் கொள்ள வேண்டிய அவசியம் உள்ளது. கடந்த 50 ஆண்டுகளில் தமிழகம் வரலாறு காணாத முன்னேற்றத்தை சாதித்ததாக எழுதுகிற பலர் அரசாங்கம் வெளியிட்டுள்ள புள்ளி விவரங்களை அடிப்படையாகக் கொண்டு தங்களுடைய வாதங்களை பதிவு செய்கின்றனர். ஆனால், எதார்த்த நிலைக்கும் அரசாங்கத்தினுடைய விபரங்களுக்கும் பெரும் இடைவெளி இருப்பதை பல துறைகளில் நம்மால் காண இயலும். ஏட்டளவில் சொல்லப்படுகிற பல விஷயங்கள் எதார்த்த வாழ்க்கை நடப்புகளில் இருப்பதில்லை

எடுத்துக்காட்டாக, தமிழகத்தினுடைய சுகாதார நிலைமைகள் பெரும் அளவு முன்னேறி உள்ளதாக புள்ளிவிவரங்கள் தெரிவிக்கின்றன. ஆனால், கொரானா காலத்தில் மாவட்ட மருத்துவமனைகள் மற்றும் ஆரம்ப சுகாதார நிலையங்கள்

மிகப்பெரும் அளவிற்கு வசதிகள் இல்லாமல் இருந்ததை கண்கூடாக பார்க்க முடிந்தது. உரிய நேரத்தில் சிகிச்சை அளிக்க இயலாமல் அதிக உயிரிழப்புகள் ஏற்பட்டது. ஜெயலலிதா ஆட்சி செய்த காலத்தில் "முதலீட்டுக்கு உகந்த மாநிலம்", "தொழில் வளர்ச்சியில் முதன்மை மாநிலம்" என்றெல்லாம் பிரச்சாரம் செய்யப்பட்டது.

1990-ஆம் ஆண்டுகளில் ஜெயலலிதா தமிழக தொழில் வளர்ச்சிக்கு பெரும் பங்கினை ஆற்றியுள்ளதாக சொல்லப்படுகிறது. ஆனால், அடுத்த இருபது ஆண்டுகளில் தொழில் வளர்ச்சியில் தமிழகம் பின்தங்கிய நிலை ஏற்பட்டது. இதனை திராவிட இயக்க ஆராய்ச்சியாளர்கள் மறுத்தாலும்,2021-ல் முதலமைச்சராக பதவியேற்ற மு.க.ஸ்டாலின் 2016-ஆம் ஆண்டு,வெளியிட்ட அறிக்கையே இதற்கு சான்றாக அமைந்துள்ளது. "தொழில் தொடங்குவதற்கு ஏற்ற மாநிலங்களின் பட்டியலில் இந்தியாவில் உள்ள 26 மாநிலங்கள் மற்றும் யூனியன் பிரதேசங்களில் தமிழகம் 18வது இடத்திற்கு அ.தி.மு.க. ஆட்சியில் தள்ளப்பட்ட கொடுமை அதிர்ச்சியளிக்கிறது" என்று ஸ்டாலின் தனது அறிக்கையில் குறிப்பிட்டுள்ளார். தமிழகத்தில் தொழில் வளர்ச்சி இல்லை; தொழில் முதலீட்டாளர்கள் வேறு மாநிலங்களுக்குச் செல்கிறார்கள் என்று ஒன்றிய அரசின் சார்பில் வெளியிடப்பட்ட ஒரு ஆய்வறிக்கையை மையமாக வைத்து ஸ்டாலின் அன்றைக்கு அறிக்கை வெளியிட்டார்.

எனவே,தமிழகத்தினுடைய வளர்ச்சி பற்றிய உண்மை நிலை ஆராயப்பட வேண்டும். இதர பின்தங்கிய மாநிலங்களைவிட ஓரளவு வளர்ச்சி ஏற்பட்டால் கூட இன்னமும் பெரும்பகுதி மக்கள் வறிய நிலையில் வாழுகிற விளிம்புநிலை மனிதர்களாகவே உள்ளனர். கொரோனா பாதிப்பு நிகழ்ந்த பிறகு பெருமளவுக்கு வறுமை, வேலையின்மை,வாழ்வாதார பாதிப்பு அதிகரித்துள்ள நிலையினை நாம் பார்க்கின்றோம்.

44

உட்கட்சிப் பிளவுகள்: திராவிட பாணி !

திராவிட இயக்கத்தில் 1990-களில் ஒரு பிளவு ஏற்பட்டது.தி. மு.க.விலிருந்து வைகோ வெளியேற்றப்பட்டார்.அன்று கலைஞரின் தலைமையை வைகோ கடுமையாக விமர்சித்தார். முக்கியமாக, 'கலைஞர் வாரிசு அரசியலில் ஈடுபடுகிறார்' என்ற குற்றச்சாட்டினை முன்வைத்து மறுமலர்ச்சி திராவிட முன்னேற்ற கழகத்தை துவக்கினார் வைகோ.28 ஆண்டுகளுக்குப் பிறகு இன்று வைகோவின் மகன் துரை வைகோ மதி.மு.க.வின் தலைமை நிலைய செயலாளராக தேர்ந்தெடுக்கப்பட்டுள்ளார்.அன்றைக்கு வாரிசு அரசியலைக் கண்டித்து மதி.மு.க. கண்ட வைகோ இன்று வாரிசு அரசியலை நடத்துகிறார் என்று ஊடகங்கள் விவாதித்துக் கொண்டிருக்கின்றனர்.

இந்திய வரலாற்றில் கட்சிகள் பிளவுபடுவது புதிதல்ல. நூற்றாண்டு கடந்து இயங்கும் காங்கிரஸ் ,கம்யூனிஸ்ட் இயக்கங்களிலும் பிளவுகள் ஏற்பட்டதுண்டு.கம்யூனிஸ்ட் இயக்கங்களில் இந்தியாவில் சோசலிச மாற்றம் ஏற்படுத்த எந்தப் பாதை சரியானது என்ற சித்தாந்த பிரச்னைகளில் ஏற்பட்ட கருத்து வேறுபாடுகளால் இயக்கத்தில் பிளவுகள் ஏற்பட்டன.பல இயக்கங்களில் கொள்கை மோதல்கள் இருந்தாலும்,பெரும்பாலும் தனிநபர் மேலாதிக்க மோதல்களே கட்சிப் பிளவுக்கு இட்டுச் சென்றுள்ளன.

திராவிட இயக்க பிளவுகள்

திராவிட இயக்கத்திலும் தொடர்ந்து பிளவுகள் ஏற்பட்டு வந்துள்ளன.திராவிடர் கழகத்தில் அண்ணா தலைமையிலான பிரிவுக்கும்,பெரியார் தலைமையிலான பிரிவுக்கும்,ஏற்பட்ட கருத்து மோதல்கள் திராவிட முனேற்றக் கழகம் 1949-ல் உருவாக காரணமாக அமைந்தது.பெரியார் மணியம்மையை திருமணம் செய்து கொண்டதற்கு எதிர்ப்பு தெரிவித்து அண்ணா உள்ளிட்டவர்கள் திராவிடர் கழகத்திலிருந்து வெளியேறி,தி.மு.க. கட்சியை அமைத்தனர்.

இந்த திருமணம் ஒரு காரணமாக முன்வைக்கப்பட்டாலும் வேறு பல காரணங்கள் இருந்தன.முக்கியமாக தேர்தல் அரசியலில் ஈடுபடும் வெகு மக்கள் இயக்கமாக திராவிட இயக்கம் மாற

வேண்டுமெனவும்,சமூக சீர்திருத்தப் பணிகள்,பகுத்தறிவுப் பிரச்சாரம் மட்டும் செய்து வந்தால் அதிகாரத்திற்கு வர முடியாது என்றும் அண்ணா உள்ளிட்டவர்கள் கருதினர்.இது போன்ற காரணங்களால் பிளவு ஏற்பட்டது.பெரியார் மணியம்மை திருமணம் நிகழாமல் இருந்தாலும் இந்தப் பிளவு ஏற்பட்டிருக்கும்.

இதே போன்ற அடுத்தடுத்த பிளவுகள் திராவிட இயக்கங்களில் நடந்தன.அண்ணா தலைமை தாங்கிய தி.மு.க.விலிருந்து ஈ.வி.கே சம்பத் பிரிந்து தனி இயக்கம் கண்டார்.தி.மு.க. உடைந்து,அ. தி.மு.க. கட்சி 1972-ல் எம்.ஜி.ஆர் தலைமையில் உருவானது. இது போன்ற பிளவுகளின் தொடர்ச்சியாக 1994-ஆம் ஆண்டில் தி.மு.க.விலிருந்து வெளியேற்றப்பட்ட வைகோ மறுமலர்ச்சி திராவிட முன்னேற்ற கழகம் கட்சியை துவக்கினார்.

வைகோ பல குற்றச்சாட்டுக்களை தி.மு.க.வின் மீது சுமத்தி பிரச்சாரம் செய்தார்.இதற்கு பதிலடியாக,தி.மு.க.வை உடைக்க விடுதலைப் புலிகள் சதி எனவும் ஜெயலலிதாவின் சூழ்ச்சி எனவும்,தி.மு.க. தலைவர் பதவியை வைகோ கைப்பற்ற முயன்றதாகவும் தி.மு.க. தரப்பில் பிரச்சாரம் தீவிரமாக நடந்தது. திராவிட கருத்தியலின் முழக்கங்கள் பற்றிய கருத்து வேறுபாடுகள் எதுவும் இந்தப் பிளவிற்கு அடிப்படையாக இல்லை.

தி.மு.க. செல்வாக்கு இழப்பு

1991-ஆம் ஆண்டில் ஜெயலலிதா பெரும் செல்வாக்குடன் ஆட்சிப் பொறுப்பில் இருந்தபோது தி.மு.க. பலவீனப்பட்டு இருந்தது. ராஜீவ் காந்தி படுகொலைக்குப் பிறகு நடந்த தேர்தலில் தோல்வியுற்ற நிலையில் தி.மு.க. மீதான செல்வாக்கு மக்களிடையே மங்கியிருந்தது. இந்த சூழலில் கட்சிக்குள் பூசல்கள் அதிகரித்து கட்சியில் பிளவு ஏற்பட்டது.மறுமலர்ச்சி திராவிட முன்னேற்றக் கழகம் உருவானதற்கான பின்னணி இதுதான்.

பொதுவாக திராவிட இயக்கங்களில் அதிகாரத்தில் இருக்கிற போது தலைமையின் ஆதிக்கத்திற்கு கட்டுப்படாதவர்களால் பிரச்சனைகள் ஏற்படுவதுண்டு.அதைவிட,ஆட்சியில் இல்லாதபோது அதிக அளவில் பூசல்களும் பிளவுக்கான முயற்சிகளும் கட்சிக்குள் அதிகம் நடக்கும்.

தி.மு.க. ஆட்சியில் இல்லாத நிலையில், அதன் தலைவர் கலைஞருக்கு எதிராகவும், கலைஞரின் வாரிசாக முனனிறுத்தப்பட்ட

மு.க ஸ்டாலினுக்கு எதிராகவும் கட்சிக்குள் கசப்புக்களும், சச்சரவுகளும் எழுந்தன.இதன் வெளிப்பாடாகவே வைகோ தி.மு.க. தலைமையோடு மோதுகிற நிலைமை ஏற்பட்டது. உண்மையில் மறுமலர்ச்சி திராவிட முன்னேற்ற கழகம் தி.மு.க.வுடன் தனக்குள்ள சித்தாந்த வேறுபாடுகள் எதையும் முன்வைக்கவில்லை. அத்துடன்,தமிழகத்தின் சமூக அரசியல் பொருளாதார சிக்கல்களில் வேறுபட்ட கருத்துக்கள் எதையும் வைகோ முன்வைக்கவில்லை.

அந்தக் கருத்து வேறுபாடுகளால் தி.மு.க.விலிருந்து அவர் வெளியேற்றப்படவில்லை. இதே போன்றே திராவிட இயக்கத்தில் 1972-ல் ஏற்பட்ட பிளவும் அடிப்படையான மக்கள் நலன் சார்ந்த மாற்று கருத்துக்களை எம்.ஜி.ஆர் பேசியதால் அல்ல.அ.தி.மு.க. துவங்கிய பிறகும் அப்படிப்பட்ட கொள்கைகள் எதையும் எம். ஜி.ஆர் முன்வைக்கவில்லை.

அதிகார இழப்பும் பிளவுகளும்

முன்னதாக எம்.ஜி.ஆர் பிரிந்த பிறகும் 1977 ஆம் ஆண்டு தி. மு.க.வில் ஒரு பிளவு ஏற்பட்டது .அன்று நெருக்கடி நிலை அடக்குமுறையை தி.மு.க. சந்தித்ததால் பலவீனப்பட்டு இருந்தது. ஆட்சியையும் இழந்து, அப்போது நடந்த நாடாளுமன்றத் தேர்தலில் தோல்வியையும் தழுவிய நிலையில் தி.மு.க.விலிருந்து பலர் விலகினார்கள்.அவர்களில் முக்கியமானவர் அன்றைக்கு தி.மு.க.வின் பொதுச் செயலாளராக இருந்த நாவலர் நெடுஞ்செழியன்.அப்போது நெடுஞ்செழியன் தி.மு.க.விலிருந்து விலகுவதற்கு காரணம், தி.மு.க.வை சேர்ந்த சிலர் தன்னுடைய மனதை நோகடிக்கும் வகையில் கடிதங்கள் எழுதி வருவதாக குறிப்பிட்டிருந்தார்.

நெடுஞ்செழியன் தலைமையில் மக்கள் திராவிட முன்னேற்றக் கழகம் என்கிற ஒரு புதிய கட்சி துவங்கப்பட்டது. அக்கட்சி சார்பில் நடைபெற்ற பொதுக்கூட்டத்தில் நெடுஞ்செழியன் தன்னிலை விளக்கம் கொடுத்தார்.”தனது கட்சியில் தனிநபர் வழிபாடு இருக்காது; நான் என்ற சொல் ஆதிக்கம் செலுத்தாது; நாம் என்ற சொல் ஆட்சி புரியும்” என்றெல்லாம் குறிப்பிட்டார். அதாவது, தி.மு.க.வில் தனிநபர் வழிபாடு தலைதூக்கியதுதான் தனது விலகலுக்கு காரணம் என்று குறிப்பிட்டார் நெடுஞ்செழியன்.

ஆனால்,தனிநபர் வழிபாடு உச்சத்தில் இருந்த எம்.ஜி.ஆர் தலைமையிலான அ.தி.மு.க.வில் பின்னாளில் அவர் இணைந்தார். எம்.ஜி.ஆர் மறைவுக்குப் பிறகு ஜானகி அணி ஜெயலலிதா அணி என்று பிரிந்தபோது ஜெயலலிதா அணியில் இணைந்தார்.இந்தக் காலங்களில் அ.தி.மு.க.வில் தனிநபர் வழிபாடு அளவு கடந்து இருந்தபோதிலும் நெம்பர் 2 என்ற இடத்தை தக்கவைத்துக் கொண்டு அமைச்சர் பொறுப்புகளையும் கட்சிப் பொறுப்புகளையும் வகித்து வந்தார் நாவலர்.

முன்னதாக ஜெயலலிதா அணியில் இருந்தபோது ஜெயலலிதாவோடு முரண்பட்டு,அங்கிருந்து வெளியேறி க. ராசாராம்,அரங்கநாயகம்,பண்ருட்டி ராமச்சந்திரன் ஆகியோருடன் இணைந்து ‘நால்வர் அணி’ என்ற அமைப்பை துவங்கினார். அவர்களுக்கு பதிலடி கொடுக்கிறபோது,. ‘அவர்கள் என் தலையில் இருந்து உதிர்ந்த ரோமங்கள்’ என்று தரம் தாழ்ந்து விமர்சித்தார் ஜெயலலிதா. அண்ணாவால் ‘தலைமை ஏற்க வா’ என்று அழைக்கப்பட்ட மூத்த திராவிட இயக்க தலைவர் பட்டபாடு இது.எனினும் ஜெயலலிதா ஆட்சிக்கு வந்த பிறகு அவரோடு சேர்ந்து அமைச்சரானார் நெடுஞ்செழியன்.ஜெயலலிதா முதல்வரான 1991-க்குப் பிறகும் கூட,அ.தி.மு.க-விலிருந்து விலகி ஆர்.எம். வீரப்பன் திருநாவுக்கரசர்,ராஜ கண்ணப்பன் போன்றவர்கள் தனி அமைப்புக்கள் துவங்கினர்.இந்தப் பிளவுகள் அத்துணையிலும் கொள்கை, சித்தாந்தப் பிரச்னைகள் எதுவுமில்லை.

தி.மு.க., அ.தி.மு.க. அணுகுமுறை

உட்கட்சிப் பிளவுகளை எதிர்நோக்குவதில் தி.மு.க.வுக்கும் அ.தி.மு.க.வுக்கும் சில வேறுபாடுகள் உண்டு என்று ‘திராவிட இயக்கத்தில் பிளவுகள்” என்ற நூலை எழுதிய மறைந்த முனைவர் கோ.கேசவன் குறிப்பிடுகிறார்;

"அஇஅ.தி.மு.க. தனிநபர் கவர்ச்சி வாதத்தாலும்,வெகுஜனரஞ்சக ஈர்ப்பு வாதத்தாலும் (populism)கட்டப்பட்ட அமைப்பாகும். இதில் பிளவுகள் அல்லது விலகல்கள் ஏற்படும் பொழுது திராவிட இயக்கத்தின் முழக்கஙளின் கீழ் அரசியல் கிளர்ச்சிகளை உருவாக்கி தமக்குரிய வாய்ப்புகளை தேட வேண்டிய அவசியம் குழுக்களுக்கு இல்லை;பரபரப்பு அறிக்கை,திடீர் விலகல் அறிவிப்பு, அதிர்ச்சியான செயல்கள்,பலரை விலக்குதல்,காரணமற்ற முறையில் எதையும் செய்தல் என்பன போன்ற அதிரடி நடவடிக்கைகள்

கையாளப்படுகின்றன" என்று குறிப்பிடுகிறார். (அலைகள் வெளியீட்டகம்; 1994).ஜெயலலிதா மறைவுக்குப் பிறகு நடந்து வரும் பன்னீர்செல்வம் பிரிவு,எடப்பாடி பிரிவு,சசிகலா பிரிவுகளுக்கு இடையில் நடக்கும் மோதல்களும் கிட்டத்தட்ட இதே தன்மையில் இருந்து வருவதை பார்க்கிறோம்.

திராவிட இயக்கத்தில் பிளவுகள் ஏற்படுவதற்கு கட்சிக்குள் இருந்த பல நிலைமைகள் காரணங்களாக இருந்திருக்கலாம் ஆனால் ஒரு கட்சி ஆட்சியிலிருந்து அகற்றப்படுவது அந்தக் கட்சியின் செயல்பாடுகள் மீது மக்கள் அதிருப்தி கொண்டிருக்கிறார்கள் என்பதன் வெளிப்பாடு. அந்நிலையில் கட்சிக்குள் போர்க்கொடி உயர்த்துபவர்கள்,மக்களின் உணர்வு,மக்களின் தேவைகளை பிரதிபலிக்கக் கூடிய வகையில் தங்களது கட்சித் தலைமை எப்படி செயல்படவில்லை என்கிற விமர்சனங்கள்,மாற்றான கொள்கைகளை கட்சிக்குள் பேசலாம். மாறாக, பதவிக்கான போட்டி, தலைமைக்கான போட்டி, வாய்ப்புகளை தேடி எதிரணிக்கு தாவுவது போன்ற வகையில்தான் பிளவுகள் ஏற்பட்டுள்ளன .

ஆனால் மாறி மாறி திராவிட இயக்க கட்சிகள் ஆட்சிக்கு தேர்ந்தெடுக்கப்படுவது,பிறகு நிராகரிக்கப்படுவது என்கிற நிகழ்வுகள் ஒரு வரலாற்று உண்மையை எடுத்துக்காட்டுகிறது. தமிழக உழைக்கும் மக்களின் வாழ்வாதார தேவைகளை நிறைவேற்ற ஒரு அடிப்படை மாற்றம் தேவைப்படுகிறது.திராவிட இயக்கங்கள் சில விஷயங்களில் சாதித்து இருந்தாலும் பெருமளவிற்கு மக்களின் வாழ்க்கையில் குறிப்பிடத்தக்க முன்னேற்றத்தை அவர்களால் சாதிக்க இயலவில்லை.இந்தப் போதாமை கட்சிக்குள்ளும் விரிசல்களை ஏற்படுத்தி,அவை பல பிளவுகளாகவும் வெளிப்படுகிறது.

கட்சித் தலைமையால் வெளியேற்றப்பட்டு புது அமைப்புகள் கண்டவர்களும் மக்களின் அடிப்படைத் தேவைகளை நிறைவேற்றுவதற்கான சமூக-பொருளாதார பண்பாட்டு மாற்று செயல் திட்டத்தை முன்வைத்ததில்லை.இது,தமிழகம் சந்தித்த பெரும் குறைபாடாக உள்ளது. எதிர்காலத்தில் இந்தக் குறைபாடு நீக்கப்படவேண்டும்.பெருவாரியான உழைக்கும் மக்கள் சார்ந்த, அவர்களின் நலனையே முதன்மைப்படுத்திய மாற்று அரசியல்,மாற்று திட்டம் தேவை.இதனையே திராவிட இயக்ககளில் ஏற்பட்ட பிளவுகளின் வரலாறு எடுத்துரைக்கிறது.

45

ஊழல்தான், திராவிட இயக்க பரிணாம வளர்ச்சியா?

1996 வரை ஆட்சியில் இருந்த அ.தி.மு.க. அரசாங்கம் ஏராளமான ஊழல் குற்றச்சாட்டுகளுக்கு ஆளானது.முதலமைச்சர் ஜெயலலிதா மீது பல ஊழல் குற்றச்சாட்டுகள் சுமத்தப்பட்டன.1996-ஆம் ஆண்டு அ.தி.மு.க. தேர்தலில் தோற்கடிக்கப்பட்ட பிறகு,ஜெயலலிதா மற்றும் பல அ.தி.மு.க. முன்னாள் அமைச்சர்கள் மீது ஏராளமான ஊழல் வழக்குகள் தொடுக்கப்பட்டது.இந்த வழக்குகள் பல ஆண்டுகளாக நடைபெற்றன. ஜெயலலிதா டிசம்பர், 7, 1996-ஆம் ஆண்டு ஊழல் வழக்குகளில் கைது செய்யப்பட்டார்.

டான்சி வழக்கு எனப்படும் வழக்கிலும் வேறு பல வழக்குகளிலும் ஜெயலலிதா விடுதலை செய்யப்பட்டார்.ஆனால், சொத்துக்குவிப்பு வழக்கில் உச்சநீதிமன்றம் குற்றவாளியாக அறிவித்தது. பின்னர், 4 ஆண்டு சிறை தண்டனையும், 100 கோடி ரூபாய் அபராதமும் ஜெயலலிதாவிற்கு விதிக்கப்பட்டது.

ஜெயலலிதா இறப்பிற்கு பிறகு இரண்டு மாதங்கள் கழித்து 2017 பிப்ரவரியில் வெளிவந்த உச்சநீதிமன்ற தீர்ப்பு முதலமைச்சராக இருந்த ஜெயலலிதாவை கடும் சொற்களால் சாடியது. ரூ.2.01 கோடி ஆக இருந்த ஜெயலலிதாவின் சொத்து மதிப்பு, 1996 ஆம் ஆண்டில் ரூ.66.44 கோடி ஆக அதிகரித்தது என்பதை சுட்டிக்காட்டிய உச்ச நீதிமன்றம் இதற்கு ஜெயலலிதாவும் சசிகலாவும் அவரது உறவினர்களும் கூட்டாக சதிசெய்து முறைகேடுகளில் ஈடுபட்டதாக நீதிமன்றம் தன்னுடைய தீர்ப்பில் வெளிப்படுத்தியது.

இந்தத் தீர்ப்பின் அடிப்படையில்தான் சசிகலாவும் அவரது இரண்டு உறவினர்களும் ஜெயலலிதாவின் ஊழல்களுக்குத் துணையாக இருந்தனர் என்று சொல்லி சிறை வைக்கப்பட்டனர். 4 ஆண்டுகள் சிறைக்கு அனுப்பப்பட்டனர்.

1990-1996 அ.தி.மு.க. ஆட்சியில் அனைத்துத் துறைகளிலும் ஊழல் நிரம்பி வழிந்தது. இயற்கை வளங்களைக் கூட தமிழக ஆட்சியாளர்கள் விட்டுவைக்கவில்லை. 1990-களில் நவீன தாராளமயக் கொள்கைகளின் ஒரு பகுதியாக, கிரானைட் உள்ளிட்ட கனிம வளங்களை தனியாருக்கு விட்டு, தனியார் இயற்கை

வளங்களைக் கொள்ளையடிக்கும் சட்டவிரோத சாம்ராஜ்யம் இந்த காலகட்டத்தில் உருவாகத் தொடங்கியது. அது தி.மு.க. ஆட்சிக் காலத்திலும் தொடர்ந்தது.

தமிழகம் ஏராளமான கனிம வளங்களைக் கொண்ட மாநிலம். அவற்றை முறையாக நிர்வகித்து, செயல்பட்டால் அரசாங்கத்திற்கு பெரும் அளவில் வருமானம் வர வாய்ப்புள்ளது. அதனால், மக்களுக்கு ஏராளமான நலத்திட்டங்களையும் வேலைவாய்ப்புக்களையும் ஏற்படுத்த இயலும். ஆனால் தமிழகத்தை ஆண்டவர்கள் அந்த கனிம வளங்களை தனியார் கொள்ளைக்கு அனுமதித்து, சுயலாபம் அடைவதில்தான் கண்ணும் கருத்துமாக இருந்து வந்துள்ளனர். இதே போன்று, மணல் கொள்ளையும் தீவிரமாக நடந்தது.

ஊழல் பின்னணி

தமிழக அரசியல், ஊழல் மயமானதற்கான ஒரு முக்கியக் காரணம் அதீத தேர்தல் செலவுகளை திராவிடக் கட்சிகள் மேற்கொள்வதுதான். இந்தியாவிலேயே தேர்தலில் போட்டியிடும் வேட்பாளருக்கு அதிகமாகச் செலவு செய்யக்கூடிய மாநிலமாக தமிழகம் இருந்து வருகிறது. இது 1990-களில் தொடங்கியது. மேலும் மேலும் உச்சத்தில் இருந்து வருகிறது. தேர்தலே முழுக்க பணம் வெள்ளமாக பாயும் திருவிழாவாக நடத்தப்படுகிறது. இந்தத் தேர்தல் செலவை ஆட்சிக்கு வருகிற கட்சி பெரும் ஊழல்களை செய்து பண வேட்டையாடி 5 ஆண்டுகாலமாகச் சேர்க்கின்றனர்.

ஆட்சி அதிகாரம், கொள்ளை அடிப்பதற்கும், சொத்து சேர்ப்பதற்குமான ஒருவழியாக இருப்பதால் அமைப்பின் மேல்மட்டத் தலைவர்கள் முதற்கொண்டு கீழ்மட்டம் வரை பொதுவாக திராவிடக் கட்சிகளிடம் பிடிப்புடன் இருந்து வந்துள்ளனர். அமைப்பு அவர்களுக்கு பலமாக இருப்பதற்கு ஒரு முக்கியமான பசையாக ஊழல் இருந்து வருகிறது. மக்களுக்குத் தாற்காலிக நிவாரணம் அளிக்க பல நலத்திட்டங்களை மேற்கொள்வதும், அதனை முன்னிறுத்தி, மக்கள் நலம் காக்கும் அரசு என்ற பிம்பத்தை ஏற்படுத்திக் கொள்வதும், அந்தப் போர்வையில் பெரும் ஊழல் சாம்ராஜ்யத்தை நடத்துவதும் இந்தக் காலத்தில் வலுவாக நடந்து வருகிறது. இதனால் திராவிட இயக்கக் கொள்கைகள் பொதுவாக மக்களிடம் எடுத்துச் செல்லப்படவில்லை.

சில சந்தர்ப்பங்களில் பெயரளவிற்கு திராவிட கொள்கைகளை அவர்கள் பேசுவதுண்டு.

திராவிட இயக்கக் கட்சிகள் பொதுவாக தமிழகத்தின் பிரதேச முதலாளித்துவத்தை பலப்படுத்தி முதலாளிகளின் நலனை பாதுகாக்கும் கட்சிகளாக செயல்பட்டு வந்துள்ளன. நவீன தாராளமயக் கொள்கைகள் முதலாளித்துவத்தை பலப்படுத்தும் கொள்கைகள். இந்தக் கட்சிகள் ஆட்சியில் இருக்கும்போது அதனையே பின்பற்றுகின்றனர். அந்தக் கொள்கைகளோடு இணைபிரியாத அங்கமாக ஊழல் இருக்கும். எனவே, இந்தக் கட்சிகள் தங்களை நிலைநிறுத்திக்கொள்ள ஊழலை முக்கிய வழிமுறையாக பின்பற்றுகின்றனர்.

1962 பிப்ரவரி *22* அன்று காஞ்சிபுரத்தில் நடைபெற்ற (நாடாளுமன்றத் தேர்தல்) பொதுக்கூட்டத்தில் பேசிய அண்ணா எதிர்த்தரப்பில் நிற்கிற காங்கிரஸ் கட்சி வேட்பாளர் வாக்காளர்களுக்கு ஐந்து ரூபாய் பணம் கொடுத்ததை மிகவும் கிண்டலாகவும் வன்மையாகவும் கண்டித்து பேசிய ஒரு பேச்சு இன்றைக்கும் ஊடகங்களில் உலா வருகிறது. ஆனால், வாக்காளர்களுக்குப் பணம் கொடுப்பது என்பது ஒரு கலாச்சாரமாக மாற்றப்பட்ட ஒரு நிலையை இன்று நாம் காண்கிறோம். வாக்காளர்களுக்குப் பண விநியோகமும், பிரம்மாண்டமான தேர்தல் செலவுகளும் செய்வதற்காக ஆட்சி அதிகாரத்தைப் பயன்படுத்தி ஊழல் நடவடிக்கைகளை மேற்கொள்வது என்கிற நடைமுறை தமிழகத்தில் ஆழமாக வேரூன்றியுள்ளது.

1991 - 1996 ல் அ.தி.மு.க. ஆட்சிக் காலத்தில் தன்னைப் பற்றி ஜெயலலிதா சட்டமன்றத்தில் பேசும்போது "நூறு ஆண்டு கால திராவிட இயக்கத்தின் இன்றைய பரிணாம வளர்ச்சி நான்" என்று தடாலடியாகப் பேசினார். அவர்தான் பின்னாளில் இந்திய நாட்டில் பதவியில் இருக்கும் போதே ஊழல் வழக்கில் தண்டிக்கப்பட்டு சிறைக்குப் போன ஒரே முதலமைச்சர் என்ற பெயர் பெற்று,தமிழகத்தில் கறை படிந்த ஒரு சரித்திரத்தையும் படைத்தார். மெகா ஊழல்கள் தான் திராவிட இயக்கத்தின் பரிணாம வளர்ச்சியா என்ற கேள்வி எழுகிறது.

ஊழலும் கருத்து சுதந்திரமும்

ஊழல் ஆட்சி நடத்துகிற ஆட்சியாளர்கள் வழக்கமாகத் தங்கள் மீதான எதிர்ப்புகளை சகித்துக் கொள்வதில்லை. அ.தி.மு.க.

ஆட்சியில் பல அடக்குமுறை சட்டங்கள், வழக்குகள் என எதிர்ப்பவர்கள் மீது ஏவி விடப்பட்டன. ஊழலை அம்பலப்படுத்துகிற பத்திரிகையாளர்கள் மீது சர்வாதிகாரமாக அடக்குமுறையை ஏவி விடுவது, 1996 ஆம் ஆண்டு காலத்தில் மிகவும் அதிகரித்தது. கருத்துச் சுதந்திரத்தை பறிக்கும் வகையில் பத்திரிக்கையாளர்கள் வேட்டையாடப்பட்டார்கள்.

1991 - 1996 அ.தி.மு.க. ஆட்சிக் காலத்தில் மட்டும் 120க்கும் மேற்பட்ட அவதூறு வழக்குகள் பத்திரிகையாளர்கள் மற்றும் எதிர்க்கட்சித் தலைவர்கள் மீது போடப்பட்டது. 1996 தேர்தல்கள் நெருங்கிய சூழலில் பல வழக்குகள் வாபஸ் பெறப்பட்டாலும் அ.தி.மு.க. ஆட்சிக்கு வரும்போதெல்லாம் ஆட்சியை விமர்சிக்கும் ஊடகங்களையும், எதிர்க்கட்சிகளையும் ஒடுக்குகிற நடைமுறை இருந்துவந்துள்ளது.

சித்தாந்த பலவீனம்

பெரியார், அண்ணா காலத்தில் திராவிட கொள்கைகள்தான் பெரும்பாலும் முன்னிறுத்தப்பட்டன. தலைவர்களை துதிபாடும் போக்கு அன்று அவ்வளவாக வரவில்லை. இதனால் கொள்கைகளைப் பேசும் விவாத நடைமுறை இருந்தது. அன்று எதிர்க்கட்சி வரிசையில் இருந்த காங்கிரஸ், கம்யூனிஸ்ட் கட்சிகளும் சித்தாந்தங்கள் குறித்த வாதப் போரில் ஈடுபட்டனர். அதிக அளவில் கொள்கை, சித்தாந்தங்கள் பற்றிய எழுத்தும் பேச்சும் தமிழகத்தை வலம் வந்தன. இதில் அறிவுத்துறை மட்டுமல்லாது சாதாரண மக்களும் கணிசமாக ஈர்க்கப்பட்டனர்.

அப்படிப்பட்ட ஓரளவு தரமிக்க விவாத நடைமுறை அரசியலில் ஒரு கலாச்சாரமாகவே இருந்தது. ஆனால், 1991-1996 காலகட்டத்தில் ஜெயலலிதாவை மையமாக வைத்து தலைவர் துதி பாடும் போக்கு உச்சத்திற்குச் சென்றது. அவர் கலந்துகொள்ளும் நிகழ்ச்சிகள்,. மற்றும் அவரது பிறந்த நாள் கொண்டாட்டங்களின்போது பெரும் பொருட்செலவிலான விளம்பரங்கள் மேற்கொள்ளப்பட்டன. அவர் கடவுள் தேவதையாக போற்றப்பட்டார். சிற்றூர் முதல் பெருநகரங்கள் வரை இத்தகைய விளம்பரங்கள் தமிழகம் முழுவதும் செய்யப்பட்டன.

இதற்கான பணத்தைத் திரட்டுவதற்கு ஊழல் முக்கிய வழிமுறையாக பயன்பட்டது. அடுக்கடுக்கான ஊழல்கள் அனைத்து மட்டங்களில் நடந்திட இது வழிவகுத்தது. அமைச்சர்கள்,

அதிகாரிகள் என மேல்மட்டத்திலிருந்து கீழ் மட்ட நிர்வாகம் வரை ஊழல் நீக்கமற நிறைந்திருந்தது. பெரும் விளம்பர செலவுகள் அரசங்கப் பணத்திலும் ஊழல் பணத்திலும் செய்யப்படுவதாக மக்கள் மத்தியிலும் பேசப்பட்டது.

தனிநபர் வழிபாட்டுக் கலாச்சாரம் அதிகரித்ததற்கு ஜெயலலிதா உள்ளிட்ட தனிநபர்கள் காரணம் என்றாலும் கூட மேலும் ஆழமான காரணங்கள் உண்டு. குறிப்பிட்ட சித்தாந்தமும் கொள்கைகளும் மக்கள் மத்தியில் சிறிது சிறிதாக செல்வாக்கினை இழக்கிற நிலை பல காரணிகளால் ஏற்படுகிற போது தனிநபர் போற்றும் கலாச்சாரம் முட்டுக் கொடுக்கிற ஒரு கருவியாக பயன்படுகிறது. தொடக்கக் காலத்தில் பிற்பட்ட, அடித்தட்டு மக்கள் நலனுக்கான கொள்கைகளாக திராவிட கொள்கைகள் பிரச்சாரம் செய்யப்பட்டன.

ஆனால், அதிகாரத்தில் திராவிடக் கட்சிகள் அமர்ந்தபோது அவர்கள் மேல்தட்டு பிரிவினருக்காக, குறிப்பாக பிரதேச முதலாளிகள் பிரிவினருக்கான நலன்களுக்காக ஆட்சி நடத்தினர். இவை மக்கள் மத்தியில் ஏற்படுத்தும் எதிர்மறையான தாக்கத்தை தவிர்ப்பதற்கு தனிநபரை கடவுளாக போற்றும் கலாச்சாரம் கட்டமைக்கப்படுகிறது. எம்.ஜி.ஆர் காலத்தில் வேரூன்றிய இந்தப் போக்கு அ.தி.மு.க., தி.மு.க. கட்சிகள் ஆட்சியில் இருந்தபோதும்,அவை எதிர்க்கட்சி வரிசையில் இருந்தபோதும் தொடர்ந்தது.இதற்கு சித்தாந்த பலவீனமும் முக்கிய காரணம்.

46

கானல் நீரான கட்சி ஜனநாயகம்

அதிகமான மக்கள் ஆதரவைப் பெற்று 1991-ஆம் ஆண்டு தமிழகத்தில் ஆட்சிக்கு வந்த அ.தி.மு.க. அரசு அடுத்த 5 ஆண்டுகளில் மக்கள் நம்பிக்கையை இழந்து, தோல்வியை சந்தித்த ஒரு வினோதம் தமிழகத்தில் நடந்தது. 1991 ஆம் ஆண்டு தேர்தலில் வரலாறு காணாத வெற்றியை கண்டது அ.தி.மு.க.; அடுத்த 1996 ஆம் ஆண்டு சட்டமன்றத் தேர்தலில் பெரும் தோல்வியை ஜெயலலிதா தலைமையிலான அ.தி.மு.க. சந்தித்தது. அ. தி.மு.க.வுக்கு எப்படி இந்த வீழ்ச்சி குறுகிய காலத்தில் ஏற்பட்டது?

எம்.ஜி.ஆர் அ.தி.மு.க.விற்கு தலைமை தாங்கியபோதும், கருணாநிதி தலைமை தி.மு.க.வில் இருந்த காலங்களிலும், மக்கள் அவர்கள் மீது நம்பிக்கை இழந்து தோல்வியை அவ்வப்போது தந்துள்ளனர். ஒவ்வொரு தோல்விக்கும் பின்னால் அ.தி.மு.க., தி.மு.க. ஆட்சிகள் மீதான அதிருப்தியை மக்கள் தேர்தல்கள் வழியாக வெளிப்படுத்தினர். இதன் தொடர்ச்சியாக 1996-லும் அ.தி. மு.க.விற்கு தோல்வியை பரிசாக மக்கள் அளித்தனர்.

அடித்தட்டு மக்களின் நலனில் அக்கறை கொள்ளாமல், ஊழல், சுயநலப் பாதையில் செல்கிறபோது மக்கள் பதிலடி கொடுத்து வந்துள்ளனர். ஜெயலலிதா தலைமையிலான அ.தி.மு.க. அரசாங்கம் மக்களின் நலனில் அக்கறை கொள்ளாதது மட்டுமல்ல, ஜனநாயக நெறிமுறைகளுக்கு மாறாக எதேச்சதிகார நடவடிக்கைகளில் ஈடுபட்டதையும், அளவுகடந்த ஆடம்பரம், தனி நபர் துதி போன்றவற்றில் ஈடுபட்டதையும் மக்கள் விரும்பவில்லை. தனது கட்சியின் பெயரில் "திராவிட" என்கிற சொல்லைச் சேர்த்திருந்தபோதிலும், திராவிட இயக்கத் தலைவர்கள் பேசிய சில இலட்சியங்களை நோக்கிய பாதையில் ஜெயலலிதா அரசாங்கம் செல்லவில்லை. ஏழைகளின் சிரிப்பில் இறைவனைக் காண்போம் என்று அண்ணா பேசிய கருத்துக்கு மாறாக ஏழைகளின் அரசாங்கமாக ஜெயலலிதா ஆட்சி செயல்படவில்லை.

ஜெயலலிதா ஆட்சிக்கு வந்த போது திராவிட இயக்கம் தோன்றி எண்பது ஆண்டுகளுக்கு மேலானது; ஆனால் அடித்தட்டு மக்களுக்கு சமூகப் பொருளாதார நீதி, பகுத்தறிவு போன்ற கொள்கைகளும் தமிழகத்தில் நிலைப்பெற்று விட்டதாக சொல்ல

முடியாது. மாநில அதிகாரம் கைக்கு வந்த நிலையில் இந்த கொள்கைகளை அமலாக்குவதற்கான பார்வையோ, செயல் திட்டமோ இல்லாமல் இந்த ஆட்சிகள் இயங்கின.

அதிகார மையங்கள்

1996-ஆம் ஆண்டு தேர்தலில் ஒரு முக்கியத் திருப்பமாக காங்கிரஸ் கட்சி தமிழகத்தில் பிளவுபட்டது. அன்று காங்கிரசின் தலைவராகவும் அகில இந்திய அளவில் கட்சிக்குள் செல்வாக்கு பெற்ற தலைவராக இருந்த ஜி.கே.மூப்பனார் கட்சியின் மத்திய தலைமையின் தமிழக தேர்தல் கூட்டணி பற்றிய முடிவை ஏற்றுக்கொள்ளாமல் தனது ஆதரவாளர்களோடு கட்சியிலிருந்து வெளியேறினார். அவரது தலைமையில் தமிழ் மாநில காங்கிரஸ் என்ற புதிய கட்சி உருவானது. இது, தேர்தலை ஒட்டிய சில தேவைகளின் அடிப்படையில் நடந்தாலும் காங்கிரஸ் உள்ளிட்ட அகில இந்திய கட்சிகளின் செயல்பாடு இதற்கு அடிப்படைக் காரணமாக இருந்தது.

பொதுவாக, காங்கிரஸும் பாஜகவும் அகில இந்தியத் தலைமை விடுக்கிற ஆணைகளுக்கும் எடுக்கிற முடிவுகளுக்கும் அடிபணியும் அமைப்புக்களாக, மாநில அமைப்புகள் உள்ளிட்ட கீழ்மட்ட அமைப்புகள் இருக்கவேண்டும் என்கிற கட்டாயம் உள்ளது. கட்சிக்குள் மத்திய தலைமையும், அதற்கும் மேலாக தனிப்பட்ட தலைவரும் எடுக்கிற முடிவுக்கு கீழ்மட்டம் அடிபணிந்து நடக்க வேண்டும். அப்படிப்பட்ட ஜனநாயகத்திற்கு இடமில்லாத ஒரு கட்சி அமைப்பைத்தான் இந்த அனைத்திந்திய கட்சிகள் பின்பற்றி வருகின்றன. இதன் காரணமாக அவ்வப்போது கருத்து வேறுபாடுகள் வெளிப்பட்டு, உடைப்புகள், பிளவுகள் ஏற்படுவதுண்டு.

இந்திய அரசியலில் இயங்கும் கட்சிகள் பலவற்றில் ஜனநாயகம் இல்லை. விடுதலைப் போராட்டத்தின்போது இந்தியாவில் இயங்கிய அரசியல் இயக்கங்கள் பல்வேறு அரசியல், சித்தாந்த நீரோட்டங்கள் கொண்டனவாக செயல்பட்டன. அதையொட்டி தீவிரமான விவாதங்களும் நிகழ்ந்தன. விடுதலைக்குப் பிறகு காலப்போக்கில் இந்தப் பாரம்பரியம் மங்கிப்போனது.

கட்சியிலும் ஆட்சியிலும் குறிப்பிட்ட சிறு கூட்டம் ஆதிக்கம் செலுத்தும் நிலையும் ஏற்பட்டது. காங்கிரசில் இந்திரா காந்தி

தலைமை இருந்தபோது அவர் அனைத்து அதிகாரங்களும் கொண்டவராக செயல்பாட்டார். தற்போதைய நரேந்திர மோடி காலம் வரை இது நீடித்து வருகிறது. அ.தி.மு.க., தி.மு.க. உள்ளிட்ட மாநில கட்சிகளிலும் இந்த சர்வாதிகார தனிநபர் அதிகார மையங்கள் இயங்கும் நிலை இருந்து வருகிறது. முதலாளித்துவ மேல்தட்டுக் கூட்டத்தின் நலனை வளர்க்கிற கொள்கைகளை தங்கு தடையின்றி அமலாக்கிட, கட்சிக்குள் தனிநபர் அதிகார மையங்கள் இருப்பது அவசியமாகிறது. இதனாலும் அடித்தட்டு ஏழை மக்கள் பாதிப்புக்கு உள்ளாகின்றனர்.

1996 - ல் அன்றைக்கு காங்கிரஸ் தலைமையில் இருந்த பிரதமர் நரசிம்மராவ் உள்ளிட்ட மத்திய தலைமை, தமிழ்நாடு காங்கிரஸ் கட்சியை அ.தி.மு.க.வோடு தேர்தலில் கூட்டணி ஏற்படுத்திக் கொள்ள வேண்டுமென்று முடிவெடுத்தது. தமிழக காங்கிரஸ் தலைமையின் விருப்பத்திற்கு மாறாக எதேச்சதிகாரமாக மத்தியத் தலைமை எடுத்த முடிவிற்கு கடுமையான எதிர்ப்பு எழுந்தது.

மூப்பனார், தனது ஆதரவாளர்களுடன் தமிழ் மாநில காங்கிரஸ் என்ற புதிய கட்சியை துவக்கினார். காங்கிரஸிலிருந்து பெரும்பகுதி தொண்டர்கள் தமிழ் மாநில காங்கிரஸில் சேர்ந்தனர். தமிழ் மாநில காங்கிரஸ் கட்சி தி.மு.க.வுடன் தேர்தல் உடன்பாடு செய்துகொண்டது. காங்கிரஸ் கட்சி மத்திய தலைமையின் வழிகாட்டுதலில் அ.தி.மு.க.வோடு கூட்டணி அமைத்தது.

1996- தேர்தலில் அ.தி.மு.க.விற்கு வெறும் நான்கு தொகுதிகள்தான் கிடைத்தன. முந்தைய தேர்தலில் 164 இடங்களைப் பெற்று, பலமான கட்சியாக இருந்த அ.தி.மு.க., மிகுந்த சரிவை சந்தித்தது. ஜெயலலிதாவும் பர்கூர் தொகுதியில் தோல்வி அடைந்தார். அமைச்சர்கள் அனைவரும் தோல்வியை சந்தித்தனர். பலர் டெபாசிட் இழந்தனர். அ.தி.மு.க.வுடன் கூட்டணி அமைத்த காங்கிரஸ் கட்சி எந்த தொகுதியிலும் வெற்றி பெறவில்லை.

தி.மு.க. 173 இடங்களைக் கைப்பற்றி மீண்டும் ஆட்சியைப் பிடித்தது. அ.தி.மு.க.வுடன் கூட்டு வைத்திருந்த தமிழ் மாநில காங்கிரஸ் 39 இடங்களைப் பெற்றது. தி.மு.க.வின் அபார வெற்றி பற்றி பேசுகிறபோது, கருணாநிதி, தேர்தல் வெற்றிக்கு முக்கியக் காரணம் ஜெயலலிதாதான் என குறிப்பிட்டார்; ஜெயலலிதா மாநிலத்தை ஆட்சி செய்த விதம்தான் தி.மு.க.விற்கு வெற்றியை பெற்றுத் தந்ததாக கருணாநிதி குறிப்பிட்டார்.

அ.தி.மு.க. எதிர்ப்பு அலை

அ.தி.மு.க. ஆட்சியில் நடைபெற்ற ஊழல்,முறைகேடுகள், அமைச்சர்களின் ஊழல்கள், நில அபகரிப்பு பொதுச் சொத்துக்களை கையகப்படுத்துதல் போன்ற முறைகேடுகள், ஜெயலலிதாவின் தோழி சசிகலா மீதான ஊழல் குற்றச்சாட்டுகள், வண்ணத் தொலைக்காட்சி வாங்கியதில் ஊழல் போன்றவையும், இவைகளை முன்வைத்து சுப்பிரமணியசாமி நீதிமன்றத்தில் வழக்கு தொடுத்து, நடந்து வந்த நீதிமன்ற நடவடிக்கைகளும் மக்களிடையே பேசு பொருளாக மாறின. கும்பகோணம் மகாமக குளத்தில் நடந்த உயிரிழப்பு, ஜெயலலிதாவின் வளர்ப்பு மகன் சுதாகரன் திருமணத்தின்போது ஏராளமான பொருட்செலவில் நடந்த ஆடம்பரங்கள் அனைத்தும் மக்களிடையே பெரும் தாக்கத்தை ஏற்படுத்தியது. வாக்காளர்களிடம் ஜெயலலிதா மீதும், ஆட்சி மீதும் அதிகமான அதிருப்தி நிலவியது. இதனை தி.மு.க. திறமையாகப் பயன்படுத்திக் கொண்டது.

ஊழல் பிரச்னை மட்டுமல்லாது, பல்வேறு தரப்பு மக்களின் வாழ்வாதாரப் பிரச்சினைகளில் அ.தி.மு.க. ஆட்சி அக்கறை காட்டவில்லை. இது, மக்களிடம் கடுமையான அதிருப்தியை ஏற்படுத்தி இருந்தது. தமிழக விவசாயிகள் அப்போது நிலவிய கடுமையான வறட்சி உள்ளிட்ட வேளாண் பிரச்சனைகள் காரணமாக கடும் பாதிப்புக்கு ஆளாகியிருந்தனர். அரசாங்கம் சரியான நிவாரண நடவடிக்கைகளை மேற்கொள்ளாத காரணத்தினால் விவசாயிகள் மிகுந்த அதிருப்தி கொண்டனர். தங்கள் எதிர்ப்பினைத் தெரிவிக்க நூதனமான போராட்ட வடிவத்தினைத் தேர்வு செய்தனர். தேர்தலில் பல தொகுதிகளில் ஏராளமான சுயேச்சை வேட்பாளர்களை போட்டியிட செய்தனர். இதன்படி, மொடக்குறிச்சி சட்டமன்றத் தொகுதியில் 1033 பேர் போட்டியிட்டு தேர்தல் கமிஷனை திணறடித்தனர்.

தேர்தல் பிரச்சாரம்

இந்தத் தேர்தலில் திராவிட கட்சிகள் இரண்டும் இரு அணியாக போட்டியிட்டு தீவிரமாக தேர்தல் பிரச்சாரம் மேற்கொண்டன. ஆனால், திராவிட இயக்க கொள்கைகள் குறித்தும், அந்தக் கொள்கைகளை முன்னெடுத்துச் செல்வதற்கான செயல்திட்டம் குறித்தும் எதுவும் பேசப்படவில்லை. உழைக்கும் மக்களின்

வாழ்வாதாரப் பிரச்சனைகள் எதுவும் பிரச்சாரத்தில் இடம் பெறவில்லை.

மாறாக, தனிப்பட்ட தாக்குதல்கள் அதிகமாக இருந்தது. ஜெயலலிதா கருணாநிதியை தனிப்பட்ட முறையில் விமர்சிப்பதிலும் தயக்கம் காட்டவில்லை. பெண்களை இழிவுபடுத்துபவர் கருணாநிதி என்றெல்லாம் பிரச்சாரத்தில் ஜெயலலிதா பேசினார். தி.மு.க. தரப்பில் அதே பாணியில் எதிர்ப் பிரச்சாரம் நடைபெற்றது.

ஜெயலலிதா தன்னை எம்.ஜி.ஆரின் வாரிசு என்று கூறி, எம். ஜி.ஆரின் பிம்பம் ஏற்படுத்திய வாக்கு வங்கியையும் பயன்படுத்த முனைந்தார். நடிகர் ரஜினிகாந்த் தனது திரைப்பட செல்வாக்கை பயன்படுத்தி தமிழக அரசியலில் ஒரு சலசலப்பை தேர்தலின் போது ஏற்படுத்தினார். தேர்தலில் ஜெயலலிதாவுக்கு எதிராக அவர் கருத்து தெரிவித்தார். "ஜெயலலிதா மீண்டும் ஆட்சிக்கு வந்தால் தமிழகத்தை ஆண்டவனால் கூட காப்பாற்ற முடியாது" என்று சொன்ன அவரது கூற்றை தி.மு.க. தனது பிரச்சாரத்தில் தனக்கு சாதகமாக பயன்படுத்திக் கொண்டது. திராவிட இயக்க வரலாற்றோடு தொடர்பற்ற ஒருவரைக் கூட, அவருக்கு மக்கள் செல்வாக்கு இருந்தால், தேர்தல் அரசியலுக்கு அவரையும் பயன்படுத்துவதற்கு திராவிட கட்சிகள் தயங்குவதில்லை. இதே ரஜினிகாந்த் பின்னர் 2004- ல் ஜெயலலிதாவை "தைரியலட்சுமி" என்று புகழ்ந்தார் என்பது ஒரு வேடிக்கை.

ஆக, தமிழக உழைக்கும் மக்களின் எதிர்காலம் பற்றிய கொள்கைத் திட்டம் எதுவும் இந்த பிரச்சாரத்தில் முன்னெடுத்துச் செல்லப்படவில்லை. இந்தத் தேர்தலில் மக்கள் தங்களுக்கான அடிப்படை பிரச்சனைகளை தீர்க்கவல்ல ஒரு ஆட்சி வர வேண்டும் என்கிற எண்ணத்தில் ஆட்சி மாற்றத்தை ஏற்படுத்தினர். தமிழகத்தில் ஒவ்வொரு முறையும் இந்த நோக்கத்தோடுதான் ஆட்சி மாற்றத்தை ஏற்படுத்தி வந்துள்ளனர். ஆனால், ஆட்சிக்கு வருகிறவர்கள் உழைக்கும் மக்களின் நலன்களை பற்றி அக்கறை கொள்ளாதது மட்டுமல்ல; சுயநல, கொள்கையற்ற அரசியல் கலாச்சாரத்தை தமிழகத்தில் ஏற்படுத்தி வருகின்றனர்.

47

உள்ளாட்சி ஜனநாயகம் படும் பாடு !!

திராவிட இயக்கங்கள் மாநிலங்களுக்கு அதிக அதிகாரம் வேண்டும் என்று தொடர்ந்து அழுத்தமாக கோரிக்கைகளை முன்னெடுத்து வந்துள்ளனர். 'மாநில சுயாட்சி', 'கூட்டாட்சி' போன்ற முழக்கங்கள் திராவிட முன்னேற்றக் கழகம் உருவான 1950-ஆம் ஆண்டுகளிலிருந்தே பேசப்பட்டு வந்துள்ளது. மாநிலங்களின் உரிமைகள், அதிகாரங்கள் குறித்து அனைத்திந்திய அளவில் கவனத்தை ஈர்த்த இயக்கமாக திராவிட இயக்கம் இருந்தது.

மார்க்சிய, இடதுசாரி இயக்கங்கள் அதிகாரங்கள் பரவலாக்கப்பட வேண்டும் எனவும், மக்கள் தங்களைத் தாங்களே ஆண்டு கொள்வதற்கு உரிய வகையில் அதிகாரங்கள் உறுதிப்படுத்த வேண்டுமெனவும், அதற்கேற்றவாறு அனைத்து அதிகார நிறுவனங்களும் செயல்பட வேண்டும் எனவும் வலியுறுத்தி வந்துள்ளனர். உண்மையில், மாநிலங்களுக்கு அதிக அதிகாரம் என்ற திராவிட இயக்க முன்னெடுப்பில் பிரதேச முதலாளித்துவ வர்க்கங்களின் பொருளாதார நலன்களும் அடங்கியிருந்தது. எனினும் மாநில சுயாட்சி கோரிக்கையில் மாநில மக்களின் நலனும் அடங்கியிருந்தது. மாநிலங்களுக்கான அதிகாரங்கள் பகிர்ந்தளிக்க வேண்டுமென்ற ஜனநாயக அழுத்தம் மாநில சுயாட்சி கோரிக்கையில் இருந்தது.

இடதுசாரிகளும் உள்ளாட்சிகளும்

இடதுசாரிகள் மாநில மட்டத்தில் மட்டுமல்லாது, கீழ் மட்டம் வரை அதிகாரப் பரவல் இருக்க வேண்டும் என்ற நோக்கம் கொண்டவர்களாக செயல்பட்டு வந்துள்ளனர். பஞ்சாயத்து அமைப்புகளின் செயல்பாட்டை மேம்படுத்துவதற்கான பார்வை இடதுசாரிகளிடம் உறுதியாக இருந்தது. மேற்கு வங்கம், கேரளம், திரிபுரா போன்ற மாநிலங்களில் இடதுசாரிகள் மாநில ஆட்சிப் பொறுப்புக்கு வந்தபோதெல்லாம் உள்ளாட்சி அமைப்புகளுக்கு அதிக அதிகாரங்களும், கூடுதலான நிதி ஒதுக்கீடுகளையும் செய்தனர். உண்மையான தன்னாட்சி அரசாங்கங்களாக உள்ளாட்சிகளை செயல்பட வைக்க அவர்கள் அதிக முக்கியத்துவம் அளித்து வந்தனர்.

1993-ம் ஆண்டு இந்திய அரசியலமைப்புச் சட்டத்தில் 73, 74 சட்டத் திருத்தங்கள் கொண்டு வரப்பட்டன. இந்தியா குடியரசாகி 43 ஆண்டுகளுக்குப் பிறகுதான், உள்ளாட்சி ஜனநாயகத்தையும், உள்ளாட்சித் தேர்தல்களையும் உறுதிப்படுத்தும் சட்டத் திருத்தங்கள் உறுதி செய்யப்பட்டன. ஆனால், இடதுசாரிகள் இந்த சட்டத் திருத்தங்களுக்கு முன்னதாகவே உள்ளாட்சி ஜனநாயகத்திற்காக போராடி வந்துள்ளதோடு, தாங்கள் ஆட்சிக்கு வந்த மாநிலங்களில் அதனை நிலைநிறுத்த முயற்சித்தனர்.

அதிகாரப் பரவலோடு மக்களே திட்டங்களை திட்டமிடும் உள்ளாட்சி ஜனநாயகத்தை கேரளாவில் 1997-ல் இடது ஜனநாயக அரசாங்கம் செயல்படுத்தியது. இந்த மக்கள் திட்டமிடலில் கேரள உள்ளாட்சி மன்றங்களுக்கு திட்டங்களை நிறைவேற்ற மாநில வருவாயில் 35 முதல் 40 சதவீதம் நிதி ஒதுக்கப்பட்டது.

திராவிட இயக்கங்களும் உள்ளாட்சிகளும்

திராவிட இயக்கங்கள் மாநிலங்களுக்கு அதிக அதிகாரம் என்கிற கோரிக்கைக்கு அளிக்கிற முக்கியத்துவத்தை உள்ளாட்சி அமைப்புகளுக்கு அளிப்பதில்லை. உள்ளாட்சி அமைப்புகளுக்கு அதிக அதிகாரம் என்ற கோரிக்கையை அலட்சியம் செய்து வந்துள்ளனர். தமிழகத்தில் தொடர்ந்து ஆட்சிப் பொறுப்பில் இருந்த அ.தி.மு.க., தி.மு.க. கட்சிகள் உளப்பூர்வமாக உள்ளாட்சி மன்றங்கள் உரிய அதிகாரங்களோடு செயல்படுவதற்கு அனுமதிக்கவில்லை. அத்துடன், தேர்ந்தெடுக்கப்பட்ட அந்த அமைப்புக்கள் சுதந்திரமாக செயல்படுவதற்கு எப்போதுமே அனுமதித்ததில்லை.

எடுத்துக்காட்டாக, அரசியலமைப்புச் சட்டத்தின் 243(A) பிரிவு கிராம சபைகளுக்கு சட்டமன்றங்கள் போன்று அதிகாரங்களை உறுதி செய்யக் கோருகிறது. ஒவ்வொரு கிராமத்திலும் செயல்படும் கிராம சபைகள் அந்த மக்களின் தேவைகளை தீர்மானங்களாக நிறைவேற்றி, ஊராட்சி மன்றங்களுக்கு வழங்கி, அவற்றை அமலாக்குவதற்கான அதிகாரம் படைத்தவையாக இருக்க வலியுறுத்தப்பட்டுள்ளது.

ஆனால், தமிழகத்தில் தொடர்ந்து வந்த மாநில அரசாங்கங்கள் கிராம சபைகளை புறக்கணித்து வந்துள்ளன. கிராம சபைகள் முறையாக கூட்டப்படுவதில்லை; வருடத்திற்கு நான்கு முறை

மட்டுமே கூட்ட வேண்டுமென சொல்லப்படுகிறது. ஆனால், பல காரணங்களை சொல்லி மூன்று முறை கூட கூட்டப்படுவதில்லை.

நகர்ப்புற உள்ளாட்சி அமைப்புகளுக்கு 18 பொறுப்புகளை அரசியலமைப்புச் சட்டம்(243-W) வழங்குகிறது. ஆனால், தற்போது 18 பொறுப்புகளில் 8-ல் மட்டுமே நகர்ப்புற உள்ளாட்சி அமைப்புகள் அதிகாரம் செலுத்த வாய்ப்புள்ளது. பெரும்பாலும் அதிகாரங்கள் அதிகாரிகளிடம் குவிந்துள்ளன. எடுத்துக்காட்டாக, சென்னையில் 'சென்னை பெருநகர் வளர்ச்சிக் குழுமம்' என்ற நிர்வாக அமைப்பு தேர்ந்தெடுக்கப்பட்ட மாநகராட்சியை விட அதிகாரம் படைத்ததாக உள்ளது. மாநகராட்சி அமைப்பு அரசியலமைப்புச் சட்டத்தால் அங்கீகரிக்கப்பட்ட அமைப்பு என்ற உண்மையை புறக்கணித்து அதிகாரிகளின் மேலாதிக்கமே நகர்ப்புற உள்ளாட்சிகளிலும் இருந்து வருகிறது.

அரசியலமைப்புச் சட்டத்தில் 243-G பிரிவு கிராமப்புற உள்ளாட்சி அமைப்புகளுக்கு 29 பொறுப்புகளை வழங்கியுள்ளது. தமிழகத்தில் ஆட்சியில் இருந்தவர்கள் இந்த அதிகாரங்களை உறுதிப்படுத்துவதற்கான சட்டங்களை கொண்டு வரவில்லை. மாறாக 29 துறைகளிலும், பஞ்சாயத்துக்கள், துறைச்செயல்பாடுகளுக்கு ஆலோசனை வழங்கலாம் என அறிவுறுத்தப்பட்டுள்ளது. மாநில அரசு திட்டங்களுக்கான பயனாளிகளைத் தேர்ந்தெடுக்கலாம்; மக்களுடைய தேவைகளுக்கு திட்டங்களை நிறைவேற்றுவதற்கு பரிந்துரைகள் செய்யலாம். அதிகாரிகளைக் கொண்ட அரசு நிறுவனங்கள்தான் எல்லா திட்டங்களையும் அமலாக்கம் செய்யும். உள்ளாட்சி உறுப்பினர்கள் துறைகள் செயல்படுத்தும் திட்டங்களைப் பார்வையிட்டு ஆய்வு செய்யலாம். இது போன்ற மேம்போக்கான அதிகாரங்கள் வழங்கப்பட்டதே தவிர, முடிவுகள் எடுக்கும் அதிகாரம் எதுவும் உள்ளாட்சிகளுக்கு வழங்கப்படவில்லை. இதன் விளைவாக மேற்கண்ட 29 பொறுப்புக்களுக்கான துறைகளுக்கும், பஞ்சாயத்துக்களுக்கும் எந்தத் தொடர்பும் இன்றி, அதிகார வர்க்கம் தன்னிச்சையாக இயங்கி வருகின்றது.

உள்ளாட்சிகளுக்கான நிதி

உள்ளாட்சி மன்றங்களுக்கான நிதி ஒதுக்கீட்டை பொறுத்தவரையில் தமிழகம் பின்தங்கிய நிலையில் இருந்துவந்துள்ளது. அரசின் வரி வருவாயில் 10 சதம் மட்டுமே உள்ளாட்சி மன்றங்களுக்கு ஒதுக்கப்பட்டு வந்துள்ளன. இந்த 10

சதவீதத்தில் 5.6 சதவீதம் கிராமப்புற உள்ளாட்சிகளுக்கும், 4.4 சதவீதம் நகர்ப்புற உள்ளாட்சிகளுக்கும் ஒதுக்கப்பட்டு வந்துள்ளது.

1996-2001 ஆண்டுகளில் 73, 74வது அரசியல் சட்டத் திருத்தங்கள் அமலாகிய சூழலில், அன்றைய தமிழக முதல்வர் கருணாநிதி அதிகாரங்களையும் நிதி ஒதுக்கீடுகளையும் உள்ளாட்சிகளுக்கு பகிர்ந்தளிப்பதற்காக ஒரு கமிட்டியை 1997 ஆம் ஆண்டு அமைத்தார். அந்த எல்.சி.ஜெயின் கமிட்டி அளித்த பரிந்துரைகள் 2001 ஆம் ஆண்டு ஜெயலலிதா ஆட்சிக்கு வந்த பிறகு கிடப்பில் போடப்பட்டன.

அனைத்திந்திய அளவிலும் மாநில அரசாங்கங்களுக்கு உள்ள அதிகாரங்களை மட்டுப்படுத்தும் பாதையில் அன்றைக்கு இருந்த காங்கிரஸ் அரசாங்கம் முயற்சி செய்தது. இதனால், கிராமப்புற, நகர்ப்புற உள்ளாட்சிகளுக்கு அரசியலமைப்புச் சட்ட அங்கீகாரத்தை அளிக்கும் 73, 74-வது சட்டத் திருத்தம் பொருளற்றதாக மாறிப்போனது. நவீன தாராளமயக் கொள்கைகள் 1990-ஆம் ஆண்டுகளில் தீவிரமாக அமலாக்கப்பட்டபோது உள்ளாட்சி ஜனநாயகம் காணாமல் போனது. தற்போது மத்திய ஆட்சியிலிருக்கும் பாஜகவிற்கு அதிகாரப் பரவலில் சிறிது கூட நம்பிக்கை இல்லை. எனவே, உள்ளாட்சி ஜனநாயகத்தின் எதிர்காலம் கேள்விக்குறியாகியுள்ளது.

1958 தமிழ்நாடு ஊராட்சி சட்டம் அறிமுகப்படுத்தப்பட்டபோது, அண்ணா அவர்களும் உள்ளாட்சி மன்றங்களுக்கு கூடுதல் அதிகாரம் கொடுக்க வேண்டுமென வலியுறுத்திப் பேசியுள்ளார். 1997 ஆம் ஆண்டு அன்றைய முதல்வர் கருணாநிதி சட்டமன்றத்தில் உள்ளாட்சி மன்றங்களுக்கு படிப்படியாக அதிகாரங்கள் பரவலாக்கப்படும் என்று உறுதியளித்தார். ஆக, திராவிட இயக்க முன்னோடிகளின் விருப்பத்தையும் கூட அவர்களின் வழிவந்தவர்கள் நிறைவேற்றவில்லை.

உள்ளாட்சி அமைப்புகளுக்கு ஒதுக்கப்படும் நிதியும் முழுமையாக மக்களுக்கு அடிப்படை வசதிகள் ஏற்படுத்த பயன்படுகிறதா என்றால் அதிலும் முறைகேடுகள் கணக்கிலடங்காத அளவில் நிகழ்கின்றன. அனைத்து மட்டத்திலும் ஊழல் தலைவிரித்தாடுகிறது. மறைந்த ராஜிவ் காந்தி ஒருமுறை குறிப்பிட்டார். டெல்லியிலிருந்து கிராமத்திற்கு ஒரு யானையை அனுப்பினால், அதன் வால்தான் கிராமத்தை சென்றடைகிறது என்றார்.

தன்னாட்சி அரசாங்கம் பகற்கனவே

'தன்னாட்சி அரசாங்கங்கள்' என்று ஆரவாரமாக உள்ளாட்சி அமைப்புக்கள் பற்றி பேசப்பட்டாலும், அனைத்தும் சொல் அலங்காரமாகவே இருந்து வந்துள்ளது. தமிழகத்திலும் அது வெறும் பகல் கனவாகவே உள்ளது.

1997-98 நிதிநிலை அறிக்கை உரையில் அன்றைய தமிழக முதல்வர் கருணாநிதி குறிப்பிட்டார். "உள்ளாட்சி அமைப்புகளுக்கு ஒப்படைக்கப்பட்டுள்ள பொறுப்புக்களின் மீதான முடிவுகளை அவ்வமைப்புகளே எடுக்கும். அம்முடிவுகளை செயல்படுத்தும் பொறுப்பு மட்டுமே அலுவலர்களிடம் இருக்கும் என்பதை திட்டவட்டமாக கூறிக்கொள்கிறேன்". ஆனால், அன்றிலிருந்து இன்று வரை இது நிறைவேறவில்லை. மாறாக, மேலும் மேலும் அதிகார வர்க்கம் மேலாதிக்கம் செலுத்துவதும், மக்கள் அந்நியப்பட்டு இருப்பதும்தான் நீடிக்கிறது.

தமிழக அரசே கொண்டு வந்த சட்டத்தின் கீழ் நகராட்சி வார்டுகளில் ஒரு வார்டு கமிட்டி அமைப்பது, கிராம சபை போன்று நகராட்சி வார்டுகளில் ஏரியா சபைகள் அமைப்பது என்றெல்லாம் சொல்லப்பட்டது. இவையெல்லாம் அமலாகியிருந்தால், மக்களுக்கான வாழ்வாதார தேவைக்கான திட்டங்களை உருவாக்குவதில் மக்களின் பங்கேற்பு இருந்திருக்கும். இதுவும் வெறும் பேச்சளவில் நின்று போனது.

சமூக நீதி இலக்குகளை எட்டிய மாநிலம் தமிழகமே என்பது போன்று பலர் பேசுகின்றனர். சமூக நீதி பாரம்பரியமும், சமூக நீதிக்கான போராட்டங்கள், இட ஒதுக்கீடு உள்ளிட்ட பல முன்னேற்றங்களை சமூக நீதிப் பயணத்தில் கண்ட மாநிலம் தமிழகம் என்பது உண்மையே. ஆனால், தமிழக உள்ளாட்சி மன்றங்களுக்கு தேர்ந்தெடுக்கப்பட்ட பட்டியலின, பட்டியல் பழங்குடி ஊராட்சித் தலைவர்ள் மீதான ஒடுக்குமுறைகள் நீடித்து வந்துள்ளன. குறிப்பாக பெண் தலைவர்களுக்கு எதிரான சாதிய ஒடுக்குமுறைகள் ஏராளமாக தமிழகத்தில் நடந்துள்ளன. அடித்தள ஜனநாயகம் எனும்போது, சமூக ஒடுக்குமுறைக்கு ஆளான விளிம்பு நிலை மனிதர்களுக்கான உரிமைகள்தான் முக்கியத்துவம் பெறுகின்றன. ஆனால், தமிழகத்தில் அவர்களுக்கான உரிமைகள் தொடர்ந்து மறுக்கப்பட்டு வந்துள்ளன.

48

கொள்கை சறுக்கல்களும், தொண்டர்களும்

தமிழகத்தில் வேரூன்றியுள்ள திராவிட கட்சிகளுக்குள் பல்லாயிரம் கருத்து வேறுபாடுகள்,மோதல்கள் போட்டாபோட்டி இருந்தாலும் ஒரு விஷயத்தில் அவர்களுக்குள் பொதுவான தன்மை காணப்படுகிறது. உயர் மட்டத்தில் இருக்கும் ஒரு தலைவர் அல்லது தலைவரோடு நெருக்கமாக உள்ள ஒன்றிரண்டு பேர் அனைத்து முடிவுகளையும் எடுக்கும் அதிகாரம் படைத்தவர்களாக இருந்து வந்துள்ளனர்.கீழ்மட்டத்தில்,மாவட்ட,ஒன்றிய கிளை கழக அளவில் செயலாற்றும் அனைத்து தொண்டர்களும் தலைவர்களும் அமைச்சர்களாக பொறுப்பேற்றவர்களும் கூட தலைமை எடுக்கிற எல்லா முடிவுகளுக்கும் மறுபேச்சின்றி உடன்பட்டு மிகவும் விசுவாசமாக செயல்படுவார்கள்.

இதனை தி.மு.க.,அ.தி.மு.க. இரண்டு கட்சிகளின் வரலாற்றிலும் காணமுடியும்.குறிப்பாக,அண்ணா இறந்த பிறகு பொறுப்புக்கு வந்த கருணாநிதி காலத்தில் படிப்படியாக தலைமைக்கு விசுவாசமாக இருக்கிறவர்கள்தான் பதவி, பொறுப்புகளுக்கு வர முடியும் என்ற நிலை உருவாகத் துவங்கியது.1972-ல் எம்.ஜி.ஆர் பிரிந்து அ.தி.மு.க. உருவான பிறகும், எம்.ஜி.ஆர் என்கிற ஒரு தனி நபருக்குக் கட்டுப்பட்ட அமைப்பாக அ.தி.மு.க. கட்சி இருந்தது. அதற்குப் பிறகு, ஜெயலலிதாவின் தலைமை அதே போன்றே நீடித்தது.கட்சிக்குள் விமர்சனம்,கேள்விகளுக்கெல்லாம் அப்பாற்பட்டதாக ஜெயலலிதாவின் தலைமை இருந்தது. ஜெயலலிதாவும் சசிகலாவும் தலைமைக்குழு போன்று செயல்பட்டனர். அனைத்து முடிவுகளையும் அவர்களே மேற்கொண்டனர். இவர்களுக்கு முழுமையான விசுவாசம் காட்டுகிறவர்கள் மட்டும்தான் அமைச்சர்கள், சட்டமன்ற உறுப்பினர்கள்,நாடாளுமன்ற உறுப்பினர்களாக பதவி பெற முடியும் என்கிற நிலை இருந்தது.

பாஜகவுடன் கொள்கை விரோத கூட்டு

கட்சித் தலைமை முழுக்க முழுக்க திராவிட அடிப்படைக் கொள்கைகளுக்கு விரோதமாக முடிவெடுத்தாலும் கட்சித் தொண்டர்கள் ஏற்றுக் கொண்டு செயல்பட வேண்டும் என்ற

கட்டாயம் உள்ளது. எதிர்த்தால் அவர்களுக்கு அரசியல் எதிர்காலம் இருக்காது.

1996-ஆம் ஆண்டு சட்டமன்றத் தேர்தலில் திராவிட முன்னேற்றக் கழகம் ஆட்சிக்கு வந்தது. நான்காவது முறையாக கருணாநிதி முதலமைச்சராகப் பொறுப்பேற்றார். 2001-வரை ஆட்சியிலிருந்த தி.மு.க.வின் ஐந்து ஆண்டுகளில் ஏற்பட்ட முக்கியமான ஒரு திருப்பம் பாஜகவுடன் தி.மு.க. ஏற்படுத்திக் கொண்ட உறவு.

அதுமட்டுமல்லாது, 1999- ஆம் ஆண்டு வாஜ்பாய் தலைமையிலான ஒன்றிய அரசில் தி.மு.க. பங்கேற்றது. ஒரு இந்துத்துவ கட்சியின் ஆட்சியில் பகுத்தறிவு நெறியில் வந்த கட்சி கூட்டு சேர்ந்து ஆட்சியில் பங்கேற்றது, திராவிட இயக்க வரலாற்றில் ஒரு கொள்கை சறுக்கலாக அமைந்தது.

ஏற்கனவே அ.தி.மு.க. இந்த சந்தர்ப்பவாதத்தை 1998-ஆம் ஆண்டு துவக்கி வைத்தது. ஜெயலலிதா தலைமையிலான அ.தி.மு.க., பாஜகவோடு கூட்டு சேர்ந்தது. இதுவும் மிகப்பெரும் சந்தர்ப்பவாத செயல்பாடாக திராவிட இயக்க கொள்கைகள் மீது பற்று கொண்டவர்கள் கருதினார்கள்.

ஆனால், இதுபோன்ற அரசியல் முடிவுகள் தலைமை எடுக்கிற போது கட்சியின் தொண்டர்கள் எவ்வாறு ஏற்றுக் கொள்கிறார்கள்? திராவிட அடிப்படைகளையே புறந்தள்ளி விட்டு முற்றிலும் சந்தர்ப்பவாத நிலை எடுக்கிற தலைமையின் முடிவிற்கு கட்சி அணிகள் ஏன் எதிர்ப்பு தெரிவிக்கவில்லை? கட்சியின் தொண்டர்கள் இவற்றை ஜீரணித்துக் கொண்டு எப்படி கடந்து போனார்கள்? இக்கேள்விகளை திராவிட இயக்க வரலாறு எழுதிய பலர் கண்டுகொள்ளவில்லை.

பாஜகவோடு கூட்டு சேர்ந்தது தவறு என்று ஜெயலலிதா இறந்த பிறகும் கூட சொல்வதற்கு அ.தி.மு.க.வில் யாரும் முன்வரவில்லை. சில ஆண்டுகளுக்கு முன்பு தூத்துக்குடியில் நடந்த ஒரு பொதுக்கூட்டத்தில், நீண்டகாலம் அ.தி.மு.க. தலைவராகவும், அமைச்சராகவும் இருந்த கடம்பூர் ராஜூ பேசினார்:

"1998- ஆம் ஆண்டுகளில் பாரதிய ஜனதா கட்சி வகுப்புவாத கட்சி என்று கருதப்பட்டது. ஜெயலலிதா முன்னாள் பிரதமர் வாஜ்பாய் அவர்களுக்காக பாஜகவை ஆதரித்தார். அன்றைக்கு அ.தி.மு.க. ஆதரவு இல்லாமல் போயிருந்தால், பாஜக மத்தியில்

அதிகாரத்திற்கு வந்திருக்க முடியாது"' என்று மிகவும் பெருமையாக கடம்பூர் ராஜு பேசினார். *(DTNEXT,ஜனவரி 22,2018)*

பின்னாளில் பாஜகவுடன் கூட்டு சேர்ந்தது தவறு என்ற தொனியில் ஜெயலலிதாவும் கருணாநிதியும் பல சந்தர்ப்பங்களில் பேசினாலும், 1998, 1999- ஆம் ஆண்டுகளில் பாஜகவுடன் கூட்டு சேர்ந்தது, தமிழகத்தில் பாஜக உள்ளே நுழைய ஒரு வாய்ப்பை ஏற்படுத்தியது. ஒரு பகுதியினர் மத்தியில் பாஜகவும் 'ஒரு நல்ல கட்சி;அதனுடைய தலைவர்களும் நல்ல தலைவர்கள்' என்கிற ஒரு கருத்தினை உருவாக்குவதற்கு திராவிட கட்சிகள் அவர்களோடு சேர்ந்தது உதவியது என்பதை மறுப்பதற்கில்லை.

இன்றுவரை இந்துத்துவ சித்தாந்தத்தை தமிழ் அடையாளத்துடன் இணைத்துக்கொண்டு தமிழக மக்கள் மனதில் பதியவைக்க சங்கப் பரிவாரங்கள் முயற்சித்து வருகின்றனர். இதற்கு களம் அமைத்து கொடுத்தது 90-களில் தி.மு.க., அ.தி.மு.க.விற்கு ஏற்பட்ட கொள்கை சறுக்கல்கள்.

தலைமையின் மீது விசுவாசம்

மேல்மட்ட தலைமை எடுக்கும் எவ்வித கொள்கை நிலைப்பாடுகளும் மாவட்ட, ஒன்றிய, கிளை மட்டத்திலான தொண்டர்களிடம் எதிர்ப்பை ஏற்படுத்துவதில்லை; தலைமைக்கு எதிராக கேள்வி எழுப்புவது தலைமையின் மீதான விசுவாசத்திற்கு பாதிப்பை ஏற்படுத்தும் என்பதால் யாரும் கேள்வி கேட்பதில்லை. அப்படியே சிலர் எதிர்ப்புக் கருத்தை வெளிப்படுத்தினால் அவர்கள் கட்சியிலிருந்து வெளியேற்றப்படுவார்கள்.

இதுவே திராவிட கட்சிகளின் நடைமுறையாக இருந்து வந்துள்ளது. கட்சியின் மீதான முழுமையான விசுவாசம் அமைப்பின் மேலிருந்து கீழ் வரை மிகவும் கவனத்துடன் கட்டமைக்கப்படுகிறது. ஒரு காலத்தில் திராவிட இயக்க கொள்கைகளை வலுவாக மக்களிடம் பிரச்சாரம் செய்கிற மாவட்ட,வட்டார தலைவர்களுக்கு முக்கியத்துவம் கொடுக்கப்பட்டது. ஆனால் ஆட்சிக்கு வந்த பிறகு இரண்டு கழகங்களிலும் கொள்கை விசுவாசத்தை விட தலைமை மீதான விசுவாசமே பிரதானமாக இருந்தது.

தீவிர விசுவாசிகளுக்கு மட்டும்தான் தேர்தலில் நிற்பதற்கான வாய்ப்பும் அளிக்கப்பட்டது.சட்டமன்ற,பாராளுமன்ற தேர்தல்களில் வேட்பாளர்கள் தேர்வில் முக்கியமாக 3 அம்சங்கள் கணக்கில்

எடுத்துக் கொள்ளப்படுகிறது. ஒன்று, கட்சித் தலைமை மீதான முழுமையான விசுவாசம்; அ.தி.மு.க.வில் ஜெயலலிதா இருந்தபோது கிட்டத்தட்ட அடிமைத்தனம் என்றே கூறுகிற அளவிற்கு நிலைமை இருந்தது.

அந்த அளவிற்கு தலைவர் மீதான விசுவாசம் இருந்தால்தான் தேர்தலில் நிற்க சீட் கிடைக்க வாய்ப்புண்டு.இரண்டாவதாக ஒரு வேட்பாளருக்கு இருக்கும் சாதிய வாக்குவங்கி கணக்கில் எடுத்துக் கொள்ளப்படுகிறது.சாதி அடிப்படையில் வேட்பாளர் தேர்வு என்பது தொடர்ந்து பல தேர்தல்களாக இரண்டு கட்சியிலும் இருந்து வந்துள்ளது.மூன்றாவதாக, தேர்தல் செலவு அதிகரித்து இருக்கக் கூடிய சூழலில் தேர்தலில் நிற்கும் வேட்பாளரின் பணபலம் முக்கியமானதாக கருதப்பட்டது.

இரண்டு கட்சிகளிலும் வேட்பாளர்களுக்கு நேர்காணல்கள் எல்லாம் நடைபெற்றாலும் மேற்கண்ட மூன்று அம்சங்களும் மிக கவனமாக பரிசீலிக்கப்பட்டு வேட்பாளர் தேர்வு நடைபெறுகிறது. காங்கிரஸ் காலத்தில் இந்திரா காந்தியின் தலைமை இருந்த போது இதேபோன்ற நடைமுறை இருந்தது. ஆனால் திராவிட இயக்க கட்சிகளின் காலத்தில்தான் இந்த நடைமுறை மிக மிக நுணுக்கமாக மேற்கொள்ளப்பட்டது. பல சந்தர்ப்பங்களில் ஜெயலலிதா தனியார் துப்பறியும் நிறுவனங்களை வைத்து மாவட்டங்களில் தனது கட்சியினர் பற்றிய விவரங்கள் சேகரித்தார் என அவ்வப்போது செய்திகள் வருவதுண்டு.

1996-தேர்தலில் வேட்பாளராக நிற்க மொத்தம் 6394 பேர் மனு செய்திருந்தனர்.இதில் 300-க்கும் மேற்பட்ட மனுக்கள் ஜெயலலிதாவிற்காக தாக்கல் செய்யப்பட்டன.தலைவருக்கு தனக்குள்ள விசுவாசத்தை வெளிப்படுத்த இந்த நடைமுறை இன்று வரை பின்பற்றப்படுகிறது.இரண்டு கட்சிகளிலும் இந்த விசுவாச வெளிப்பாடு உண்டு.1991 தேர்தலில் நேர்காணல் நடத்தப்பட்டது. ஆனால் 1996 தேர்தலில் ஜெயலலிதா அதனை கைவிட்டார். தனக்கு விசுவாசமான வேட்பாளர்கள் அடங்கிய ஒரு பட்டியலை ஜெயலலிதாவே தயாரித்து வெளியிட்டார். இரண்டு தனியார் துப்பறியும் நிறுவனங்கள் மற்றும் மாநில புலனாய்வு அமைப்பு கொடுத்த தகவல்கள் அடிப்படையில் வேட்பாளர் பட்டியல் வெளியிடப்பட்டதாக செய்திகள் வெளியாகின.இந்தப் பட்டியலில் ஏற்கனவே இருந்த சட்டமன்ற உறுப்பினர்களில் அமைச்சர்கள் உள்ளிட்டு மூன்றில் இரண்டு பேருக்கு சீட் மறுக்கப்பட்டது.

தி.மு.க. 1996-தேர்தலில் போட்டியிடும் வேட்பாளர்களுக்கு நேர்காணல் நடத்தியது. பொதுவாக, நேர்காணல்கள் இரண்டு கட்சிகளிலும் வேட்பாளரின் பணபலம்,சாதி வாக்கு வங்கி போன்றவற்றை அறிவதற்காகவே நடத்தப்படுகிறது.தி.மு.க. வெளியிட்ட வேட்பாளர் பட்டியலும் தலைமையின் விசுவாசிகள் உள்ளடங்கிய பட்டியலாகவே வெளியிடப்பட்டது.

திராவிட இயக்கக் கொள்கைகளில் பல சமூகசீர்திருத்தத்தை அடிப்படையாகக் கொண்டவை.மதத்தின் பெயரால் பிற்பட்ட பட்டியலின மக்களை ஒதுக்கிடும் பிற்போக்குத்தனங்களை திராவிட இயக்கம் எதிர்த்து மக்கள் விழிப்புணர்வை ஏற்படுத்தியது. ஆனால் எந்த ஒரு முற்போக்கு கொள்கையும், சமூக சீர்திருத்த இலட்சியமும் ஒரு ஜனநாயக அமைப்பு இல்லாமல் சாத்தியமில்லை. கிட்டத்தட்ட அரை நூற்றாண்டு காலமாக திராவிட இயக்கங்களில் அப்படிப்பட்ட நிலை இல்லை.

எதேச்சாதிகார நடைமுறைகளோடு உருவாக்கப்பட்ட கட்சி கட்டமைப்புடன் கொள்கைகளை நடைமுறைப் படுத்த முடியுமா என்கிற கேள்வி எழுகிறது. சாதி ஒழிப்பு, சாதிய ஏற்றத்தாழ்வுகள் இல்லாத ஒரு சமூகம் படைப்பதற்கான இலட்சிய நோக்கு, பகுத்தறிவு பார்வை கொண்ட மக்கள் போன்ற குறிக்கோளை அடைய தலைமைக்கு ராஜ பக்தியுடன் செயலாற்றும் கட்சி அமைப்பினால் சாத்தியமில்லை; இது கொள்கைகள் மீது அர்ப்பணிப்பு கொண்ட இலட்சக்கணக்கான தொண்டர்கள் தங்களது தனித்தன்மை குறைந்திடாமல் செயலாற்றக் கூடிய ஒரு பெரும் இயக்கத்தினால்தான் அது சாத்தியமாகும். குறிக்கோள்கள், இலட்சியங்கள் மீது தான் விசுவாசம் இருக்க வேண்டுமே தவிர தனிநபர்களுக்கு விசுவாசம் காட்டுகிற அரசியல் நாகரீகம், கடந்தகால நிலப்பிரபுத்துவ பண்பாடாகும்.இதிலிருந்து தமிழகம் மீள வேண்டும்.

49

திராவிட இயக்க ஆட்சிகளும் சாதியமும்

1996-தேர்தலில் ஜி.கே.மூப்பனார் தலைமையிலான தமிழ் மாநில காங்கிரஸ் கட்சியின் கூட்டணியோடு தி.மு.க. பெரும் வெற்றி பெற்றது.நான்காவது முறையாக பதவியேற்ற கருணாநிதி தொடர்ந்து ஐந்தாண்டுக்காலம் 2001 வரை பதவியில் இருந்தார். அவரது இந்த ஆட்சிக் காலத்தில் சில முக்கிய நிகழ்வுகள் நடைபெற்றன.

ஜெயலலிதா தலைமையிலான அ.தி.மு.க. தேர்தல் தோல்வியால் பெரிய பின்னடைவை சந்தித்தது. ஊழல் வழக்குகள் காரணமாக ஜெயலலிதா சிறைவாசத்தை எதிர்கொண்டார். கருணாநிதி தனது செல்வாக்கை உறுதிப்படுத்த பல நலத்திட்டங்களை கொண்டு வந்தார். தென் மாவட்டங்களில் சாதிய மோதல்கள் தீவிரமடைந்தது.

இதே காலத்தில்தான். அனைத்திந்திய அரசியலில் பா.ஜ.க. மத்தியில் ஆட்சிக்கு வரும் நிலை ஏற்பட்டது. 1998 பாராளுமன்ற தேர்தலில் அ.தி.மு.க.வும் 1999 பாராளுமன்ற தேர்தலில் தி.மு.க.வும் பா.ஜ.க.வுடன் கூட்டணி வைத்து அரசியல் சந்தர்ப்பவாத நிலைப்பாடுகளை மேற்கொண்டன.

திராவிட கட்சிகளின் ஆட்சியில் மக்கள் நலத் திட்டங்கள்

தி.மு.க. ஆட்சியில் பல நலத்திட்டங்கள் கொண்டு வரப்பட்டன. திராவிட கட்சிகளின் ஆட்சியில் வழக்கமாக மக்கள் நலத் திட்டங்கள் பல அறிவிக்கப்படும். ஆனால் பெருவாரியான மக்களின் அடிப்படைத் தேவைகளான வேலைவாய்ப்பு, குடியிருப்பு வசதிகள்,தண்ணீர் வசதி, பாதுகாக்கப்பட்ட குடிநீர், கல்வி, சுகாதாரம் போன்ற பல பிரச்சனைகளில் அதிகமான மக்கள் வாழ்வில் மாற்றத்தை ஏற்படுத்தும் கொள்கைகளும் திட்டங்களும் மேற்கொள்ளப்பவதில்லை.

மாறாக,அடுத்து வரும் தேர்தல் வெற்றியை மையமாக வைத்தும், எதிர்க்கட்சியாக இருக்கிற மற்றோரு திராவிட கட்சியை பின்னுக்குத் தள்ளிடவும் பல நலத் திட்டங்கள் அறிவிக்கப்படுவதுண்டு.அந்த திட்டங்களால் ஒரு குறிப்பிட்ட பகுதி மக்கள் பயனடைவார்கள். அந்தத் திட்டங்களைப் பற்றிய வானளாவ பிரச்சாரத்தை தங்களுடைய திறன்மிகுந்த பிரச்சார

உத்திகள் மூலம் மக்களிடம் கொண்டு செல்வார்கள்.அவற்றை பெரும் சாதனையாக முன்னிறுத்தி மக்களின் ஆதரவைப் பெற முயன்றிடுவார்கள்; 1996-ஆம் ஆண்டு தி.மு.க. ஆட்சியின் போதும் இதுதான் நடந்தது.

தி.மு.க. அரசாங்கம் தகவல் தொழில்நுட்ப கொள்கையை அறிவித்து சில தகவல் தொழில்நுட்ப நிறுவனங்கள் சென்னையிலும் வேறு சில நகரங்களிலும் அமைந்திட முயற்சி எடுத்தது.அன்று தகவல் தொழில்நுட்பக் கல்வி வளர்ந்து வந்த நிலையில், ஒரு பகுதியினருக்கு வேலைவாய்ப்பை ஏற்படுத்த இந்த முயற்சி உதவியது.

கலைஞர் காப்பீட்டுத் திட்டம் அறிவிக்கப்பட்டு ஒரு பகுதி ஏழைகளுக்கு சுகாதார உதவிகள் கிடைக்க வழிவகை செய்யப்பட்டது. குடும்பத்தில் முதல் பட்டதாரிக்கு இலவச கல்வி வழங்கும் திட்டம், பெண்களுக்கான திருமண உதவித் திட்டம் அமலாக்கப்பட்டது. இவற்றால் பயன் பெற்ற பயனாளிகளின் எண்ணிக்கை ஒரு சிறுபகுதியாக இருந்தாலும் இந்தத் திட்டங்கள் பரவலாக வரவேற்கப்பட்டன.

1999-ல் உழவர் சந்தை திட்டம் அறிவிக்கப்பட்டது.பயிரிடும் விவசாயிகள் காய்கறிகள்,பழங்களை, இடைத் தரகர்கள் யாருமின்றி நேரடியாக அவர்களே விற்பனை செய்வதற்காக பல இடங்களில் உழவர் சந்தைகள் அமைக்கப்பட்டன. இது விவசாயிகளின் பொருட்களுக்கு நேரடி சந்தை வழியாக பலன் கிடைத்தாலும், உள்நாட்டு விவசாய சந்தையில் அந்நிய ஏகபோக மூலதனத்தை அனுமதிக்கும் அன்றைய ஒன்றிய அரசின் நவீன தாராளமய கொள்கைகள் விவசாயிகளுக்கு பாதிப்பை ஏற்படுத்தி வந்தது. உள்ளாட்சி மன்றங்களில் பெண்களுக்கு 33 சதம் இட ஒதுக்கீடு சட்டம் கொண்டு வந்தது, தி.மு.க. அரசின் ஒரு முக்கியமான நடவடிக்கை.

தென்தமிழகத்தில் சாதிய மோதல்கள்

1997-ஆம் ஆண்டு தென்தமிழகத்தில் சாதிய மோதல்கள் நடந்தன. அந்தப் பிரச்சனை தி.மு.க. அரசாங்கத்திற்கு பெரும் சவாலாக இருந்தது. 1995-லிருந்து நடந்த சாதிய மோதல்களில் உயிரிழப்புக்களும், சொத்துக்கள் சேதாரமும் அதிக அளவில் நடந்தன. சமூக ஆதிக்கம் செலுத்தும் சாதிய வெறி கொண்ட பலர்

பட்டியலின மக்கள் மீது தாக்குதல்கள் நடத்தினர். மறுபுறம் காவல்துறையும் அரசாங்கமும் பட்டியலின மக்களுக்கு எதிராக செயல்பட்டனர். அவர்கள் மீது அடக்குமுறை நடவடிக்கைகளை மேற்கொண்டனர்.

தீண்டாமைக் கொடுமைக்கு எதிராக எழுகிற எதிர்ப்புகளை சாதிய மேலாதிக்க உணர்வுடன் காவல் துறை உள்ளிட்ட அரசாங்க நிறுவனங்கள் அணுகியதாக குற்றச்சாட்டுகள் எழுந்தன. பட்டியலின இளைஞர்கள் பலர் குண்டர் சட்டத்திலும், தேசிய பாதுகாப்பு சட்டத்திலும் கைது செய்யப்பட்டனர். இவை காரணமாக தி.மு.க. அரசாங்கத்தின் மீது கடுமையான கண்டனங்கள் எழுந்தன.

திராவிட இயக்கங்களின் சாதி பற்றிய பார்வையை விமர்சனரீதியில் அணுக வேண்டிய தேவை உள்ளது.திராவிட இயக்கம் தோன்றிய காலத்தில் சாதி ஒழிப்பு பேசப்பட்டது. பிறகு,சாதிய வேறுபாடுகள் களைந்து தமிழ் இன அடிப்படையில் ஒன்று சேர்வதற்கு பிரச்சாரம் முன்னெடுக்கப்பட்டது. அதற்கும் முன்னதாக, பிராமணரல்லாத இயக்கம் உருவான நீதிக்கட்சி காலத்திலிருந்து பிராமணரல்லாத சாதியினரின் நலன்களை பிரதிபலிக்கிற இயக்கங்களாக திராவிட கட்சிகள் வளர்ந்தன.

பிற்பட்டோர் இட ஒதுக்கீடு கோரிக்கையை அதிக அளவில் முன்னெடுத்துச் சென்ற சூழலில்,அதனால் அதிக பலனடைந்த பிற்பட்ட சாதியினர் திராவிட இயக்கங்களின் வாக்கு வங்கியாக இருந்தனர்.அவர்கள் மத்தியில் செல்வாக்குப் பெற்ற கட்சிகளாக திராவிட கட்சிகள் விளங்கிய நிலையில் பட்டியலின மக்களின் தீண்டாமை உள்ளிட்ட பிரச்னைகள் அவர்களுக்கு முக்கிய பிரச்னைகளாக இருக்கவில்லை.பட்டியலின மக்களிடையே வாக்கு வங்கியை அவர்கள் கொண்டிருந்தாலும், திராவிட கட்சிகளும், அவர்கள் அமைத்த அரசாங்கங்களும் பிற்பட்டோரின் வாக்கு வங்கியை மையப்படுத்தியே செயல்பட்டன.இதனால், திராவிட இயக்கங்கள் தலித் மக்கள் மீதான கொடுமைகள் நிகழும் போது அவற்றை தடுத்திட அக்கறை கொள்வதில்லை.

இந்நிலையில் 1990களில் எழுந்த ஒடுக்குமுறைக்கு எதிரான தலித் மக்களின் எழுச்சி,தீண்டாமைக் கொடுமைக்கு எதிரான மாபெரும் விழிப்புணர்வு, குறிப்பாக கம்யூனிஸ்ட்கள் முன்னெடுத்துச் சென்ற சமூக ஒடுக்குமுறை எதிர்ப்புப் போராட்டங்கள் ஆகிய அனைத்தும் சாதி ஒழிப்பு நிகழ்ச்சி நிரலை முக்கிய இடத்திற்கு கொண்டு வந்தன.

சாதிய மோதல்கள் நிகழ்ந்த பல இடங்களில் திராவிட இயக்கக் கட்சியினரே, ஆதிக்கம் செலுத்தும் சாதியப் பிரிவினரோடு இணைந்து நின்ற காட்சிகளையும் தமிழகம் கண்டது. தலித் மக்கள் மீதான தாக்குதல்கள். மனித உரிமை மீறல்கள் போன்றவை நடக்கும்போது அவற்றை தடுப்பதற்கு காவல்துறை உள்ளிட்ட நிறுவனங்கள் தவறியுள்ளன என்பதனை பல ஆய்வுகள் சுட்டிக்காட்டியுள்ளன. இதற்கு ஆட்சியில் இருந்த திராவிடக் கட்சிகளே பொறுப்பேற்க வேண்டும்.

திராவிட இயக்க சித்தாந்தத்திலும் தெளிவான சாதி ஒழிப்பு நிகழ்ச்சி நிரல் இல்லை என்பதை 1996 ஆம் ஆண்டு நிகழ்ந்த பல சாதிய மோதல்களும்,தொடர்ந்து நீடிக்கும் சாதிய ஒடுக்குமுறைகளும் எடுத்துக்காட்டுகின்றன. தீண்டாமை ஒழிப்புக்கும், மக்கள் ஒற்றுமை காக்கவும் எதிர்க்கட்சியாக இருந்த அ.தி.மு.க.வும் எந்த முயற்சியையும் இக்காலத்தில் மேற்கொள்ளவில்லை.

ஒரு ரூபாய் ஊதியத்தில் சொத்து சாம்ராஜ்யம்!!

மக்களை பிரதிநிதித்துவப் படுத்துகிற ஒரு கட்சி தேர்தலில் தோல்வியடைந்தால் தோல்விக்கான காரணங்களை துல்லியமாக அலசி ஆராய்ந்து முடிவுகளை மேற்கொள்ள வேண்டும். தவறுகள் செய்திருந்தால் அவற்றைக் களைந்து செயல்படவேண்டும்.

ஆனால் திராவிட கட்சிகளில் அத்தகைய நடைமுறை இல்லை. தோல்வியடைந்தால் கட்சி தலைமைக்கு எதிராக சிலர் போர்க்கொடி பிடிப்பார்கள். பின்னர் அவர்கள் வெளியேற்றப்படுவார்கள். ஆனால் மக்கள் அவர்களை ஆட்சியிலிருந்து ஏன் வெளியேற்றினார்கள் என்று சிந்திக்கமாட்டார்கள்.

1991-ஆம் ஆண்டு பெரும் ஆதரவுடன் வெற்றி பெற்ற ஜெயலலிதா தலைமையிலான அ.தி.மு.க., 1996 தேர்தலில் பெரும் தோல்வியை தழுவியதற்கு முக்கிய காரணம்,அ.தி.மு.க. பின்பற்றிய மக்களுக்கு விரோதமான கொள்கைகளும், மேலிருந்து கீழ் வரை தலைவிரித்தாடிய லஞ்ச லாவண்யங்களும்தான்.

இவற்றைப் பற்றி பரிசீலிப்பதற்கு பதிலாக அ.தி.மு.க. தலைவர்கள் சிலர் கட்சியில் ஜெயலலிதாவின் தோழி சசிகலாவின் ஆதிக்கம்தான் தோல்விக்கு முக்கிய காரணம் என்று பேசினார்கள். இந்த அழுத்தம் அதிகமான நிலையில் சசிகலாவோடு இனி

தொடர்பில்லை என்று அவரை விலக்கி வைத்தார். ஆனால் அது சிறிது காலம்தான்; பிறகு மீண்டும் சசிகலாவை இணைத்துக் கொண்டார். தனக்கு எதிராக இயங்கிய கட்சி தலைவர்கள்,கட்சி மாவட்ட செயலாளர்களை கட்சியிலிருந்து நீக்கினார்.ஆட்சியிலிருந்த 5 ஆண்டுக் காலம் செய்த தவறுகள் பற்றி அ.தி.மு.க. தலைமை மக்களிடம் விளக்கம் அளிக்கவில்லை.

அ.தி.மு.க. கட்சிக்குள் நெருக்கடி முற்றி வந்த நிலையில் ஜெயலலிதா ஊழல் குற்றச்சாட்டுகளுக்காக கைது செய்யப்பட்டு சிறையில் அடைக்கப்பட்டார். ஜெயலலிதாவின் கைதும், அவரது சிறை வாசமும் மக்கள் மத்தியில் பெரிய எதிர்ப்பை ஏற்படுத்தவில்லை.ஏனெனில், ஜெயலலிதா தலைமையிலான அரசாங்கம் ஊழல் நடவடிக்கைகளில் ஈடுபட்டு வந்ததை மக்கள் அறிந்து வைத்திருந்தனர். நீதி மன்றங்களில் அவர்கள் மீதான சொத்துக் குவிப்பு வழக்குகள் நடந்து அது பற்றிய விவரங்கள் வெளிவந்து கொண்டிருந்தன.1991 வரை சசிகலாவுக்கு பெரிதாக சொத்து ஏதும் இல்லாத நிலையில் அவருக்கு இவ்வளவு பெரிய சொத்து எப்படி வந்தது என்கிற கேள்வி மக்களிடையே பேசப்பட்டது.ஜெயலலிதா முதலமைச்சர் பொறுப்பேற்றவுடன் தனக்கு மாத ஊதியம் ரூபாய் 1 என்று அறிவித்த நிலையில், அவருக்கும் மிகப்பெரிய சொத்து சேர்ந்தது எப்படி என்கிற பேச்சும் மக்கள் மத்தியில் அதிகரித்தது.

ஆனால் பெரும் பின்னடைவை சந்தித்தாலும் 2001 சட்டமன்றத் தேர்தலில் அ.தி.மு.க. மீண்டும் ஆட்சியை கைப்பற்றியது என்பது தமிழக அரசியலின் வினோதமான ஒரு நிகழ்வு.

50

கூட்டணி அரசியலில் திராவிட கட்சிகள்

தமிழக அரசியலில் முக்கியமான அரசியல் திருப்பங்கள் 1996-லிருந்து 2001 வரையிலான ஐந்து ஆண்டுகளில் நிகழ்ந்தன. இரண்டு பொதுத் தேர்தல்களும், ஒரு சட்டமன்றத் தேர்தலும் இந்த ஆண்டுகளில் நடந்தன. அகில இந்திய அரசியலில் ஒரு கட்சியே ஆதிக்கம் செலுத்தும் நிலை முடிவுக்கு வரும் சூழல் ஏற்பட்டது. கட்சிகள் கூட்டணிகள் அமைப்பது, கூட்டணி ஆட்சி நடத்துவது போன்றவை அகில இந்திய அரசியலில் முக்கிய இடம் பெற்றன.

பாரதிய ஜனதா கட்சி, இந்துத்துவா என்கிற மதவெறி திட்டத்தை முன்வைத்து செயல்படுவதால் நீண்ட காலம் அந்தக் கட்சி தனிமைப்பட்டு இருந்தது.மதச்சார்பற்ற கட்சிகள் அந்தக் கட்சியோடு கூட்டு வைப்பதற்கு தயங்கிய காலம் உண்டு. ஆனால், முதலாளித்துவ கட்சிகளுக்கே உரிய சந்தர்ப்பவாதம் மதச்சார்பற்ற கட்சிகளையும் விட்டுவைக்கவில்லை. உறுதியான மதச்சார்பின்மை கொள்கை கொண்ட இடதுசாரி கட்சிகளைத் தவிர மற்ற கட்சிகள் இந்த விஷயத்தில் ஊசலாட்டமாகவே இருந்து வந்துள்ளனர்.பல கட்சிகள் பாஜகவுடன் கூட்டணி கண்டன.

மத்தியில் பல கட்சிகள் சேர்ந்த கூட்டணி அமைச்சரவை ஆட்சிப் பொறுப்பில் இருக்கும் நிலை தொடர்ந்து இருந்ததால், அந்த வாய்ப்பை பல மாநில கட்சிகள் பயன்படுத்திக் கொள்வதற்கு முனைப்பு காட்டின. தி.மு.க., அ.தி.மு.க. இரண்டு கட்சிகளும் கூட்டணி அரசியலை தங்களுக்கு சாதகமாக பயன்படுத்திக் கொண்டனர்.

கூட்டணி சொந்த நலனுக்கே!

கூட்டணி அரசியல் சூழலை தமிழக நலனுக்கு இந்த கட்சிகள் பயன்படுத்தினார்களா என்பது முக்கியமான கேள்வி. பாரதிய ஜனதா கட்சியுடன் கூட்டணி சேர்ந்து மத்திய ஆட்சியில் இடம்பெற்ற அ.தி.மு.க., அன்றைய பிரதமர் வாஜ்பாயினை, தமிழகத்தில் தி.மு.க. ஆட்சியை கலைக்க வேண்டும் என்று நிர்பந்தம் கொடுத்தது. இது வெளிப்படையான கோரிக்கையாக முன்வைக்கப்படவில்லை என்றாலும், அது ஊரறிந்த ரகசியமாக இருந்தது.

பெயரளவிற்கு காவிரிப் பிரச்சனை உள்ளிட்ட சில பிரச்சனைகளை முன்னிறுத்தினாலும், ஜெயலலிதா தி.மு.க. ஆட்சியை கலைக்க வேண்டும் என்பதில்தான் உறுதியாக இருந்தார். இக்கோரிக்கை சாத்தியமாகாதபோது வாஜ்பாய் அரசுக்கு அளித்த ஆதரவை அ.தி.மு.க. விலக்கிக் கொண்டது. பிறகு வாஜ்பாய் அரசு கவிழ்ந்து, நாடாளுமன்றத் தேர்தல் வந்தது. எனவே, மத்தியில் மாநில கட்சிகள் பங்கேற்கும் நிலை வந்தபோதிலும், பல தேசிய இனங்கள் கொண்ட இந்தியாவில் அடித்தட்டு மக்களின் வாழ்வாதார தேவைகள், மொழி,பண்பாடு சார்ந்திருக்கிற கோரிக்கைகள் எதுவும் வலியுறுத்தப்படவில்லை. மொழி சமத்துவம், மொழி உரிமை பேசி வந்த திராவிட இயக்கம் மத்திய ஆட்சியில் பங்கேற்கும் வாய்ப்பு கிடைத்தபோது, தமிழ் உள்ளிட்ட அனைத்து மொழிகளையும் அலுவல் மொழியாக்கிட முன்முயற்சி எடுக்கவில்லை.

கூட்டணி ஆட்சி நடைபெறும் சூழலை தி.மு.க., அ.தி.மு.க. மட்டுமல்லாது, பாட்டாளி மக்கள் கட்சி, மதி.மு.க. போன்ற கட்சிகளும் கூட மத்திய அரசில் செல்வாக்கு பெறுவதற்கும், மத்திய அமைச்சரவையில் இடம்பெறவும் தீவிரமாக முயற்சித்து வந்த காலமாக 1996-2001 காலம் அமைந்தது.

மத்திய ஆட்சிப் பொறுப்பில் இருக்கும் கட்சி மாநிலங்களை துச்சமாக மதிப்பதை வலுவாக எதிர்ப்பது, மத்தியில் அதிகாரக் குவியலை எதிர்த்து, மாநிலங்களுக்கு அதிக அதிகாரங்கள் வேண்டுமென குரலெழுப்புவது போன்றவையெல்லாம் வலுவான அரசியலாக தமிழகத்தில் இருந்து வந்த நிலை மாறிப் போனது. தேசிய அரசியலில் அதிக செல்வாக்கு பெறுவதும் மத்திய அமைச்சரவையில் இடம் பெறுவதும்தான் தமிழகத்தில் இருந்த கட்சிகளுக்கு முக்கிய நோக்கங்களாக முன்னின்றன. இதற்காக மாறி மாறி பாஜகவுடன் அணி சேர்வதில் பெரும் போட்டியே நடந்தது. இது திராவிட கருத்தியலின் பெரும் சரிவு.

தி.மு.க.வின் தோல்வி

1996-லிருந்து ஆட்சியிலிருந்த தி.மு.க., அடுத்ததாக வந்த 2001 சட்டமன்றத் தேர்தலில் தோல்வியை சந்தித்தது. அ.தி.மு.க.வை வீழ்த்தி அதிக நம்பிக்கையோடு ஆட்சி நடத்திய தி.மு.க. தேர்தலில் தோல்வியடைந்தது. ஊழல் புகார்கள், கைது

நடவடிக்கைகளுக்கு ஆளாகியிருந்த ஜெயலலிதா முதலமைச்சரானார். ஏன் மக்கள் தி.மு.க.வை நிராகரித்தார்கள்?

அப்போதைய தி.மு.க. ஆட்சி மக்களுக்கு சில நல திட்டங்களை அறிவித்து, மக்கள் நம்பிக்கையை பெற முயற்சித்தது. அதிகமான ஊழல் புகார்களுக்கு இடமளிக்காத ஆட்சி என்ற நற்பெயரை ஏற்படுத்திக் கொள்ளவும் கருணாநிதி முயற்சித்தார். எனினும், அடித்தட்டு, பெரும்பான்மை மக்களின் வாழ்வாதாரப் பிரச்சனைகளை தீர்ப்பதற்கும், அவர்களது வாழ்வில் குறிப்பிடத்தக்க முன்னேற்றத்தை ஏற்படுத்தும் வகையிலான திட்டங்களையும், நடவடிக்கைகளையும் அன்றைய தி.மு.க. அரசு மேற்கொள்ளவில்லை. இதுவே, தி.மு.க. ஆட்சியை மக்கள் ஏற்காததற்கு முக்கிய காரணம். இந்த அடிப்படை காரணத்துடன் சேர்ந்து, கூட்டணி பலம் இல்லாமல் போனதும் தி.மு.க.வின் தோல்விக்கு முக்கிய காரணமாக அமைந்தது.

தி.மு.க. பாஜகவோடு ஏற்படுத்திக் கொண்ட நெருக்கம், அதன் தோழமைக் கட்சிகளான தமிழ் மாநில காங்கிரஸ், இடதுசாரி கட்சிகளை அந்நியப்படுத்தியது. அவர்கள் தி.மு.க. கூட்டணியிலிருந்து விலக வேண்டிய சூழல் ஏற்பட்டது. மதச்சார்பற்ற இந்த கட்சிகள் 2001 தேர்தலில் அ.தி.மு.க.வுடன் கூட்டணி ஏற்படுத்திக் கொண்டனர். அ.தி.மு.க.வுக்கு தேர்தலில் வாக்கு பலம் அதிகரிப்பதற்கு இந்த கூட்டணி வாய்ப்பை ஏற்படுத்தியது. தேர்தலில் அ.தி.மு.க. கூட்டணி 195 இடங்களும், அ.தி.மு.க. மட்டுமே 132 இடங்களிலும் வெற்றி பெற்றது.

ஜெயலலிதா இரண்டு ஊழல் வழக்குகளில் தண்டிக்கப்பட்டதால் அவர் சட்டரீதியாக தேர்தலில் போட்டியிட முடியாமல் போனது. இருந்தபோதிலும் அ.தி.மு.க. கட்சி தேர்தலில் பெரும்பான்மை பெற்று வெற்றி பெற்ற பிறகு ஜெயலலிதா முதலமைச்சராக ஏகமனதாகத் தேர்ந்தெடுக்கப்பட்டார். ஆனால், அவர் மீதுள்ள ஊழல் மற்றும் கிரிமினல் வழக்குகளால் 5 நீதிபதிகள் கொண்ட உச்சநீதிமன்ற பெஞ்ச் அவர் முதலமைச்சராக சட்டப்படி செயல்பட முடியாது என தீர்ப்பளித்தது. இதனால் ஜெயலலிதா பதவி இழக்க நேரிட்டது . ஓ.பன்னீர் செல்வம் முதலமைச்சராக பதவியேற்றார். எனினும் தனது வழக்கிலிருந்து விடுபட்ட ஜெயலலிதா 2002ஆம் ஆண்டு மார்ச் மாதம் அதிகாரப்பூர்வமாக மீண்டும் முதலமைச்சர் பதவியேற்றார்.

மக்களின் வாழ்வாதாரத் தேவைகளை நிறைவேற்றுவதில் கடந்த தி.மு.க. அரசாங்கம் தவறிய காரணத்தால் தி.மு.க.-வை மக்கள் நிராகரித்தார்கள். ஆனால், 2002-ல் பதவியேற்ற ஜெயலலிதா தலைமையிலான அரசாங்கமும், அடிப்படையான மக்கள் வாழ்வாதாரத் தேவைகளை நிறைவேற்றும் பாதையில் செல்லவில்லை. அமைச்சர்களை நீக்குவது, தங்களுக்கு கீழ்ப்படியாத அதிகாரிகளை வேட்டையாடுவது என்ற வகையில்தான் ஜெயலலிதாவின் அணுகுமுறை இருந்தது. இத்தகைய பழிவாங்கும் படலமே அ.தி.மு.க. ஆட்சியில் தொடர்ந்தது. கருணாநிதி குடும்பத்தினர் மீது இலஞ்ச ஊழல் குற்றச்சாட்டுக்கள், புலனாய்வுத் துறை நடவடிக்கைகள் தொடர்ந்தன. ஒரு கட்டத்தில் அதிரடி திருப்பமாக, கருணாநிதி, ஸ்டாலின் கைது நடவடிக்கைகளை அ.தி.மு.க. அரசாங்கம் மேற்கொண்டது. மக்கள் மத்தியிலும், ஊடகங்களிடையேயும், ஜெயலலிதா அரசியல் பழிவாங்கும் நடவடிக்கைகளில் ஈடுபடுவதாகவே கருத்து நிலவியது.

இந்த காலங்களில் அ.தி.மு.க., தி.மு.க. இரண்டு கட்சிகளுமே தங்களுக்கென்று இருந்த வாக்கு வங்கியை வலுவாக உறுதி செய்து கொண்டன. இதற்கான நிதி ஆதாரத்தை பிரம்மாண்டமாக வளர்த்துக் கொண்டனர். மாறி மாறி ஆட்சியில் இருந்ததும், தங்களுடைய நிதி சாம்ராஜ்யத்தை பல வகைகளில் பெருக்கிக் கொள்ள வாய்ப்பை ஏற்படுத்தியது.

அத்துடன் காட்சி ஊடகங்கள், அச்சு ஊடகங்களில் தங்களின் செல்வாக்கை இரண்டு கட்சிகளுமே பல மடங்கு அதிகரித்துக் கொண்டன. குறிப்பாக, தொலைக்காட்சி ஊடகத்தை தங்களது அரசியல் தேவைக்கு வலுவாக பயன்படுத்திக் கொண்டனர். இந்த பிரம்மாண்டமான வாய்ப்பு வசதிகளால் வேறு எந்த கட்சியும் தங்களது அரசியல் ஆதிக்கத்திற்கு போட்டியாக வர இயலாத நிலையை ஏற்படுத்திக் கொண்டனர். இதனால்,தொடர்ந்து இரண்டு கட்சிகளும் 70 சதம் அளவிற்கு வாக்கு வங்கியை தக்க வைத்து வருகின்றனர்.

காட்சி ஊடகங்கள்

கடந்த காலங்களில் திராவிட இயக்க தலைவர்கள் திரைப்பட ஊடகத்தை திறமையாக பயன்படுத்திக் கொண்டு தங்களது மக்கள் செல்வாக்கை மேம்படுத்திக் கொண்டார்கள். பின்னாளில், தொலைக்காட்சி ஊடகத்தையும் தி.மு.க., அ.தி.மு.க. கட்சிகள்

பயன்படுத்திக்கொண்டனர். ஜெயலலிதாவின் ஊழல்களை காட்சிகளாக கொண்டு சென்று தி.மு.க. ஆதாயம் தேடிக் கொண்டது.

1996 தேர்தலில் தி.மு.க.விற்கு இது பயன்பட்டது.இதேபோன்று ஜெயலலிதா மீதான கைது நடவடிக்கைகள், சிறைவாசம் போன்றவற்றை அனுதாப உணர்வை ஏற்படுத்துவதற்கு அ.தி. மு.க., ஊடகங்கள் மூலமாக பயன்படுத்திக்கொண்டது.

ஜெயலலிதா ஆட்சியின் போது, கருணாநிதி கைது செய்யப்பட்ட சம்பவத்தை காட்சிப்பூர்வமாக சன் டிவி இடைவிடாது ஒளிபரப்பியது. இதிலும் தி.மு.க. அரசியல் ஆதாயம் தேடிக் கொண்டது.

தி.மு.க.-அ.தி.மு.க. போட்டாபோட்டி அரசியலுக்கு இந்த காட்சி ஊடகங்கள் பெரிதும் பயன்பட்டன.அரசியல் இயக்கங்கள் காட்சி ஊடகங்களை பயன்படுத்துவது தவறில்லை;ஆனால்,ஆதாரத்தைக் கொண்டு தெளிவடைவது பகுத்தறிவு என்று பெரியார் போதித்ததற்கு மாறாக, பிம்பங்களையும், காட்சிகளையும் பயன்படுத்தி கருத்துக்களை செயற்கையாக உருவாக்குவதில் திராவிட கட்சிகள் மிகவும் தேர்ந்தவர்களாக விளங்கினர்.மாற்றுக் கட்சியை ஆதாரங்களுடன் உண்மைகளின் துணையோடு பகுத்தறிவுப் பூர்வமாக விமர்சித்து அதன் வழியாக தனது கட்சியின் கொள்கைகளை கொண்டு சென்று தங்களது செல்வாக்கை மேம்படுத்திக் கொள்வது பகுத்தறிவுப் பாதை. அடித்தட்டு மக்களின் பொருளாதார ,வாழ்வாதார பிரச்சனைகள் பற்றிய தரமிக்க அரசியல் விவாதமும், அரசியல் விமர்சனமும் இரு கட்சி அரசியல் விவாதங்களிலும் இல்லாமல் போனது.

51
இந்துத்துவாவும் திராவிட கட்சிகளும்

2001-லிருந்து 2006 வரை நடைபெற்ற அ.தி.மு.க. ஆட்சியின் பல நடவடிக்கைகள் மீது பல்வேறு பகுதி மக்கள் வெறுப்பு கொண்டிருந்தனர். அரசு ஊழியர்களுக்கு வழங்கப்பட்டிருந்த சலுகைகளை அரசாங்கம் ரத்து செய்தது, மக்கள் நலப் பணியாளர்கள், சாலைப் பணியாளர்கள், கதர் வாரியப் பணியாளர்கள் பணி நீக்கம் செய்யப்பட்டனர். இந்த நடவடிக்கைகளால் அரசு ஊழியர்களின் பெரும் போராட்டம் வெடித்தது. அரசு ஊழியர்கள் வீடு புகுந்து கைது செய்வது உள்ளிட்ட அடக்குமுறை நடவடிக்கைகளை அரசாங்கம் மேற்கொண்டது. எஸ்மா சட்டம் பயன்படுத்தப்பட்டு,பணிக்கு வராத ஒன்றரை லட்சம் அரசு ஊழியர்கள் பணி நீக்கம் செய்யப்பட்டனர். வேலைவாய்ப்பு அலுவலகங்களில் பதிவுசெய்திருந்தவர்கள் தற்காலிகப் பணியில் நியமிக்கப்பட்டனர்.

திராவிட கருத்தியலில் உழைக்கும் தொழிலாளர் நிலை குறித்து அனுதாபமாக பேசப்படுவதுண்டு. மே தின கொண்டாட்டங்களுக்கு தாங்களே முன்னோடி என்றும் குறிப்பிடப்படுவதுண்டு. அ.தி.மு.க., திராவிட கருத்தியலின் இந்த குறைந்தபட்ச தொழிலாளர் ஆதரவு அம்சங்களையும் காற்றில் பறக்க விட்டது.

அ.தி.மு.க. அரசாங்கத்தின் தொழிலாளர் விரோத, மக்கள் விரோத போக்கு மக்களிடையே கடும் அதிருப்தியை ஏற்படுத்தியது. இதனால்,2006 சட்டமன்ற தேர்தலில் அ.தி.மு.க. தோல்வியை சந்தித்தது. தி.மு.க.விற்கு கிடைத்த வெற்றி,மக்களுக்கு தி.மு.க.வின் மீது ஏற்பட்ட புதிய நம்பிக்கையால் அல்ல. அ.தி.மு.க.வின் எதேச்சதிகாரத்திற்கு மக்கள் கொடுத்த பலத்த அடிதான் கரணம்.

“மைனாரிட்டி ஆட்சி”

தமிழகத்தில் 1952-க்குப் பிறகு தேர்தலில் தனிப்பெரும்பான்மை பெற்ற கட்சியே ஆட்சியில் இருந்து வந்துள்ளன. திராவிட இயக்க கட்சிகள் 1967-லிருந்து தனிப்பெரும்பான்மை பெற்றே ஆட்சி அமைத்துள்ளன. ஆனால் 2006-ஆம் ஆண்டில் தி.மு.க. தனிப் பெரும்பான்மைக்கான இடங்களை பெறவில்லை. தி.மு.க. 96-இடங்கள் பெற்று தனிப்பெரும் கட்சியாக உருவெடுத்திருந்தாலும்

அறுதிப்பெரும்பான்மை இடங்கள் கிடைக்கவில்லை. பெரும்பான்மைக்கு 22 இடங்கள் தேவைப்பட்டன. இந்நிலையில் காங்கிரஸ், பாமக, இடதுசாரிக் கட்சிகள் அமைச்சரவையில் சேராமல் வெளியிலிருந்து அளித்த ஆதரவைப் பெற்று தி.மு.க. ஆட்சி அமைத்தது. அந்த 5-ஆண்டுக் காலம் முழுவதும் ஜெயலலிதா தி.மு.க. ஆட்சியை "மைனாரிட்டி ஆட்சி" என்றே அழைத்து வந்தார்.

இந்த நிகழ்வுகள் ஒரு அரசியல் உருமாற்றத்தை எடுத்துரைப்பதாக அமைந்தது. முன்பு திராவிட இயக்க கருத்தியல் மக்களிடையே ஆதிக்கம் செலுத்திய நிலை மாறி, அதன் பிடிமானம் சற்று தளர்வடைந்துள்ளது என்பதையே இது எடுத்துக்காட்டுகிறது.

இதன் வெளிப்பாடாக,தேர்தலில் தனித்துப் போட்டியிட்ட விஜயகாந்த் தலைமையிலான தேசிய முற்போக்கு திராவிட கழகம் அ.தி.மு.க.,தி.மு.க. ஆதரவு தளங்களில் சிறிது அரிப்பை ஏற்படுத்தி ஓரளவு வாக்குகளை பெற்றது. தி.மு.க., அ.தி.மு.க. ஊழலை எதிர்ப்பதை தனது பிரச்சாரத்தின் மையமாகக் கொண்டு தேர்தல் பிரச்சாரத்தை மேற்கொண்டார் விஜயகாந்த். தி.மு.க.. அ.தி.மு.க.. ஆகிய இரு கட்சிகளுடனும் சேராமல், எதிர்காலத்தில் தனித்தே போட்டியிடப்போவதாக அவர் அறிவித்ததும் அந்த தேர்தலில் தி.மு.க. அ.தி.மு.க. எதிர்ப்பு எண்ணம் கொண்டோரிடம் தாக்கம் ஏற்படுத்தியது.தேமுதிக ஒரு இடத்தில் வெற்றி பெற்றது. பின்னாளில் தி.மு.க. அ.தி.மு.க. தங்கள் ஓட்டு வங்கியை அதிகரித்துக் கொண்டன என்பது உண்மையே. ஆனால் அது திராவிட அடிப்படைகளான பகுத்தறிவு, பாலின சமத்துவம்,சாதி ஒழிப்பு போன்றவைகளை முன்னிறுத்திய கருத்தியல் பிரச்சாரத்தினால் அல்ல. பணபலம்,அமைப்பு பலம், சரளமான வாக்குறுதிகள் அளித்தது போன்ற வேறு பல காரணங்களால்தான்.

'தேர்தல் அறிக்கைதான் ஹீரோ'

2006 தேர்தலில் தி.மு.க. மிக திறமையாக மக்களை ஈர்க்கும் வகையில் அறிக்கையை தயார் செய்து வெளியிட்டது. ரேஷன் கடைகளில் ரூ 2 க்கு ஒரு கிலோ அரிசி,இலவச வண்ணத் தொலைக்காட்சிப்பெட்டி போன்ற வாக்குறுதிகள் பிரச்சாரத்தில் எதிரிகளை திக்குமுக்காட வைத்தன. தி.மு.க.வின் தேர்தல் அறிக்கைதான் தேர்தலின் முக்கிய ஹீரோ என்று சொல்லப்பட்டது. காங்கிரஸ், பாட்டாளி மக்கள் கட்சி இடதுசாரி கட்சிகள் ஆகிய

கட்சிகளின் கூட்டணி பலமும் தி.மு.க.விற்கு வெற்றியை ஈட்டித்தந்தது. நியாயவிலைக் கடைகளில் 2 ரூபாய்க்கு அரிசி,விவசாயிகளுக்கு வழங்கப்பட்ட கூட்டுறவுக் கடன்கள் அனைத்தும் தள்ளுபடி, சத்துணவு சாப்பிடும் குழந்தைகளுக்கு வாரம் 2 முட்டைகள் ஆகிய மூன்று உத்தரவுகளில் பதவியேற்றதும் கருணாநிதி கையெழுத்திட்டார்.

வாக்குறுதிகளை அள்ளி வீசி வாக்குகளை பெற்று ஆட்சி அமைத்த தி.மு.க.வை 2011 தேர்தலில் முறியடிக்க ஜெயலலிதா அதே உத்தியை கையாண்டார். அரிசி பெறத் தகுதியுடைய குடும்ப அட்டைதாரர்களுக்கு 20 கிலோ அரிசி இலவசமாக வழங்கப்படும் என அ.தி.மு.க. தனது தேர்தல் அறிக்கையில் வாக்குறுதி அளித்து அதனை பிரச்சாரம் செய்தது.இது அந்த தேர்தலில் அ.தி.மு.க. வெற்றிக்கு கைகொடுத்தது. பதவியேற்ற முதல் நாளிலேயே இலவச அரிசி திட்டத்தை அமலாக்குவதாக அறிவித்து அந்த உத்தரவில் முதல்வரான ஜெயலலிதா கையெழுத்திட்டார்.

2011 தேர்தலின் போது வாக்குறுதி அளிப்பதில் பெரும் போட்டா போட்டியே அ.தி.மு.க. தி.மு.க. இரண்டு கட்சிகளிடையே நடந்தது.கல்லூரி மாணவ, மாணவிகளுக்கு இலவச லேப்டாப் என்று தி.மு.க. வாக்குறுதி அளிக்க, அதற்கு பதிலடியாக, +1, +2 மாணவ, மாணவிகளுக்கே இலவச லேப்டாப் என அறிவித்தது அ.தி.மு.க.. அப்போதும் தி.மு.க. பின்தங்கவில்லை. இலவச மிக்ஸி அல்லது கிரைண்டர் என்றது. அ.தி.மு.க., மிக்ஸி, கிரைண்டருடன் மின் விசிறியையும் சேர்த்து தருவதாக அறிவித்தது 'சபாஷ்!, சரியான போட்டி' என்றவாறு போட்டியை கவனித்துக் கொண்டிருந்த மக்கள் அ.தி.மு.க.வை வெற்றிபெறச் செய்தனர். இந்த தேர்தலில் அ.தி.மு.க. வெற்றிக்கு கூட்டணி பலமும் உதவிற்று.

2016 சட்டமன்ற தேர்தலிலும் 100 யூனிட் மின்சாரம் இலவசம், 50 சதவீத மானியத்தில் பெண்களுக்கு இருசக்கர வாகனம், தாலிக்கு தங்கம் போன்ற திட்டங்களை அ.தி.மு.க. அறிவித்து வெற்றி பெற்றது. ஆக, 2006,2011 இரு தேர்தல்களிலும் அடித்தட்டு மக்களின் சில தேவைகளை வாக்குறுதிகளாக வடிவமைத்து வெற்றி ஈட்டும் உத்தியை அ.தி.மு.க.,தி.மு.க. இரு கட்சிகளும் பின்பற்றினர். உறுதியான வேலைவாய்ப்புடன் கூடிய தொழில்,வேளாண் வளர்ச்சி பற்றிய திட்டங்கள் உருவாக்கி,அவற்றை அமலாக்கிடும் கடுமையான பாதையை இரு கட்சிகளுமே அலட்சியப்படுத்தின.

உண்மையில் 2006 தேர்தலின்போது,இடதுசாரிகளின் அழுத்தத்தினால் நிலமற்ற ஏழை விவசாய குடும்பங்களுக்கு இரண்டு ஏக்கர் நிலம் வழங்கப்படும் என்ற வாக்குறுதியையும் தேர்தல் அறிக்கையில் இணைத்திருந்தார் கருணாநிதி.ஆனால் அது அமலாக்கப்படவில்லை.

தமிழகத்தில் இந்துத்துவா

2001-ல் ஆட்சிப்பொறுப்பேற்ற பிறகு இந்துக்களின் ஆதரவைப் பெறுவதற்கு சங்கப் பரிவாரங்களின் உத்தியை ஜெயலலிதா தலைமையிலான அ.தி.மு.க. முயற்சித்தது. கட்டாய மத மாற்றத் தடைச் சட்டம், கோவில்களில் ஆடு, மாடு, கோழிகளைப் பலியிடத் தடைச் சட்டம் ஆகியவற்றை ஜெயலலிதா கொண்டுவந்தார். பெரியார் தலைமையிலான திராவிட இயக்கம் அன்று மேற்கொண்ட பகுத்தறிவு, மத நல்லிணக்க கருத்துக்களை கைவிட்டு விட்டோம் என்று பறை சாற்றும் வகையில் இந்த நடவடிக்கைகள் இருந்தன.

தி.மு.க.வும் 2001-தேர்தலில் பாஜகவுடன் கூட்டு வைத்துக்கொண்டு 21 சட்டமன்ற தொகுதிகளில் போட்டியிட வைத்து,நான்கு தொகுதிகளில் அவர்களை வெற்றி பெற வைத்தது. தி.மு.க., அ.தி.மு.க. கட்சிகளால் கிடைத்த அரசியல் அங்கீகாரத்தை வைத்து வகுப்புவாத விஷத்தை தமிழகத்தில் இந்துத்துவா சக்திகள் பரப்பி வருகின்றனர்.

பெண்கள், பட்டியலின மக்கள், சிறுபான்மையினர், பிற்பட்டோர் என நாட்டின் பெரும்பான்மை மக்களை இரண்டாந்தர குடிமக்களாக்கிட ஆர்எஸ்எஸ் அமைப்பு முயன்று வருகிறது,இந்த நோக்கத்தை நிறைவேற்ற இந்து மதத்தினரிடம் இந்து தேசியம் என்ற மத ரீதியிலான உணர்வை தூண்டி, இந்து மத வெறியை ஒருங்கிணைக்க முயற்சிக்கின்றனர். இதற்கு ஆரிய இனம் என்ற கருத்தையும் ஆரிய இனம் மேலானது என்ற பொய்மையையும் கட்டமைக்க தொடர்ந்து முயன்று வருகின்றனர். ஆரியர் என்ற தனித்த நிலப்பரப்பு கொண்ட இனம் என்பது இருந்ததில்லை. ஆரிய என்ற மொழிவகை சார்ந்த நாடோடி மக்கள் குழுக்கள் தான் இடம் பெயர்ந்து வந்துள்ளனர். அவர்களை உயரிய வேத நாகரிகம் கொண்டவர்கள் என சித்தரித்து மிக பிற்போக்கான பிராம்மணிய கருத்தியலை பரப்பி வருகின்றனர்.

கடந்த நூற்றாண்டில் சமூக, அரசியல்,நிர்வாக மேலாதிக்கத்தில் இருந்த பிராமணர்கள் இந்த ஆரிய இன மேலாண்மை கருத்தினை

ஏற்று, அதனை பரப்பி வந்தனர்.இதற்கு எதிர்வினையாக எழுந்த பிராமணரல்லாதார் இயக்கம் திராவிட இன மேலாண்மை பேசியது.மொழி. பண்பாடு, நிலப்பரப்பு சார்ந்த தமிழர்கள் ஒரு இனம் என்று பார்க்கிற பார்வையில் பொருள் உண்டு,ஆனால் விந்திய மலைக்கு அப்பால் உள்ள மக்களை ஒரே இனமாக பார்ப்பதற்கு அடிப்படை ஏதுமில்லை. கடந்த கால இந்த சர்ச்சையை மீண்டும் புத்துயிரூட்டி தங்களது சமூகப் பிளவு நோக்கங்களை நிறைவேற்ற தமிழக ஆளுநர் ரவியை சங்கப் பரிவாரங்கள் பயன்படுத்த முனைந்து வருகின்றனர். இந்து மத உணர்வை, மதவெறியாக வளர்ப்பதற்கு கடும் முயற்சிகளை பல தளங்களில் சங்கப் பரிவரங்கள் மேற்கொண்டு வருகின்றனர்.

இந்நிலையில், திராவிட இயக்கங்கள் கடந்த கால தவறுகளை செய்திடாமல் எச்சரிக்கையாக இருக்க வேண்டும்.

52

மாற்றுக்கான மக்களின் தேடல்!

ஆட்சியில் இருக்கும் ஒரு கட்சியை மக்கள் அடுத்த தேர்தலில் தோற்கடிப்பதுண்டு. ஆளுகிற கட்சி தனது கொள்கைகளால் மக்கள் அதிருப்திக்கு ஆளாகி, தேர்தலில் தோல்வியை சந்திக்கிறது. தமிழகத்தில் எம்.ஜி.ஆர் மறைவுக்குப் பிறகு, 1989-லிருந்தே தி.மு.க., அ.தி.மு.க. என ஆட்சிகள் மாறி மாறி அமையும் நிலை ஏற்பட்டிருந்தது.மக்கள் நலனைப் பாதுகாக்கும் கொள்கையுடன்,மக்கள் நம்பிக்கை பெற்ற மாற்று வலுவாக உருவாகாததால் இந்த நிலை தொடர்ந்தது. 1991-2011 வரை நடந்த சட்டமன்ற தேர்தல்களில் ஜெயலலிதா தலைமையிலான அ.தி. மு.க.வும் கருணாநிதி தலைமையிலான தி.மு.க.வும் மாறி மாறி ஆட்சி அமைத்தன.

ஆனால்,இந்த நிலை 2016 தேர்தலில் மாறியது.2011 முதல் ஐந்தாண்டு காலம் ஆட்சியிலிருந்த அ.தி.மு.க. 2016 தேர்தலில் மீண்டும் ஆட்சிக்கு வந்தது.அப்படியானால் 2011-2016 ஜெயலலிதா தலைமையிலான அ.தி.மு.க.வின் ஆட்சி மக்கள் வாழ்வை மேம்படுத்திய ஆட்சியாக இருந்ததா? திராவிட இயக்க சித்தாந்த அடிப்படையில் நடத்தப்பட்ட ஆட்சியாக ஜெயலலிதா ஆட்சி இருந்ததா?

தேர்தல் பிரச்சாரத்தில் திராவிடம்

இதற்கான விடைகளை 2016-ல் நடந்த தேர்தலில் இரு கட்சிகளுக்கும் இடையே நடந்த தேர்தல் பிரச்சாரத்திலேயே அறிய முடியும்,இந்தப் பிரச்சாரத்தில் ஈடுபட்ட ஜெயலலிதாவிற்கு வயது 68.தேர்தலுக்குப் பிறகு ஜெயலலிதா அந்த ஆண்டிலேயே காலமானார். ஆட்சியை மீண்டும் பிடிப்பதற்கு 2016-தேர்தலில் பிரச்சாரம் மேற்கொண்ட கருணாநிதிக்கு வயது 92.இரு தரப்பிலும் ஊழல் உள்ளிட்ட குற்றச்சாட்டுக்கள் வழக்கம் போல் முன்வைக்கப்பட்டன.

திருவாரூர் கூட்டத்தில் பேசிய கருணாநிதி “ஊழலில் யாருமே ஜெயலலிதாவை மிஞ்ச முடியாது; அவரைப் போல் தவறுகள் செய்தவர்களும் யாருமில்லை; சட்டத்தை தன் கையில்

எடுத்துக்கொண்டு ஆட்சி செய்கிறார்; இந்த சர்வாதிகார ஆட்சியை வீழ்த்துவதுதான் நமது கடமை" என்று பேசினார். அதே நேரத்தில் திராவிடம் பற்றி சொல்லாமல் விடுபடக் கூடாது என்பதற்கு "திராவிட ஆட்சி அமைந்தால்தான் திராவிட மக்களுக்கு நல்ல வாழ்க்கை அமையும்" என்றார் கருணாநிதி. ஜெயலலிதா ஆட்சி ஆரிய ஆட்சி என்று பொருள் கொள்ளத்தக்க வகையில் இந்த கருத்தை பிரச்சாரத்தில் சொல்லிவைத்தார்,கருணாநிதி. திராவிட ஆட்சியின் கொள்கைகள் என்ன, அந்த ஆட்சி அடித்தட்டு மக்கள் பொருளாதாரத்தை மேம்படுத்த என்ன செய்யும் என்பதைப் பற்றியெல்லாம் தி.மு.க. பிரச்சாரத்தில் எதுவுமில்லை. அ.தி.மு.க.வை பொறுத்தவரை திராவிடம் என்ற சொல் கூட பிரச்சாரத்தில் இடம் பெறவில்லை.

தேர்தலில் தி.மு.க.வின் பிரச்சாரத்தை ஜெயலலிதா வழக்கமான பாணியில் எதிர்கொண்டார். தி.மு.க.வின் வாரிசு அரசியல், 2ஜி ஸ்பெக்ட்ராம் உள்ளிட்ட ஊழல்கள், மூன்று பேர் படுகொலை செய்யப்பட்ட மதுரை தினகரன் அலுவலகத்தின் மீதான தாக்குதல், கடந்த தி.மு.க. ஆட்சிகளின் போது நடந்த தொடர் குற்றங்கள், நில மோசடிகள் என அடுக்கடுக்கான குற்றச்சாட்டுக்களை தி.மு.க. மீது சுமத்தி ஜெயலலிதா பிரச்சாரம் செய்தார்.

பண விநியோகம் இந்த தேர்தலில் பெரும் பங்கு வகித்ததை ஊடகங்கள் வெளிப்படுத்தின. தேர்தல் பிரச்சாரத்தின் போதே இதை உணர்ந்த கருணாநிதி கடலூர் கூட்டத்தில் "அ.தி.மு.க. உங்களுக்கு ஓட்டு போட பணம் கொடுத்தால் நீங்கள் நினைவு வைத்துக் கொள்ள வேண்டும்,அந்தப் பணம் கொள்ளையடித்த பணம்..." என்றார்.

அ.தி.மு.க. 2011-2016 ஆட்சிக்காலத்தில் பல நலத் திட்டங்களை அமலாக்கிய போதும்,ஏராளமான தவறுகளையும் செய்தது. 2015-ஆம் ஆண்டு கனமழை வெள்ளம் மக்களை பாதித்தபோது அ.தி.மு.க. அரசாங்கம் மக்களை பாதுகாக்கவும், முறையான நிவாரண நடவடிக்கைகளை மேற்கொள்ளாததும் மாபெரும் தவறு. சென்னை உள்ளிட்டு தமிழகத்தின் பல பகுதிகளில் 400-க்கும் மேற்பட்டோர் இதில் உயிரிழந்தனர். இப்படிப்பட்ட மெத்தனப்போக்கு அ.தி.மு.க. ஆட்சியில் இருந்த போதிலும் அ.தி.மு.க. 2016 தேர்தலில் மீண்டும் ஆட்சிக்கு வந்தது.

அண்மைக் கால நிகழ்வுகள்

ஜெயலலிதா மறைவு நிகழ்ந்ததும் அ.தி.மு.க.வில் சசிகலா, தினகரன், எடப்பாடி பழனிச்சாமி, ஓ.பன்னீர்செல்வம் என அதிகார மையங்களுக்குள் நடந்த அதிகாரப் போட்டி,கருணாநிதி மறைவு ஏற்படுத்திய தாக்கம், 2021 சட்டமன்ற தேர்தலில் அ.தி.மு.க. தோல்வியடைந்து மு.க.ஸ்டாலின் தலைமையில் தி.மு.க. ஆட்சி அமைந்தது என இவை அனைத்தும் அண்மைய நிகழ்வுகள். இவை பற்றி சரியான மதிப்பீடு செய்ய சிறிது காலம் தேவைப்படலாம்.

ஆனால் 2011-2021 வரையிலான பத்தாண்டு அ.தி.மு.க. ஆட்சி குறிப்பிடத்தக்க மாறுதல்கள் எதையும் நிகழ்த்தவில்லை. இந்தக் காலம் முழுவதும் தொழிலாளர், விவசாயிகள் உள்ளிட்ட உழைக்கும் வர்க்கங்களின் போராட்டங்கள் ஓய்ந்திடாமல் தொடர்ந்து நிகழ்ந்தன. இதுவே மக்களுக்கு விரோதமான நவீன தாராளமய ஆட்சியே பத்தாண்டுகள் தொடந்தது என்பதற்கான சான்று.

துவக்க காலங்களில் அண்ணா முன்வைத்த முழக்கமான "ஏழையின் சிரிப்பில் இறைவனைக் காண்போம்" என்ற இலட்சியம் கானல் நீராகவே நீடித்தது.ஜெயலலிதா,கருணாநிதி ஆகிய இருவரும் மறைந்த போதிலும் அவர்கள் வெகு மக்கள் வாக்கு வங்கியை தக்க வைப்பதற்கு பின்பற்றிய தவறான அரசியல் வழிமுறைகள் அறவே ஒழிக்கப்படுமா? அவர்கள் காலத்தில் திராவிட கருத்தியலின் சாதகமான அம்சங்களை நீர்த்துப் போக வைத்த அந்த தவறுகள் களையப்படுமா? இவை அனைத்தும் தற்போது முன்னிற்கும் முக்கிய கேள்விகள்.

கடந்த 20 ஆண்டுகளில் தமிழகத்தின் நடுத்தர வர்க்க மக்கள் அரசியல் ரீதியாக பல மாறுதல்களுக்கு உட்பட்டு வந்துள்ளனர். அ.தி.மு.க., தி.மு.க. இரு கட்சிகளும் தனியார்மய தாராளமய கொள்கைகளை பின்பற்றிய நிலையில் சமூக அக்கறை குறைந்து அதீத நுகர்வு கலாச்சாரம், சுயநலம் அதிகரித்துள்ளது. திராவிட இயக்க ஆரம்ப காலங்களில் அந்த இயக்க வளர்ச்சிக்கு ஆதரவு தளமாக இருந்த நடுத்தர வர்க்கப் பிரிவினர் இன்று இந்துத்துவ வகையிலான ஆன்மிக நாட்டம் கொண்டவர்களாக மாறுவது பெரிய பின்னடைவு.இதற்கும் திராவிட கட்சிகள் பொறுப்பேற்க வேண்டும்.

வர்ணாசிரமம், சாதிய ஒடுக்குமுறை, தீண்டாமை உள்ளிட்ட சமூக கொடுமைகளை களைவதற்கு திராவிட இயக்க முன்னோடிகள்

கொண்டிருந்த உறுதிப்பாடு தற்போதைய திராவிட கட்சிகளிடம் இருக்கிறதா?பெண்ணடிமைத்தனம் ஒழித்திட சுயமரியாதை-சமத்துவ இயக்கம் கொண்டிருந்த அக்கறை திராவிட கட்சிகளிடம் இருக்கிறதா? இவ்வாறு இன்றைய நிலைப்பற்றி அடுக்கடுக்கான கேள்விகள் எழுகின்றன.

தொடரும் மக்களின் தேடல்

திராவிட இயக்கம் பல உருமாற்றங்களை சந்தித்து தற்போதைய கட்டத்திற்கு வந்துள்ளது.

★ அரசு நிர்வாகம் மற்றும் கல்வித்துறைகளில் பிராமண மேலாதிக்கத்தை ஒழிக்கும் நோக்கத்துடன் எழுந்த நீதிக்கட்சி,-

★ சமூக தளத்தில் அந்த மேலாதிக்கத்தை ஒழிக்க எழுந்த பகுத்தறிவு-சுயமரியாதை இயக்கம்,-

★ அரசியல் தளத்தில் நுழைந்து, மாநில அதிகாரத்தைக் கொண்டு பிற்பட்டோர் நலன் காக்க அரசியல் இயக்கமாக வடிவெடுத்த தி.மு.க.,-

★ அதிகாரப் போட்டி முன்னுக்கு வந்த நிலையில் போட்டியாளராக நுழைந்த அ.தி.மு.க. -

★ அதிகாரத்திற்கான போட்டாபோட்டியில் வெகு மக்கள் செல்வாக்கை தக்க வைத்துக் கொள்ள சாதாரண மக்களுக்கான ஏராளமான நல திட்டங்கள் -

★ பணபலம்,அதிகார பலம் கொண்டு தேர்தல் வெற்றியே இலட்சியம் என செயல்படுவது -

இவ்வாறான வளர்ச்சியில்தான் தற்போதைய கட்டத்திற்கு திராவிட இயக்கம் வந்துள்ளது.

இந்த நீண்ட வரலாற்றில், திராவிட இயக்க இலக்குகளாக முன்வைக்கப்பட்ட இலக்குகள் அனைத்தையும் அடைவதற்கான எதிர்காலப்பார்வை முனை மழுங்கிப் போனது; பதவி, அதிகாரம், சுயநலம் முக்கியமானதாக முன்னிற்கிறது.

மக்களும் இந்த உண்மைகளை உணர்ந்து வந்துள்ளனர். 1970 ஆம் ஆண்டுகளின் பிற்பகுதி காலத்திலிருந்தே சமத்துவம், சுயமரியாதை உள்ளிட்ட கொள்கைகளுக்கு திராவிட கட்சிகள்

முக்கியத்துவம் கொடுக்கவில்லை என்பதை மக்கள் உணரத் துவங்கினர். இதனால்தான் 1989 முதல் தேர்தல்களில் அ.தி.மு.க., தி.மு.க. என மாறி மாறி மக்கள் தேர்வு செய்தனர். 'எது குறைந்த தீமை' என்ற முனையிலிருந்து தங்கள் தேர்வை அமைத்துக் கொண்டு வந்துள்ளனர். எந்த கட்சி தேவை என்பதை விட எது தேவையில்லை என்று மக்கள் முடிவெடுத்து வந்துள்ளனர். மக்களுக்கான உண்மையான மாற்று தேவை என்கிற தேடலின் வெளிப்பாடாகவே இந்த எதிர்மறையான தேர்வு நிகழ்ந்து வந்துள்ளது.மக்களின் இந்த தேடல் தொடரும்.

துவக்க காலத்திலிருந்தே ஒரு அடிப்படையான,ஆழமான குறைபாடு திராவிட கட்சிகளிடம் இருந்து வந்துள்ளது.இந்திய அளவில் பெரும் கார்ப்பரேட், நிலவுடைமை சக்திகள் மற்றும் பன்னாட்டு பெரு மூலதன சக்திகளே மத்திய அதிகாரத்தில் இருந்து வந்துள்ளன. அடித்தட்டு மக்களை வாட்டிவதைக்கும் இந்த சக்திகளை எதிர்கொள்வதற்கு, எதிர்ப்பு இயக்கத்தை வலுப்படுத்துவதற்கான உறுதியான திட்டம் திராவிட இயக்க கட்சிகளிடம் இல்லை. மாறாக அவர்களோடு சமரசம் செய்து கொள்வது, அந்த சக்திகளின் ஒரு பிரிவாக உள்ள பிரதேச, மாநில, பெரிய முதலாளிகள் மற்றும் நிலவுடைமை சக்திகளின் பிரதிநிதிகளாக செயல்படுவது என்ற பாதையில்தான் திராவிட கட்சிகள் பயணித்து வருகின்றன.

தற்போது திராவிட மாடல் என்று பெரிதாக பேசப்பட்டாலும் மேற்கண்ட குறைபாடு உள்ளவரை பெரிய மாற்றம் எதுவும் திராவிட கட்சிகளிடம் ஏற்படாது. தமிழகத்தில் பெருவாரியான உழைக்கும் மக்கள் தங்களுக்கான மாற்றை ஏற்பதைத் தவிர வேறு வழியில்லை. இதற்கு தமிழகத்தில் உள்ள ஜனநாயக இடதுசாரி சக்திகள் சரியான திட்டத்தையும் வியுகத்தையும் உருவாக்கிட வேண்டும்.திராவிட இயக்கம் செய்த சில சாதகமான பணிகளையும் துடைத்தெறிய ஆர்எஸ்எஸ்-பாஜக சக்திகள் முயற்சிக்கிற இன்றைய சூழலில் இது அவசியம்.

பயன்பட்ட ஆதாரங்கள் குறித்து...

சில முக்கிய நூல்களின் பட்டியல்;

பி.ராமமூர்த்தி.,"விடுதலைப் போரும் திராவிட இயக்கமும்" , பழனியப்பா பிரதர்ஸ். 1983.

முனைவர் கோ கேசவன் "திராவிட இயக்கத்தில் பிளவுகள்", அலைகள் வெளியீட்டகம். 1994.

முனைவர் கோ கேசவன், "சுயமரியாதை இயக்கமும், பொதுவுடைமையும்", சரவணன் பாலு பதிப்பகம். 1990.

பேராசிரியர் கார்த்திகேசு சிவத்தம்பி., "திராவிட இயக்க கருத்து நிலையின் இன்றைய பொருத்தப்பாடு- ஒரு வரலாற்று நோக்கு", மக்கள் வெளியீடு. 1999.

இரா.நெடுஞ்செழியன்., "திராவிட இயக்க வரலாறு"நாவலர் நெடுஞ்செழியன் அறக்கட்டளை. 1996.

பேராசிரியர் கார்த்திகேசு சிவத்தம்பி, "தமிழ் சமூகமும், பண்பாட்டின் மீள் கண்டுபிடிப்பும்", நியூ செஞ்சுரி புக் ஹவுஸ்.1994.

பேராசிரியர் கார்த்திகேசு சிவத்தம்பி., "தமிழ்ச் சமூகமும் அதன் சினிமாவும்" சென்னை புக் ஹவுஸ், 1983.

பேராசிரியர் கார்த்திகேசு சிவத்தம்பி.," தனித்தமிழ் இயக்கத்தின் அரசியல் பின்னணி", சென்னை புக்ஸ், 1979.

பேராசிரியர் கா.அ.மணிக்குமார், "1930-களில் தமிழகம்", அலைகள் வெளியிட்டகம். 2006.

எஸ்.வி.ராஜதுரை, "பெரியார்:ஆகஸ்ட் 15", விடியல் பதிப்பகம். 1998.

எம்.எஸ்.எஸ்.பாண்டியன். "பிம்பச் சிறை", பிரக்ஞை. 2016.

இரா.விஜய்சங்கர்., "பெரியாரும், திராவிட இயக்கமும்" ,இந்திய சமூக விஞ்ஞானக் கழகம்., 2009.

ஆர்.முத்துக்குமார்., "திராவிட இயக்க வரலாறு" கிழக்கு பதிப்பகம்,

முரசொலி மாறன்,"திராவிட இயக்க வரலாறு",சூரியன் பதிப்பகம்,

"Tamilnadu Economy Performance and Issues", Madras Institute of Development Studies. 1988.

Robert L. Hardgrave, JR."The Dravidian Movement", Routledge, 1965.

Eugene.F.Irschick,"Politics and social conflict in South India" Berkeley, 1969.

M.S.S.Pandiyan. "Brahmin & Non-Brahmin. "Permanent Black., 2007.

S.Narayan., "Dravidian Years", Oxford University Press.2018

A.Kalaiyarasan., M.Vijayabaskar., "The Dravidian Model". Cambridge University Press. 2021.

Narendra Subramanian., "Ethnicity and Populist Mobilization", Oxford University Press. 1999.

*Ingrid Wildlund., "Paths to Power and Patterns of Influence", Uppsala,*2000.

மற்றும்...

பெரியார், அண்ணா, கருணாநிதி எழுத்துக்கள்.

N.Ram, "Dravidian moment in the Pre-Independent phases"., Economic and Political weekly, 1979.

பேராசிரியர் வெங்கடேஷ் ஆத்ரேயா, இந்திய, தமிழக பொருளாதாரம் குறித்த கட்டுரைகள், *Marxist Reader app.*

தமிழ், ஆங்கில தினசரிகளின் இணையதளங்கள்...

இணையத்தில் பதிவேற்றம் செய்யப்பட்டுள்ள திராவிட இயக்கம் குறித்த கட்டுரைகள் மற்றும் பல்கலைக்கழக ஆய்வு கட்டுரைகள்.

■

www.ingramcontent.com/pod-product-compliance
Lightning Source LLC
LaVergne TN
LVHW101411051026
849519LV00005BC/1729